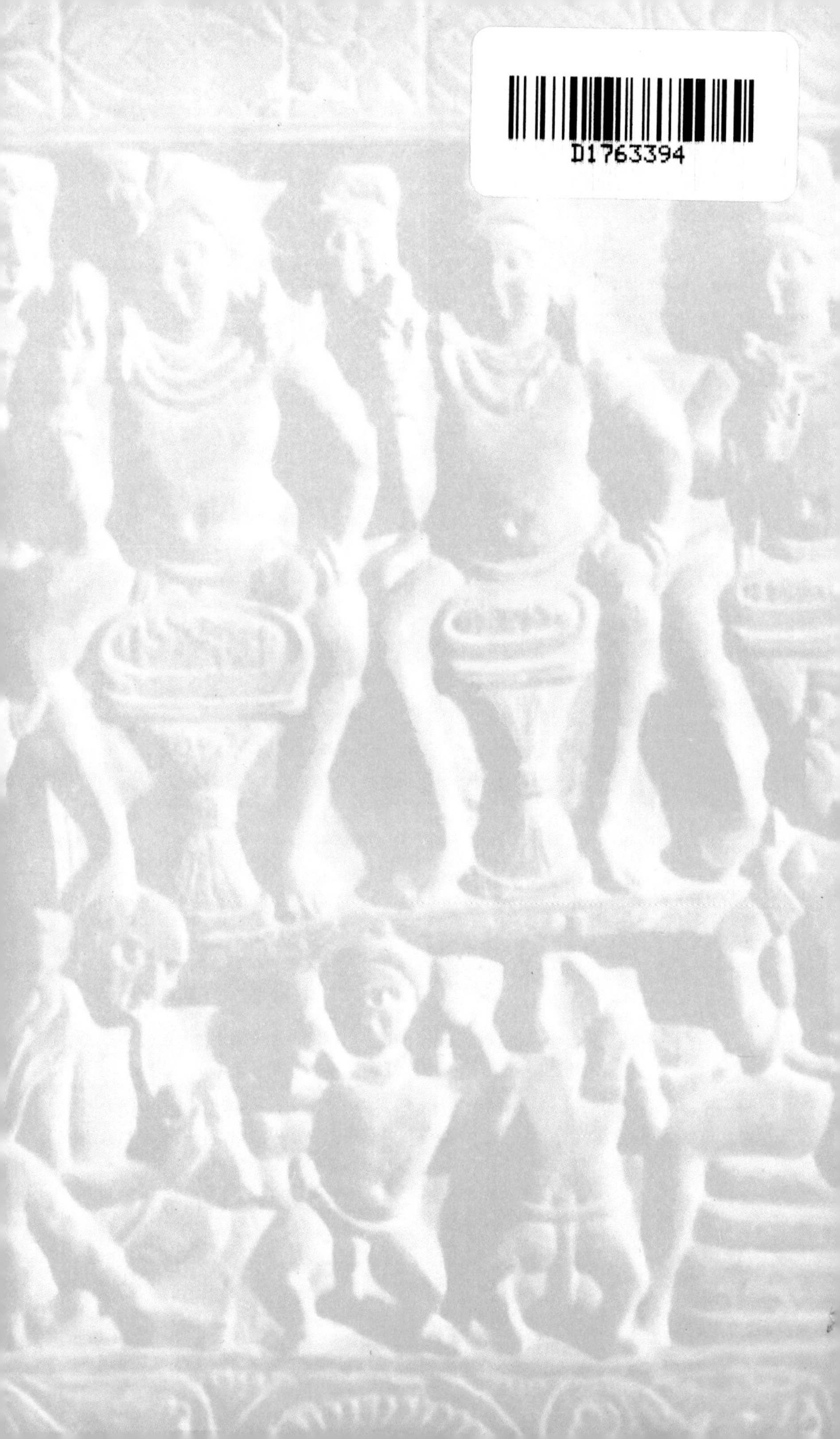

பால் சக்கரியாவின் மலையாளச் சிறுகதைகள்

உள் அட்டையில் காணும் சிற்பக் காட்சியில், பகவான் புத்தரின் அன்னை மாயாதேவி கண்ட கனவின் பலனை மன்னர் சுத்தோதனருக்கு நிமித்திகர் மூவர் விளக்குகின்றனர். அவர்களுக்குக் கீழே அமர்ந்து அந்த விளக்கத்தை எழுதுகிறார் ஓர் எழுத்தர். எழுதும் கலையைச் சித்தரிக்கும் முதல் இந்தியச் சிற்பம் இதுவாகவே இருக்கலாம்.

நாகார்ஜுன மலைச் சிற்பம் கி.பி. இரண்டாம் நூற்றாண்டு. (பட உதவி: நேஷனல் மியூசியம், புது தில்லி)

பால் சக்காரியாவின்
மலையாளச் சிறுகதைகள்

தமிழில்
கே.வி. ஜெயஸ்ரீ

சாகித்திய அகாதெமி

Paul Zachariavin Malayala Chirukathaikal Tamil translation by K.V. Jayashree of *Paul Zachariya's Sakkariyyide Kathaikal*, Sahitya Akademi, New Delhi, Reprint 2019, Rs. 250/-

உரிமை © சாகித்திய அகாதெமி

பால் சக்காரியா	:	ஆசிரியர்
கே.வி. ஜெயஸ்ரீ	:	மொழிபெயர்ப்பாளர்
பொருள்	:	சிறுகதைகள்
வெளியீடு	:	**சாகித்திய அகாதெமி**
முதற் பதிப்பு	:	2014
இரண்டாம் பதிப்பு	:	2019
ISBN	:	978-81-260-4444-3
விலை	:	ரூ. 250.00

All rights reserved. No part of this book may be reproduced or utilized in any form or by any means, electronic or mechanical including photocopying, recording or by any information storage and retrival system, without permission in writing from Sahitya Akademi.

சாகித்திய அகாதெமி

தலைமை : 'இரவீந்திர பவன்', 35, பெரோஸ்ஷா சாலை, புது தில்லி 110 001.
அலுவலகம்   secretary@sahitya-akademi.gov.in | 011-23386626/27/28.

விற்பனை : 'ஸ்வாதி', மந்திர் சாலை, புது தில்லி 110 001.
அலுவலகம்   sales@sahitya-akademi.gov.in | 011-23745297, 23364204.

கொல்கத்தா : 4, டி.எல். கான் சாலை, கொல்கத்தா 700 025.
rs.rok@sahitya-akademi.gov.in | 033-24191683/24191706.

சென்னை : குணா பில்டிங்ஸ், 443, அண்ணா சாலை, தேனாம்பேட்டை,
சென்னை 600 018. chennaioffice@sahitya-akademi.gov.in
044-24311741 | 24354815.

மும்பை : 172, மும்பை மராத்தி கிரந்த சங்கிரகாலய சாலை,
தாதர், மும்பை 400 014. rs.rom@sahitya-akademi.gov.in
022-24135744 | 24131948.

பெங்களூரு : மத்தியக் கல்லூரி வளாகம், பல்கலைக்கழக நூலகக் கட்டிடம்,
டாக்டர் அம்பேத்கர் வீதி, பெங்களூரு 560 001.
rs.rob@sahitya-akademi.gov.in. 080-22245152, 22130870.

ஒளி அச்சு	:	Chengamalam Enterprises, Chennai 600 004
அட்டை	:	Spectrum Graphic Studio, Chennai 600 017
அச்சகம்	:	M K Enterprises, Chennai 600 014

Visit our website at *http://www.sahitya-akademi.gov.in*

உள்ளே

1.	ரயில் கொள்ளை	7
2.	சந்தனுவின் பறவைகள்	17
3.	என்னுடைய அப்பா	23
4.	செய்தித்தாள்	31
5.	யாரோ வாசலில்	39
6.	உறுதி மொழி	41
7.	கடத்தல்	49
8.	கடல்	53
9.	வலை	59
10	மீண்டும் ஒரு மாலைப்பொழுது	81
11.	யாருக்குத் தெரியும்?	89
12.	தோணி	96
13.	ஒரு கிறிஸ்துமஸ் கதை	98
14.	கன்னியாகுமரி	104
15.	அன்னம்மா டீச்சர் - சில நினைவுக் குறிப்புகள்	113
16.	மந்திரவாதம்	122
17.	வெளிச்சம் பரப்பும் பெண்	138
18.	அலறும் எலும்புக் கூடு	143
19.	அவனும் அவளும்	151

20.	கண்ணாடி பார்க்கும் வரை	155
21.	கிரேன் ஷாட்	165
22.	ஓரிடத்தில்	174
23.	குழந்தை உண்ணி	183
24.	யேசுபுரம் பொது நூலகம் பற்றிய ஒரு விண்ணப்பம்	190
25.	காதலின் நிழல்	203
26.	ஜோஸப் நல்லவனின் பாவமன்னிப்பு	208
27.	நமக்கு வசிக்க முந்திரித் தோப்புகள்	220
28.	என் விளையாட்டுப் பொம்மைகள்	232
29.	சலாம் அமெரிக்கா	244
30.	பிரபஞ்சத்தின் சிதைவுகள்	256
31.	ஒரு நாளுக்கான வேலை	268
32.	ஒரு பெட்டைக் கோழியின் அந்திம கால நினைவுகள்	277
33.	இரண்டாம் குடியேற்றம்	282
34.	ஒரு குறுகலான இடம்	292
35.	லஞ்சம்	302

1

ரயில் கொள்ளை

ராஜன் கடைசியாக ஒரு ரயிலைத் தடுத்துக் கொள்ளையடிப்ப தென முடிவெடுத்தான். இளம் புரட்சியாளர்கள் ரயிலைத் தடுத்து, கோஷ மெழுப்பும் படத்தை அவன் பத்திரிகைகளில் பார்த்திருக்கிறான்.

பயணத் தடை ஏற்பட்டதால் முக்கியப் பிரமுகர்கள் பொறுமை யில்லாமல் தண்டவாளங்கள் வழியே நடந்து செல்கின்றனர். ராஜன் அவர்களைப் பார்த்து, 'முக்கியப் பிரமுகர்களே, நான் ரயிலைத் தடுக்கும் போது என்னை மன்னித்து விடுங்கள். ஒரு ஆய்வுப் பொருளாக மட்டுமே என்னை எண்ணிக் கொள்ளுங்கள். ஒரு வெண்பன்றி தண்டவாளத்தின் மீது ஏறி விட்டது என்று மட்டும் எண்ணிக் கொள்ளுங்கள். புரட்சியாலும், பல்வேறு திட்டங்களாலும் முற்றாக மறுக்கப்பட்டவன் நான். இரண்டையும் பயன்படுத்தி, சம்பாதித்துக் கொள்ளும் சாமர்த்தியம் எனக்கு இல்லாமலேயே போய் விட்டது. கோஷமெழுப்பி உங்களை வருத்தப்பட வைக்க மாட்டேன். என் சின்ன மகனுடையதும், அவன் தாயுடையதும், என்னுடையதுமான பசியை அகற்றுவதற்கான பொருளைச் சம்பாதிப்பதற்காக மட்டுமே வேகமாக உங்களை கொள்ளையிடப் போகிறேன். இடையூறுக்கு மன்னிக்கவும்!' என்றான்.

'புரட்சியாளர்களே! கோஷமெழுப்பாமல் நான் மட்டும் தனியாக ரயிலைத் தடுப்பதையும், பொருள் சேர்ப்பதையும் நீங்கள் பொறுத்துக் கொள்ளுங்கள். எல்லையில்லாத பொருளற்ற கோஷங்களின் தன்மையை விடவும் என்னுடையதும் என்னுடைய பசித்திருக்கும் குடும்பத்தி னுடையதும் ஆசைகள் மிகவும் சிறியவையே. எங்களின் களைத்த

குரல்களுக்கு ஒரு கூக்கூரல் எழுப்பும் சக்தியில்லை. எங்களின் இந்த மௌனப் புரட்சியை நீங்கள் பொறுத்துக் கொள்ளுங்கள்.

ஒரு பெரிய துக்கத்தின் பிடியில் அகப்பட்டுக் கொண்டு ராஜன் புராதனமானதொரு இடியோசையின் எதிரொலி போல, பழைய கவிதையின் வரிகள் தன்னுள்ளில் உயர்ந்து வருவதைக் கேட்டான்.

ஏழைகள் இறந்தாலென்ன பிறந்தாலென்ன
தவறான வார்த்தையிது மன்னிக்கவும் மனிதர்களே!

என்னுடைய ரயில், கூக்குரலிடும் தண்டவாளங்களில் தீப் பொறிகள் உண்டாக்கியபடி, பயணிகளைக் குலுக்கி, அதன் நெஞ்சதிரும் கம்பீரமான அதிர்வுகளால் என்னைப் புணர்ந்து கொண்டு, உயர்த்திய என் கைகளின் இங்கிதமறிந்து, மலர்கள் பூத்த வயல்களின்மீது வந்து நிற்கும். அப்போது அப்பு கையிலிருந்து ஆபத்தைச் சுருட்டி வைத் திருக்கும் காகிதக் குவியலை தலைக்கு மேல் உயர்த்திப் பிடித்தபடி 'இதோ வெடிகுண்டு' என்று சொல்லுவான். ரயிலின் பொறுமையற்ற ஆரவாரத்தின் மீது அவனுடைய சோர்ந்த, பசித்த, மெலிந்த குரல் உயர்ந்து கேட்குமா?

'வெடிகுண்டு வீச வேண்டுமென்ற விருப்பமொன்றும் எங்களுக் கில்லை. ஆனால் ரயிலை அசைத்தால் இந்தக் குழந்தை குண்டை வீசி விடும். பாவம் அவனுக்குப் பசிக்கிறது. நீங்கள் பொறுத்துக் கொள்ளுங்கள்' என்று நான் டிரைவரிடம் சொல்வேன்.

பிறகு வயல் வெளியின் காற்றிற்கும் வெயிலுக்கும் இடையி லிருந்து, ஆகாயத்தில் பறக்கும் மேகங்களின் கீழே ஆம்பல் பூக்கள் கீழேயெங்கும் அலை அலையாக சிரிக்க, நான் ரயிலுக்குள்ளே ஒரு பிராணியைப் போல ஒட்டிக் கொண்டு ஏறுவேன். அதன் நீண்ட நடைபாதையினூடாக, ஒரு கொள்ளைக்காரனாக என் பயணம் தொடரும். உயர்த்திய கையில் பிடித்திருக்கும் துரு பிடித்த கத்தி, பயணிகளின் பயந்து போன பார்வைகளுக்கும் முணுமுணுத்தல் களுக்கும் இடையில் பாதை உருவாக்க, புதிய தீவிரவாதி போல நான் போவேன்.

ஆனால் நண்பர்களே, நல்லவர்களே, நான் சாதாரணமானவன் தான்; உங்களுடைய ராஜன். இந்தத் துரு பிடித்த கத்தி, என்

பசியின் கூர்மைதான். நீங்கள் பயப்படாதீர்கள்! இந்தக் குழந்தையோ, நானோ உங்களை நிச்சயமாகத் துன்புறுத்த மாட்டோம். பணக் காரர்களை மட்டுமே நான் கொள்ளையடிப்பேன். ஆனால் பணக் காரர்களான புரட்சியாளர்களும் இருப்பார்களே? பரவாயில்லை. புரட்சிக்காரனின் செல்வமும் முதலாளியின் செல்வமும் பசித்தவ னுக்கு ஒன்றுதான்.

நான் மீண்டும் சொல்வேன், பயணத்தைத் தடுத்ததற்கு மன்னி யுங்கள். எனக்கு உங்களிடம் எந்தக் கோபமும் இல்லை. உங்களிடம் பணமிருக்கிறது, என்னிடம் இல்லை. என் செல்ல மகனுக்குப் பசிக் கிறது. அவன் அழுது கொண்டே சிரிக்கிறான். நான் வழிப்பறி செய்பவன் அல்ல. பசித்திருப்பவன். உங்களுடைய குழந்தைகள் பசியினால் ஒரு போதும் அழாமலிருக்கட்டும். உங்களுக்கு நல்லதே நடக்கட்டும். பாவப்பட்டவர்களிடம் நான் சொல்வேன்: 'என் மகனும் அவன் அம்மாவும் பட்டினியோடு இருக்கிறார்கள். எனக்கு இனி வேறு வழி தெரியவில்லை. இதோ கொள்ளையடித்து இவ்வளவு பணமிருக் கிறது. நீங்களும் கொஞ்சம் எடுத்துக் கொள்ளுங்கள். நான் கொள்ளைக் காரனல்ல. ராஜன் என்ற பரம ஏழை. என் செல்ல மகன் பசியை மறக்கவே விளையாடிக் கொண்டிருக்கிறான். உங்களுடைய பிள்ளை களுக்கு ஒரு போதும் பசியோடு விளையாடும்படியான சூழல் வர வேண்டாம். அவர்களின் குழந்தைப் பருவம் மன நிம்மதி தரும் மந்திர மர நிழல்களால் சூழட்டும். அவற்றிலிருந்து பழங்களும் பூக்களும் உதிரும் இலைகளுமாக இறைவன் அவர்கள் மேல் கருணை புரியட்டும்.'

தன்னுடைய பிச்சுவா கத்தியையும், செயல்களையும் பார்த்து ரயிலிலிருக்கும் குழந்தைகள் பயந்து விடுவார்களோ என்று ராஜன் யோசித்தான். கண்ணீர் ததும்பும் கண்களோடு மிரண்டு போன அவர்கள் தன்னைக் கண்டு நடுக்கத்துடன் அமர்ந்திருப்பதாக ராஜனால் கற்பனை செய்யக்கூட முடியவில்லை. அவர்கள் தன்னுடைய பட்டினிக் கதையைக் கேட்பதான சூழல் வருவது கூட அவனுக்குப் பிடிக்கவில்லை. தன்னுடைய இருப்பு அவர்களின் கண்களில் ஒரு பேய் கதை மட்டு மாகவே தெரிய வேண்டுமென ராஜன் ஆசைப்பட்டான். அப்படி யிருந்தால் அவர்களை மட்டும் அழகு காட்டிச் சிரிக்க வைக்கலாம். ஆனால் அது கொள்ளைக்காரனுக்குப் பொருந்தாது. அவர்களின் கன்னங்களை மெதுவாகத் தடவலாம். கண் சிமிட்டிக் காண்பிக்க

லாம். அவர்களுக்காக மிட்டாய்களைக் கொண்டு போயிருக்கலாம். ஆனால், அதற்கு முதலில் வேண்டியது பணம். அதனால் ராஜன் பூங்கொத்துகள் ஒடித்தெடுத்துக் கொண்டு போகலாமெனத் தீர்மானித்தான். மேலும் தென்னம் பொருட்களால் செய்த பந்தையும் பிற விளையாட்டுப் பொருட்களையும் கொண்டு போகத் தீர்மானித்தான்.

அப்பு எங்கேயிருந்தோ தேடியெடுத்துக் கொண்டு வந்த ஒரு பப்பாளிக்காயை காகிதத்தில் வைத்து மூடி ராஜன் வெடிகுண்டு உண்டாக்கினான். பப்பாளியைப் பழுக்க வைக்கவோ சமைக்கவோ செய்யலாமே என்று தோன்றிய எண்ணத்தை உடனே அடக்கினான். அவனுடைய ஆசையைப் புரிந்து கொண்டது போல அப்பு, 'நாளக்கி நான் வேறு ஒரு பப்பாளி கொண்டு வரேம்பா, அத பழுக்க வச்சுக்கலாம்' என்றான். ராஜன் ஒன்றும் பேசவில்லை. பப்பாளிப் பொட்டலத்தை தலையின் மேல் இரண்டு கைகளாலும் தூக்கிப் பிடித்தபடி, வறண்ட ஒரு புன்னகையோடு அப்பு சப்தமிட்டான்.

"இதோ வெடிகுண்டு, ரயிலை அசைத்தால் நான் வீசி விடுவேன்.''

"சிரிக்கக்கூடாது. வெடிகுண்டு வீசுபவனின் முகம், குரூரமாக இருக்க வேண்டும். ஜனங்களுக்கு பயம் தோன்ற வேண்டும்.''

ராஜன் சொல்வதைக் கேட்ட அப்பு தன்னுடைய தளர்ந்த புன்னகையை குரூரமாக மாற்ற ஒரு பயனற்ற முயற்சியை நடத்தினான்.

அப்புறம் ரயில் வண்டியைத் தடுப்பது எப்படியென்பதைப் பற்றி ராஜன் யோசித்தான். தண்டவாளத்தை அகற்றுவதற்கான சக்தியோ, அறிவோ தனக்கில்லை. அதை ஒரு புரட்சிகர அமைப்பினால்தான் செய்ய முடியும். அப்படியே முடியுமெனினும் ராஜன் அதைச் செய்ய விரும்பவில்லை. கற்களைப் புரட்டி தண்டவாளத்தில் வைக்கக்கூட அவன் விரும்பவில்லை. ரயில் தடம் புரண்டால் எத்தனை பேர் மரணமும் படுகாயமும் அடைவார்கள். அவர்களின் மரணங்களிலும் வேதனைகளிலும் தன் பட்டினிக்கு முடிவு காண ராஜன் விரும்பவில்லை. கடைசியில் அவன் சினிமாவில் பார்த்திருப்பது போல, 'தண்டவாளத்தின் நடுவில் ஒரு செங்கொடியைப் பிடித்தபடி நின்று கொண்டு அலறி, கையசைத்து சைகை செய்யலாம்' என்று தீர்மானித்தான்.

வெகு தூரத்திலிருந்தே டிரைவர் தன்னைக் காண்பதற்கு வசதியாக நீண்ட ரயில் பாதை அமைந்துள்ள ஒரு இடம் ராஜனுக்குத் தெரிந்திருந்தது. விரிந்த வயல்கள், இரண்டு விளைச்சல்களுக்கிடையில் அங்கே ஆம்பல் பூக்கள் பூத்திருந்தன. வெள்ளம் ஏற்படும் போது அந்த வயல்களினூடாக ராஜன் என்ற சிறுவனின் வாழை மட்டைப் படகு, மழை நீரிலிருந்து கரையேற்றிய ஓணான்களையும் எட்டுக் கால் பூச்சிகளையும் மற்ற சிறு பிராணிகளையும் ஏற்றிக் கொண்டு நோஹாவின் பேழையைப் போல அலைந்து திரிந்திருக்கிறது. கலங்கிய நீர்ப் பரப்பினூடாக மழையினால் மறைவதும் விலகுவதுமாக இருந்த ராஜனின் சின்னப் படகிற்கு சிறிய நீர்ப் பாதையில் பத்திரமான இடம் தேடி மூழ்கிக் கொண்டிருந்த சிற்றுயிர்கள் வந்தன. பின்னர் ஆம்பல் பூக்களுடன் வேனில் காலம் மீண்டும் மலரும். அப்படியான ஒரு வேனில் காலத்தில்தான் ராஜனின் படகு பாதைகளின் வழியில் ஆம்பல் பூக்களின் மேல் மண் குவியல்கள் உயர்ந்தன. அவற்றை நிரவி சமன்படுத்திய நிலத்தில் ஒரு ஆகாய ஏணியைப் போல ரயில் தண்டவாளம் நீண்டது.

ஒருநாள் வாழை மரங்களும், பூமாலைகளும் தோரணங்களும் கட்டியபடி ஒரு ரயில், கோமாளி வேடமிட்ட ஒரு அரக்கனைப் போல், நீண்ட பெருமூச்சுகளை விட்டபடி அதனூடாகக் கடந்து போனது. தன்னுடைய படகின் உலகம் இரண்டாக உடைந்தாலும் ராஜன் அந்த ரயிலை நேசித்தான். அதன் சீறும் இதயத்தையும், பெருமூச்சுகளையும் கூவல்களையும், தாள லயங்களையும் நேசித்தான். தன் கண் முன்னால் அங்கேயும் இங்கேயுமாக ரயிலில் பாய்ந்து சென்ற மனிதர்களையும் நேசித்தான். இரவுகளில் அவனுடைய உறக்கத்தைக் கலைத்தபடி முழக்கமிட்டு, பாயும் மேகங்களின் கீழே இருட்டினூடே வெளிச்சத்தின் குகையைத் திறந்தவாறே ஒரு மகா சக்தி வாய்ந்த பட்டுப் புழுவினைப் போல அது கடந்து செல்லும்போது ராஜனும் அதன் கூடவே தன் கனவுகளினூடாக தேனும் பாலும் நிறைந்து வழியும் நாடுகளுக்குப் பறந்தான். ஆயிரமாயிரம் ரயில்களின் பறத்தலின் முடிவில் அதற்குள் பல ஆயிரம் அதிகாரிகளும், புரட்சியாளர்களும் அதிவிரைவில் தேனையும் பாலையும் உட்கொண்டபின் ஒருநாள், தான் ரயில் வண்டிகளின் சாட்சி மட்டுமே என ராஜன் புரிந்து கொண்டான்.

தன்னுடைய வாழைமட்டைப் படகு குழந்தைப் பருவத்தின் வறண்டு போன கூரைகளில் எங்கேயோ நசிந்து கரைந்து போய் விட்டதையும், பசி மட்டுமே தன்னுடனே இருப்பதையும் அவன் புரிந்து கொண்டான்.

'என் படகின் பழைய பாதைகளில்தான் நான் ரயிலைத் தடுக்கப் போகிறேன்' என்றான் ராஜன்.

என் இரவுகளினூடாகக் கூவிக் கொண்டு பறந்த ஒளி நிறைந்த புழுவே, இனி உன்னைப் பிடித்துக் கட்டி வைத்து நான் என்னுடைய பசியை இல்லாமலாக்கப் போகிறேன். என்னுடைய ஆம்பல் வயல்களுடைக்கிடையில் நீ என் கட்டுப்பாட்டில் நிற்கும்போது, நான் என் பழங்கனவுகளின் நிழல்கள் நிறைந்த உன்னுடைய உள்ளறைகளில் நடந்து சென்று என்னுடைய பசிக்கு முடிவு கட்டுவேன். அப்போது நீ மகிழ்ச்சியில் கூவ வேண்டும். இனியும் முடிந்திராத என் மகனின் இளமைப் பருவத்தை நீ வாழ்த்த வேண்டும். அப்பு பப்பாளிப் பொட்டலத்தைப் பிடித்தபடி அப்பாவின் கன்னங்களில் வழியும் ஒரு துளிக் கண்ணீரைப் பார்த்தபடி திகைத்து நின்றான்.

காலையில் ராஜனும் அப்புவும் பப்பாளிப் பொட்டலத்தையும், துருப் பிடித்த பிச்சுவாக் கத்தியையும் ஒரு துண்டில் சுற்றிக் கொண்டு, நிறைய மணிமருதப் பூங்கொத்துகளையும், தென்னங்குச்சிகளையும் ஓலைப் பந்துகளையும் எடுத்துக் கொண்டு வீட்டிலிருந்து புறப்பட்டார்கள். லஷ்மியிடம் ராஜன் எதையும் சொல்லவில்லை. தான் பணத்துடன் வரும்போது அவள் ஆச்சர்யப்படுவதைப் பார்த்து மகிழ்வதையே ராஜன் விரும்பினான். 'வேகமாக நட, பதினோரு மணி வண்டியை நாம வயல் வெளியில் பிடிச்சிடலாம்' என்றான் அவன். மிகவும் முக்கியமான ஒரு பொருள் மட்டும் அவனிடம் இல்லாமலிருந்தது - செங்கொடி.

கட்சி ஆபீஸின் வராந்தாவில் வாக்கெடுப்பு முடிந்தபின் வீசி எறியப்பட்டிருந்த கொடிகளில் ஒன்றை, போகிற வழியில் எடுத்துக் கொண்டு போகலாம் என்று ராஜன் எண்ணினான். கட்சி ஆபீஸின் முன்னால் போய் நின்றபோது, அங்கே கமிட்டிக் கூட்டம் நடந்து கொண்டிருந்தது. அப்புவை வெளியே நிற்கச் சொல்லி விட்டு, நிறுத்தப்பட்டிருந்த கார்களின் இடையில் மெதுவாக உள்ளே சென்று

வராந்தாவிலிருந்த ஒரு செங்கொடியை தூக்கினான். உள்ளேயிருந்து கமிட்டிக் கூட்டத்தின் அலட்சியமான முணுமுணுத்தல்கள் கேட்டது.

ராஜன் கொடியை கையிடுக்கில் சொருகியபடி திரும்பி நடந்த போது பின்னாலிருந்து, 'யாரு கொடிய கொண்டுபோறது?' என்றொரு குரல் கேட்டது. ராஜனின் காதுகளில் தன் இதயத் துடிப்பின் ஓசை உச்சத்தில் கேட்டது.

'நான்தான் சும்மா வீட்டில் கட்டி வைக்கலாம்னு நெனச்சேன்' ராஜன் கொடியை எடுத்து நீட்டியபடி சொன்னான்.

'கொடிய அங்க வை.'

'சும்மா தானே போட்டிருக்கு சார். நான் ஒண்ணுதான் எடுத்தேன்.'

'கொடி என்னடா பொது சொத்தா? பார்ட்டியோட சொத்து. அதை நீ நெனக்கிற மாதிரி எடுத்துட்டு போக முடியாது கீழே போடு.'

ராஜனுக்கு உச்சத்தில் அலறவோ, கத்தவோ தோன்றியது. 'இந்தக் கொடியைக் காண்பித்து ரயிலைக் கொள்ளை அடிக்கப் போறேன், இதை எனக்கு நீங்க கொடுத்தே ஆகணும், என் பசியின் பிரச்னை இதுவென்று சொன்னால் என்ன?' என்று யோசித்தான். மரத்துப் போன மனதோடு ராஜன் சொன்னான்: 'சார் நான் திரும்பக் கொண்டு வந்து தர்ரேன்.'

'அதெல்லாம் ஒண்ணும் வேண்டாம். ஹா ஹா ஹா... இதுக் கெல்லாம் கணக்கிருக்கு. கஷ்டப்பட்டு காசு வசூல் பண்ணி தயார் பண்ணது இதெல்லாம். நீ என்னோட நேரத்தெ வேஸ்ட் பண்ணாம கொடிய திரும்ப கொண்டு வந்து வை. யார் வேணா எத வேணா எடுத்துட்டு போலாம்னு ஆயிடுச்சா. கொஞ்சம் கூட ஒரு ஒழுக்கம் இல்லன்னா எப்படி?'

சிரிப்புச் சத்தம் கேட்டு ஒன்றிரண்டு கமிட்டி உறுப்பினர்கள் கொட்டாவி விட்டபடி வராந்தாவிற்கு வந்து 'என்ன?' என்றனர். அப்போது ராஜன் ஒரு யந்திரத்தைப் போல நடந்து சென்று, கொடியைத் திரும்பவும் மூலையில் இருந்த குவியலில் போட்டான். பிறகு படு வேகத்தில் கேட்டைக் கடந்து வெளியேறினான். அப்பு பளபளப்பும் வழவழப்பும் நிறைந்த ஒரு காரின் மேல் பாகத்தைத் தடவியபடி

நின்று கொண்டிருந்தான். ராஜன் அவனுடைய கையைப் பிடித்தபடி, 'ஓடு நமக்கு பெரிய வயல் பக்கம் போய்ச் சேர நேரமில்லை. வண்டி சென்று விடும். வெள்ளம்புழ வளைவிற்கு ஓடு' என்றான். ராஜனும் அப்புவும் ஓடினார்கள்.

குறுக்கு வழிகளினூடே பெருமூச்சு விட்டபடி, நடைபாதை கற்களைத் தாண்டி இறங்கி முள்வேலி கம்பிகளை அகற்றி நுழைந்து, புல்லும் பாசியும் வளர்ந்திருந்த ஒரு சதுப்புப் பிரதேசத்தையடைந்தனர். அந்தப் பக்கம் மண் உயர்த்தி போடப்பட்டிருந்த ரயில் பாதையில் ஓரத்தில் படர்ந்து பூத்து நின்றிருந்த அரளிப் பூக்களுக்கு இடையிலாக ஓடி ஏறினர். கீழே புற்களுக்கிடையில் நீரில் பளபளத்து நின்ற சூரியனை அவர்களின் கால்கள் மிதித்துக் கலைத்தன.

வேர்களில் ஊறிய உரங்களின் சதுப்பு நீரில் சிதறிய தன்னுடைய வெளிச்சத்தின் முத்துக்களை சூரியன் மீண்டும் ஒன்று சேர்த்தான். வறண்டு வெளுத்த முகம் நிறைய வியர்வையும், உல்லாசமும், புன்னகையுமாக பப்பாளிக்காய்ப் பொட்டலத்தை நெஞ்சோடு சேர்த்துப் பிடித்தபடி அரளிப் பூக்களுக்கிடையில் அப்பு தளர்ந்து அமர்ந்தான். ராஜன் தன் பிச்சுவாக் கத்தியை மறுபடியும் மடியில் தடவிப் பார்த்துக் கொண்டு ஒரு கையில் துண்டைப் பிடித்தபடி தண்டவாளத்தின் நடுவே ஏறி நின்றான். பாதை வெயிலில் மின்னிய படி பக்கத்திலிருந்த வளைவில் திரும்பி மறைந்தது.

'கொடியில்லயேப்பா' அப்பு சரிவில் நின்றபடி கேட்டான்.

'இல்லை, நான் கைவீசி சைகை மட்டும்தான் காட்டப் போறேன். என்னை வண்டி இடிச்சா நீ என்ன செய்வே?' வளைவில் கவனித்த படி ராஜன் கேட்டான்.

'நான் அழுதுகிட்டே ஓடிடுவேன்' சிரித்தபடி அப்பு சொன்னான்.

'என் செல்ல மகனே. நீ அழுவதை என்னால் தாங்க முடியாது' ராஜன் தனக்குள்ளே முனகினான். எங்கிருந்தோ குளிர்ந்த காற்று வந்து தன்னைத் தொடுவதை உணர்ந்தபடியே வளைவைப் பார்த்து காத்து நின்றான்.

'விசில் சத்தம் கேக்குதான்னு கவனி' என்றான்.

'நான் வேணா தண்டவாளத்தில் காது வச்சு கேக்கறேன் அப்பா. ரயில் தூரத்தில் வரப்பவே தண்டவாளத்தில் சத்தம் கேக்கும்' என்றான் அப்பு.

'அது உனக்கு எப்படி தெரியும்?'

'ஒரு தடவ நான் தண்டவாளத்தில் தலை வைத்துப் பார்த்திருக் கிறேன்' அப்பு மெல்லிய குரலில் சொன்னான். 'உன்னை நான் அடிக்காமல் வளர்த்தது தப்பு' என்றான் ராஜன்.

அப்போது வளைவிலிருந்து ரயில் வந்து கொண்டிருந்தது.

ராஜன் குலுங்கும் தண்டவாளத்தின் மீது இரண்டு கைகளும் உயர்த்தி வீசியபடி நின்றான். ஒரு பூகம்பம் ஏற்பட்டது போல தண்டவாளமும் பூமியும் அதிர்ந்தது. தன் ரயிலின் முகம் எவ்வளவு உணர்வற்றதென்று ராஜன் ஆச்சர்யப்பட்டான். 'வண்டி வர்றது கேக்கலியே' என்று கீழேயிருந்து அப்பு சொல்வதை ராஜன் கேட்டான். ராஜன் கைகளை வேகமாக வீசினான். 'நில், நில், எனக்காக நில் அப்புக்காக நில். என் சினேகத்தின் நினைவுக்காக நில். ஒரு நிமிடம் நீ என் மகனின் கைதியாகு. எங்களைப் பசியில்லாதவர்களாக்கு.' வண்டியின் அலறலும் அது நகர்த்திக் கொண்டு வந்த காற்றின் தள்ளலும் ராஜனை ஓர் அடி முன்னே நகர்த்தி விட்டது.

'அப்பா வண்டியிடிக்கும்' - அப்பு கூவினான்.

ஒரு மின்னல் வெட்டு போல், ராஜன் ஊமத்தம் பூக்களுக் கிடையில் ஆசையும் அதிசயமும் பயமும் நிறைந்த தன்னுடைய மகனின் முகத்தைக் கண்டான். 'என் மகனே' ராஜன் பூக்களை நோக்கிக் குதித்து சரிவில் உருண்டும், புரண்டும் கீழே சதுப்பு நீரின் சூரியனை மீண்டும் கலைத்தபடி வீழ்ந்தான். வேர்களின் சிவந்த ரசாயன நீரில் ஒரு ஆய்வுப் பொருளைப் போல, ஆகாயத்தில் தன்னுடைய கண்களைக் கூசச் செய்த சூரியனுக்கெதிராக கண்மூடிக் கிடந்தான். முன்பு தன் உறக்கங்களில் ஒரு பெரிய தாள லயத்தோடு, வெயில் நிறைந்த ஆகாய வழியில் கூவிக் கொண்டு தன் ரயில் வண்டி பறந்து போவதை ராஜன் கேட்டான். கண்களின்மீது நிழல் படிந்தபோது அவன் கண் திறந்தான். அப்பு அவனருகில் அமர்ந்து புன்னகைத்தான்.

ராஜன் அவனைத் தன்னருகில் இழுத்தணைத்துக் கொண்டான்.

'அந்த ரயில் அப்பாகிட்ட ஒரு ரகசியம் சொல்லிச்சுடா.'

'என்னப்பா?'

'நீ பெரிசான பிறகு உன்கிட்ட சொல்கிறேன்.'

சதுப்பின் சாயங்கள் வழியும் பல வண்ணச் சட்டையணிந்து கொண்டு தன் மகனுடைய கையைத் தன்னுடைய கையில் வைத்து அழுத்திப் பிடித்துக் கொண்டு ராஜன் நடந்தான். சதுப்பு நிலப் பகுதியைக் கடந்து ஆற்றோரத்தை வந்தடைந்தபோது ஆற்றில் குதித்தான். உடலின் வண்ணங்களைக் கழுவினான். புல்லின் மீது நன்றாக அமர்ந்து பப்பாளிப் பொட்டலத்தை அவிழ்த்தான். பப்பாளி நன்றாகப் பழுத் திருந்தது. அப்பு அதையே உற்றுப் பார்த்தபடியிருந்தான்.

ராஜன் பிச்சுவாக் கத்தியை ஒரு கல்லில் தேய்த்து அதனுடைய துருவை நீக்கினான். கத்தி கூர்மையாக வெயிலில் மின்னியது. அவன் பப்பாளியை மூன்றாக வெட்டினான்.

'அப்பு, நம்முடைய புரட்சியின் ஆயுதமே நமக்கான உணவாக ஆகட்டும்' அப்பு வாயில் எச்சிலூறச் சிரித்தான். 'இது உனக்கு, இது அம்மாவுக்கு, இது எனக்கு. இந்தப் பூக்குலைகளும், பந்துகளுமெல் லாம் இனி புரட்சிக்கான ஆயுதங்களல்ல. அவை விளையாட்டுப் பொருட்களாகவே இருக்கின்றன. அவை விடுதலை அடைந்திருக் கின்றன. என் சக புரட்சியாளனே, ரயில் கொள்ளைக்காரா, அந்த ரயில் என்னிடம் சொன்ன ரகசியத்தின் ஆசீர்வாதம் என்றென்றைக்கு மாக உன்னுடனிருக்கட்டும். உன் பிள்ளைகளுக்கு பசிக்கு உணவு என்றும் கிடைக்கட்டும்' என்று ராஜன் தனக்குள் சொல்லிக் கொண்டான்.

லட்சுமிக்கான பப்பாளித் துண்டுகளை ராஜன் துண்டில் கட்டி யெடுத்துக் கொண்டு, தூரத்தில் எங்கேயோ தன்னுடைய ரயில் மீண்டும் மீண்டும் கூவுவதைக் கேட்டுக் கொண்டே அப்புவின் கையைப் பிடித்தபடி நடக்கத் தொடங்கினான்.

★

2
சந்தனுவின் பறவைகள்

கையில் கொங்கணிப் பூ*வின் கிளையுடன் சந்தனு காத்து நின்ற முற்றத்தின் மூலையில், மாலை நிழல் பலா மரக் கிளைகளின் இடைவெளியில் சாய்ந்து இறங்கி மண்ணில் வீழ்ந்த இலைகளைப் போர்த்தி உறங்கியது. உயரத்தில் பறந்து போன ஆகாயத்தில் வீசிய மேகங்களும் மேலே ஒரு பெரிய துளை விழுந்த கூடாரம் போல இருக்கும் பலா மரத்தின் கிளைகளும், அவற்றினூடாக வரும் வெயிலின் அசையும் நிழலும் சந்தனுவின் மேல் ஒளியினை வரைந்தது. அவனுக்குப் பின்னால் முற்றத்தின் ஓரத்தில் செம்பருத்திப் புதர், சில உள்ளசைவு களால் ஆடவும் குலுங்கவும் செய்தன. அவன் அசையாமல், மூச்சடக்கி மடித்த கையில் ஒரு வாளைப் போல பிடித்த கொங்கணிப் பூக் கிளையுமாக, செம்பருத்திப் புதரை உற்றுப் பார்த்துக் கொண்டு, காய்ந்த இலைகளின் மீது பொம்மையைப் போல் அசையாமல் நின்றான். திடீரென புதரின் அசைவுகள் இலைகளைத் தள்ளித் திறந்து சிறகடிப்பு களாக மாறி ஆகாயத்துக்கு உயர்ந்து, பலா மரத்தின் உச்சியில் சில அசைவுகளாக முடிந்தன. சந்தனு மேலும் ஒரு முறை தோல்வியுற்றான்.

பறவைகள் அவனை மேலும் ஒரு முறை நிராசைப்படுத்தின. அவன் மிக விருப்பத்துடன், அசையாமலும் பேசாமலும் காத்திருந்தும், அவனுடைய கொங்கணிக் கொம்பில் அவை வந்து அமரவில்லை. கொங்கணிப்பூ வாசத்திலிருந்து நோக வைக்கும் சிறு உதடுகளும், மாய ஜன்னல்கள் போன்ற கண்களும் காற்று வீசி ஒதுக்கும் பறவைகளின் இறகுகளும் அவனை ஆர்ப்பரிக்க வைக்கவில்லை. அவனோ, அவை தன் கன்னத்தில் சிறகடிப்பதும், கீழே வந்து அமர்வதுமான ஆனந்தத்

★ கொங்கணிப்பூ - வேலியோரத்தில் வளரும் ஒருவகை பூ.

தினை விடவும், எத்தனையோ காலமாக அவற்றிடம் ஒரு செய்தியைக் கேட்டறிய காத்திருக்கிறான். நீங்கள் மரணமடையும் போது எங்கே போகிறீர்கள்? அல்லது உங்களுக்கு மரணமில்லையா?

தன்னுடைய ஐந்து வயதிற்குள்ளாக சந்தனு பலவித ஆராய்ச்சி களின் மூலம் பறவைகளுக்கு மரணமில்லை என்பதையும் அல்லது வேறு ஏதோ ரகசியம் அவற்றிற்கு உண்டென்பதையும் அறிந்து கொண்டான். சந்தனு இறந்த மனிதர்களையும் மிருகங்களையும் முன்பே பார்த்திருக்கிறான். இறந்து கொண்டிருந்த பூனைக்குப் பக்கத்தில் ஒரு முறை துணையாய் இருந்திருக்கிறான். பாதையின் மழை நீர்க் குழியிலிருந்து நனைந்து ஒட்டிய ரோமங்களும் திறந்த வாயுமாக ஒரு பூனை நகர்வதைக் கண்டு சந்தனு ஓடிச் சென்றான். நீட்டிய நகங்களால் மண்ணைச் சுரண்டியபடி ஒரு மனிதனைப் போல மூச்சிரைத்தபடி அது எதிலிருந்தோ தப்பித்துக் கொள்ள முயன்று கொண்டிருந்தது. ஏதோ ஒரு கனவில் நடப்பதைப் போல இயல்பற்ற மெதுவான அசைவுடன் அது அசைந்தது. சந்தனு அதனருகில் குத்துக் காலிட்டு அமர்ந்து சுற்றிலும் பார்க்க, மூன்று நாய்கள் மிகுந்த உற்சாகத் துடன் அவனைக் கூடச் சட்டை செய்யாமல் பூனையை நோக்கிப் பாய்ந்து வந்தன. பூனையின் உடலிலிருந்த காயங்களை அவன் அப்போது தான் கவனித்தான். அவன் ஆக்ரோஷத்தோடு நாய்களைக் கல்லெறிந்து அடித்துத் துரத்தினான்.

பெருமுயற்சியுடன் நாய்களுக்கெதிராக உயர்த்திய நகங்கள் விரிந்த ஒரு கையை பூனை கீழிறக்கியது. அதன் சீறல் தொண்டையி லிருந்து உயர்ந்து ஒரு மனித சப்தமாக மாறியது. அது ஒரு ஆசுவாசத் துடன் மழை நீருக்குள் விழுந்தவாறே சந்தனுவைப் பார்த்தது. அதன் கண்களை அவனும் உற்றுப் பார்த்தான். அப்படிப் பார்த்துக் கொண் டிருக்கும்போதே அது கண்களை மூடி சந்தனுவின் எதிரிலேயே இறந்தது. அவன் நிம்மதியடைந்தான். அவன் எழுந்து ஓர் இலையைப் பறித்து பூனையின் நனைந்த வாலைப் பிடித்து உயர்த்தி வழியோரத்துப் புல்லின் மேல் எடுத்துப் போட்டான். நாய்களுள் ஒன்று தொலைவி லிருந்து மறுபடியும் திமிறிக் கொண்டு ஓடி வந்தது. சந்தனு அசை யாமல் நின்றான். நாய் பூனையின் உடலினருகே சென்று அதை முகர்ந்தது; மறுபடியும் முகர்ந்தது. தலையை உயர்த்தி ஓரிரு முறை வாலாட்டியது. ஒரு நிமிடம் நம்பிக்கையின்றி அது அங்கே நின்றது.

பின்னர் விழத் தொடங்கிய சாரல் மழையினூடாக மெதுவாக எங்கேயோ நடந்து சென்றது.

ஆனால் பறவைகள் அவனுக்குப் புரியாத ஒரு ரகசியத்தை உருவாக்கியிருந்தன. அவை மரணமடைவதென்றால் எங்கே அவற்றின் சடலங்கள்? ஒரு பறவை கூட இறந்துகிடப்பதை சந்தனு பார்த்திருக்க வில்லை. அவனுடைய ரகசியத் தேடல்களெல்லாம் விரல் நீட்டியது வேறேதோ மறைக்கப்பட்ட புதிரான ரகசியத்திற்குத்தான். பறவை களின் மரணத்தைப் பற்றியதான இந்தத் தேடல்களில் சந்தனுவிற்கே ஒரு தெளிவான நோக்கமிருந்தது. ஒரு போதும் தன் கையில் அகப் படாமல் பறந்து சென்ற பறவைகளை, அவை இறந்து கிடக்கும் போது நிதானமாகக் கையிலெடுத்துப் பரிசோதிக்கலாமே என்ற சுயநலச் சிந்தனைதான் அது.

அவை ஏதோ மறைவிடங்களில்தான் மரணமடைகிறது என் றெண்ணி அவன் குருவிகளை அவற்றின் காற்றிலாடும் கூடுகளிலும், பொன்மான் பறவைகளை அவற்றின் பொந்துகளிலும், கருகிலாஞ்சிப் பறவைகளைக் காடுகளிலுமாக நிரந்தரமாகப் பின்தொடர்ந்தபடி இருந்தான். ஆனால் அவையெல்லாம் இறகுகளின் ஜால வித்தையில் இலைகளின் அசைவில் அவனிடமிருந்து தப்பித்துக் சென்றன. பொந்து களிலும், சதுப்புகளிலும், மூங்கில் காடுகளின் கல்லும் முள்ளும் நிறைந்த மறைவான பாதைகளிலும் சந்தனு பறவைகளைப் பின்தொடர்ந் தான். அவன் எவ்வளவோ சிறு ரகசிய சடலங்களை கண்டடைந்தான. அணில்கள், எலிகள், பாம்புகள், ஒருமுறை ஓர் ஓநாய், பட்டாம் பூச்சிகள் என்றிப்படி எவையெல்லாமோ அவனுடைய மரணம் தேடும் பாதைகளில் குறுக்கிட்டன. ஆனால் மரணமடைந்தவற்றின் வரிசையில் அவன் ஒரு பறவையைக் கூடப் பார்க்கவில்லை.

இச்சமயத்தில்தான் சந்தனு கடவுளைப் பற்றி அறிந்தான். இறந்து போகின்றவர்களை வரவேற்கின்றவனும், வாழ்ந்து கொண் டிருப்பவர்களை நேசிப்பவனுமே கடவுள். அவர் மேகங்களுக்குள் பறந்து செல்வார். காடுகளுக்குள் பதுங்குவார், குழந்தைகளுடன் விளையாடுவார், நீரில் ஓர் இலையாக மூழ்கி செல்வார். இறந்தவர் களின் ஆத்மாக்களுடன் இறைவன் மேகங்களுக்குப் பின்னால் பறந்து விளையாடுபவராகவும், வாழ்ந்து கொண்டிருப்பவர்களின் ஆனந்தக் கூப்பாடுகளைக் காது கொடுத்து கேட்பவராகவும் இருப்பார்.

இறைவனைக் காண்பது வெகு எளிது, அவர் எங்கேயும் இருக்கிறார். அவ்வாறிருக்க ஒரு நாள் ஓடைக் கரையின் சதுப்பில் இறந்து கிடந்த ஒரு மீனின் செதில்களின் வண்ணங்களை சந்தனு பரிசோதித்துக் கொண்டிருந்தபோது, சதுப்பின் ஈரத்திலிருந்து தெய்வம் ஒரு தவளை யாக அவன் முன்னால் குதித்து வந்தது.

அவனை உற்றுப் பார்த்தபடியே அது நட்புடன் மெதுவாக அவனிடம் என்னவோ சொல்லிற்று. சந்தனு ஒரு பெருந்திருப்தி யுடன் மீனைக் கையில் பிடித்துக் கொண்டு ஓடைக்குள் குதித்தான். இறந்த மீன் வெயிலில் ஒரு வெள்ளிக் கீற்று போல் மின்னிக் கொண்டு கைகளிலிருந்து தவறி அலைகளில் விழுந்து மூழ்கிப் போனது. சந்தனு கரையேறி ஒரு கை தண்ணீர் எடுத்து தெய்வத்தின்மீது ஊற்றிய வாறே 'நாம் பறந்து போகலாமா?' என்று கேட்டான். தெய்வம் மென்மையான சதுப்பில் சந்தனுவின் விரல்களிலிருந்து பொழிந்த மழையை ஏற்றுக் கொண்டு அவனிடம் ஏதோ ரகசியங்களை மீண்டும் மீண்டும் மந்திரித்தது.

சிறிது நாட்களுக்குப் பிறகு சந்தனு ஒரு கனவு கண்டான். பூக்கள் நிரம்பிய பூத்த மரம் போல இருந்த ஒரு கொங்கிணிக் கிளையைக் கையில் பிடித்தபடி, முற்றத்தின் மூலையில் நிற்கிறான். மரங்கொத்திகளும், பொன்மான்களும்,* ஓலேஞ் ஞாலிகளும்* இலைகளிலிருந்து தலைகளை வெளியே நீட்டி அதன் காய்களையும் பூக்களையும் பார்த்துக் கொண்டு பறந்து உயர்வதும், தாழ்ந்து அமர்வதுமாக இருக்கின்றன. அவற்றின் சிறகிசைத்தலும், பாட்டும், முனகலும் சந்தனுவிற்குக் கேட்டன. மேகங்கள் கீழிறங்கி வந்து மூடுபனி போல கொங்கிணிக் கிளைகளை உரசிச் சென்றன. கிளைகளில் நட்சத்திரங்கள் வந்தமர்ந்தன. ஒரு கிளையில் பிறைநிலா தொங்கிக் கிடக்க, அவற்றிற் கிடையில் எல்லாப் பறவைகளின் இறகுகள் வீசியலைந்தன.

சந்தனு மெல்ல மெல்ல ஓர் இயந்திரப் பொம்மையைப் போலத் தலையைத் திருப்பி, பூங்கொத்தைப் பார்த்து தன் நாவின் நுனியில் அரித்துக் கொண்டிருந்த அந்தக் கேள்வியைக் கேட்டான்.

'உங்களுக்கு மரணமில்லையா? நீங்கள் மரணத்திற்குப் பிறகு எங்கே போகிறீர்கள்?'

★ பொன்மான், ஓலேஞ்ஞாலி என்பவை பறவையினங்கள்.

ஏதோ ஓராயிரம் ஜன்னல் கதவுகள் ஒன்றாக மூடுவது போன்ற தொரு சிறகடிப்போசையோடு அவனைச் சுற்றிலும் ஒரு கொடுங் காற்றை உருவாக்கியபடி பறவைகள் ஆகாயத்திற்குப் பறந்து போயின. கொங்கிணிக் கொம்பும் நட்சத்திரங்களும் மறைந்து போயின.

ஒரு நிராதரவான சூன்யம் சந்தனுவைச் சுற்றி விசிலடித்து மறைந்தது. சந்தனு தூக்கத்திலிருந்து எழுந்து ஓர் ஆழ்ந்த துக்கத்துடன் ஜன்னலுக்கு வெளியே இருட்டு, நட்சத்திர வெளிச்சத்துடன் ஒன்று சேர்ந்து ஏதோ மாய உருவங்களாக உருத் திரிவது போன்ற காட்சியைப் பார்த்தபடி படுத்திருந்தான். தூரத்தில் காடுகளில் தெய்வம் மின்மினி களாக எரிவதும் அணைவதுமாக சந்தனுவின் தனிமையைப் பார்த்த படி இருந்தது. கூம்புவதும், உதிர்வதுமான தெய்வத்தின் ஒளியை பார்த்தபடியிருந்த சந்தனு கனவுகளற்ற ஓர் உறக்கத்தில் புகுந்தான்.

மறுநாள் பலா மரத்தின் அடியில் ஒரு கொங்கிணிக் கொத்துடன் வந்து நின்றான். அடுத்து வந்த எல்லா நாளும் அப்படியே; எல்லா நாட்களும் பறவைகள் அவனைத் தோற்கடித்தன.

இன்று சந்தனு கொங்கிணிக் கொத்தைக் கீழே போட்டு விட்டு முற்றத்தில் தாழ்ந்து வந்த வெயிலின் ஊடாக நடந்து வராந்தாவில் ஏறினான். ரொம்ப நேரம் அவன் பலாவின் கிளைகளின் ஆளில்லாமல் ஆடிக் கொண்டிருந்த ஊசலாட்டத்தைப் பார்த்துக் கொண்டிருந்தான். பிறகு வீட்டிற்குள்ளே ஒரு நாற்காலியில் அமர்ந்து படித்துக் கொண் டிருந்த அப்பாவின் மடியில் ஏறி அவரைப் பார்த்தபடி அமர்ந்தான். 'அப்பாவின் இரு கன்னங்களிலும் கைவைத்து முகத்தை நெருக்கி கண்களுக்குள் பார்த்தான். 'என்ன சந்தனு? என்ன உன்னோட பிரச்சனை?' என்று கேட்டார் அப்பா.

'அப்பா, பறவைகள் சாவதில்லையா?'

'இல்லை, சந்தனு.'

'பிறகு இவைகளுக்கு என்ன நேர்கிறது?' - அப்பா சந்தனுவின் முகத்தைத் தன் கைகளில் தாங்கிப் பிடித்துக் கொண்டே, 'நான் உன்னிடம் ரகசியமாகச் சொல்கிறேன். அவை மரணமடைவதற்குப் பதில் பறந்து பறந்து போகின்றன. மேகங்களினூடே, மலைகளையும் ஆறுகளையும் கடந்து, பிறகு சந்திரனையும் சூரியனையும் கடந்து

நிர்மலமான ஆகாயத்தினூடாக நட்சத்திரங்களையும் கிரகங்களையும் பின்தள்ளி, புதிய உலகை நோக்கிப் பறக்கின்றன. தெய்வம், மத்தாப்பு போல எரியும் வால்நட்சத்திரமாக அவற்றிற்கு வழிகாட்டுகின்றார்' என்றார்.

சந்தனு அப்பாவின் இரு காதுகளையும் பிடித்துத் தன்னோடு சேர்த்துக் கொண்டு, 'என்னோட அம்மாவும் அப்படிப் பறந்து போவதைக் கண்டதாகத்தானே நீங்க சொன்னீங்க? என்னோட அம்மா ஒரு பறவையாக இருந்தாங்களா?' என்று கேட்டான்.

'ஆமாம்' என்று அப்பா சொல்லப் போவதைக் கேட்க, ஆவலுடன் சந்தனு அப்பாவின் மடியில் அமர்ந்தான். வெளியே தாழ்ந்து வரும் வெயிலை நடுங்கச் செய்யும் சிறகடிப்பு முழக்கங்களுடன் சந்தனுவின் பறவைகள் ஆகாயம் நோக்கி உயர்ந்தன. மலைகளிலிருந்து இறங்கி வந்ததொரு காற்றில் அவை பறந்து சென்றன.

★

3

என்னுடைய அப்பா

என்னுடைய அப்பா ஒரு சாதுவாக இருந்தார். அப்பாவை எண்ணி நான் எவ்வளவோ சங்கடப்பட்டிருக்கிறேன். என் மகன் குறும்புகள் செய்யும் போதெல்லாம் நான் அவனிடம், 'டேய், உன்னோட தாத்தா எவ்ளோ சாதுவாயிருந்தார் என்பது உனக்குத் தெரியுமா? ஆனா, நீ ரொம்ப மோசமாயிருக்கியே? திமிர் பிடிச்சவனா இருக்கக் கூடாது. நாம் சாதுவாக எளிமையாக வாழ வேண்டும்' என்றேன். ஆனால் நான் உடனே யோசிப்பேன்: 'என் அப்பாவைப் போல கஷ்டப்பட்டு வாழ வேண்டுமென்று நான் சொல்கிறேனா?' அப்பா நிறைய கஷ்டங்களை அனுபவித்தார்.

அப்பாவுக்குப் பிரியமான ஒரு வார்ப்பு★ இருந்தது. தாத்தா சம்பாதித்த, பெரிய அழகான ஒரு வேலைப்பாடமைந்த சரிந்தபடி நிற்கும் யக்ஷித் தலைகளுமாக அலங்கரித்த இரண்டு பிடிகளும் அதில் இருந்தது. தாத்தா வேறு யாரும் செய்யாத ஒரு காரியத்தைச் செய்தார். நாலுகட்டு வீட்டின் நடு முற்றத்தில் ஒரு தென்னை நட்டார். அது பெரிதாக வளர்ந்து வீட்டின் ஓடுகளைத் தென்னை மடல் களாலும் குருத்துகளாலும் தென்னம் பிஞ்சுகளாலும் தகர்க்கத் தொடங் கியபோது எல்லோரும் தாத்தாவைத் திட்டினார்கள். அப்போது என்னோட அப்பா, 'தென்னை கற்பக மரம் தானே, நடு முற்றத்தில் அது நிற்கட்டும். நாமெல்லாரும் இறந்தாலும் அது அங்கே இருக்கும்' என்றார். அப்பாவால் இந்தத் தென்னையின் ஒரு இளநீரைக்கூட குடிக்க முடிய வில்லையே. தாத்தாவும் மத்திய வயதிலேயே இறந்து போயிருந்தார்.

★ வார்ப்பு: நெல் வேக வைக்கப் பயன்படுத்தும் பித்தளைப் பாத்திரம்.

தென்னை மரத்திற்கு அடியிலிருந்த வார்ப்பில் மழைத் தண்ணீர் நிறையும் போது, நான் அதை ஒரு சின்னக் குளமாக நினைத்துக் குளித்திருக்கிறேன். நெல் வேக வைக்கும் போது அதிலிருந்து அலை களாக உயர்ந்து பரவியிருந்த மனம் மயக்கும் வாசனையில் நான் என்னை முழுவதுமாக இழந்திருக்கிறேன். வார்ப்பு தீச்சுவாலைகள் சூழ ஒரு அன்னியன் போல அடுப்பின் மீது அமர்ந்திருக்கும். நெருப்பின் நிழல்களுக்குள் நானும் வேறு யாரோவாக மாறி இருப்பேன். வெந்த நெல்லின் வாசனையின் அலைகள் உயர, வார்ப்பு இருட்டில் மீண்டும் என்னைத் தேடி வரும்.

ஒருநாள் ஒளிந்து விளையாடும்போது பெரிய பிள்ளைகள் என்னைத் தோட்டத்திலிருந்த வார்ப்பைத் தூக்கி விட்டு, அதனடியில் ஒளிய வைத்தார்கள். என்னை ஒளித்தவர்கள் ஆட்டத்தை நிறுத்தி எப்போதோ அவரவர்களின் வீடுகளுக்குச் சென்று விட்டார்கள். என்னைக் கண்டுபிடிக்க அவர்கள் மறந்து போனார்கள். அது எனக்குத் தெரியாது. நான் வார்ப்பின் ஓரங்களைத் தடவியபடி வெளி உலகம் ஒரு ஆழ்ந்த நாதத்துடன் முழக்கமிடுவதைக் கேட்டபடி, வார்ப்பின் அடைத்த இருண்ட அணைப்பிற்குள் என்னைக் கண்டுபிடிப்பதை எதிர்பார்த்துக் கொண் டிருந்தேன். என்னைத் தேடி அலைந்தவர்களில் என் அப்பாவிற்கு மட்டும்தான் வார்ப்பைத் தூக்கிப் பார்க்கத் தோன்றியது. அப்பா அழுது கொண்டே என்னைத் தூக்கியது என் ஞாபகத்தில் நீங்காமலே இருக்கிறது. எது ஞாபகம்? அப்பா தூக்கியெடுத்த அந்தச் சின்னப் பைய னும், அப்பாவும் இன்று அப்பாவின் வேதனையையும் அன்பையும் வேறு யாராகவோ மாறிப் போயிருக்கும் நான் பாதுகாக்கிறேன்.

அந்த வார்ப்பு அப்பாவிற்கு நஷ்டமானது. ஒரு நாள் அப்பா வேர்த்து வழிய முற்றத்தின் வழியாக ஓடி வருவதை நான் நினைத்துப் பார்க்கிறேன். முற்றத்து மணலில் வெயில் கொதித்தது. அப்பாவைப் பார்த்தவுடன் பெரிய திண்ணையின் தூணின் கீழே அமர்ந்து சின்ன திண்ணையின் மீது காலை நீட்டியிருந்த பாட்டி குதித்தெழுந்தாள். பாட்டி அப்பாவிற்கு நேராக நீட்டியிருந்த சுண்டு விரலின் நுனியில் சுண்ணாம்பு காய்ந்து ஒட்டியிருந்தது.

பாட்டி தூணின் உயரத்திற்கு வளர்ந்திருந்ததாகவே குழந்தை களான எங்களுக்குத் தோன்றியது. உயரத்திற்கேற்ற பருமனும் இருந்தது. ஒரு நரைமுடி கூட இல்லாத இருண்ட, கறுப்பான முடியை கையினால்

கோதி பல அடுக்குகள் கொண்ட ஒரு தலைப் பாகை போல தலையில் சுற்றியிருந்தாள். இன்று நான் நினைத்துப் பார்க்கும் போது பாட்டி அந்த வயதிலும் ஒரு அழகியாகத்தான் இருந்தாள் என்பதை உணர்கிறேன்.

ஒருமுறை நான் அம்மாவின் ஞாபகத்தில் தவறி பாட்டியின் முலைகளை அணைத்துக் கொண்டது நினைவுக்கு வருகிறது. பாட்டி என் கைகளைத் தட்டி விட்டாள். ஆனால் ஒரு இளம் பெண்ணின், கடினமான முலைகளாகவே அவை இருந்தன. முலைகளின் கடினத் தன்மை எதனால் பெண்களின் இதயங்களிலும் உண்டாகிறது? அவற்றின் இனிமையும் யாருக்காக? என் பாட்டி கூச்சமில்லாத ஒரு பெண்ணாகவே இருந்தாள்.

பாட்டியின் சுண்டு விரல் அப்பாவை முற்றத்தின் சுடு மணலில் நிறுத்தியது. 'நீ ஏறி வராதே. அவளையும் கூட்டிட்டு வந்தாப் போதும், போ. வெக்கமில்லாத பொறுக்கி' என்றாள்.

இதையெல்லாம் பார்த்தபடியே நான் முற்றத்து மூலையில் சாம்ப மர நிழலில் அமர்ந்து என் அம்மாவின் சிறு முலைகளின் பிரியத்தை நினைத்து அழுதேன். பஜனை பாடிக் கொண்டிருக்கும் போது அம்மா என்னை மாரோடு அழுத்திப் பிடித்தபடி என் நெற்றியில் முத்தமிடுவாள். அம்மா காணாமல் போன போது பாட்டி முதலில் நெஞ்சில் அடித்துக் கொண்டாள். பிறகு துடைப்பத்தால் வேலைக்காரப் பெண்ணை விரட்டி விரட்டி அடித்தாள். வேலைக்காரர்களையும் பக்கத்து வீட்டுக்காரர்களையும் அழைத்தாள். அப்பாவிற்கு ஆளனுப்பினாள்.

அம்மாவின் உறங்காத படுக்கையில் அடர்ந்து வீழ்ந்திருந்த இலஞ்சிப் பூக்கள் படுக்கை விரிப்பின் பூக்களுக்குள் மறைந்து போயிருந்தன. அவற்றைப் பொறுக்கியெடுத்து என் மூக்கால் அழுத்தி அம்மாவை மீண்டும் சுவாசித்தபடி நான் ஒரு கதவின் பின்புறம் நின்றேன். இலஞ்சிப் பூக்கள் பொறுக்க, எத்தனையோ விடியல்களில் நான் அம்மாவிற்குத் துணையாகப் போயிருக்கிறேன். ஒரு முறை அஸ்தமிக்கும் நிலவிலொரு யக்ஷியைப் போன்ற தோற்றத்துடன் நடந்த அம்மா, 'நீ பார்க்காதே' என்று சொல்லிக் கொண்டே செண்பக மரம் பக்கம் மறைந்து உட்கார்ந்து சிறுநீர் கழித்தாள். நான் ஓடிச்

சென்று பார்த்தேன். அம்மாவின் சிரிப்பு நிலவில் பளபளத்தது. அம்மா என்னிடம், 'உனக்கு வெட்கமாயில்லையா?' என்றாள். அம்மா எழுந்திருக்கும் வரை நான் அவளுடைய தோளில் பிடித்தபடி மௌனமாக ஒரு துவார பாலகனைப் போல நின்றிருந்தேன். பனித் துளிகளால் ஊறிய புல்லிலிருந்து ஒரு விதமான வாடையெழுந்து என்னைத் தாக்கியது. செண்பக மரக் கொம்புகள் உணர்ந்து ஒரு விடியல் காற்றில் குலுங்கியது.

'ஒரு நிமிஷம் கூட வீணாக்காமப் போடா' என்ற பாட்டியின் அலறல் சாம்ப மரத்தடியை வந்தடைந்தது. அப்பா தோளிலிருந்த துண்டினால் முகத்தைத் துடைத்தபடி முற்றத்தில் நின்றிருந்தார். பாட்டி ரூபாயை அப்பாவிற்கு எதிரில் நீட்டியபடியே, 'அவளைக் கட்டி இழுத்துக்கிட்டு வா அவனையும். என் உடம்பெல்லாம் எரியுது. என்னால முடியல. போடா' என்றாள்.

அடுத்த நாள் வெயிலில் பழுத்திருந்த முற்றத்தில் ஒரு திட காத்திரமான இளைஞன் ஏறி வந்து அடக்க ஒடுக்கமாக நின்றான். 'யாருடா நீ?' என்றாள் பாட்டி.

'எனக்கு ஊரு பெருவந்தானம். ஒரு கொல்லன். எந்த வேலையும் செய்வேன்' - பணிவுடன் துண்டை கையிடுக்கில் வைத்த போது நெஞ்சி லும் முதுகிலுமாக வேலை செய்து கடினமான சதைகள் குலுங்கின. 'உம்' என்றாள் பாட்டி.

'நாராயணன் வரவரைக்கும் நீ இங்க இரு. உன் வேலையும் நடவடிக்கையும் எப்படியிருக்குன்னு பார்க்கிறேன். உன் பேரென்ன?

'குட்டன்.'

பாட்டி முற்றத்திற்கு இறங்கி வந்து அவனை ஒரு முறை பார்த்தாள். குட்டனின் உயரத்திற்குப் பாட்டியும் இருந்தாள்.

நான் என்றைக்கும் குட்டனின் பின்னால் நிழல் போல் தொடர்ந்தேன். பெருவந்தானத்திலிருந்து என் உலகத்திற்குத் திடீரென வந்து சேர்ந்த ஒரு மனிதனின் எல்லா ரகசியங்களும் எனக்குத் தெரிய வேண்டியிருந்தது.

ஒரு வாரத்திற்குப் பிறகு அப்பா திரும்பினார்... தனியாக. அப்பா வின் உதட்டிலும், காதுகளிலும் காயங்களிருந்தன.

அதற்கு முதல்நாள் நெல்லறையின் குதிருக்குள் மிட்டாய்ப் பெட்டியில் பத்திரப்படுத்தியிருந்த பாட்டியின் தங்க அரைஞாண் கயிறு காணாமல் போய் விட்டது. அதற்கு முதல் நாள்தான் பாட்டி குட்டனிடம் சொல்லி நெல்லறையையும் குதிரையும் பெருக்கிச் சுத்தப் படுத்தச் சொல்லியிருந்தாள். குதிருக்கு ஒரு புதிய, மணியோசையோடு திறக்கும் படியான பூட்டு ஒன்றையும் போட்டிருந்தாள். அறையின் மண்ணெண்ணெய் விளக்கின் இருளில் நின்ற பாட்டியும் குட்டனும் என் காது கூர்மைக்குள் விழுந்த தெளிவற்ற ஓசைகளாக மட்டுமே மாறிப் போனார்கள். குதிரிலிருந்து பழைய நெல்லின் தூசியும் வேர்வை யின் மணமும் வெளியே படர்ந்து வந்தது. சிறிது நேரத்திறகுப் பிறகு என் காவலை நிறுத்தி, முற்றத்திலிருந்த பழைய காப்பி மரத்தில் ஏறி சில்வண்டுகளைப் பிடிக்கப் போய் விட்டேன். சில்வண்டுகள் பருத்த காப்பியின் கிளைகளைக் கட்டிப் பிடித்தபடி வேனில் காற்றுக்கு ஒத்து ரீங்காரமிட்டன. மெதுவாக ஆடிய கிளையிலிருந்து பெருவந் தானத்தின் மலைகளிலூடே மேகங்கள் அலைவதாக நான் கனவு கண்டேன்.

மறுநாள் அரைஞாண்கயிறு மிட்டாய்ப் பெட்டியில் காண வில்லை என்று அறிந்தவுடன் பாட்டியிடமிருந்து ஒரு கூக்குரல் எழுந்தது. நான் அறையின் புற வாசலை நோக்கி ஓடிப் போன போது குதிருக் குள் இருந்து பாட்டி ராட்சசி போன்ற ஒரு ஆடும் நிழலாக உயர்வதைக் கண்டேன். பெரிய பயத்துடன் வெளியே குதித்தோடி தோட்டத்தை அடைந்தேன். என் பின்னாலேயே பாட்டி தோட்டத்தைப் பார்த்து நடந்து வந்து கொண்டிருந்தாள்.

வயலில் களை பறித்துக் கொண்டிருந்த குட்டன் வேர்வையைத் துடைத்தபடியே, மரவள்ளி பாத்திகளிலிருந்து வெளியேறி பாட்டியின் பின்னால் முற்றத்திற்கு வந்தான். பாட்டி திடீரென்று திரும்பி ஒரே இழுப்பில் குட்டனின் வேட்டியை அவிழ்த்து விட்டாள். அவன் இரு கைகளாலும் கீழே மறைத்துக் கொண்டான். பாட்டி அவனை ஒரு குழந்தையைப் போல பிடித்து இழுத்துத் தள்ளியதில் வராந்தாவில் வந்து விழுந்தான். குட்டனின் விங்கத்தினை பார்த்து நான் அதிசயத்து நின்றேன். அவனுக்கு ஒரு லிங்கம் இருக்கிறது என்கிற ரகசியத்தை நான் அறிந்து கொண்டேன்.

குட்டனை ஒரு கையால் பிடித்தபடியே பாட்டி உயரேயிருந்த ஒரு கயிறை உருவியெடுத்து அவனைத் தூணில் இழுத்து கட்டினாள். பாட்டியின் சக்தி என்னைக் கிடுகிடுக்க வைத்தது. குட்டன் விடுவித்துக் கொள்கிறானா, தன்னை மறைத்துக் கொள்கிறானா என்று எனக்குப் புரியவில்லை. அவன் பாட்டியைத் தள்ளி விட்டு ஓட வேண்டும் என்று நான் என் கைகளாலும் கால்களாலும் குட்டனுக்காக தள்ளுவதும், உதைப்பதுமாக செய்து கொண்டிருந்தேன். அவன் ஒரு ராட்சசனைப் போல கயிறுகளை அறுத்து, பாட்டியைக் கொன்று, தோட்டத்திற்கு வந்து என் கைப் பிடித்து பெருவந்தானத்து மேகங்கள் தொடும் மலை களுக்கிடையே மறைந்து போக வேண்டுமென்று நான் ஆசைப்பட் டேன். ஆனால் குட்டன் சக்தியற்றவனைப் போல அங்கே கட்டப் பட்டவனாக நின்று கொண்டு மட்டுமேயிருந்தான்.

பாட்டி குட்டனை அடிக்கத் தொடங்கிய போது, நான் கண்களை மூடிக் கொண்டேன். 'அய்யோ பாட்டி நான் எடுக்கலியே' என்ற அழுகுரலை மட்டுமே நான் கேட்டுக் கொண்டிருந்தேன். பாட்டி குட்டனின் லிங்கத்திலும் அடிக்கிறாளா என்ற பெரிய பயம் என்னைத் தாக்கியது. நான் பார்க்கும் போது பாட்டி, நடுமுற்றத்தில் இறங்கி தாத்தா வைத்த தென்னை மரத்தின் பக்கத்தில் வார்ப்பின் மீது சாய்த்து வைத்திருந்த ஓலை கழித்த தென்னை மடலைக் குனிந்து எடுத்தாள். யக்ஷிகள் நமட்டுச் சிரிப்பு சிரித்தார்கள். ஒற்றை மணி யோசையென, யக்ஷிகளின் கூக்குரல் போல வார்ப்பின் அழுகை முழங்கியது. அந்த மடலினால் பாட்டி குட்டனை இரண்டு மூன்று முறை தலையில் அடித்தபோது அவனுடைய அழுகை நின்றது. பறித் தெடுக்கப்பட்ட கொடிபோல அவன் தூணில் தொங்கிக் கிடந்தான்.

அக்கம்பக்கம் உள்ளவர்களும் வேலைக்காரர்களும் ஓடி வந்து பாட்டியை அகற்றி நிறுத்தினார்கள். அதற்குள் பாட்டி குட்டனின் இடுப்பில் வேட்டியைச் சுற்றி விட்டிருந்தாள். அவனை எல்லோருமாகத் தூக்கியெடுத்து ஆஸ்பத்திரிக்கு கொண்டு போனார்கள். பாட்டி எந்த வித அலட்டலுமின்றி தூணின் கீழ் அமர்ந்து வெற்றிலைப் பெட்டியைத் திறந்து அதையே பார்த்துக் கொண்டிருந்தாள். வெற்றிலை போடவில்லை.

அடுத்த நாள்தான் அப்பா வந்தார். 'எங்கடா அவ' பாட்டி அலறினாள். அப்பா சொன்ன கதை இதுதான்.

எர்ணாகுளம், திருச்சூர், கோழிக்கோடு, தலைச்சேரி என எல்லா ஊர்களும் கடந்து மஞ்சேஸ்வரத்தில் அப்பா அம்மாவைக் கண்டு பிடித்திருக்கிறார். வீட்டு முற்றத்தில் நின்றபடி அப்பா அம்மாவைப் பேர் சொல்லி கூப்பிட்டு இருக்கிறார். அம்மா வீட்டுக்குள்ளே யிருந்தே சன்னமான ஒலியில், 'நான் இனி வர மாட்டேன் போங்க...' என்றாளாம். 'அம்மா உன்னைப் பாக்கணும்னு சொல்றா.' 'எனக்கு பாக்கப் புடிக்கல. என்மீது அன்பா இருக்கறவங்க போதும். நான் இங்க நல்லாயிருக்கேன்னு என் செல்லங்கிட்ட சொல்லிடுங்க...'

மஞ்சேஸ்வரத்திலிருந்த அம்மா என்னைப் பற்றி யோசித்த சந்தோஷத்துடன் நான் அப்பாவின் புண்பட்ட முகத்தைப் பார்த்து நின்றேன்.

பாட்டியின் வார்த்தைகளின் பயத்தால் அப்பா வீட்டிற்குள் சென்று அம்மாவின் கையைப் பிடித்து இழுத்திருக்கிறார். அம்மாவின் காதலனின் உறவினர்கள் அப்பாவை அடித்திருக்கிறார்கள். அம்மா அழுதபடியே அப்பாவைக் கட்டிப் பிடித்து மன்னிப்பு கேட்டாளாம். 'தூ.... வெக்கங் கெட்டவனே, நீ போய் என் மகனாப் பொறந்தி யேடா' என்றவாறே பாட்டி அடுப்பிலிருந்த விறகு கட்டையை எடுத்தாள். வேலைக்காரப் பெண் பாட்டியைத் தடுத்து விறகு கட்டையை அகற்றி விட்டாள். அப்பா என்னையெடுத்து மார்போடு அணைத்த படியே திண்ணையில் வந்தமர்ந்தார்.

குட்டனின் ஆட்கள் போலீசாருடன் வந்தபோது பாட்டி வராந்தா விலிருந்த கட்டிலில் ஏறிப் படுத்து விட்டாள். அப்பா தான் எல் லோரையும் சமாதானப்படுத்தி அனுப்பி வைத்தார்.

பாட்டி முதல் பிரதியாக கேஸ் நடந்தது. வக்கீல் வீட்டிற்கு வரும்போதெல்லாம் நடுமுற்றத்தில் தென்னை மரத்தடியைப் பார்த்த படியே, 'ஏ க்ளாஸ் வார்ப்பாச்சே நாராயணப் பிள்ளை இது. நான் இந்த கேஸை ஜெயிச்சு தரேன். அந்த வார்ப்பை எனக்குக் குடுத்திடு' என்பார். கொஞ்சம் தள்ளி நின்று கொண்டு நான் 'இல்லை, இல்லை தர மாட்டேன்' என்று நிசப்தமாய் அலறுவேன்.

குட்டன் ரொம்ப நாள் ஆஸ்பத்திரியில் இருந்தான். அங்கே யிருந்து அவன் நேராகப் பெருவந்தானம் போய் விட்டான். கோர்ட்டி லிருந்து பாட்டி விடுவிக்கப்பட்டாள். அதற்கெல்லாம் ரொம்ப நாள்

முன்பு, அம்மாவைத் தேடிப் போன அப்பா திரும்பி வந்த அன்றுதான், கிணற்றங்கரையின் மரங்கள் அடுக்கப்பட்ட அறையில் பாட்டிக்கு எண்ணை தேய்த்து விடும் போது வேலைக்காரி தங்க அரைஞாண் கயிறைப் பாட்டியின் இடுப்பில் பார்த்திருக்கிறாள். குதிருக்குள் பெருக்கிய அன்று, தான் அதை அணிந்து கொண்டதை மறந்து விட்டதாக பாட்டி சொன்னாளாம். இன்று நான் திரும்பப் பார்க்கும்போது பாட்டி தங்க அரைஞாண் கயிற்றை குதிர்களின் நிழல்களில் நின்று குட்டனுக்காக அணிந்திருக்கலாம். இல்லையென்றால் அவனைக் கொண்டு இடுப்பில் அணியச் செய்திருக்கலாம் என்பதை யோசிக்க முடிகிறது.

என்னுடைய பாவமான அப்பா என்ன நினைத்திருப்பார் என்று எனக்குத் தெரியாது. கொஞ்ச நாட்கள் கழித்து என் கூக்குரல்களுக் கிடையே வக்கீல் ஸ்ரீதரன் நாயர் அப்பாவிற்குப் பிரியமான அந்த வார்ப்பை எடுத்துக் கொண்டு போனார்.

அழுது கொண்டே என்னைக் கண்டுபிடிக்க நடந்த அப்பாவின் அன்பின் சாட்சியான அந்த வார்ப்புகூட இன்று இல்லாமல் போய் விட்டது. என்னதான் மீதியாய் இருக்கிறது அப்பா?

★

4
செய்தித் தாள்

பாலாய்க்குப் பக்கத்திலுள்ள சேர்ப்பூங்கல் என்ற இடத்தில் ஒரு நாள் காலையில் இன்னும் திறக்கப்படாமல் இருந்த கடைக ளொன்றின் திண்ணையிலமர்ந்து பதினான்கு பிச்சைக்காரர்கள் செய்தித் தாள் வாசித்துக் கொண்டிருந்தார்கள். அவர்களில் வயதானவர்களும், மத்திய வயதினரும், இளைஞர்களும் இருந்தனர். குண்டானவர்களும், ஒல்லியானவர்களும், கறுப்பானவர்களும், மாநிறம் உள்ளவர்களும், நிறமுள்ளவர்களும் இருந்தனர். குள்ளமானவர்களும் நடுத்தர உயர மானவர்களும் இருந்தனர். ஒரு கையில்லாதவர்களும், ஒரு கண் தெரியாதவர்களும், ஒரு காலில்லாதவர்களும் இருந்தனர். அழுக்கான உடைகளைத்தான் எல்லாரும் உடுத்தியிருந்தனர். என்றாலும் முழுக்கக் கிழிந்த உடைகளை அணிந்தவர் யாருமில்லை. சிலர் வேட்டியும் துண்டும், சிலர் சட்டையும் அணிந்திருந்தனர். செருப்பு போட்டவர்கள் சிலர் இருந்தனர். நாலைந்து பேர் பீடி புகைத்துக் கொண்டிருந்தனர். இந்தக் கூட்டத்தில் பெண்கள் யாரும் இருக்கவில்லை. எல்லோ ருடைய முகங்களும் மகிழ்ச்சி இழந்திருந்தன. வாழ்க்கை மீதிருந்த வெறுப்பு எல்லோருடைய முகங்களிலும் பிரதிபலித்தது.

இந்தப் பிச்சைக்காரர்களின் கூட்டம் உண்மையில் செய்தித்தாள் வாசித்துக் கொண்டிருக்கவில்லை. செய்தித்தாள் வாசிப்பதைக் கேட்டுக் கொண்டிருந்தது. ஒருவன் வாசிக்க மற்றவர்கள் கேட்டுக் கொண்டிருந் தனர். வாசித்துக் கொண்டிருந்தவர் பிச்சைக்காரனல்ல. தன் மனைவிக்கு வேறு ஒரு ஆளோடு தொடர்பு இருக்கிறது என்பதைக் கண்டுபிடித்த பிறகு, முப்பத்தைந்து வயதுடைய மனைவியையும் பதினான்கு, பனிரெண்டு வயதுடைய குழந்தைகளையும் பிரிந்து வீட்டை விட்டு

வெளியேறிய ஒரு மத்திய வயதுடையவன். அவன் முற்றும் துறந்த வாழ்க்கையை ஆரம்பித்து சில வாரங்களே ஆகின்றன.

ஒரு நாள் யாரிடமும் சொல்லிக் கொள்ளாமல் வீட்டை விட்டு வெளியேறி அலைந்து திரிந்து தன்னை யாரும் கண்டுபிடிக்க முடியாத தூரத்திலிருந்த சேர்ப்பூங்கலை அடைந்தான். அங்கே வழியருகே நின்றிருந்த குழந்தை யேசு சிலையைச் சுற்றி கட்டப்பட்டிருந்த மின் விளக்கு அலங்காரத்தில் கவரப்பட்டு நிற்கையில் அவன் கண்கள் குழந்தை யேசுவின் முகத்தில் பதிந்தன. தன் மகனின் முகமே யேசு விற்கும் இருப்பதாக அவனுக்குத் தோன்றியது. அந்தச் சந்தோஷத்தி லேயே அங்கேயிருந்த ஒரு கடைத் திண்ணையில் படுத்துத் தூங்கினான். பின்னர் அங்கேயே தங்கி விட்டான். ஆனால், பிறகு எப்போதும் குழந்தை யேசுவின் முகத்தை அவன் பார்த்ததேயில்லை. தன்னுடைய மகனின் முகம் நினைவில் வந்து இதயத்தைக் காயப்படுத்துவதை அவன் அனுமதிக்கவில்லை.

சந்திரன் என்ற பெயருடைய அவன் கடைத் திண்ணையில் உறங்குவதும், பத்திரப்படுத்தி வைத்திருந்த பணத்திலிருந்து சிறிது சிறிதாக செலவு செய்து சாப்பிட்டுக் கொள்வதும் மீனச்சல் ஆற்றில் குளித்து, துவைப்பதுமாக காலத்தைக் கழித்தான். அப்படித்தான் பிச்சைக் காரர்களின் குழுவோடு பழக்கமானதும், அவர்களுக்குப் பத்திரிகை வாசிக்கும் வேலையை ஏற்றுக் கொண்டதும். படிப்பு வாசனை உள்ள வர்கள் இந்தக் கூட்டத்தில் இருந்தாலும் தினசரிகளின் பக்கங்களில் உள்ள செய்திகளை அணுகவும், தேவையானதை கண்டடையவும் உள்ள திறன் தங்களுக்கில்லை என்ற எண்ணம் அவர்களிடையே இருந்தது.

இது வாழ்க்கையின் மீது அவர்களுக்கு இருந்த வெறுப்பையே காட்டுவதாக இருந்தது. கடைத் திண்ணையில் அமர்ந்து ஒரு பழைய செய்தித்தாளைப் படித்துக் கொண்டிருந்த சந்திரனை அவர்கள் அணுகி தங்களின் விருப்பத்தைச் சொன்னவுடன்தான் அவன் அவர்களின் செய்தி வாசிப்பவன் ஆனான். அவனை ஒரு பிச்சைக்காரனாகத் தான் நினைத் திருந்தனர். ஆனால் அவனுக்கும் தங்களுக்குமிடையே ஒரு அடிப்படை வித்தியாசம் இருந்ததை அவர்கள் அறியவில்லை - மடியில் ஒரு பர்சும் அதில் கொஞ்சம் பணமும்.

செய்தித்தாள் வாங்குவதற்கான பணத்தை அவர்கள் பங்கிட்டுக் கொண்டனர். தினமும் செய்தித்தாளின் பக்கங்களில் காணப்படும் மரணம் மற்றும் திருமணம் போன்ற நிகழ்ச்சிகளின் விளம்பரங்களைப் படித்துக் காண்பிப்பதுதான் அவனுடைய முக்கியமான வேலை. அவர்கள் தங்களுக்குக் கிடைத்த செய்திகளின் அடிப்படையில் சமீப இடங்களிலுள்ள சடங்குகள், விருந்துகள் நடக்கும் வீடுகள், கோவில்கள், மசூதிகள், கல்யாண மண்டபங்கள் போன்றவற்றைத் தங்களுக்குள் பகிர்ந்து கொண்டு அங்கே செல்வார்கள். சந்திரன் அவர்களுக்குத் தன்னாலான விதத்தில் வழிகளும் பேருந்துத் தடங்களும் முகவரிகளும் கண்டுபிடிக்க உதவியாயிருந்தான். அது மட்டுமின்றி யாசகர்களுக்கு அதிகம் தானம் கிடைக்கும் இடங்களைக் கண்டுபிடித்துக் கொடுக்க வும் அவன் அறிந்திருந்தான். இப்படியாக சந்திரன் அவர்களுக்கு மிகவும் உதவியாக இருந்தான்.

தங்களுக்குக் கிடைப்பதில் ஒரு பகுதியைச் சந்திரனுக்குக் கூலியாகக் கொடுக்க அவர்கள் சம்மதித்தனர். ஆனால் சந்திரன் அதை ஏற்றுக் கொள்ளவில்லை. அரைச் சந்நியாசியைப் போல அலைந்து திரிபவன்தான் என்றாலும் நடுத்தர வர்க்கத்தைச் சேர்ந்த ஒருவனுக்கு உழைக்காமல் கிடைக்கும் பொருட்களின் மீதான உதாசீன மனோ பாவம் மட்டுமல்ல இதற்குக் காரணம். பணச் செலவில்லாமல் தினமும் பத்திரிகை படிக்க முடிவதையே அவன் கூலியாக நினைத்தான். வீட்டை விட்டு வெளியேறிய போது கையில் எடுத்துக் கொண்ட பணமும் அண்டர்வேரின் பாக்கெட்டில் ரகசியமாக மறைத்து வைத் திருக்கும் தன் தங்கச் செயினும் எத்தனை நாளைக்குத் தனக்கான உணவுத் தேவையைப் பூர்த்தி செய்யுமோ என்ற பெரியதொரு பய உணர்வை ஏற்படுத்தியிருந்தாலும் ஒரு நிஜமான பிச்சைக்காரனாகத் தன்னை மாற்றுவதைப் பற்றிய எண்ணம் மனதை தளரச் செய்வதாலும், அவன் தன் கைப் பணத்தை மிகவும் பத்திரமாகத்தான் செலவு செய்து வந்தான். ஒரு நாளில் ஒரு வேளை மட்டுமே சாப்பிட்டான். மற்ற வேளைகளில் அவனுக்குப் பசியே தோன்றுவதில்லை.

அவன் வீட்டை விட்டு வெளியேறிய நாலாவது வாரத்தில் பிச்சைக்காரக் கும்பலுக்காக பத்திரிகை படிக்கும்போது, ஒரு விளம்பரத் தில் அவனுடைய கண்கள் நிலைத்தன. அது அவனுடைய மனைவி யின் விளம்பரம், 'சந்திரண்ணா மன்னிடுச்சிடுங்க. திரும்பி வாங்க.

நானும் ரமேஷும் மல்லிகாவும் காத்திருக்கோம்' உயரமான ஓரிடத்தி லிருந்து கீழே வீழ்வது போன்ற ஒரு பயத்தை அவன் உணர்ந்தான்; மூச்சு முட்டியது. ஒரு மாய உலகத்தைப் பார்ப்பது போல அந்த விளம்பரத்தை உற்றுப் பார்த்தான். அவன் கண்களில் நீர் நிரம்பியது. பட்டெனக் கண்ணீரைத் துடைத்தபடி வாசிப்பைத் தொடர்ந்தான்.

'இன்று மணமக்கள் ஆகின்றனர். பாலா பத்ராசனப் பள்ளியில் 11 மணிக்கு பேபிச்சனும் மேரியம்மாவும்' மீதியுள்ள விளம்பரங் களையும் செய்திகளையும் வாசித்து ஒவ்வொரு பிச்சைக்காரனுக்கு மான அன்றைய பயண இடங்களை விளக்கிய பிறகு வழக்கத்திற்கு மாறாக பத்திரிகையை கசக்கிச் சுருட்டி வீசினான். ஒன்றிரண்டு பிச்சைக் காரர்கள் அதிசயமாக அவனைப் பார்த்தனர். பத்திரிகை காற்றில் உருண்டு குழந்தை யேசுவின் சிலைக்கு முன்னால் அனாதையாய் நின்றது. அந்தப் பத்திரிகையைத் திரும்ப எடுக்க வேண்டுமென்றும், தன் மனைவியின் அழைப்பை மேலும் ஒரு முறை வாசிக்க வேண்டு மென்றும் அடக்க முடியாத ஆசை அவனுக்குத் தோன்றியது. ஆனால் அந்த ஆசையை அவன் சற்று நேரத்தில் அடக்கிக் கொண்டான். மறுபடி வீசிய காற்றில் அது அருகிலிருந்த ஓடையில் விழுந்தது.

கடை திறக்க வந்த முதலாளியின் காலடியோசையைக் கேட்டுத் தான் அவன் பகல் கனவுகளிலிருந்து மீண்டான். இன்றுதான் தன் வீட்டை விட்டும் மனைவி குழந்தைகளின் அருகாமையை விட்டும் வெளியேறிய நூற்றைம்பதாவது நாள்.

சந்திரன் பத்திரிகையைப் பிரித்து வாசிக்கத் தொடங்கினான். 'ஈராட்டுபேட்டை அரீக்குன்று வீட்டின் அன்னக்குட்டி மாத்யூ கால மானார். இறுதிச் சடங்கு மதியம் மூன்று மணிக்கு அருவித் துறை தேவாலயத்தில்.' இறுதிச் சடங்கில் யாரெல்லாம் பங்கெடுப்பது என்று தீவிரமான ஆலோசனைக்குப் பிறகு பிச்சைக்காரர்கள் முடிவுக்கு வந்தனர். கடை முதலாளியின் உருவம் தூரத்தில் தென்படுகிறதா என்று தலையுயர்த்திப் பார்த்த பிறகு, சந்திரன் அடுத்த விளம்பரத்தை படிக்கத் தொடங்கினான். பல நேரங்களில் கடை திறக்க முதலாளி வந்து சேரும் வரை செய்தி வாசிப்பு நீண்டிருந்தது.

சில செய்திகளிலும் விளம்பரங்களிலும் பிச்சைக்காரர்கள் தங்களின் உணவுத் தேவைகளுக்கு அப்பால் கவனம் செலுத்துவதே அதற்குக்

காரணம். ஒரு குழந்தையின் மரணத்தைப் பற்றி அவர்கள் அதிக செய்திகளை அறிய விரும்புவர். அவர்கள் மூக்கின்மீது விரல் வைத்தும் வேதனையின் சமிக்ஞைகள் செய்தும் துன்பத்தில் ஆழ்ந்து போவார்கள். அந்தக் குழந்தையின் படத்தைப் பார்க்க விரும்பினால் சந்திரன் அதை எல்லோருக்குமாகக் காண்பிப்பான். சில சமயம் யாராவது ஒருவன் செய்தித்தாளை கையில் வாங்கி கண்களுக்கருகே வைத்து அதைப் பார்ப்பான்.

குடும்பத்தின் ஒட்டுமொத்தத் தற்கொலை, சாலை விபத்தில் ஒரே குடும்பத்தினரின் மரணம் என்று இப்படிப்பட்ட துயரங்களைப் பற்றி அறிவதற்கு அவர்கள் மிக விருப்பத்தோடு இருந்தனர். சில நேரம் ஒருவன், 'காசும், பணமும், காரும் எல்லாம் இருந்தென்ன பயன்? ஒரு நிமிசத்தில் எல்லாம் போயிடுச்சே?' என்பான். ஒருநாள் ஒரு விளம்பரத்தைப் பார்த்த ஒருவன் சிறிது நேரத்திற்குப் பின் தாழ்ந்த குரலில் 'அது என் மகள்' என்றான். மற்ற பிச்சைக்காரர்கள் பரிகாசத்தோடு அவனைப் பார்த்து சிரித்தார்கள். யாராலும் நம்ப முடியாத பொய்யைச் சொன்னதற்கு அவனை அனுதாபத்தோடு பார்த்தனர். ஆனால் அவன் பொய் சொன்னதாகச் சந்திரனுக்குத் தோன்றவில்லை.

வேறொருவன் அவனைப் பார்த்து, 'அப்படின்னா நீங்களே அந்தக் கல்யாணத்துக்குப் போங்க' என்றான். 'என் மகள் கல்யாணத்துக்கு நான் எப்படி போறது?' என்றான் அவன். மற்றவர்கள் அதை ஒரு நகைச்சுவையாகச் சிரிக்கவும், அவருடன் பேசிப் பயனில்லை என்று சமிக்ஞை செய்யவும் செய்தனர். தன் குழந்தைகள் பள்ளிக்குப் போகும் போது ஒளிந்து நின்று பார்த்ததைப் பற்றிய ஞாபகம் வந்தது சந்திரனுக்கு. அவன் துயரத்தோடு அந்தத் தனிமைப்படுத்தப்பட்ட பிச்சைக்காரனைப் பார்த்தான். அவன் தன் சிந்தனையில் முழுகி தொலைவில் பார்வை பதித்து மௌனமாக இருந்தான்.

இன்றைய செய்தித்தாளில் இறுதிச் சடங்கு திருமண விளம்பரங்களையும் மற்ற செய்திகளையும் சந்திரன் வாசித்து முடித்திருந்தான். மேம்போக்காக அவன் பக்கங்களைப் புரட்டினான். இறுதிச் சடங்குகள் எப்போதும் வராத ஒரு பக்கத்தில் ஒரு செய்தியை நடுக்கத்துடன் அவன் பார்த்தான். சந்தேகத்தைப் போக்க அவன் செய்தித்தாளை முகத்தருகே கொண்டு வந்தான். சந்திரன் கைகள் நடுங்கிக் கொண்டிருந்தன. அவ

னுடைய முகத்திலும் கண்களிலும் பல்வேறு உணர்ச்சிகள் பொங்கின. அவன் மௌனமாக வாசித்தான்: 'நீலேஸ்வரம். பிரபல வழக்கறிஞரும் சமூகப் பணியாளருமான கிருஷ்ணதாஸ் (38) காலமானார். திருமணம் ஆகாதவர்.' நம்பிக்கையின்றி சந்திரன் செய்தியை மறுபடியும் படித்தான். அவனுடைய கண்கள் மீண்டும் மீண்டும் அந்தச் செய்தியின் வார்த்தைகளின் மீது சஞ்சரித்தது. தன்னுடைய இதயம் துடிப்பதை அவன் உணர்ந்தான்.

ஒரு பிச்சைக்காரன், 'என்ன பாக்கறே? நமக்கு பயன்படற செய்தியா?' என்று கேட்டான். 'இல்லை' என்றான் சந்திரன். 'இன்னைக்கு எல்லாம் முடிஞ்சுதா?' 'முடிஞ்சுது' அவன் பத்திரிகையைக் கீழே வைத்தான். பிச்சைக்காரர்களைப் பார்த்து, 'நானொரு விஷயம் சொல்லப் போறேன்' என்றான். அவர்கள் அவனை ஆச்சர்யமாகப் பார்த்தார்கள். இப்படி மனம் விட்டு பேசுவது அவர்களுக்குள் இதுதான் முதல்முறை. 'நாளையிலிருந்து நான் இங்கே இருக்க மாட்டேன். திரும்ப வீட்டுக்குப் போறேன்' என்றான் சந்திரன். இந்த வார்த்தைகள் பிச்சைக்காரக் கும்பலில் ஒரு அதிர்ச்சியை உண்டாக்கியது. அவர்கள் தங்களுக்குள் பார்த்துக் கொண்டார்கள். அவர்களின் கண்கள் சந்தேகத்துடன் அவன் பக்கம் திரும்பின. 'என் மனைவியின் காதலன் இறந்து விட்டான். இனி நான் திரும்ப வீட்டுக்குப் போகலாம்' என்றான்.

பிச்சைக்காரர்களில் சிலருக்கு அவன் சொன்னது என்னவென்று புரியவில்லை. புரிந்து கொண்டவர்கள் விழித்துப் பார்த்தபடி உட்கார்ந்திருந்தனர். அவனுடைய வாழ்வின் ரகசியத்திற்குள் தங்களைத் தள்ளி விட்டு, அவன் ஓடிப் போவது போல அவனுடைய சொற்கள் அவர்களைத் தாக்கின. மேலும் அவனை இழப்பதான இயலாமையையும் அவர்கள் உணர்ந்தனர். 'அப்ப நாங்க என்னாகறது?' என்றான் ஒருவன். அதற்கும் அவன் பதில் சொல்லவில்லை. அவன் தூரத்திலும் அவர்கள் அவனையும் மௌனமாகப் பார்த்துக் கொண்டிருந்தனர். கடை முதலாளி ஒரு கையில் டார்ச்சும் இன்னொரு கையில் உணவுப் பொட்டலமும், சாவிக் கொத்து அடங்கிய பிளாஸ்டிக் பையுமாக வந்து சேரும் நேரம் நெருங்கிக் கொண்டிருந்தது. 'என்னால் போகாமல் இருக்க முடியாது. என் மனைவி மன்னிப்பு கேட்ட ஒரு விளம்பரம் முன்பே வந்திருந்தது' என்றான் சந்திரன். 'எங்களோட பிரச்சினையெல்லாம் தீர்ந்து கொண்டே இருந்தது' ஒரு பிச்சைக்காரன் ஆதங்கத்தோடு சொன்னான்.

'என்னால் போகாமல் இருக்க முடியாது' திரும்பவும் சொன்னான். 'எங்களோட பத்திரிகையைப் படிக்காமலிருந்தா இவன் என்ன செஞ்சிருப்பான்?' ஒரு பிச்சைக்காரன் முணுமுணுத்தான். சந்திரன் செய்தித்தாளைக் கையிலெடுத்து மீண்டும் தன் மனைவியின் காதலனின் மரண அறிவிப்பைப் பார்த்தான். பின்னர் முகத்தைத் திடப்படுத்திக் கொண்டு எழுந்து நின்றான். சந்திரன் கீழே வைத்த செய்தித்தாளை ஒரு பிச்சைக்காரன் எடுத்துப் பரிசோதித்தான். ஒன்றும் புரியாமல் அவன் அதைக் கையில் வைத்துக் கொண்டிருந்தான். 'அப்படீன்னா நாளைக்கி பேப்பர் வாங்க வேண்டாமா?' என்றான் ஒருவன். 'வாங்கு நான் படிக்கிறேன்' என்றான் இன்னொருவன். மற்றவர்கள் அவனைத் துச்சமாகப் பார்த்தார்கள். அவன் ஒரு மடையன் என்பதை அவர்கள் அறிந்திருந்தனர். 'ஏங்க, நாங்க சொல்றதக் கேளுங்க. எங்களின் வருமானத்தின் நான்கில் ஒரு பகுதியை நாங்கள் உங்களுக்குத் தருகிறோம். உங்களால் நாங்கள் நிறைய பலனடைந்தோம். இருவர் ஒரே குரலில் சொன்னார்கள்.

ஒருவன் அவனை தன் விரலால் தொட்டபடி, 'எல்லோருக்கும் தானே மனைவியும் குழந்தையும் இருக்காங்க. உங்களுக்கு மட்டு மென்ன ரொம்ப ஸ்பெஷல்? நீங்க ஓடிப் போய் என்ன செய்யப் போறீங்க?' சந்திரன் முன்னால் நடந்தான். பின்னால் திரும்பி கை அசைத்தபடியே, 'பிறகு பார்க்கலாம்' என்றான். முதலில் கோபம் கொண்ட பிச்சைக்காரர்கள் அவனைப் பார்த்து முணுமுணுத்தனர். 'என்ன பார்க்கலாம்? வெட்கமில்லாதவன், திருடன், எப்பவும் பாக்க வேண்டாம்.' மற்றொருவன் 'காதலன் இறந்து போனதால் மனைவி இவனை ஏற்றுக் கொள்வாள் என்பதற்கு என்ன உத்திரவாதமிருக்கு? எல்லாம் வெறும் ஆசை' என்றான்.

சந்திரனின் பயணத்தை அவர்கள் வெறுப்போடு பார்த்துக் கொண்டிருந்தனர். 'இவன் போறதுக்குள்ள அந்தப் பொம்பள தற்கொலை செஞ்சுக்கிட்டிருப்பா. இவன் சும்மா போறான்' ஒரு பிச்சைக்காரன் சொன்னான். ஓரிருவர் தலையாட்டினர். 'ஒரு வேளை அவன் அவளைக் கொல்லத் தான் போவான். அந்தக் காதலன்தான் செத்தாச்சில்ல' என்றான் ஒருவன். வேறொருவன் 'எதுவும் சரிப்பட்டு வரலன்னா அவன் இங்கேயே திரும்பி வருவான்' என்றான்.

கடை முதலாளி திண்ணையில் ஏறி நின்றிருந்தார். அவருடைய சாவிக் கொத்தின் சத்தம் கேட்டது. பிச்சைக்காரர்கள் எழுந்து முற்றத் திற்கு வந்தனர். அவர்கள் எட்டி நடந்து சந்திரன் போன வழியை எதிர்பார்ப்புடன் பார்த்தனர். அவன் பேருந்து நிறுத்தத்தில் நின்று கொண்டிருப்பதைக் கண்டனர். தமக்குள் ஒன்றும் பேசிக் கொள்ளாமல் உலகம் முழுவதுமுள்ள பிச்சைக்காரர்களுக்கு மட்டுமே உரித்தான வேகத்தை குறைத்து, மெதுவாகக் காலடிகள் எடுத்து வைத்து பேருந்து நிறுத்தத்தை நோக்கிச் சென்றனர்.

அவர்களின்மீது கரும்புகை வீசிக்கொண்டு பூஞ்ஞாறு-கோட்டயம் விரைவுப் பேருந்து, அவர்களைக் கடந்து சென்று நின்றது. அவர்கள் தங்களுடைய பாதங்களின் வேகத்தைச் சற்று கூட்டினர். எனினும், சந்திரன் பேருந்தில் ஏறுவதையும் பேருந்து அவனையும் சுமந்து கொண்டு பாய்ந்து போவதையும் மட்டுமே அவர்களால் பார்க்க முடிந்தது. அந்தக் கூட்டத்தின் பின்னால் குழந்தை யேசுவின் சிலையைச் சுற்றி மின்சார ஒளி பரவியது. அவர்களில் ஒருவன் சங்கடத்தோடு தலை யாட்டியபடியே, ‘எல்லாம் வெறும் ஆசை’ என்றான்.

★

5
யாரோ வாசலில்

அக்டோபர் இருபத்தெட்டாம் தேதி.

இறுதியாக எம்.எம்.சாக்கோ என்ற இளைஞனுக்கு அதிகாலையில் தான் யாரென்பது புரியாமல் போனது.

இரவுகளில் கனவுகளில் அவன் தன்னை உணர்ந்திருந்தான். ஆனால் சூரியனின் உலகத்தில் காணாமல் போனான்.

அதனால் அவன் பயத்துடன் தன் கட்டிலின் முன்னாலிருந்த அலமாரியின் கதவில் ஒரு போர்டு எழுதி வைத்தான்.

எம்.எம்.சாக்கோ. எம்.எஸ்ஸி.

அந்த அலமாரியில் எழுபது புத்தகங்கள்வரை இருந்தன. ஆங்கிலம் ஐம்பது, மலையாளம் பதினெட்டு, இந்தி இரண்டு.

இப்படி முப்பது நாட்கள் சென்றன.

முப்பத்தோராம் நாள் விடியலில் அந்தப் போர்டு அர்த்தமில்லாமல் போனது. எம்.எம். சாக்கோவின் நினைவு ஒரு சுழல்காற்றின் மையத்தைப் போலச் சுற்றியது.

அப்போது சாக்கோ போர்டின் மேல் தன்னுடைய ஒரு படத்தை வேதனையோடு ஆணியில் தொங்க விட்டான்.

அப்படியான இருபது நாட்களுக்குப் பிறகு அந்தப் படமும் பொருளற்றதாகிப் போனது. விழித்து எழுந்தவுடன் தான் யாரென்று உணர முடியாத சாக்கோவிடம் அதற்குச் சொல்ல எதுவுமில்லை என்றானது.

பின்னர் அவன் வெடித்துச் சிதறும் இதயத்துடன் தன்னுடைய பெரிய முகம் பார்க்கும் கண்ணாடியை எடுத்து படுக்கைக்கு அருகிலுள்ள ஜன்னல் திட்டில் படுக்கையிலிருந்து கொஞ்சம் உயரத்தில் தன் முகம் தெரியும்படி வைத்தான்.

பத்து நாட்களுக்குப் பிறகு சாக்கோ தாமதமாக எழுந்த காலை வேளையில் அந்தப் பெரிய நிலைக் கண்ணாடியும் பயனற்றுப் போனது.

சாக்கோ கட்டிலில் முகத்தை அழுத்திக் கண்ணீரோடு தான் யாரென்று நினைவில் கொண்டு வர முயன்று தோற்றுப் போனான்.

அதன் பிறகு அவன் எழுந்து ஸ்கூட்டர் ஓட்டும் தன்னுடைய ஒரு நண்பன் விட்டுச் சென்ற ஒரு கேன் பெட்ரோலையெடுத்து, தன்னுடைய எழுபது புத்தகங்களையும் தன்னை எப்போதோ காதலித்திருந்த ஒரு பெண்ணின் பழைய பழுப்பு நிற போட்டோவையும், தன் ஆடைகளையும், ஒரு டயரியையும் தன்னைச் சுற்றி பிரமிடு போல குவியலாக வைத்துக் கொண்டு, அவற்றின் மீதும் தன் மீதும் கேனைத் திறந்து பெட்ரோலை ஊற்ற முயன்றான். வலுவிழந்த சாக்கோவுக்கு கேனின் மூடியை திறக்க முடியாமல் போனது.

ஒருவேளை அதைத் திறந்திருந்தாலும், புகைபிடிக்கும் பழக்கமில்லாத சாக்கோவின் பழைய தீப்பெட்டியில் ஒரு குச்சிகூட இல்லை.

சூரியனின் எரியும் முகம், ஜன்னல் வழியாக அவனைப் பார்த்தது. ஜன்னல் திட்டில் இருந்த கண்ணாடிக்கு தீ கொடுத்தது.

கண்ணாடியில் மீண்டும் காலம் பிரதிபலிக்கத் தொடங்கிய போது, கதவைத் தட்டும் சத்தம் கேட்டு, எம்.எம். சாக்கோ தலையைத் திருப்பி கதவினைப் பார்க்கத் தொடங்கினான்.

★

6

உறுதி மொழி

நீ உறுதிமொழி எடுக்கணும், இல்லையா?

ஆமாம் தோழா.

இன்று மகத்தான இந்திய கம்யூனிஸ்டு இயக்கத்தின் உறுதி மொழி தினமென்று உன்னிடம் யார் சொன்னது?

தோழர் பிரஷ்னேவ் சொன்னார்.

தோழர் பிரஷ்னேவை நீ எங்கே பார்த்தாய்?

நான் தோழரைக் கனவில் கண்டேன். இரண்டு செங்கொடி இறகுகள் வீசி, 'பேட்ரியட்' பத்திரிகையின் ஒரு பிரதியைக் கையிடுக்கில் வைத்துக் கொண்டு, தோழர் ஒரு தேவதையைப் போலப் பறந்து வந்து என்னிடம் சொன்னார்.

தோழருக்கு வேறென்ன அடையாளங்கள்?

கனத்த கன்னம்,வீங்கிய கண், மொத்தத்தில் ஒரு காஞ்ஞரப் பள்ளிக்காரனின் பிரபுத்துவம்.

தோழர் வேறென்ன சொன்னார்?

செக்கஸ்லோவேகியாவிலும், ஹங்கேரியிலும் உள்ளது போன்ற மகத்தான சுதந்திர ஜனநாயக இயக்கங்கள் இனிய பாரதத்திலும் உருவாவதற்காக சோவியத் நாடு, சோவியத் விமன், பேட்ரியட், ஜனயுகம் பத்திரிகைகளின் விற்பனையை உறுதிப்படுத்த வேண்டு மென்று சொன்னார். அது மட்டுமின்றி ஒரு நல்ல உளவு நிறுவனம்

வேண்டும். உளவு நிறுவனம் இல்லாமலிருந்தால் கம்யூனிஸ்டு இயக்கம் என்னவாவது என்று தோழர் ஆவேசத்தோடு கேட்டார்.

அது சரிதான். இந்த சுவரின் நடுவிலுள்ள படம் யாரோடது?

தோழர் லெனினோடது.

லெனின் தோழருக்கும் மகத்தான இந்திய கம்யூனிஸ்ட் இயக்கத்துக்குமான முக்கிய உறவு என்ன?

சர்தார் கே.எம். பணிக்கருக்கும் குறுந்தாடி இருந்தது.

சர்தார் கே.எம். பணிக்கருக்கும் மகத்தான இந்திய கம்யூனிஸ்டு இயக்கத்துக்குமான உறவு என்ன?

பணிக்கருக்கும் பணிக்கருக்குமான உறவு. பின்னர் தோழர் நாயருடனான குடும்ப உறவு.

நீ தோழர் லெனினையும் பணிக்கர் வருவதாகச் சொல்லும் நவீன சொர்க்கத்தையும் நம்புகிறாயா?

நம்புகிறேன்.

சத்தியமாக?

சத்தியம்.

பணிக்கர் சொல்லும் சொர்க்கம் இந்தியாவில் எப்போது வரும்?

ஏ.ஐ.டி.யூ.ஸி. ஐ.என்.டி.யூ.ஸி.யில் சேரும் போது.

அது சரி பணிக்கரின் சொர்க்கம் இந்தியாவில் என்று வரும்?

சர்தார் கே.எம். மாணியிடம் கேட்கணும்.

தோழர் லெனினுக்கு வலது பக்கத்திலிருக்கும் நிழற்படம் யாருடையது?

தோழர் டாங்கேவுடையது.

தோழர் டாங்கேவின் மகள் பெயரென்ன?

ரோஸா.

ரோஸா அழகியா?

ஆமாம்.

உண்மையாகவா?

ஆமாம்.

தோழர் டாங்கே இறந்தால் ரஷ்யாவிற்குச் செல்லலாமென்று நீ நம்புகிறாயா?

ஆமாம்.

தோழர் லெனினின் இடது பக்கத்திலிருக்கும் நிழற்படம் யாருடையது?

தோழர் இந்திராகாந்தியுடையது.

தோழர் இந்திராகாந்தியை வெளிப்படையாக தோழர் என்று அழைக்கலாமா?

அழைக்கக் கூடாது.

எதனால்?

கடைசி மகனுக்குக் கோபம் வரும்.

கடைசி மகனைத் தவிர்த்துவிட்டால் நீ தோழர் இந்திரா காந்தியின் மீது நம்பிக்கை வைப்பாயா?

வைப்பேன்.

சத்தியம்?

சத்தியம்.

கடைசி மகனின் மனைவியை நாம் எப்படி நடத்த வேண்டும்?

தடுத்து நிறுத்தணும்.

சத்தியம்?

சத்தியம்.

தோழர்கள் யஷ்பால் கபூரையும் ஆர்.கே. தவானையும் பன்ஸி லாலையும் நம்புகிறாயா?

நம்புகிறேன்.

தோழர் வித்யாசரண் சுக்லாவை நம்புகிறாயா?

நம்புகிறேன்.

தோழர் ஓம் மேத்தாவையும் தோழர் கருணாகரனையும் நம்பு கிறாயா?

நம்புகிறேன்.

தோழர்ஜி கமலபதிஜி திரிபாதிஜியை நம்புகிறாயா?

நம்புகிறேன்ஜி.

தோழர்ஜியின் மனைவியின் பெயரரென்ன?

சொல்லக் கூடாது ஜி.

எதனால்?

கட்சி ரகசியம்

அது சரிதான். மேலே சொல்லப்பட்ட தோழர்களை வெளிப் படையாகத் தோழர் என்று அழைக்க முடியுமோ?

முடியாது.

எதனால்?

தோழர்கள் ஜான், பிரபாகரன், முஸ்தபா ஆகியோர் கோபித்துக் கொள்வார்கள்.

பத்தொன்பது மாதப் புரட்சியை நீ திடமாக நம்புகிறாயா?

நம்புகிறேன்.

சத்தியம்?

சத்தியம்.

சரி. தோழர் இந்திராகாந்தியின் இடப்பக்கமுள்ள, ஜனயுகத்தின் தாளினால் மூடப்பட்ட நிழற்படம் யாருடையது?

தோழர் அரசியல் அமைப்புக்கு அப்பாற்பட்ட அதிகார மையத் துடையது.

இதை நாம் எதற்காக மூடி வைக்கிறோம்?

மூடி வைக்க வேண்டியதை மூடி வைக்க வேண்டும் என்று தோழர் எங்கல்ஸ் சொல்லியிருக்கிறார்.

இதை நாம் எத்தனை நாட்களுக்கு மூடி வைப்போம்?

தோழர் இந்திரா காந்தி மீண்டும் ஆட்சிக்கு வரும்வரைக்கும்.

தோழர் இந்திராகாந்தி மீண்டும் ஆட்சிக்கு வரும்போது நாம் யாராக இருப்போம்?

மகத்தான இந்திய முற்போக்கு சோஷலிஸ, ஜனநாயக சக்திகளின் காப்பாளர்களாக. அதை உயர்த்திப் பிடிப்பவர்களாக இருப்போம். உள்துறை, நிதி, உளவுத்துறை ஆகிய துறைகள் நமக்குக் கிடைக்கும்.

சத்தியம்?

சத்தியம்.

தோழர் இந்திராகாந்தி எப்படி திரும்பி வருவார்?

ஆகாயத்தின் நடுவில் வாத்தியம் இசைக்கும் தேவதைகளும் தேவதூதர்களும் பின் தொடரும்படியான பெரிய மகிமையோடும், பிரகாசத்தோடும்.

சத்தியம்?

சத்தியம்.

தோழர் அரசியல் அமைப்புக்கு அப்பாற்பட்ட அதிகார மையத்திற்குக் கீழே அலங்கரித்து வைக்கப் பட்டிருக்கும் புகைப்படம் யாருடையது?

தோழர் மேனனுடையது.

இது கருங்கடலில் குளித்து தாமதமானதற்கு முன்புள்ளதா? பின்புள்ளதா?

பின்புள்ளது.

அதெப்படி தெரியும்?

முகத்தின் திருப்தியைப் பார்த்தால் தெரியும்.

தவறு. தோழர் மேனன் எப்போதும் திருப்தியோடுதான் இருந்தார்.

நவ சோஷலிஸ சிந்தனை ஒளி முகத்தில் ஓடுவது பார்த்தாலே தெரியும்.

சரிதான். தோழர் மேனன் மிக அதிக திருப்தியோடு இருந்தது எப்போது?

மகத்தான பத்தொன்பது மாத புரட்சிக் காலத்தில்.

அந்த மகத்தான பத்தொன்பது மாத புரட்சிக் காலத்தில் தோழர் மேனனின் பங்கை எப்படி விவரிப்பாய்?

அதி அற்புதம். அரசின் மிகப்பெரிய நற்சான்றிதழ் பெறத் தகுதியானது. மகத்தான இந்திய கம்யூனிஸ்ட் இயக்கத்தின் கம்பீர உதாரணம்.

தோழருக்கு நற்சான்றிதழ் கிடைக்காமல் போனது எதனால்?

அவருடைய போதாத காலம். வேறென்ன சொல்ல முடியும்?

தோழர் மேனன் தோழர் கருணாகரன் இருவரில் யார் நல்ல தோழர்?

சொல்லக் கூடாது.

எதனால்?

கட்சி ரகசியம்.

தோழர் கருணாகரனும் தோழர் மேனனும் எப்போது திரும்பி வருவார்கள்?

ஆகாயத்தின் நடுவில் வாத்தியம் இசைக்கும் தேவதைகளாக வும் தேவதூதர்களாகவும்...

சரி! சரி! தோழர் மேனனின் இடதுபுறம் பிரேம் போட்டு வைத்திருக்கும் கட்டளைகள் எவை?

இருபது அம்சத்திட்டங்களும் ஐந்தம்சத் திட்டங்களும்.

இன்றிவை என்னவாக இருக்கிறது?

மகத்தான இந்திய கம்யூனிஸ்டு புரட்சியின் மறைந்து தாக்கும் கொரில்லாப் போராளிகளின் அடிப்படைத் தத்துவங்கள். நமது கொரில்லாப் போராளிகளின் கோஷ முழக்கங்கள்.

நம்முடைய கொரில்லாப் போராளிகள் அதிகமாக எங்கே இருக்கிறார்கள்?

கேரள மந்திரி சபையில்.

இது ஏ.கே. அந்தோணிக்கும் கே.எம். மாணிக்குக்கும் தெரியுமா? தெரியாதா?

தெரியாமலென்ன.

இந்த ரகசிய உறுதிமொழிகள் உனக்கு மனப்பாடமாகத் தெரியுமா?

தெரியும்.

சத்தியம்?

சத்தியம்.

இனி முழங்கால் போட்டு நின்றபடி சொல் நீ தோழர் கோவிந்தன் நாயரை நம்புகிறாயா?

நம்புகிறேன்.

சத்தியம்?

சத்தியம்.

தோழர் கோவூர் அவராச்சனை நம்புகிறாயா?

நம்புகிறேன்.

சத்தியம்?

சத்தியம்.

தோழர் கோவூர் அவராச்சனுக்கும் குறுந்தாடி உண்டு.

தோழர் லெனினுக்கும் குறுந்தாடி உண்டு.

இனிய அழகிய மனங்கவரும் ரஷ்யாவை நம்புகிறாயா?

நம்புகிறேன்.

சத்தியம்?

சத்தியம்.

பாடாதவைகளைத் தவிர்த்து வயல்களில் கொத்தித் திரியும் கிளிகளை நம்புகிறாயா?

நம்புகிறேன்.

சத்தியம்?

சத்தியம்.

ஜமீன் - முதலாளி - புரோகித கூட்டணியை நம்புகிறாயா?

நம்புகிறேன்.

ஜான் ஜேக்கப் - மாணி முதலாளியை நம்புகிறாயா?

நம்புகிறேன்.

தோழர்கள் அஸஃபாலி அக்காவையும் எடத்தட்ட நாராயணனையும் நம்புகிறாயா?

நம்புகிறேன்.

இதெல்லாம் சத்தியம்?

சத்தியம்.

செக்கஸ்லோவேகியா, ஹங்கேரி, போலந்து முதலிய இடங்களின் மகத்தான சுதந்திரக் குடியரசை நம்புகிறாயா?

நம்புகிறேன்.

சத்தியம்?

சத்தியம்.

சோவியத் நாடு நேரு விருதினை நம்புகிறாயா?

நம்புகிறேன்.

சத்தியம்?

சத்தியம்.

இறுதிப் புரட்சியில் வெல்லப் போவது நாம் தானென்று நம்புகிறாயா?

நம்புகிறேன்.

தோழர் அவராச்சனை நம்புகிற நாம் கடவுளை நம்பலாமா?

கூடாது.

நீ கடவுளை நம்பவில்லையல்லவா?

நம்பவில்லை.

சத்தியம்?

கடவுள் மேல் சத்தியம்.

ஆமென்.

7

கடத்தல்

'**நா**ன் இந்த விமானத்தைக் கடத்துகிறேன்.' இருக்கையிலிருந்து எழுந்து துண்டினால் மூடப்பட்ட தலை சீவும் பிரஷை உயர்த்திப் பிடித்தபடி தாமஸ் கத்தினார்.

இன்று தாமஸின் ஐம்பத்திரண்டாவது பிறந்த நாள். அவர் டில்லியிலிருந்து காலை மும்பைக்கு போகும் சிட்டி ஷட்டில் விமானத்தில் பறந்து கொண்டிருந்தார். தாமஸின் முழுப் பெயர் தாமஸ் தேவஸ்யா ஐ.ஏ.எஸ். உள்துறை அமைச்சகத்தின் உயர் அதிகாரி. பால் தாக்கரேவுக்கான முக்கியமான செய்தியோடு மும்பைக்குப் போகிறார். விமானம் ஹரியானாவின் கோதுமை வயல்களைப் பின்னுக்குத் தள்ளி ராஜஸ்தானின் மணல் பரப்புகளின் மீதாகப் பறக்கத் தொடங்கி யிருந்தது. காலைச் சிற்றுண்டிகள் இருக்கும் டிராலிகளை உருட்ட, விமானப் பணிப் பெண்கள் தயாராகிறார்கள்.

தாமசுக்கு வேர்த்தது. ஒரு கையால் டையைத் தளர்த்தியபடியே அவர் இன்னும் சத்தமாகச் சொன்னார், 'ப்ளீஸ்-லிசன், ஐ ஹேவ் ஹைஜாக்ட் திஸ் ப்ளேன்'-என் கையிலிருப்பது இந்திய இராணுவத் தின் மிகப் புதியதும் வெடிப்புத் திறனுடையதுமான கிரானைட். அதன் பின்னை நான் உருவி விட்டேன்.'

விமானத்திற்குள் குஜாராத்திகளும், பஞ்சாபிகளும், மகாராஷ்டிரர் களும், தமிழர்களும், வெள்ளையர்களும் நடுங்கினர். அவர்கள் தாமஸைக் கண் கொட்டாமல் பார்த்தனர். சிலர் பிரார்த்தனையில் மூழ்கினர். இரண்டு பெண்கள் அழுதனர். விமானப் பணிப்பெண்கள் உதவியாளர்களின் முகங்கள் சிந்தனையில் ஆழ்ந்தன.

'யாரும் அசையாதீர்கள்!' என்றார் தாமஸ்.

அவன் உயர்த்திப் பிடித்திருந்த துண்டினால் சுற்றப்பட்ட கையுடன் காக்பிட்டிற்குள் சென்றான். விமானம் அழுத்தத்தால் உயர்ந்து தாழ்ந்தது.

சீட் பெல்ட்டுகள் அணிந்து கொள்வதற்கான சிக்னல் எழுந்தது. கடைசி நிமிடம் பெற்ற பயணச் சீட்டினால் தாமசுக்கு 'ஒய்' வகுப்பில்தான் இருக்கை கிடைத்தது. காக்பிட்டுக்குப் போக 'ஜெ' வகுப்பின் திரைச் சீலையை நகர்த்தி அங்கே சென்ற போது, தாமசுடன் எப்போதும் பயணத்தில் பங்கு பெறும் சக பயணிகளான உயர் அதிகாரிகளும், வியாபாரிகளும், தொழிலதிபர்களும் அவனைப் பார்த்துப் புன்னகைத் தனர். 'ஹலோ மிஸ்டர் தாமஸ்! கடைசி நிமிஷம் இல்லையா? இன்னைக்கே திரும்பறீங்களா? நம்மளோட கோல்ப் ஒரு கேம் மீதி யிருக்கு' என்றான் ஒருவன்.

தாமஸ் அவர்களை இடைமறித்துச் சென்று காக்பிட்டின் கதவை யடைந்து திரும்பி நின்றார். துண்டினால் மறைக்கப்பட்ட கையை உயர்த்தியபடி முன்னர் சொன்னதையே திரும்பச் சொன்னார்.

கூடுதல் செயலாளரும் எம்.பி.யும் சேனல் உரிமையாளரும் விமானப் படை மார்ஷலும் சேர்மன் மற்றும் மேலாண்மை இயக்குநரும் நடுங்கினர். படத் தயாரிப்பாளரும் கார் டீலரும் விளம்பரக் கம்பெனி உரிமையாளரும் பொருளாதார மேதைகளும் தாமசை மிரட்சியோடு பார்த்தார்கள்.

தாமஸின் உயர்த்திய கை வலிக்கத் தொடங்கியது. ஐ.ஏ.எஸ். ஆனபிறகு இவ்வளவு அதிக நேரம் கையுயர்த்தி நின்றதில்லை. கோல்ப் பினால் ஒரு பலனும் இல்லையே?

காக்பிட்டிற்குள் காப்டனிடம் தாமஸ் முன்னர் சொன்னதையே திரும்பச் சொன்னார். பைலட் மினோச்சாவும் துணை பைலட் தத்தாவும் கடத்தப்படும் போது செய்ய வேண்டிய நடவடிக்கைகளை மனதில் கொண்டு தாமஸிடம் 'சார் நீங்க சொல்ற மாதிரி நாங்க செய்யறோம். பயணிகளுக்குப் பிரச்னை எதுவும் ஏற்படக்கூடாது என்று வேண்டுகிறோம்' என்றனர்.

'இந்த விமானத்தை உடனே குரவிலங்நாட்டிற்கு திருப்புங்கள்' என்றார் தாமஸ்.

'சார் எங்கேயிருக்கு குர...?' என்றான் பைலட். அவனால் அந்தப் பெயரை முழுவதுமாக உச்சரிக்க முடியவில்லை.

'கு-ர-வி-ல-ங்நா-டு.'

'எங்கேயிருக்கு சார் இந்த விமான நிலையம்.'

'என்ன உங்களுக்குத் தெரியாதா?' பிரஷ் பிடித்த கையைக் குலுக்கிக் கொண்டு தாமஸ் 'ஜனாதிபதி கே.ஆர். நாராயணன் எங்கே பிறந்தார்?' என்றார்.

பைலட் மன்னிப்பு கேட்கும் பாவனையில், 'தெரியாது சார்' என்றான்.

'உழவூர் இன் கேரளா' என்றார் தாமஸ்.

'ஓ! உசவூர்! உசவூர் தாங்க் யூ சார்' என்றான் மினோச்சா.

'உழவூருக்குப் பக்கத்தில் உள்ள முக்கியமான நகரம்தான் குரவிலங் நாடு. விமானத்தை அந்தப் பக்கம் திருப்பு' கட்டளையிட்டார் தாமஸ்.

தைரியமான ஒரு விமானப் பணிப் பெண் காக்பிட்டிற்குள் தலையை நுழைத்து, 'எக்ஸ்கியூஸ் மீ சார்' என்றாள்.

தாமஸ் அவளைப் பார்த்தார்.

'சார், சர்க்கரை நோயும் இரத்தக் கொதிப்புமுள்ள நாலைந்து பயணிகளுக்குச் சிற்றுண்டி கொடுக்கட்டுமா?' என்று கேட்டாள்.

'எல்லாப் பிரயாணிகளுக்கும் கொடுங்க. சிற்றுண்டி ஒரு பிரச்னையே அல்ல.'

பணிப் பெண் தாமஸை வணங்கி நன்றி சொல்லிவிட்டு நகர்ந்தாள்.

'சார் நான் கேட்பதற்கு மன்னிக்கணும். நீங்க யாரு?' என்றான் பைலட் மினோச்சா.

'நான் தாமஸ் தேவஸ்யா ஐ.ஏ.எஸ். மத்திய உள்துறை அமைச்சகத்தின் ஒரு ரகசியப் பிரிவின் தலைவன். நீங்கள் உடனே டில்லிக்கு அழைத்து என்னுடைய தேவையைத் தெரிவியுங்கள்'.

மினோச்சாவும் தத்தாவும் திடுக்கிட்டனர். பைலட் டில்லிக்கு அழைத்து எல்லா விபரங்களையும் சொல்வதைக் கேட்டபடி அங்கே நின்றிருந்தார் தாமஸ்.

பைலட் டில்லி பேச்சு வார்த்தையை அவசரமாக முடித்துக் கொண் டான். அவன் வேதனையோடு, தாமஸைப் பார்த்து, 'சார் குரவிலங்காடு என்றொரு விமான நிலையம் கேரளத்திலில்லை' என்றான்.

'என்ன? குரவிலங்நாட்டில் விமான நிலையம் இல்லையா?'

'இல்லை சார் நாங்க தெளிவா விசாரிச்சுட்டோம்.' மிக அருகில் நெடும்பாசேரி விமான நிலையம் இருக்கிறதென்பதை பைலட் சொல்ல வில்லை.

'அதுமட்டுமில்லை சார், கேரளம் வரை பயணம் செய்வதற்கான எரிபொருள் நம்மிடமில்லை. மும்பையிலோ, டில்லியிலோ இறங்கி எரிபொருள் எடுக்காமல் நீண்ட பயணம் சாத்தியமில்லை சார்' என்று சொன்னான்.

தாமஸின் காதுகளுக்குள் இதொன்றும் செல்லவில்லை. மின்சாரத் தாக்கு உட்பட்டவனைப் போல நின்று கொண்டிருந்தார்.

'அப்புறம் எதுக்காக நான் விமானத்தைக் கடத்தினேன்?' அவர் அனிச்சையாய் சொல்லிக் கொண்டார்.

'கஷ்டம்! குரவிலங்காட்டில் விமான நிலையம் இல்லையாம் ..... ஆபரேஷன் ப்ளூ ஸ்டார்... இந்திராகாந்தி படுகொலை... சீக்கியர் தொடர் கொலைகள்... கரசேவை.. ராஜீவ் கொலை...ஐ.எஸ்.ஐ... அயல்நாட்டுப் பயிற்சி... காஷ்மீர்...பாபர் மசூதி....மும்பை... கோயம் புத்தூர்... பீஹார்... இன்று என்னுடைய ஐம்பத்திரெண்டாம் பிறந்த நாள்... என் அம்மாவிற்கு எண்பத்து நான்கு வயசாகிறது. இன்று மாதா கோயிலில் திருவிழா. என் உயிரைப் பணயம் வைத்து குரவிலங்காட்டிற்குப் போக முயன்றும் நான் தோற்றுப் போனேன்' தாமஸ் சத்தம் வராமல் அழுவதை மினோச்சும் தத்தாவும் உறுதியின்றிப் பார்த்தனர்.

'வி ஆர் வெரி சாரி சார்' கடத்தலை நேரிடும் முறைகளில் ஒன்றாக அவர்கள் சொன்னார்கள். 'நாங்கள் எல்லா விதத்திலும் உங்களுக்கு உதவத் தயார்'.

'விமானம் பால்தாக்கரே இடத்திற்குச் செல்லட்டும்.' தாமஸ் ஒரு கையால் கண்ணைத் துடைத்தபடி சொன்னார்.

'பால் தாக்கரே, சார்?' பைலட் மினோச்சா ஆச்சரியமாகக் கேட்டான்.

'ஆமாம், பால்தாக்கரே' என்றார் தாமஸ்.

'அதாவது மும்பை?' பைலட் தன் பெருமகிழ்ச்சியை மறைத்தபடி கேட்டான்.

'ஆமாம் மும்பைதான்' தாமஸ் துண்டுக்குள்ளிருந்து பிரஷை வெளியே எடுத்து அதன் நரைத்த முடிகளைப் பார்த்தபடி சொன்னான்.

★

8
கடல்

ஒரு நாள் நானும் என் மனைவியும் - அது எந்தத் தேதியில் என்று மறந்து விட்டது. கடந்த மாதம், ஏதோ ஒரு நாள் மாலையில் நாங்கள் கடற்கரையிலமர்ந்து கொண்டிருந்தோம். பரஸ்பரம் ஏதேதோ பேசிக் கொண்டிருந்தோம். உண்மையில் நாங்கள் உட்கார்ந்து கொண்டிருக்கவில்லை. ஒரு கல்லில் சாய்ந்து நின்று கொண்டிருந்தோம். கடல் அரிப்பைத் தவிர்க்க நடப்பட்ட கற்கள் ஒன்றில் சாய்ந்தபடி இருந்தோம். பொதுவாக நானும் என் மனைவியும் சூரியன் மறையும் வரை கடற்கரையில் சுற்றி நடப்பதே வழக்கம். மறைந்த பிறகு எங்கே யாவது ஜனக்கூட்டம் இல்லாத இடத்தில் அமைதியாக உட்காருவோம். ஆனால் அன்று அதற்கு இயலவில்லை. வேறொன்றுமில்லை அன்று ஒரு விரும்பத் தகாத நிகழ்ச்சி நடந்தது. அதன் பிறகு பல நாட்கள் என் மனைவி கடற்கரைக்கே வரவில்லை. எனக்கும் சோம்பலாய் இருந்தது. பிறகு எல்லாவற்றையும் மறந்தோம். மறதி ஒரு கொடை தான். ஒரு விதத்தில் பார்த்தால் மறதி இல்லாவிட்டால் மனுஷனுக்கு பைத்தியம் பிடிக்க வாய்ப்புண்டு. நினைவு பிழன்று பைத்தியம் பிடிப்பதில்லையா? நீங்க என்ன சொல்றீங்க?

நினைவு இறந்தகால அனுபவத்தைப் பற்றியோ எதிர்கால ரகசியத்தைப் பற்றியோ ஆகலாம் அல்லவா? எதிர்காலத்தை மறக்க முடியாமல் வேதனைப்படுபவர்களும் இருக்கிறார்களே? அன்றைக்கு என்ன நடந்தது தெரியுமா? ஆ... அன்றைக்கு பகல் முழுவதும் மழையாயிருந்தது. மாலையில்தான் வானம் சிறிது வெளுத்தது. கல்லின்மேல் சாய்ந்து நின்று - தரை ஈரமாக இருந்தது - நானும் என் மனைவியுமாக ஏதேதோ விஷயங்களைப்பற்றி விவாதித்துக் கொண்

டிருந்தோம். அவளோடு பேசும்போது இப்படித்தான். வாய் திறந்தால் முரணாகத்தான் பேசுவாள். அவளுக்கு அறிவில்லை என்று அர்த்தமல்ல. ஆனாலும் அன்று அவள் முதலிலிருந்தே மடத்தனமாகவே பேசிக் கொண்டிருந்தாள். நான் அதையெல்லாம் இடைமறித்துக் கொண்டே யிருந்தேன். சோதனைக் குழாய்களில் மனிதக் குழந்தைகளை உருவாக்கு வதைப் பற்றிய பொய்ச் செய்தியை ஏதோ பத்திரிகையில் படித்ததைப் பற்றி என்னிடம் அவள் சொல்லிக் கொண்டிருந்தாள்.

''அடி போடி, ஆராய்ச்சிக் கூடங்களில் குழந்தைகளைப் பிறக்க வைத்தால் அவை அக் கூடங்களில் உருவாக்கப்படும் வேறு பல பொருட்கள் போலாகி விடாதா? பெயரும் நம்பரும் எழுதி ஒட்டப்பட்ட கலவைகளின் குவியல் போல, அவற்றையெல்லாம் விற்பனைக்கு வைக்கலாம். இல்லாவிட்டால் மனநல விடுதி போன்ற இடங்களில் அடைத்து வைக்க வேண்டியிருக்கும்!''

''அதோ வருகிறான் ஒரு பைத்தியக்காரன்!'' என்றாள் அவள். என்னால் கோபத்தைக் கட்டுப்படுத்த முடியவில்லை. இது அவளுடைய வழக்கமான செயல்தான். ஏதாவது ஒரு விஷயத்தைப் பற்றி அனா வசியமாக வாதிடுவாள். நான் அதை ஒன்றுமில்லாமல் ஆக்கும் போது விஷயத்தை மாற்றுவாள்.

''உன்னுடைய பைத்தியக்காரனைக் கொண்டு போய் தூக்கில் போடு - நெருப்பில் போட்டுப் பொசுக்கு. இனிமே நீ என்னிடம் பேசாதே!'' என்றேன் நான்.

''பாவம் செத்துருவான் போல இருக்கான், பாருங்க!'' அவனைச் சுட்டிக் காட்டியபடி சொன்னாள். செவிடன் காதில் யார் சங்கு ஊது வார்கள்? நான் அவள் காட்டிய திசையில் பார்த்தேன். சிறிது தொலை வில் ஒரு மனிதன் தலைகுனிந்தபடி மணலில் அமர்ந்திருந்தான். இரண்டு கைகளாலும் தலையைத் தாங்கிப் பிடித்துக் கொண்டு தரையைக் கூர்ந்து பார்த்துக் கொண்டிருந்தான்.

''பைத்தியமில்லை. ஏழை. பட்டினியாய் இருக்கும்.''

''இல்லை. கிறுக்கன்தான். நடந்து வந்த போது கடலைக் காட்டி தனக்குத்தானே ஏதோ சொல்லிக் கொண்டே வந்தான்.''

"தற்கொலை ஏதாவது பண்ணிக்கப் போறானோ என்னமோ?" அபத்தமாக நான் சொல்லி விட்டேன். என் தவறுதான். மனிதர்களைத் தரம் பிரித்து பல மாதிரிகளாகப் பகுப்போமே நாம். கதைகளிலும் மேலும் நம்முடைய குறுகிய உலக அனுபவத்திலும் கிடைத்த சில மாதிரிகளை உணர்ந்து கொண்டால் உடனே தரம் பிரித்தலே நம் வேலை. "எனக்குத் தெரியும் அப்படிப்பட்டவன் தான்" என்றும், "ஓ அப்படியானவன்தானே" என்றும் இப்படியாகச் சொல்லும் நமது வகைப்படுத்தல். ஒப்புமை நோக்கி உடனே விதிமுறைகளாலான வாளெடுத்து வீசுகிறோம். அவனைப் பார்த்த போது எனக்குத் துன்பியல் கதைகளின் நாயகர்களே நினைவுக்கு வந்தார்கள். அதனால்தான் நான் அப்படி அபத்தமாகச் சொல்லி விட்டேன். ஏனெனில், என் மனைவி அவ்வாறு கேட்கவே விரும்பினாள்.

'அவன் தற்கொலை செய்யத்தான் வந்தானென்று தீர்மானிக்க என்ன காரணம்? அவன் என்ன செய்தான்' என்று கேட்கிறீர்களா? ஆ.... அதற்குள் அவன் எழுந்து நின்றிருந்தான். தூங்கி.... வழிவது போல ஆடியபடி அவன் ஆகாயத்தைப் பார்த்தான். சிறிது நேரம் அங்கேயே நின்றான். சின்ன வயசுதான் அவனுக்கு. முகத்தில் மீசை வளர்ந்திருந்தது. கலைந்த தலைமுடி. அவன் பயத்தால் வெளிறிக் கொண்டிருந்ததை அவனுக்கு அருகில் சென்றபோதுதான் நான் உணர்ந் தேன். ஆடைகள் அவன் உடலோடு ஒட்டியிருந்தன. காலையில் பெய்த மழையில் நனைந்திருக்கலாம். வியர்த்திருக்க வாய்ப்பில்லை.

ரொம்ப நாளாகவே எனக்கு படுக்கையில் படுத்தபடி வாசிக்கும் பழக்கம் இருந்தது. வாசிப்பு இல்லையென்றால் அப்புறம் அறிவு எப்படிக் கிடைக்கும்? அந்தப் பழக்கத்தினாலேயோ என்னவோ கண் பார்வை மங்கலாக இருக்கிறது. அது மட்டுமில்லாம வயசும் கூடுதில்லையா? இப்போதெல்லாம் வாசிப்பதேயில்லை. என் மனைவி தூங்கும் போது கண்ணில் வெளிச்சம் விழுவதை விரும்ப மாட்டாள். நான் சொல்ல வந்தது இதுதான். பார்வைக் குறைபாட் டால் நிச்சயமில்லை - என்றாலும் அவன் அழுது கொண்டிருந்த தாகத்தான் எனக்குத் தோன்றுகிறது. ஆமாம் 'ஒரு ஆண் அழுவதா?' சந்தேகமில்லை. என் மனைவி சொன்னது நினைவுக்கு வருகிறது. "முழு பைத்தியம்தான். பட்டப் பகலுல நின்னுக்கிட்டு கண்ணீர் சிந்தறானே. நீங்க சொன்னது சரியாத்தான் இருக்கும். தற்கொலை செய்துக்க வந்தவனாகத்தான் இருக்கும்."

''பைத்தியமெல்லாமில்லேடி. அவன் ஏதோ பெரிய துக்கத்தில் இருப்பான் போலிருக்கு. துக்கத்தைச் சகிக்க முடியாதவர்கள் இப்படித் தான் இருப்பார்கள்.''

''பையத்தியமில்லைன்னா, இவ்வளவு கூட்டத்திற்கு முன்னால் இப்படியா? கொஞ்சம்கூட வெக்கமில்லாமல்? நீங்க பாருங்க அவன் சாகறதுக்குன்னே வந்திருக்கான். நிச்சயமாக.''

''போடீ மடச்சி. தற்கொலை செய்யறது அவ்வளவு சுலபமான தல்ல. மனுஷனுக்குப் பயமிருக்கிறதே? இறப்பதைப் பற்றிய பய மில்லை என்றாலும் இறப்பிற்குப் பிறகுள்ளதைப் பற்றிய பயம்?''

''கிறுக்கனுக்கு என்ன பயம்? சித்தம் கலங்கிப் போனவர்களுக்கு வாழ்வதற்கும் சாவதற்கும் என்ன வித்தியாசம் இருக்கப் போகிறது?''

''போடீ மடச்சி, வாழ்விற்கும் சாவிற்கும் இடையிலும், இன்றைக் கும் நேற்றைக்கும் நாளைக்குமிடையிலும், தனக்கும் மற்றவர்களுக் கும் இடையிலும் வித்தியாசமொன்றும் காண முடியாதவர்களைக் கீதையில் என்னவென்று அழைக்கிறார்கள். தெரியுமா உனக்கு? எல்லாம் உணர்ந்தவர்கள், முக்காலமும் அறிந்தவர்களென்று. அவர்கள்தான் இவ்வுலகில் மகாத்மாக்கள்.''

நான் பேசுவதைக் கவனிக்காமல் என் மனைவி அப்போது விஷயத்தை மாற்றினாள். 'அங்கே பாருங்கள், அவன் எங்கே போகிறான் என்று பாருங்கள்.'

நான் பார்த்த போது அவன் சற்று சாய்ந்த வாக்கில் மணலில் தளர்ந்து இழையும் கால்களோடு கொஞ்சம் தள்ளியிருந்த கருங்கல் சுவரை நோக்கிச் சென்று கொண்டிருந்தான். எங்களுக்கு முன்பாக முதுகைக் காட்டி நடந்து கொண்டிருந்ததால், அவன் அழுகிறானா என்பதை என்னால் அறிய முடியவில்லை. ஆனால், அவன் தோள்கள் குலுங்கிக் கொண்டிருந்தன, இருமுவது போல். இடையிடையே எதையோ மறந்து விட்டதைப் போல அங்கங்கே நின்றபடி செல்லும் அவனைப் பார்த்து என் மனைவி, ''தூக்கத்தில் நடப்பது போல இருக்கு'' என்றாள்.

''ஆபரேஷனுக்கு மயக்க மருந்து கொடுத்து படுக்க வைத்தவன் எழுந்து நடப்பது போல இருக்கு'' என்றேன் நான்.

''யாருக்கு தெரியும். தீராத வியாதி ஏதாவது வந்திடுச்சோ என்னமோ? இல்லையின்னா சாவுக்குத் துணிவானா?''

எனக்குப் பயங்கரக் கோபம் வந்தது. ''நீ என்ன கடவுளா, அவனுடைய மனசுக்குள்ள என்ன இருக்குன்னு தெரியுமா உனக்கு? ஒரு மனுஷனுக்குத் தீர்ப்பு சொல்ல உனக்கு யாரு அனுமதி தந்தது? நல்லவன் என்றோ தீயவன் என்றோ சொன்னாலும் பரவாயில்லை, அவனுடைய வாழக்கையையே உன் வார்த்தைகளால் முடிவுக்குக் கொண்டு வருகிறாயே. நீ ஒரு கழுதை தான்.''

அதற்குள் அவள் கத்தினாள்: ''என் நாக்கால் நான் சொன்னால் அவன் உடம்பில் படப் போகுதா? நீங்க எதுக்கு இப்படி குதிக்கறீங்க?''

''நாக்கால் எதுக்குச் சொல்லணும். நீ பார்த்தாலே போதும் முடிந்து விடும். உன் பார்வையின் பலனைத் தவிர்க்க அவனால் முடியுமா? ஒன்று நீ பார்ப்பதற்கு முன்பாகவே உன் கண்களைத் தோண்ட வேண்டும். அப்படியே செய்தாலும் உன் மனதின் பயணத்தைத் தடுக்க முடியாது. அதற்கு உன்னை அவன் கொல்லணும். புரிந்ததா?''

நான் சொன்னதைக் கேட்காத பாவனையில் அவள் வேறு பக்கம் திரும்பிப் பார்த்தபடி, ''அதோ அவன் அந்தக் கருங்கல் சுவருக்கு மேலே ஏறிப் போகிறான்'' என்றாள். நான் பார்க்கும் போது சுவரின் மீது முன்பே ஏறி அமர்ந்திருந்த குழந்தைகள் முறைத்துப் பார்த்துக் கொண்டிருக்க, அவன் தன் உதறும் கைகளால் கற்களைப் பிடித்தவாறே உச்சியை நோக்கி ஏறிக் கொண்டிருந்தான். கலங்கரை விளக்கிற்குச் சற்று அருகில் தொடங்கிய கடற்சுவர் கடலுக்குள்ளாகவே இறங்கித் தான் இருந்தது.

''ஏய், அவன் கிறுக்கனில்லை. மனோதிடம் இல்லாத வெறும் கிறுக்கனாயிருந்தால் குழந்தைகள் அவனைப் பார்த்து இப்போது கிண்டலடித்திருப்பார்கள். குழந்தைகளுக்கு என்ன தெரியுமென்று நினைக்கிறாயா? அவர்கள் அவனை எவ்வளவு கூர்ந்து கவனிக்கிறார் களென்று பார். ஒரு பெரிய மனிதன் தங்களோடு ஏன் விளையாட வருகிறான் என்கிற ஆச்சரியம்தான் அவர்களுக்கு.''

''குழந்தைகளுக்கு என்ன தெரியும்? தற்கொலைக்கு முயற்சி பண்றது கிறுக்கில்லையாம்.''

நான் மணலில் ஒரு விதையின் படத்தை வரைந்து கொண்டிருந்தேன். ''ஏண்டீ, பைத்தியம்ன்னா என்ன? வாழ விரும்பறதுக்கும் சாக விரும்பறதுக்கும் இடையில் என்ன வித்தியாசம்? இரண்டும் மனசோட செயல்கள்தானே? சுயநினைவோடு நான் என் வாழ்க்கையில் நினைத்ததைச் செய்வதில் என்ன பைத்தியக்காரத்தனம் இருக்கு? ஆனால், நான் என் வாழ்க்கையைக் கொண்டு உன் தலையில் அடிக்க வந்தால் அது....''

அதற்குள் என் மனைவி ''அடக் கடவுளே'' என்று கூச்சலிட்டாள்.

நான் திரும்பிப் பார்ப்பதற்குள் அவன் கடலில் குதித்து விட்டான். கற்களுக்கிடையில் அவன் ஓடுவதை என் மனைவி பார்த்தாளாம். தண்ணீர் தெறித்ததைப் பார்த்ததாகத்தான் நான் நினைக்கிறேன். ஆனால் சூரியன் மறைந்திருந்தது. இதைப் பார்த்தவர்கள் சுவரை நோக்கி ஓடிக் கொண்டிருந்தனர்.

என் மனைவியின் வாய் எப்படி மூடியதோ தெரியவில்லை. அவள் பயந்து நடுங்கிக் கொண்டிருந்தாள். ஆனாலும் ''ஹோ, நான் அப்போதே சொன்னேனில்லையா? முழுப் பைத்தியம்தான்?'' என்றாள்.

''இறந்து போனவர்களைப் பற்றித் தவறாகச் சொல்லாதே. தெரிந்தும் தெரியாமலும்'' என்றேன் நான்.

★

9

வலை

ஒரு மனிதனைப் பற்றி ஏதாவது சொல்வதற்கோ எழுதுவதற்கோ பல வசதி வாய்ப்புகளெல்லாம் இருக்கிறது. முதலாவதாக ஒரு மனிதனை வேறொரு மனிதன் விமர்சிப்பதை யாரும் அசாதாரணமாகக் கருத மாட்டார்கள். இரண்டாவது இந்த மனிதனின் செயல்களுக்கெல்லாம் ஒரு தனித்த பொருளோ விளக்கமோ கொடுக்க வேண்டாம். அவன் ஏதாவது நடக்காததையோ அசாதரணமான செயல்களையோ செய்தால் காரணம் மனிதரெல்லாம் சாதாரணமாக தங்களின் செயல்களில் ஒருமித்த தன்மையோடுதான் இருக்கிறார்கள் என்றுதான் சொல்லப்படுகிறது. அதனால் அவனவனே செய்தவையும் பரிச்சயமானதுமான செயல்களுக்கு மற்றவரிடத்தும் அர்த்தம் ஒன்றுதான் என்று எல்லோரும் தீர்மானிக்கிறார்கள்.

சுய அறிவு என்ற இந்தத் தவறின் மூலம் வாழ்க்கை சுலபமாகிவிட்டது. அது போகட்டும். மனிதனின் சர்ச்சைகள் இவ்வளவு எளிமையானதாக இருந்தாலும் ஒரு மிருகத்தைப் பற்றியோ, ஒரு தேவதையைப் பற்றியோ ஒரு தெய்வத்தைப் பற்றியோதான் எழுத வேண்டும் என்று வைத்துக் கொள்ளுங்கள். எல்லாம் தலைகீழாக மாறுகிறது. வார்த்தைகளுக்கு மரியாதை இல்லாமல் போகிறது. அர்த்தம் இல்லாமல் ஆகிறது.

மனித உணர்வுகள் உதிர்க்கும் வார்த்தைகள் மிருகங்களின் இதயங்களை அளப்பதெப்படி? பரமாத்மாவின் கருணையின்மையை வளைத்தெடுப்பதெப்படி? தேவதைகளின் மேன்மையின் மகிழ்ச்சியை விளக்குவதெப்படி? என் மனதில் ஊறி முளைத்த வார்த்தைகளைக்

கொண்டு மற்றவர்களை வர்ணிப்பதென்பதே மடத்தனம் தான். அதிலும் பன்மடங்கு மடத்தனம் அப்படிப்பட்ட வார்த்தைகளால் மனித னல்லாதவற்றை வர்ணிப்பது.

ஒரு மிருகத்தையே எடுத்துக்காட்டாகக் கொள்ளலாம். தேவதை களையோ கடவுளையோ நாம் கண்ணால் பார்த்தது கூட இல்லையே. குழப்பங்கள் இரண்டு விதமானவை. சொல்பவனுடையதும் கேட்பவ னுடையதும் முதலாவது, கேட்கும் அல்லது வாசிக்கும் ஒருவனுக்கு ஒரு மிருகத்தைப் பற்றி என்ன இவ்வளவு சொல்ல இருக்கிறது என்ற சந்தேகம். இரண்டாவது மிருகத்திற்குள்ளே நடப்பதையெல்லாம் எப்படி இந்த மனிதன் தெரிந்து கொள்கிறான் என்ற கேள்வி. இதிலிருந்து நான் என்ன புரிந்து கொள்ள வேண்டியுள்ளது என்ற வெற்றுணர்வு.

எழுத்தாளன் சொல்ல வேண்டியதைச் சொல்லாமல் இருக்கவும் முடியாது. இல்லையென்றால் ஒரு பாவத்தைப் போல அது அவனை குடைந்து கொண்டே இருக்கும். அதனால் அவன் அத்தகைய உணர்வுச் சிக்கல்கள் எதுவும் தன்னைப் பாதிக்காமலிருக்கச் செய்வது இதுதான். தன் வார்த்தைகளால் மிருகத்துக்குள் மனித மனத்தை உருவாக்குகிறான். உண்மையைச் சொல்வதானால் மனப் பாதுகாப்பு வேண்டுமென்றால் அவனால் இதைத் தவிர வேறொன்றும் செய்ய இயலாது. என்னுடைய அவஸ்தையைப் பாருங்கள். பொருளறிய முடியாததால் ஏற்பட்ட நிராசையை எப்படி விவரிக்க? அன்று இலைகள் காய்ந்து போன அந்த மரத்தடியில் உட்கார்ந்திருக்க வேண்டாமென்று இப்போது தோன்றுகிறது.

வார்த்தைகளைப் பகுத்தறிய உள்ளிருக்கும் ரகசியத்தைக் காண முடியாதவைகளெல்லாம் மனதில் பயத்தை ஏற்படுத்துகிறது. அவற்றைப் பற்றி நினைப்பதுகூடப் பதற்றத்துக்குக் காரணமாகிறது. ஏனெனில், மனதின் பிடியிலிருந்து வெளியேறி நிற்பவை மனதை விடவும் அதிக பலமுள்ளவை தானே. அப்படியானால் அவை நம்மை என்னதான் செய்யாது? ரகசியமாய் வந்து நம்மை விழுங்கினால்? மரணத்தையே பாருங்கள், இல்லையென்றால் கடவுள். இல்லையென்றால் ஒரு வெள்ளைத்தாள் போல் ஒவ்வொரு நிமிடமும் பின்னால் ஓடிவரும் எதிர்காலம் எனும் கண்காணா நதி. ஒரு ரகசியக் கோடு போலத்தான் எதிர்காலத்தின் அந்த வெள்ளைத்தாள் உள்ளது. காலத்தின் ஜுவாலை யின் சூடு பட்டால் கறுத்த இருண்ட எழுத்துக்களாக என்னவெல்லாம் அதில் தெரியும்?

அப்படிப் பார்க்கப் போனால் அவன் சொன்ன கதையைப் பற்றியுள்ள என்னுடைய பயம் ஒன்றுமில்லைதான். ஒரு வேளை அறிவின்மையின் தெளிவு உண்டாக்கிய துக்கம் மட்டுமாக இருக்கலாம். சுட்டெரிக்கும் வெயிலில் உட்கார்ந்து யாராவது கனவு காண்பார்களா? அது சாத்தியமா? அது சாத்தியமில்லையெனில் என்னிடம் இந்தக் கொசுவின் கதையைச் சொன்னவன் பகற்கனவு காண்பவனல்லன். பகற்கனவு காண்பவனாக இருந்தால் அவன் மிகச் சாதாரணமானவன் தான். இல்லை அவன் ஒரு பைத்தியமா? கொதிக்கும் சூரியனுக்குக் கீழே இந்த வறண்ட நகரத்தில் ஒரு கல்லின் மேல் உட்கார்ந்து, இருட்டைப் பற்றியும் நாசத்தைப் பற்றியும் கொசுவைப் பற்றியும் கனவு காண்பவர்கள் இருப்பார்களா? அப்படிப்பட்ட வார்த்தைகளைப் பயன்படுத்தி விவரிப்பவர்கள் இருக்கிறார்களா?

திறந்த கண்களுடன் வெயிலிலும் வேர்வையிலும் அமர்ந்து ஒளிரும் சூரிய வெளிச்சத்தில் கரைந்து போகாத ஒரு கனவை ஒருவன் காண்கிறானென்றால் அதை விவரிக்க முற்பட்டானென்றால் அவன் சாதாரணமானவனல்ல. அவன் இந்த உலகத்தைச் சார்ந்தவனல்ல. கனவில் சாரத்தையும் சக்கையையும் தீர்மானிக்க அந்தக் கனவே என்னவென்று புரிந்தால்தானே சாத்தியம்? அவனைப் பற்றி நினைக்கும் போதெல்லாம் அந்த மாலைப் பொழுதின் சகித்துக் கொள்ள முடியாத வெய்யில்தான் ஞாபகம் வருகிறது. அந்த வெயிலில் ஒரு கல்லில் குனிந்து உட்கார்ந்து, நடுநடுவே தலையுயர்த்தி சந்தேகக் கண்களால் என் முகத்தைப் பார்த்து, அவன் ஒரு நிகழ்வைப் பற்றிச் சொன்னான். அவ்வாறு சொல்ல நேர்ந்த சூழல் முக்கியமற்றதுதான். அதன் பிறகு நான் அவனைப் பார்த்ததுமில்லை.

எனக்கு இவை மட்டும்தான் ஞாபகமிருக்கிறது. அவனுடைய குறுகிய முகத்தில் தாடி வளர்ந்திருந்தது. அழுக்கான ஆடைகளிலிருந்து வேர்வையின் வாடை, கண்கள் தூங்குவது போல் மூடியிருந்தன. ஆனால் இடையிடையே நாக்கினால் நனைக்கப்பட்ட வறண்ட உதடுகள் ஒருவித உறுதியுடன் பேசின. நினைவுகள் ஒரு கர்ப்பப்பை போன்றது. அதற்குள் போகும் எதுவும் மாற்ற மின்றித் திரும்பி வருவதில்லை.

அவன் சொன்னதை அப்படியே சொல்வதாக நான் சொல்லவில்லை. அவனுடைய வார்த்தைகளை இயன்றவரை கிட்டத்தட்ட

அதே அர்த்தத்திலேயே பயன்படுத்த முயன்றிருக்கிறேன். சில வார்த்தை களை மாற்றியிருக்கிறேன். அவனுக்கு ஒரு கொசுவைப் பற்றித்தான் சொல்ல வேண்டியதிருந்தது. பல அனுபவங்களின் சில உன்னத நிமிடங்கள் மட்டுமே மனதில் தங்கி நிற்பதால் நாங்கள் எப்படி, கொசுக்களைப் பற்றி, எங்களுக்குள்ளே பேச நேர்ந்தது என்பது தெரிய வில்லை. இருண்ட வீட்டில் ஜொலிக்கும் ஒரு வெளிச்ச ஜன்னல் போல, அதனுள் காணும் ஏகாந்த நிழல் உருவம்போல, தெளிவான வெயிலில் கண்ட, அவன் அமர்ந்திருந்த கல்லும் அங்கே அவனுடைய உலர்ந்த உதடுகள் கட்டி உருவாக்கிய அற்புத இரவும் மட்டுமே எனக்கு ஞாபகமிருக்கிறது.

ஒரு நகரம் நகரத்தின் குடியிருப்புப் பகுதியில் ஒரு வீடு வரிசை வரிசையாக அரசாங்கத்தினால் கட்டிக் கொடுக்கப்பட்ட மாதிரி வீடுகளுள் ஒன்று. அவற்றிற்கிடையில் பெரிய வித்தியாசங்களொன்றும் இல்லை. ஒரே வடிவம்தான் எல்லாவற்றுக்கும் அறைகளின் எண்ணிக்கை ஒரே போலத் தான். ஒரு வீட்டின் திண்ணை மேற்கு பார்த்திருந்தால் அடுத்த வீட்டின் திண்ணை வடக்கு பார்த்திருக்கும். ஒன்றின் சமையலறை தெற்கிலிருந்தால் வேறொன்று மேற்கேயிருக்கும். இவை மட்டுமே வித்தியாசங்களாக இருந்தன. சௌகரியங்கள் எல்லாம் ஒன்றுதான். இவற்றில் வசித்தவர்களும் ஏறக்குறைய ஒரே பொருளாதார நிலையி லேயே வாழ்ந்தனர் என்றே தோன்றுகிறது. வழியில் நடந்து போகும் ஒருவனுக்கு ஒவ்வொரு வீட்டின் உட்புறமும் திரைச் சீலைக்குப் பின்னால் மின்னி மறையும் ஒரு ரகசியம்.

அவன் என்னிடம் இத்தகைய குறிப்பிட்ட வீட்டில் வசித்த, வசிக்காத கதையில் நாம் காணும் மனிதர்களைப் பற்றி குறிப்பிடும் படியான விவரங்கள் எதுவும் தராததற்கு ஒரு வேளை அதுவும் காரண மாக இருக்கலாம். அவனுடைய வயதோ, வேலையோ கூட என்ன வென்று எனக்குத் தெரியாது. என்னிடம் சொல்லவில்லை.

அவனுக்கு மனைவியும் குழந்தையும் இருந்தார்களா என்பதும் தெரியாது. அவன் ஓர் இரவில் அறைக்குள்ளே ஒரு கொசு வலைக்குக் கீழே படுத்துக் கிடந்தான் என்பதை மட்டுமே நானறிவேன். சுற்றி யுள்ள அடர்ந்த இருளில், அவன் மீது மட்டும் சிறிது வெளிச்சம். ஒரு வேளை பக்கத்து அறையில் குழந்தைகள் கட்டிப் பிடித்தபடி படுத்துத் தூங்கிக் கொண்டிருந்திருக்கலாம். மனைவி வேறொரு கொசு வலைக்குள்

கனவு கண்டு கொண்டிருக்கலாம். யாருக்குத் தெரியும்? என் அறிவு என்னிடம் பேசிய ஆட்களுடைய அறிவினால் உருவாகிறது. என் மனதில் நகர்ந்து வந்த ஒரு தீவுதான் அந்த வலை. அதனுள்ளே ஒரு மனிதப் பயணியும் தீவிற்கு இன்னுமொரு வரவும் இருக்கிறது.

நகரத்தின் புதிய குடியிருப்புப் பகுதிகளுள் ஒன்றுதான் இந்த இடம். குண்டும் குழியுமாகக் கிடந்த இடத்தைச் சதுப்பு நிலமாக நிரவி விட்டார்களென்று சிலர் சொல்கிறார்கள். இந்த இடம் பழைய சுடுகாடாயிருந்தது என்று சிலர் சொல்கிறார்கள். எப்படியிருந்தாலும் இந்தக் குடியிருப்புக்குப் பக்கத்தில் ஒரு சதுப்பு நிலமும் ஒரு குட்டையும் இருந்தது. கிட்டத்தட்ட ஒரு பெரிய குளம் என்று சொல்லாம். இந்தச் சதுப்புநிலமும் குளமும் கருங்கற்களால் கட்டப்பட்ட சுவரால் குடியிருப்புப் பகுதியிலிருந்து மறைக்கப்பட்டிருந்தது. குளத்தின் இருப்பு பலரும் அறியாத ஒரு ரகசியமாக இருந்தது.

விடிவதற்கு முன்பே பனியிலும் இருட்டிலும் அலறிக் கொண்டு வரும் தொழிற்சாலை பேருந்துகளில் ஏறி மறைந்து போகும் இவர்கள், இரவில் வேறொரு இருட்டிலிருந்து திருப்பி வருவார்கள். விடுமுறை நாட்களில் மதியம் வரை இருளை - தூக்கத்தினூடே வெளிச்சத்தின் மையத்திற்கு இழுத்து விட்டு தாமதிக்காமல் திரையரங்கின் இருட்டிற்குள் புகுந்து விடும் இவர்கள், இரவில் மின்கம்பங்கள் ஒளிரும் போதுதான் திரும்பி வருவார்கள். சில குழந்தைகள் மட்டும் கருங்கல் பாறைகளின் இடைவெளியினூடே ஒளிந்து பார்த்து அந்தப் பக்கம் இருந்த இந்த ரகசிய உலகத்தைக் கண்டுபிடித்தார்கள்.

இரவில் தவளைகள் கத்துவதைக் கேட்கும்போது பகல் கண்களால் கண்டுபிடிக்கப்பட்ட உலகத்தில் அவர்கள் அவற்றைக் குடியேற்றினர். கும்மிருட்டால் மூடப்பட்ட சதுப்பு நிலம் அதை உணர்ந்தவர்களின் மனசில் மட்டும் அப்போதும் இளம் வெயிலில் குளித்துக் கிடந்தது. புதுக் குடித்தனக்காரர்களின் குழந்தைகளுக்கு சினேகிதர்கள் கிடைத்த வுடன் அடுத்துக் கிடைக்கும் சொத்து இதுவாகத்தான் இருந்தது. கருங்கல் துளைகள் காட்டும் ஓர் அறியப்படாத உலகம். வீணான செடிகளும் குமிழ்கள் பொங்கும் நிறம் மாறிய நீரும் நிறைந்த ஒரு பகுதி. அருகில் கருத்த இருளான நீர் நிறைந்த பெரிய குளம். மறைவாயிருந்தும் அந்த குடியிருப்பிலிருந்த பெரியவர்களின் மனங்களில் இந்த ரகசிய உலகம் தன் இருப்பை உணர்த்தியிருந்தது இப்படித்தான்.

இரவுகளில் கொசுக்களின் தொல்லை அதிகம். வலையில்லாமல் தூங்க முடியாது. ஆனால் இந்தக் கொசுக்கள் எங்கிருந்து வருகின்றன? பெரிவர்களுக்குப் பதில் கிடைக்காத கேள்வி இது? ஓடைகள் மூடப் பட்டுள்ளன. எங்கேயும் நீர்நிலைகள் காணப்படவில்லை. அப்புறம் எப்படிக் கொசுக்கள் உற்பத்தி ஆகிறது? அவர்களின் மனங்களில் இந்தக் கொசுக்களின் உற்பத்தி இடம் ஒரு ரகசியமானது. இந்த ரகசியம் என்றும் அவர்களின் வீடுகளின் பின்புறம் ஒளிந்தே இருந்தது. கொசுக்களின் உற்பத்தி இடம் பற்றிச் சிந்திக்கும் போது ஒரு வேளை தாங்கள் சாய்ந்து நிற்கும் சுவருக்குப் பின்னால் உள்ள சதுப்பு நிலங் களைப் பற்றிதான் சிந்திக்கிறோம் என்பதைப் பற்றி அவர்கள் அறிய வில்லை. அவர்களைப் பொறுத்தவரை இந்த உற்பத்தியிடம் பல மைல்கள் தூரத்திலுள்ள இருண்ட தெளிவற்ற நிசப்த உலகமாக இருந்தது. முன்னரே தூக்கத்தில் ஆழ்ந்திருந்த குழந்தைகளுக்கு கொசுக்களைப் பற்றிச் சிந்திக்க வேண்டிய அவசியமில்லாமல் போனது. கொசுக்கள் வருவதற்குள் அவர்கள் தூங்கி விட்டிருந்தார்கள்.

இந்தச் சதுப்புநிலத்தில் ஏராளமான கொசுக்கள் முட்டையிட்டு வளர்ந்திருந்தன. சாயந்திரமானதும் அவை வீடுகளுக்குப் பறந்து வந்தன. வெளிச்சமும் வெப்பமும் நிறைந்த சமையலறைகள் தவிர மற்ற எல்லா அறைகளிலும் வராந்தாக்களிலும் முற்றத்திலும் அவை இரத்தத்திற்காக அலைந்தன. பெண்களால் மட்டும் அதிகமாகத் தங்களைக் காப்பாற்றிக் கொள்ள முடிந்தது. சமையலறையின் வெப்பத்தால் நிறைய பேர் வீடு வந்து சேர்ந்தவுடன் கொசு வலைக்குள் அபயம் தேடிக் கொண்டனர். சிலர் பீச்சாங்குழலினால் கொசுக்களைக் கொல்லும் திரவத்தைச் சுற்றிலும் தெளித்தனர். சிலர் சாம்பிராணி ஏற்றினர். ஆனால் எல்லாம் வீணானது. புகையினூடாகவும் வாசனையினூடாக வும் அவை பறந்து கொண்டிருந்தன. மூடப்படாத உடல் பகுதிகளை யெல்லாம் அவை ஆக்ரமித்தன.

சூடான சமையலறையிலிருந்து மட்டும் அவை ஒரு மெல்லிய ரீங்காரத்துடன் திரும்பி வந்தன. சிலர் பத்திரிகைகளில் வாசகர் கடிதங்கள் பகுதிக்கு எழுதி அனுப்பினர். நகராட்சி அதிகாரிகளைக் குறை கூறினர். ஆனால் சதுப்பு நிலம் என்ற ரகசிய இடத்திலிருந்து கொசுக்கள் புறப்பட்டு வருவதும், உணவு தேடுவதுமாக இருந்தன. ஜன்னல்களில் கம்பி வலைகள் மாட்டினர். ஆனால் யாராவது உள்ளே

வரும் போதோ வெளியே செல்லும் போதோ கதவுகள் திறக்கப்படும் நேரங்களிலெல்லாம் வெளியே காத்திருந்த கொசுக்கள் உள்ளே பாய்ந்து வந்தன.

ஆம், நிறைய கொசுக்கள் பீச்சாங்குழலிலிருந்து சீறிப் பாய்ந்த விஷத்தால் செத்து வீழ்ந்தன. நிறைய கொசுக்கள் அடித்தும் நசுக்கியும் கொல்லப்பட்டன. ஆனால் ரத்தம் குடிக்கவென்றே திரிந்த சில கொசுக்கள் ரத்தம் குடித்த பிறகே செத்து வீழ்ந்தன. ரத்தம் குடிப்பதற் காகத் தன்னுடலின் திரவத்தை மனித உடலில் செலுத்திக் கொண்டிருக் கும் போது சில கொசுக்கள் செத்தன. ஆனால் நிறைய கொசுக்கள் தன் காரியத்தில் வெற்றியே அடைந்தன. சில ரத்தம் குடித்து வயிறு பெருத்து இறுமாப்புடன் சுவர்களிலும், கதவுக்குப் பின்னாலும் திறந்திருந்த அலமாரிகளிலும் சுருண்டு படுத்துக் கிடந்தன.

அவை சதுப்பு நிலங்களுக்குப் போகவேயில்லை. பிறந்த அந்தச் சதுப்புப் பகுதியை பார்க்காமலேயே பெரும்பாலும் வயதாகிச் சாவது வரை அவை இந்த ஒற்றை அறையிலேயே காலத்தை கழித்தன. ஆனால் அவை மிகவும் இருண்ட மூலைகளில் ஒளிந்து கொண்டிருந்தன. வேறு வழியில்லாமல் சுவர்களில் ஒட்டி நின்றவை விடியலில் வேலைக் காரிகளின் துடைப்பத்திற்கு இரையாகி வெள்ளைச் சுவற்றில் கறுப்பு இரத்தம் தேய்த்தபடி செத்துவீழ்ந்தன.

வருடம் முழுவதும் கல்சுவருக்குப் பின்னாலிருந்து கொசுக்கள் வருவதும் போவதுமாக இருந்தன. சில சமயம் அவைகளின் எண்ணிக்கை கூடும்; சில சமயம் குறையும். வருடம் முழுவதும் மழையிலும் வெயிலிலும் சதுப்பு நிலம் என்ற பயங்கரமான கருத்துரு குழந்தை களின் கண்களுக்கு மட்டுமேயான ஒரு சொத்தாக அங்கே கிடந்தது. பகலில் தவளைகளின் கூரிய பார்வையால் மட்டுமே தகர்க்கப்பட்ட நீர்ப்பரப்பிலிருந்து இரவில் லட்சோபலட்சம் இருண்ட உயிர்கள் பறந்து உயர்ந்தன.

புகார்களைத் தொடர்ந்து வந்த பொதுச் சுகாதாரத் துறை ஊழியர்கள் கருங்கல் சுவர்களில் சாய்ந்து நின்று கொண்டு, சமையலறை குளியலறை ஆகியவற்றின் ஜலதாரைகளில் கொசு மருந்துகளை வாரந்தோறும் தெளித்தனர். சுவற்றுப் பிளவுகளுக்கும் அதற்குப் பின்னாலிருந்த ரகசியத்திற்கும் உரிமையாளர்களான குழந்தைகள் அப்போதெல்லாம்

பள்ளிக் கூடங்களிலிருந்தனர். புகார்களுக்கும், கொசு வலைகளுக்கும் உரிமையாளர்களான அப்பாக்கள் தொழிற்சாலைகளில் இருந்தனர். அம்மாக்கள் சமையலறையின் கூட்டிலிருந்து சற்று நேரம் இறங்கி வந்து இச்செயலைப் பார்த்துக் கொண்டிருந்தனர்.

இப்போது சூரியன் எங்கள் இருவருக்கும் மேலாக வானத்தில் வந்திருந்தது. நாங்கள் உட்கார்ந்திருந்த பெஞ்ச் வெயிலில் காய்ந்த மரத்தின் கீழே இருந்ததால் வெயிலிலிருந்து எங்களைக் காத்துக் கொள்ள முடியவில்லை. வறண்ட காற்று வீசிய போதும் மூக்கிலும் நெற்றி யிலும் வடிந்த வியர்வையை புறங்கையால் துடைத்தவாறே அவன் என்னிடம் சொன்னான். ‘ஒரு மாலையில் சதுப்பு நிலத்திலிருந்து ஒரு கொசு பறந்து வந்தது’ நான் சிரிப்பை அடக்கினேன். அந்த நிமிடத்தில்தான் அவனுடைய அலையும் கண்கள் என்னுடைய முகத்தில் பதிந்தன. ஒரு நிமிடம் அவை அடிபட்டதுபோல மரத்து போயின. அந்த நிமிடத்திலேயே அவன் என்னருகிலிருந்து ஓடிப் போய் விடுவான் என்று எனக்குத் தோன்றியது. ஆனால் அது நடக்கவில்லை. நான் என் புன்னகையை அழித்தேன். அவன் எந்த வித்தியாசமுமின்றித் தொடர்ந்தான்.

அவன் தொடர்ந்து சொன்னவற்றை இங்கே எழுதும் போது ஒரு வேளை அவனுக்குத் தெரியாத சில சந்தேகங்கள், வார்த்தைகளை பொறுத்தவரை முன்னர் அறிந்த சிக்கல்கள் நம்மைப் பாதிக்கிறது. ஆனால் அதிர்ஷ்டவசமாக இந்த விஷயத்தில் என்னால் ஒன்றும் செய்ய இயலாது. வெறும் ஒரு நடுநிலையாளன்.

ஒரு மாலையில் ஒரு கொசு பறந்து வந்தது என்றுதானே சொன்னேன். வெயிலின் சூடு குறையும் வரை தண்ணீரைத் தொட்டுக் கொண்டிருந்த ஒரு காய்ந்த செடியின் இலைக்குக் கீழே உட்கார்ந்து கொண்டிருந்தது அது. கீழே இருந்த நீரில் வெளிச்சம் குறைந்து இருட்டில் மறையவும் செய்த பின்னர் அது இலையின் மீதாக நடந்து வந்தது. சுற்றிலும் ஒரே அமைதியாயிருந்தது. இடையில் ஒரு தவளை மெதுவாக அழுதது. வேறொன்று சதுப்பினூடாக நாம் காணாதவாறு தண்ணீரை மிதித்து நகர்ந்து செல்வது தெரிந்தது.

அங்குமிங்குமாக அசைந்தாடும் ஒரு நட்சத்திரம், இலையின் கீழே மயக்கத்திலிருந்த அந்தக் கொசு தனக்குள் பசியை உணர்ந்த

போதுதான் எழுந்தது. ஒருவிதத் தளர்வுடன் அது இருட்டில் இலையின் மீதமர்ந்து தன் கொடுக்குகளைக் கொஞ்சம் அசைத்தது. பசியின் சலனம் ஏறிக் கொண்டே வந்தது. இன்று அதற்குப் பசியின் இரண்டாம் நாள். முதல் நாள் இரைச்சலோடு இருந்த சதுப்பு நிலத்திலிருந்து முதல் முறையாக எழுந்த பிறகு, பசி மற்றும் அறியாமையின் நடுவில் சுழன்று இலையின்மீது ஒட்டிக் கொண்டு அமர்ந்திருந்தது. இரவு நகர்ந்தது. வெயிலின் உக்கிரம் கூடியவுடன் அது இலையின் கீழே மயங்கி விழுந்தது. உணர்வும் பசியும் ஒன்றாகவே ஆனது. உள்ளே வேதனையோடு துடித்த இந்த சூன்யத்தை எப்படி முடிவுக்குக் கொண்டு வருவது என்பது பற்றிய அறிவு அற்றதாகவே அது இருந்தது.

பதற்றத்துடன் அது இலைமேல் தளர்ந்திருந்தபோது திடீரென நிசப்தத்திற்கொரு மாற்றம் வந்தது. காற்றில் கண்ணில் தென்படா ஒரு ஜீவன் விழுந்தது. சுற்றிலும் இருட்டினூடே சில சன்னமான முனகல்கள் உயர்ந்து அகன்று செல்லத் தொடங்கியது. சில சமயம் ஒற்றை முனகலாகவும் சில சமயம் இரண்டு மூன்று முனகலாகவும் அவை சதுப்பிலிருந்து எழுந்து கண்ணிற்கு புலப்படாத கோடு போல தூரத்தில் மறைந்தது. நேரம் செல்லச் செல்ல இந்த பறக்கும் சத்தங் களின் எண்ணிக்கை அதிகரித்து பேரிரைச்சலாக மாறியது. முதல் நாள் தன்னை மூடிய இரைச்சலின் உற்பத்தி அதற்குப் புரிந்தது. இந்த இரைச்சல் தாழ்ந்தும், உயர்ந்தும், நெருங்கியும் அகன்றும் சுவாசிக்கும் காற்றின் ஒரு பகுதி போல வீசுகின்ற காற்றுபோல, இருட்டில் பதுங்கியிருந்த இரையும் ஒரு பெரிய இயந்திரம் போல, சதுப்பு நிலத்தை மூடியது. கொசுவை ஒரு காற்றுபோல அது குலுக்கியது. அதன் காதுகளிலும் சரீரத்தின் சிறு பாகங்களிலும் கூட இரைச்சல் வாசல்களைத் திறந்து புகுந்தது. அங்கேயும் இங்கேயுமிருந்தது. திடீ ரென்று எழுந்த நூறாயிரம் கண்காணா சப்தங்களின் கூடவே இரைச்சல் கடந்து வந்தது. கொசுவிற்கு உதறலெடுத்தது. அது ஒரு நீண்ட ரீங்காரத் துடன் இருட்டிற்குள் பறந்து உயர்ந்து மறைந்தது.

இப்போது அது ஒரு அலையைப்போல் இருட்டில் வழிந்த இரைச்சலுடன் முன்னோக்கி நகர்ந்து கொண்டிருந்தது. திடீரென்று அதன் முன்னால் வெளிச்சம் காணப்பட்டது. அந்த வெளிச்சத்தில் தன்னைச் சுற்றிப் பறக்கிற கொசுக்களை அது பார்த்தது. வரிசை வரிசையாக வெளிச்சம் நிறைந்த ஜன்னல்கள் தோன்றின. அடைந்து

கிடந்த ஜன்னல்களின் வெளிச்சம் கண்ணாடிகளின் வழியாக மங்கலாகத் தெரிந்தது. சில ஜன்னல்கள் நன்றாகப் பிரகாசித்துக் கொண்டிருந்தாலும் மெல்லிய வலைகளால் மூடியிருந்தன.

திறந்திருந்த ஜன்னல்களின் வழியாக மந்தமான புகையோ தீவிரமான ஒரு துர்நாற்றமோ வந்துகொண்டிருந்தன. வீடுகளின் வரிசைகளினூடே மங்கலான இருட்டினூடே பறந்து சென்று அது பிறரின் சலனங்களைக் கூர்ந்து கவனித்தது. மூடப்பட்டிருந்த ஜன்னல்களின் கண்ணாடிக்கும் வலைக்கும் இடையே நிறைய கொசுக்கள் காத்திருந்தன. திறந்த ஜன்னல்களின் வழியாக பறந்து உள்ளே சென்றவையு மிருந்தன. சில பறந்து சென்ற பிறகு முகத்தில் அறையப்பட்டது போல சுற்றிப் பின்வாங்கி கீழேயிருந்த மண்ணில் வீழ்ந்தன. உள்ளே சென்றவை நம் பார்வையிலிருந்து உடனே மறைந்தன. வெளியே காத்திருந்தவை எப்போது உள்ளே செல்லும் என்பதையறியக் காத்திராமல் சில கொசுக்கள் வீடுகளின் மீதாகப் பறந்து பின்னாலிருந்து இருட்டில் மறைந்தன.

இங்கேயும் ஏராளமாகக் கொசுக்கள் இருந்தன. வெற்றி பெற்ற வர்களையும் அரைகுறையாக வென்றவர்களையும் அங்கேதான் பார்க்க முடிந்தது. இவை குளியலறை வழியாகவோ அல்லது கழிவறை ஜன்னல்களின் வழியாகவோ உள்ளேயிருந்த குளிர்ச்சியான பகுதிக்குக் கடந்து வீட்டின் முக்கிய அறைகளுடன் இணைக்கும் கதவு திறக்கப் படுவதற்காகக் காத்திருந்தன அல்லது சமையலறை ஜன்னல் வழியாக சூட்டில் வெந்து வேதனையால் அழுதபடி நேராக முக்கியமான அறைகளுக்குப் பறந்து சென்றன. ஆனால் அதற்கு அசாதாரணமான தைரியமும் சகிப்புத் தன்மையும் தேவையாக இருந்தது. சமைய லறையில் வெப்பத்துடன் கூடவே புகையும் இருந்தது. பல கொசுக்கள் இருட்டில் சுவரில் மோதி இறந்தன. சில வேளை ஜன்னலை நெருங்கும் போதுதான் வீட்டுக்காரப் பெண் கொதிக்கும் பாத்திரத்தின் மூடியைத் திறப்பாள். அதன் மூலம் ஜன்னலின் திட்டிலேயே சில இறந்து வீழ்ந்தன.

கொசுவுக்குப் பசி சகித்துக் கொள்ள முடியாமல் போனது. அத்துடன் குளியலறையிலோ ஜன்னலின் பின்புறமோ காத்திருக்கும் பொறுமையும் இல்லாமல் போனது. சமையலறைகளின் ஒளிரும் ஜன்னல்களைப் பார்க்கவே முடியாமல் போனது. அது மீண்டும்

வெளியேயிருந்த வெளிச்சத்தை நோக்கி வேகமாகப் பறந்து போனது. காத்திருந்த கொசுக்கள் அங்கேயே இருந்தன. புகை மற்றும் துர்நாற்றத்தின் காட்டம் சற்று குறைந்திருந்தது.

மங்கலான மின்சார ஒளியில் புல்நுனியில் அமர்ந்து அது தன் நிலைமை இயல்பற்றதெனப் உணர்ந்து கொண்டது. ஒரு ஆரவாரம் உருவாக்கிய கட்டுப்படுத்த முடியாத உடலின் தூண்டுதலில் ஆவேசத்துடன் பறந்து வந்து நான் என்ன தேடுகிறேன் இங்கே? இந்த வீடுகளில் எந்தச் சொத்தைத் தேடுகிறேன்? காத்திருப்பவைக்கும் தனக்கும் இடையில் என்ன உறவு? தன் வேதனை அந்த ஜன்னல்களின் பின்னால் தணிக்கப்படுமென்று என்ன நிச்சயம்? இங்கேதான் பசியென்ற வேதனை குறையுமென்று எப்படித் தெரியும்? அதற்குப் பதிலாக எத்தனையோ இடங்களும் வழிகளும் விதங்களும் இருக்கலாம். வாய்ப்பான இடம், ஒரு வேளை வேறெங்கோ காத்திருக்கலாம்.

அது போன்றதொரு சாத்தியம் அதனைப் பயமுறுத்தியது. யதார்த்தம் வேறெங்கோ தெளிவின்றிக் கிடக்கும்போது நான் இங்கே பசியால் எரிந்து என்ன செய்து கொண்டிருக்கிறேன்? உண்மையான இடத்தை என்றென்றைக்குமாக இழக்க நேரலாம் என்று நினைத்து அது வேதனையடைந்தது. நேரம் எவ்வளவு இருக்கிறதென்று யாருக்குத் தெரியும்? நாளை அந்த இடத்தைக் கண்டடைவோம் என்பது என்ன நிச்சயம்? பசிக்கு உணவு தேடுவது தவறான இடத்திலென்றால் அந்தப் பசி இல்லாமல் போகும் என்பது என்ன நிச்சயம்? இத்தகைய எண்ணம் அதை உன்மத்தம் கொள்ளச் செய்தது.

தவறான இடத்தில் பதற்றத்துடன் இருக்கும் தான் ஒரு பார்வையாளன் மட்டுமே என்று அதற்கு மீண்டும் மீண்டும் தோன்றியது. அது பசியால் மயங்கி சதுப்பு நிலத்தின் நனைந்த பாசி படர்ந்த இடத்தை நினைத்துக்கொண்டு திரும்பிப் போவதற்காக பாதையின் முனையை நோக்கிப் பறந்தது. ஜொலித்த ஜன்னல்களின் இடையில் இருட்டடைந்த ஒரு இடத்தைக் கண்டது. கொசு அந்தப் பக்கம் திரும்பியது.

அப்போதுதான் அந்த இடம் ஒரு வெளிச்சமில்லாத வீடென்று அதற்குத் தெரிந்தது. மிகவும் மங்கலாக இருட்டில் கிட்டத்தட்ட மறைந்தே கிடந்திருந்த ஒரு ஜன்னலும் அதன் கண்ணில் பட்டது.

அதனை நெருங்கியவுடன் அது திறந்த கிடப்பதை பார்த்தது. உள்ளே யிருந்து விஷப் புகையும் வரவில்லை. எப்படியோ தற்காப்பின்றித் திறந்து களங்கமற்று இருக்கும் இந்த ஜன்னல் வேறு எதன் கண்ணிலும் பட்டிருக்கவில்லை. எண்ணற்ற கொசுக்கள் அந்த வீடுகளுக்குள் தேடிய ரகசியத்தைக் கண்டுபிடிப்பதற்காக, முடியுமானால் பசியைக் குறைப்பதற்காக திறந்திருந்த ஜன்னலின் வழியாக அது உள்ளே நுழைந்தது.

மங்கலான வெளிச்சத்துக்கான காரணம் மின்சார விளக்கு எரியாமல் இருந்ததே. அதற்குப் பதிலாக ஒரு மூலையில் தரையில் உருகிப் பாதியாகியிருந்த மெழுகுவர்த்தி எரிந்து கொண்டிருந்தது. ஒரு பொருளைத் தவிர வெள்ளைச் சுவர்களுக்குள் நிறைந்திருந்த மெல்லிய வெளிச்சம் அறை முற்றிலும் வெறுமையாக இருந்தது. ஒரு கரிய நிழல்போல, மேலிருந்த இரண்டு வளையங்களில் கட்டப்பட்டிருந்த கயிற்றிலிருந்து அது தொங்கியது. ஒரு தொட்டில் மரத்தால் செய்த, பாலிஷ் செய்து மினுக்கிய அது அந்தக் குறைந்த வெளிச்சத்திலும் சிறிது மின்னிக் கொண்டிருந்தது. செதுக்கி உருண்டிருந்த அதன் கால்களுக்கிடையில் சிறிது வெண்மை காணப்பட்டது.

கொசு தொட்டிலருகில் பறந்து சென்றது. உள்ளே கசங்கிய சில வெள்ளைத் துணிகளும் அதன்மீது உடைந்த ஒரு பொம்மையும் இருந்தன. அது திரும்பி திறந்திருந்த கதவின் வழியாக அடுத்த அறைக்குப் பறந்தது. அந்த அறை கிட்டத்தட்ட முழுமையான இருளில் இருந்தது. இருட்டு கண்ணுக்குப் பழகிய போது, ஒரு நீண்ட சாய்வு நாற்காலியில் சாய்ந்து படுத்திருந்த ஒரு மனிதனைக் கண்டது. பக்கத்தில் ஒரு படுக்கை விரிக்கப்பட்டிருந்தது. இரு புறமுமிருந்து சுவர்களில் அடித்திருந்த ஆணிகளில் படுக்கையின் மேலாக இழுத்துக்கட்டப்பட்ட ஒரு கொசு வலை.

அடிக்கடி நாற்காலியில் அமர்ந்திருந்தவன் அவனுடைய நெற்றியைத் துடைத்துக் கொண்டான். கொசு உள்ளே புகுந்த கதவு மட்டுமின்றி இந்த அறைக்கு மேலும் இரண்டு கதவுகளும் இருந்தன. அவை இரண்டும் அடைக்கப்பட்டிருந்தன. இடைவெளி சிறிதும் இல்லாமல் இறுக்கமாக அடைக்கப்பட்டிருக்க வேண்டும். அந்தப் பக்கத்து அறைகளில் வெளிச்சம் இருக்கிறதா இல்லையா என்பதை அறிய ஒரு வழியுமில்லை. இருட்டில் வலையின் வெண்மையும்

சுவருக்கெதிரில் ஒரு கனத்த நிழல்போல அந்த மனிதனின் உருவமும் மட்டுமே தெளிவாகத் தெரிந்தது. திடீரென கொசு கடந்து வந்த அறையிலிருந்து ஒரு இரைச்சல் கேட்டது. நாற்காலியில் சாய்ந்திருந்த மனிதன் அங்கே சென்றான்.

கொசு தொட்டில் கட்டியிருந்த அறையில் நுழைந்தவுடன் முதலில் பார்த்தது அறையெங்கும் பறந்து கொண்டிருந்த எண்ணிலடங்காக் கொசுக்களைத்தான். நிறைய கொசுக்கள் தொட்டிலைச் சூழ்ந்திருந்தன. சில தொட்டில் கயிற்றின் முழு நீளத்தையும் பறந்தபடி பரிசோதித்துக் கொண்டிருந்தன. தொட்டிலின் உள்ளேயிருந்த துணியிலும் உடைந்த பொம்மையிலும் தன் கொடுக்குகளைச் செலுத்த முயற்சித்துக் கொண் டிருந்தன. சில கொசுக்கள் யாரும் அறியாத இந்த இடத்தில் திடீரெனக் காரணம் ஏதுமின்றி கும்பல் வந்ததன் காரணத்தை மெழுகுவர்த்தி வெளிப்படுத்தியது. அது எரிந்து அடங்கியிருந்தது. உருகி ஒழுகி இப்போது நிலத்தில் பரந்துகிடந்த மெழுகில் இருந்த திரியின் கடைசி முனையில் நெருப்பு அதி உக்கிரமாக எரிந்தது.

அணைவதற்கு முன்பாக அந்தப் பிரகாசத்தில் ஜன்னல் முழுக்க திடீரென வெளிச்சம் நிறைந்திருக்க வேண்டும். உடனே மற்ற ஜன்னல் களின் முன்னால் நின்றிருந்தவை, அவர்களைப் பொறுத்தவரை புதிதாக ஜொலித்த இந்த ஜன்னலை நோக்கிப் பாய்ந்து வந்திருக்க வேண்டும். உயர்ந்து எரிந்து கொண்டிருந்த திரி திடீரென அணைந்து திரியின் முனை ஒரு பக்கமாக உருகி ஒழுகியிருந்த மெழுகிற்குள் விழுந்து அணைந்தது. ஒரு மெல்லிய புகைச் சுருள் கரிந்த வாடையுடன் உயர்ந் தது. அறைக்குள் இருள் சூழ்ந்து கொண்டது. தொட்டில் மறைந்தது. திறந்த ஜன்னல் ஒரு தெளிவற்ற கறை போல இருட்டில் காணப் பட்டது.

கொசு மனிதன் இருந்த அறைக்குள் வந்து சேர்வதற்குள் அங்கே யும் இரைச்சல் ஆரம்பித்திருந்தது. நாற்காலியிலிருந்தவன் கைகளால் முதுகிலும் காதிலும், தோளிலும் அடிக்கத் தொடங்கியிருந்தான். திடீரென அவன் குதித்தெழுந்தான். நாற்காலியை மடித்து ஒரு பக்கம் சாய்த்து வைத்தான். சட்டையைக் கழற்றி அதன் மேல் போட்டான். கொசு அதற்குள் வலைக்கு அருகே வந்திருந்தது. ஒரு சமிக்ஞை கிடைத்ததுபோல திடீரென அறையின் இரைச்சல் நிலைத்தது. அறை

நிசப்தமானது. வலை படுக்கையின் நாற்புறமும் தரையோடு சேர்ந்து கிடந்தது. அதில் ஒரு துளையோ கீறலோ இருக்கவில்லை. நிறைய கொசுக்கள் வலையில் ஒட்டி நின்று வலைக்கண்ணிகளுக்கிடையே மிகுந்த சிரமத்துடன் கொடுக்குகளைத் திருகிக் கொண்டிருந்தன. வலையின் மேற்புறமும் கீழ்ப்புறமும் சுற்று வாட்டிலும் அவை ஒட்டி நின்றன.

நிசப்தமாக, தீவிரமான சலனங்களுடன் வலையின் கண்ணி களை அகற்றவோ அவற்றினூடே நெருக்கி உள்ளேறவோ அவை முயற்சித்துக் கொண்டிருந்தன. சில அந்த மனிதனைச் சுற்றிப் பறந்தன. வலையின் இடதுபுறம் அவனுக்கு அருகாகத்தான் கொசுக்கள் ஒட்டி நின்றிருந்தன. திடீரென அவன் வலைக்கருகே சென்று குனிந்து அமர்ந்து மற்ற மூன்று பக்கங்களுக்கும் சென்று வலையின் ஓரங்களைப் படுக்கைக்குக் கீழே சொருகி வைத்தான். மறுபடியும் பழைய இடத் திற்கு வந்து ஒரு நிமிடம் இரண்டு பக்கமும் கைகளை வீசினான். அடுத்த நொடியில் வலையை உயர்த்தி குனிந்த தலையுடன் தடுமாறிக் குதித்து உள்ளே விழுந்தான். கூடவே திரும்பி விரைவாக இரு பக்கங் களிலும் சாய்ந்து, பதறும் விரல்களால் வலையின் ஓரங்களை வேகமாகப் படுக்கைக்குள்ளில் திருகினான்.

அவன் உள்ளே குதித்த அந்தக் கணத்தில்தான் கொசு அடிபட்டது போலத் தெறித்து வலைக்குள்ளே தலையணைக்கும் வலைக்கும் இடையில் விழுந்தது. அவன் அதற்குப் பிறகு நான்கு புறமும் உற்றுப் பார்த்துக் கண்களைச் சுருக்கி வலையைப் பரிசோதித்தான். மூலைகளை விரலால் தடவிப் பார்த்துத் தனக்குத்தானே திருப்திப் பட்டுக் கொண்டான். வலையின் மேல்பக்கத்தைக் கைகளால் தடவிப் பார்த்தான். பிறகு மெல்ல தலையணைகளில் தலை சாய்த்து கால்களை நீட்டி மல்லாந்து இரு கைகளையும் வயிற்றின் மீது வைத்தபடி திறந்த கண்களுடன் படுத்துக் கொண்டான்.

பல நிமிடங்கள் கடந்தன. கொசு மெல்ல வெளியே வந்தது. தலையணைக்குப் பின்னாலிருந்து வெளிவந்த கொசுவை கண்களைக் கூச வைக்கும் ஒளி எதிர்கொண்டது. எப்போதும் இருட்டில் கரைவதும், இருட்டிலிருந்து வெளி வருவதுமாக இருந்தது அந்த ஒளி. வலை, உயிரோடு துடிக்கும் வெண் நிறமாக அதன் முன் நின்றது. மனிதனின்

தலைக்குப் பின்னாலிருந்த வலைக் கண்ணியில் அமர்ந்து கொண்டு கொசு தன் தனிமையை உணர்ந்து கொண்டது. கூடவே அலறும் ஒரு தலை போல உள்ளே பசி அலறியது. ஆழ்ந்த அமைதியிலிருந்த அறையில் மனிதனின் மூக்கிலிருந்து மட்டும் ஒரு சன்னமான ஒலி அவ்வப்போது உயர்ந்தது.

கொசு இரவின் கறுப்பில் சுற்றப்பட்டிருந்த வெண்ணிறச் வலைச் சுவரில் இருந்து கொண்டு ஒரு நிமிடம் முன்புவரை வலையை ஆக்ரமித்துக் கொண்டிருந்த மற்ற கொசுக்கள் எங்கேயென்று ஆச்சரியப் பட்டது. வலைக்குள்ளிருந்த வெப்பக் காற்றில் அது தவித்தது. அவை எங்கே? அவற்றிற்கு என்ன ஆனது? எதனால் அவை வலைக்குள் வரவில்லை? மீண்டும் ஜன்னல் பின்புறங்களிலோ, குளியலறை களிலோ காத்து நிற்பதற்காகச் சென்று விட்டதோ? வெளியேயிருந்த அமைதி அவை அறையை விட்டுச் சென்று விட்டதைக் காட்டியது.

மீண்டும் அதன் மனம் தன்னுடைய உலகத்தில் சஞ்ரித்தது. பல விஷயங்கள் அதற்குப் புரியவில்லை. பல புரிதல்களும் சன்னமான நிழல் போல முன்னால் உதிரவும் செய்தது. இதுதான் நான் தேடிய ரகசியமோ என்று அது ஆச்சரியப்பட்டது. மற்றவையும் இதே ரகசியத்தை தேடி வந்தவையெனில் எதனால் அவை தன்னுடன் வலைக்குள் விழ வில்லை? எதனால் நான் மட்டும் தேர்ந்தெடுக்கப்பட்டேன்? ஒரு வேளை அவை ரகசியத்தைச் சொந்தமாக்க வந்தவையாக இருக்கலாம். நான் ரகசியத்தைக் காணவே வந்தேன். ஆனால் ரகசியம் என்னை விழுங்கியிருக்கிறது. நான் அந்த ரகசியத்தின் ஒரு பகுதியாக மாறி யிருக்கிறேன்.

அவை என்னைவிட புத்திசாலிகள்தான். அவை எதுவும் வலைக்குள் நுழைய வந்தவையல்ல. ஒரு வேளை, வலைக்குள் நுழையும் எதுவும் ஒரு போதும் வெளியேற முடியாதிருக்கலாம். நுழைபவற்றை நுழைவிடம் விழுங்கும். அதன் காரணத்தால்தானோ, என்னவோ அவை வலைக்குள் நுழையாமல் நின்று விட்டன. அப்படி யென்றால் இந்த மனிதனின் பரிதவிப்புகள் வீணானதோ? பார்வை யாளனாக வந்த நான் அவனுடைய பரிதவிப்பான சலனத்தால்தானே உள்ளே வர நேர்ந்தது? இருட்டில் ஊறிய ஒரு வெண்மையிலமர்ந்து கொண்டு இரு நிறங்களுக்குள்ளும் கரைவதும் மீள்வதுமாக அது அந்த

மனிதனின் அருகாமையில் மாற்றமுடியாத ஒரு தனிமையை அனுபவித்து, இடையிடையே பசி ஒரு நெருப்பு போல உள்ளே படர்ந்தது.

மனிதனின் கண்கள் அசைந்து கொண்டேயிருந்தன. சிறிது நேரத்தில் பசியின் தீவிரம்கூட தனிமையின் சக்தியில் குறைந்தது. சரீரம் கனம் குறைந்து இல்லாமல் போனது போலத் தோன்றியது. சுய தனிமையிலிருந்து பறந்து சென்று தொலைவில் ஒளிர்ந்த ஒரு பிரம் மாண்டமான ஒளியில் கரைய வேண்டுமென அதற்குத் தோன்றியது. கொசு வலைக்கண்ணியில் சலனமற்ற ஒருபொட்டுபோல அமர்ந் திருந்தது.

பட்டென வலையில் அது உட்கார்ந்திருந்த இடத்திற்கு எதிர்ப் பக்கம் ஒரு மெல்லிய உரசல் தோன்றியது. தொடர்ந்து சுற்றிலுமிருந்து பல உரசல்களின் சலனங்களை அது எதிர்கொண்டது. வலை மெல்ல மெல்ல அசைந்தது. வரப்போகும் ஆபத்தின் பயத்துடன் அது வலையி லிருந்து பறந்து சென்று வலையை உற்றுப் பார்த்தது. கரிய தெளிவற்ற சிறு உருவங்கள் வலையின் மீது நகர்ந்து கொண்டிருந்தன. ஒரு புதிய உருவம் வலைக்குள் பறந்து விழுவதைப் பார்த்தது. மீண்டும் சுற்றிலும் பார்த்தது.

வலைக்கு வெளியே எல்லா இடத்திலும் வழிதவறிய எறும்பு களைப் போல கொசுக்கள் நகர்ந்து நீங்கிக் கொண்டிருந்தன. நிசப்தமாக அவை குறுக்கும் நெடுக்கும் வலையில் எதையோ தேடி அலைந்தன. இடையில் திடீரென்று இருட்டிலிருந்து இரண்டு மூன்று கொசுக்கள் புதிதாகப் பறந்து வந்து விழுந்தன. கொசுவின் தனிமை ஒரு வகையில் முடிவுக்கு வந்திருந்தன. இருந்தாலும் அது தன் தனிமையை உணர்ந்து கொண்டது. ஆனால் கொடூரமான ஒரு தனிமை. பல்லாயிரம் ஜீவன்களுக்கு மத்தியில் ஒரு புலப்படாத உயிரைப்போலத் தன்னை எண்ணிக் கொண்டது.

எல்லாம் பார்க்கிறேன்; எல்லாம் கேட்கிறேன். ஆனால் அவர் களைப் பொறுத்தவரை நான் இல்லை. ஆனால் எனக்கோ தனிமை யின் அமைதியுமில்லை. சேர்ந்திருப்பதின் மகிழ்ச்சியும் இல்லை. அவை என்னைக் காப்பாற்ற வந்திருக்காது. இல்லாத ஒருவரை யார் காப்பாற்று வார்கள்? நான் உள்ளே இருப்பது யாருக்குத் தெரியும்? உள்ளேயுள்ள மனிதனின் இருப்பை மட்டும்தானே அவை அறியும்? ஒரு வேளை

பறந்து சென்று ஒரு ரீங்காரமிட்டால் அவை புரிந்து கொள்ளலாம். ஆனால் அந்த ரீங்காரத்தை இந்த மனிதன் கேட்டால் என்னவாகும்?

தளர்ச்சியுடன் அது திரும்பவும் வலையிலேயே அமர்ந்தது. திடீரென்று தீயைத் தொட்டதுபோல அழுது கொண்டே பின்வாங்கியது. முதலில் உணர்ந்த உரசல் வளர்ந்து படர்ந்து ஒரு உதறல் போல, துடிப்பு போல குலுக்கல் போல வலையைத் தாக்கியது. அதிக உஷ்ணம் போலவோ மரத்தது போலவோ ஒரு சக்தி வலைக் கண்ணிகளி லிருந்து கொசுவை ஆக்கிரமித்தது. நகங்கள் போல் பிறாண்டியது. வெளியே கூட்டம் கூட்டமாக பல கொசுக்கள் வலையைச் சுற்றி நகர்ந்தன. அவை வலைக்கு மேலே பறப்பதன்றி, வலை தரையோடு ஒட்டிக் கிடக்கும் இடங்களில் வழி உண்டாக்கி உள்ளே வர முயற்சித்தன.

தளர்ந்த இறகுகளால் பறந்து கொண்டு கொசு யோசித்தது. வலை ஒரு நிமிட நேரமாவது திறக்கப்பட்ட போது, உள்ளே வராதிருந்த இவை இப்போது எதற்காக இந்த முயற்சி செய்கின்றன? ஒருவேளை தோல்வியடைவோம் என்று தெரிந்து கொண்டேதான் முயற்சி செய் கிறதோ? வெற்றி பெற்றால்தானே உள்ளே நுழைய வேண்டும்? அப்படி நுழைந்தாலும் வெளியே போகவும் அதே வழியே போதுமே. ஆமாம் வழியுண்டாக்கி உள்ளே வந்தால் வெளியே போகவும் அதே வழி இருக்கும். ஆனால் இங்கே திறந்து வைக்கப்பட்ட வழியில் உள்ளே வருபவர்களுக்குப் பின்னால் திறந்துவிட்ட கைகளே அதை அடைக்க லாம்; அடைக்கும். பின்னர் அவற்றால் ஒன்றும் செய்ய இயலாமல் போகும். கைதியாகும். வழியைத் திறந்தவனின் அடிமையாகும்.

ஆனால் நான் சுயமாக வந்தவன். உள்ளே வந்து இங்கேயிருந்த தனிமையும் கண்கள் கூச வைக்கும் உடலை உருக்கும் மூளையை அமைதிப்படுத்தும் இருட்டின் வெண்மையையும் பார்த்தவன். எனக்கு வெளியில் காணும் வெளிச்ச வளையங்களும் இரவின் பரவல்களும் எதற்கு? இரண்டும் ஒன்றாக அனுபவித்தவனுக்கு இவை எதற்கு? திறந்த வாசல்களைப் பயன்படுத்தாத இவை இடிக்க முடியாது. என்றறிந்து கொண்ட சுவர்களின் மேல் ஏன் நகர்கின்றன? எதைத் தேடுகின்றன? தேடியது திறந்த வாசல் வழியாக நேருக்குநேர் வந்தபோது பின்நகர்ந்த இவை ஒரு நிச்சயிக்கப்பட்ட தண்டனை போல இதோ மீண்டும் தேடுகின்றன. உள்ளே நுழையச் சாத்தியமில்லையென்று அறிந்து கொண்டே நுழைய முயற்சிக்கின்றன.

ஒரு வேளை போவதற்கும் வருவதற்குமாக ஒரே வாசல் செய்வது சாத்தியமற்றது என்று அவற்றிற்குத் தெரிந்திருக்காது. இதென்ன சாபம்! திறந்த வாசல் காட்டும் உதவிக்கு யாருமற்ற நிலைமையும் ஏற்றுக் கொள்ளாமல் கதவு அடைத்துக் கொண்டால் உடனே பலனில்லை என்று அறிந்து கொண்டோ அறியாமலோ கதவின் பின்புறம் ரகசியம் தேடுகிறதோ? அவற்றின் பைத்தியக்காரத்தனம் சுவரிலும் படர்ந்திருக்கிறதே. ஓய்வெடுக்கக்கூட இடமில்லாமல் போய்விட்டதே.

வெளியே வலையின்மீது கொசுக்களின் மெல்லிய கால்கள் மிக வேகமாகச் சஞ்சரித்துக் கொண்டிருந்தன. நிறுத்தாமல் நிசப்தமாக யாரோ முடுக்கிவிட்ட ஒரு பெரிய இயந்திரம் போல அவை குறுக்கும் நெடுக்கும் மேலும் கீழும் நகர்ந்து கொண்டிருந்தன. சில சமயம் கொசுக்கள் ஒன்றாக ஒரே பக்கமாக போய்க் கொண்டிருந்தது. கண்களின் முன்னால் இருட்டில் ஒரு அலைபோல உயர்ந்து வந்த வலையின் வெண்மை அவற்றைச் சிக்கலுக்குள்ளாக்கியது. வெம்மை அதிகமானது.

அர்த்தமில்லாத, தனிமையின் உண்மை நசிந்து போன, தனிமையில் தளர்ந்து துடிக்கும் பசியோடு அது மனிதனின் தலைக்குப் பக்கத்தில் தலையணையில் அமர்ந்தது இங்கேயும் வெளிப்புற அர்த்தமற்ற சலனத்தின் அலைகள் வந்து சேர்ந்திருந்தன. தலையணையில் தலை சாய்ந்திருந்தவனின் கண்கள் இப்போது அடிக்கடி மூடிக் கொண்டன. மெதுவாக தாழ்வதும், உயர்வதுமாக இருந்த கண் இமைகளை அது பார்த்துக் கொண்டிருந்தபோது ஒரு சங்கீதம் கேட்கத் தொடங்கியது. அல்ல, அசாதாரண சத்தம் என்ற வார்த்தைதான் பொருந்தும். சதுப்பு நிலத்திலிருந்து அதைத் தூக்கிக் கொண்டெழுந்த இரைச்சலின் த்வனி போல முதலில் தோன்றியது. ஆனால் எங்கேயோ வித்தியாசம் இருந்தது. வலைக்கு வெளியே வேகமாகப் பறந்த ஒரு கொசுதான் இந்தச் சத்தத்தை எழுப்பியது.

திடீரென மற்ற கொசுக்கள் அவற்றின் தொடர்ந்த பறத்தலை நிறுத்தி வலைக் கண்ணிகளுக்குள் அழுத்திய தலையுமாக சலனமற்றிருந்தன. ஒரு பெரிய கறுப்பு நிழல் போல இருந்த அவற்றில் எது பறந்தது என்பது தெளிவாகத் தெரியவில்லை. இருட்டிற்குள் ஓர் அம்பு போல ஒரு ரீங்காரம் போல, இந்தச் சத்தம் சீறி வந்தது. ஒரு கூக்குரல் போல் ஆரம்பித்த அது, இடையில் சிரிப்புகளுக்கு மாறி

மீண்டும் பரிதாபமான ஒரு அழுகைக்குத் திரும்பியது. வெற்றியைப் பிரதிபலிக்கும் ஒரு ஏக்கமான அழுகை. சிறிது முன்பு வலையில் இருந்து அதைத் தீண்டிய குரூர சக்தி போல ஏதோ ஒன்று மீண்டும் கொசுவைத் தாக்கியது. தலையணையிலிருந்து அது திடுக்கிட்டுப் பறந்தது.

அந்தச் சத்தத்திற்குக் காற்றிலிருந்து எங்கே விடுதலை? இரையை நூலில் அகப்படுத்தும் எட்டுக் கால் பூச்சியைப் போல, சத்தத்தின் அலைகளைக் காற்று விழுங்கியது. மரத்துப் போன அது மனிதனின் கால்களுக்குப் பக்கத்தில் படுக்கையில் விழுந்தது. சத்தமிட்டுக் கொண்டிருந்த கொசு திடீரென வலையில் சுற்றிப் பறக்கத் தொடங்கியது. வலையின் மீதும் நாற்புறங்களிலும் அது நிற்காமல் ரீங்காரித்துக் கொண்டு பறந்தது. இடையிடையே அது வலையைத் தொட்டுப் பறந்தது. அது ஓரிரு முறை சுற்றியவுடன் மற்ற கொசுக்களும் ஒவ்வொன்றாக அதனுடன் சேர்ந்து ரீங்காரமிட்டன.

இருட்டினூடே அவற்றின் சரீரங்களிலிருந்து ரீங்கார அலைகள் வெளியேறின. மெதுவாக அதிகக் கொசுக்கள் பறந்துயர்ந்து பாடிக் கொண்டு வலையைச் சுற்றிலும் சஞ்சரிக்கத் தொடங்கின. வலை உருளும் சப்தச் சுவர்களுடன் ஓர் இரைச்சலிடும் இயந்திரம் போல, அலறும் மிருகம் போல, அறைக்குள் தொங்கி நின்றன. உள்ளேயிருந்த மனிதன் தூங்கிக் கொண்டிருந்தான். அவனைச் சுற்றி வலை முழுக்க பிரளயம் போல சத்தம் அலையடித்தது. படுக்கையில் கொசு உதறலுடன் எழுந்தது. அது தலையறுந்த மிருகம் போல அங்கே வட்டமிட்டது. தாழ்வதும் உயர்வதுமான ஒவ்வொரு ரீங்கார அலையும் அதைக் குலுக்கியது.

அது மனிதனின் கால்களுக்கடியில் நுழைந்து சென்றது. பின்னால் திரும்பி வலைக்கு வெளியே போவது போல் வலையின் கீழிருந்த பிளவுகளில் நுழைந்து பார்த்தது. தோற்றுப் போய் திரும்பவும் படுக்கையின் வெள்ளை விரிப்பின்மீது இழைந்து ஏறி அசையாதிருந்தது. இடிக்கும் ஆகாயம் போல் சத்தம் அதன்மீது உயிர்ப்புடன் நின்றது. பெருந்துளிகளாகப் பெய்யும் எதிர்பாரா மழைபோல அதன் மேல் பொழிந்தது.

நீறு பூத்த நெருப்புபோல சுருள் சுருளாகவும் பெரிய சக்கரங்கள் போலவும் தூண்கள் போலவும் படர்ந்தது. எரியும் சூரியனின் கீழே

ஓர் அற்புதம் பொங்கிப் பிரவகித்து உயர்ந்து அலறும் கடல்போல நிறுத்தாத த்வனிகளோடு கொதிக்கும் வலையின் உள்பக்கம், கண்ணில் தென்படாத ஒரு பிசாசு சூழ்ந்த ஓர் இடுக்கான அறை போலானது. சத்தம் ஒரு கொடுங்காற்றுபோல வெப்பத்துடன் வீசியடித்து கொசுவை அலைக்கழித்தது. அது பலமிழந்து படுக்கையில் மெல்ல ஊர்ந்தது.

இடையிடையே அலறும் சிரிப்புகளாக முழங்கிய சங்கீதம் ஒரு அலையின் உயர்விலோ, தாழ்விலோ திடீரென தேம்பல்களும் கூக்குரல்களுமாக மாறிக் கொண்டிருந்தது. மீண்டும் காரணமேதுமின்றி இடையிடையே சிரிப்புச் சத்தம் உயர்ந்தது. சிரிப்பிலிருந்து மறுபடி தேம்பலும். திடீரென கொஞ்சம் புதிய கொசுக்கள் வலையின் மேல் வந்து வீழ்ந்தன. உடனே ரீங்காரத்தின் சப்தம் உயர்ந்து துளைத் தேறும் ஒரு கூக்குரலாகவோ, வெற்றி முழக்கமாகவோ உருமாறியது. ஒரு கத்தி போல ஒரு பெரிய வாள்போல அது வலையினூடாக வீசிச் சென்றது.

கொசு முழங்கும் ஒரு கூக்குரலுடன் அலையில் உயரும் மீனைப் போல பறந்து வலையின் ஒரு பக்கமாகச் சென்று இடித்தது. அங்கேயிருந்து அது அடுத்தப் பக்கத்துக்குப் பாய்ந்தது. கூக்குரலாகத் தொடர்ந்த முனகல் இப்போதும் தொடர்ந்து கொண்டிருந்தது. அது நிற்காமல் வலையைச் சுற்றிச் சுற்றி ரீங்கரித்துப் பறந்தது. வலைக் கண்ணிகள் வழியாக வெளியே தலையைக் கடத்த முயற்சித்தது. வெளியிலிருந்து சப்த சமுத்திரம் அதன் சுயமான சங்கீதத்திலிருந்து வேறு பாடின்றி இருந்தது.

வெளியே கேட்ட சங்கீதத்தின் தாழ்வுக்கும் உயர்வுக்கும் இணையாகவே அதன் ரீங்காரமும் உயர்ந்து தாழ்ந்தது. வெளியே கேட்ட சங்கீதத்தில் அதன் ரீங்காரம், கடலைச் சென்றடையும் தண்ணீரைப் போல லயித்தது. அது வலையின் மீது தொட்டுத் தடவியபடி சுற்றிலும் பறந்து சென்றது. ரீங்கரித்தபடி சில சமயம் வலையின் மீது சற்று அமர்ந்தது. வலையின் சக்தி இப்போது அதனை வேதனைப்படுத்தவில்லை. சலனமற்றவனாக உயர்ந்து தாழும் நெஞ்சோடு தூங்கும் மனிதனின் மூடிய கண்களை அது சில சமயம் மங்கலாகக் கண்டது. பலமுறை அது அவனுடைய நெஞ்சிலும், காலிலும் காதிலும் ஓய்வெடுக்க அமர்ந்தது.

கவனம் முழுவதும் எப்போதும் வெளியே கேட்ட சங்கீதத்தி லேயேதான் இருந்தது. அதன் தாளத்திற்கேற்ப மனிதனின் நெஞ்சின் ரோமங்களுக்கிடையில் அமர்ந்த அதன் உடல் நடுங்கியது. பின்னர் ஓய்வே பொருளற்றதாகி அவசியமற்றுப் போனது. வெளியேயிருந்த கருத்த உருவங்களுடன் எவ்வளவுக்கெவ்வளவு நெருங்கிச் சஞ்சரிக்க முடியுமோ, அவ்வளவு நெருங்கி சஞ்சரித்து ராகம் தாளம் தவறாமல் ஆலாபனை செய்வதில் மட்டுமே விருப்பம் மிகுந்தது. பின்னர் அது தனது ரீங்காரத்தைக்கூட கேட்காமல் போனது. இந்த சங்கீதம் தன்னி லிருந்து வருகிறதா வெளியிலிருந்து வருகிறதா என்று கூட தெரியாமல் போனது.

பின்னர் சிறிது நேரம் அது நிசப்தமாகவே பறந்து திரிந்தது. ஆனால் உடல் பாடிக் கொண்டிருப்பது போலவே உதறலுடன் இருந்தது. மனிதன் இடது புறமாகச் சாய்ந்து படுத்தான். சிறிது நேரத்துக்குப் பின் அவனுடைய காலின் கீழேயிருந்த வெள்ளை விரிப்பின் மீது கொசு மயங்கி விழுந்தது. அதன் இறகுகளும் கால்களும் துடித்துக் கொண்டேயிருந்தன. நேரம் நடு இரவாகியிருந்தது. அதன் பிறகு வலையைச் சுற்றியிருந்த கொசுக்கள் நிசப்தமாயின. அவை ஒவ்வொன் றாகவும் கூட்டமாகவும் அடுத்த அறைக்குச் சென்றன. திறந்திருந்த ஜன்னல்களில் வழியாக வெளியே குளிர்ந்த காற்றை நோக்கியும் இருளை நோக்கியும் கடந்து போயின.

மின்சாரக் கோளாறு ஏதாவது ஏற்பட்டிருக்க வேண்டும். தெரு விளக்குகளும் அணைந்திருந்தன. வலை மீண்டும் இருட்டில் மூழ்கும் ஒரு வெண்ணிறமாக மாறியது. வலைக்குள்ளே உறங்கிய மனிதன் விடியலுக்கு முன்பே விழித்தான். படுத்தபடியே தலைக்கு பின்னால் கை நீட்டி மின் விளக்கைப் போட முயற்சித்தான். முடியவில்லை. அவன் எழுந்து வலையை உயர்த்தி வெளியே வந்து அடுத்த அறைக்குள் சென்றான். முதல் நாளிரவு மெழுகுவர்த்தி எரிந்து கொண்டிருந்த மூலையில் எதையோ தேடினான். மறுபடியும் படுக்கையறைக்கு வந்தான். ஒரு பீரோவைத் திறந்து மெழுகுவர்த்தியை யெடுத்து ஏற்றினான்.

அதை படுக்கைக்கருகில் நிலத்தில் வைத்துவிட்டு வலையை அவிழ்த்து மடக்கி ஒரு பக்கமாக வைத்தான். பிறகு படுக்கையை மடக்கத் தொடங்கியபோது வெண்ணிறப் படுக்கை விரிப்பில் ஒரு

கறுப்புப் பொட்டு போல ஏதோ கிடப்பதைப் பார்த்தான். குனிந்து அதைப் பார்த்த அவன் முகத்தில் ஆச்சர்யம் நிழலாடியது. முன்னே சாய்ந்து பட்டென ஒரு விரலைக் கொசுவின் மீது வைத்து அழுத்தினான். அது ஒரு காய்ந்து போன ஒரு இலை போல நொறுங்கியது. அவன் கையுயர்த்தி விரல் நுனியில் பார்த்தான். விரல் சுத்தமாயிருந்தது. குனிந்து ஒரு விரலால் கொசுவின் பிணத்தைச் சுரண்டினான். அது சுவருக்கு அருகிலிருந்த ஒரு இருண்ட பிளவில் சென்று விழுந்தது. அவன் குனிந்து படுக்கை விரிப்பைப் பார்த்தான். அதனைக்கொன்ற இடத்தில் அடையாளம் எதுவுமில்லை. சுத்தமாயிருந்தது.

இவ்வளவையும் என்னிடம் சொன்ன பிறகு எழுந்து நின்று ஒரு முறை என் முகத்தைப் பார்த்து விட்டு முன்னால் இருந்த பாதையில் சென்று திரையரங்கக் கூட்டத்தில் மறைந்து போனான். நேரம் மாலையாகியிருந்தது. நான் பிரமித்துப் போய் மேலும் சற்று நேரம் கல்லில் அமர்ந்திருந்து விட்டு மெதுவாக என் அறைக்குப் போனேன். எனக்கு அவனிடம் பல கேள்விகள் கேட்க வேண்டியிருந்தன. பல சந்தேகங்களுக்கு விடை கிடைக்க வேண்டியிருந்தது. ஆனால் அவனைப் பார்க்கும் சந்தர்ப்பம் பின்னர் ஒருபோதும் வாய்க்காததால், அவையெல்லாம் நான் மதித்துப் பாதுகாக்கும் என் அறிவு என்ற சொத்தின் மேல் சாபங்கள் போல நிழலாக வீழ்கின்றன. இந்த உலகத்தில் விழுங்கும் ஜனத் திரளின் இரைச்சல்களுக்குள்ளும், ராஜ வீதிகளுக்குள்ளும் மறைந்து போன அவனை இனி எங்கே காண்பது?

★

10

மீண்டும் ஒரு மாலைப் பொழுது

ஆறு மணி.

மௌல்வியின் முனை வளைந்த தோல் செருப்புகள் கறுத்த பளப்பளப்பான மரப் படிகளை மிதித்தபடி மேலே போகும் சத்தம் தெருவிற்கு உருண்டு விழுந்து மேலே சென்று மறைந்து போய் நிலைத்தது.

ஒன்று இரண்டு, மூன்று நான்கு, ஐந்து, ஆறு-மணியோசைகள் இறகு வீசிப் பறந்தன. கோபுரத்திற்கு உயிர் வந்தது. நிறம் மங்கிய ஒலி பெருக்கி உதறி ஒலித்து உரத்த தாளத்தில் நீட்டி முழங்கியது.

''அல்லாஹ்...அக்பர்ர்ர்ர்....'' மௌல்வியின் ராகமேறிய குரல் நகரத்தின் மேலே அலைந்து நடந்தது. உள்ளே முட்டிகள் மடக்கி, தலைகள் குனிய உதடுகள் அசைய ஆகாயத்தில் உயர்ந்த சத்தங்களுக்கு இணையாக இறைவனை நோக்கி மனசுகள் பறந்தன. மற்ற மசூதிகளி லிருந்தும் தெய்வ கீர்த்தனைகள் மெல்ல எழுந்தன. நகரத்தின் மேலே ஆகாயத்தில் தங்களுக்குள் தேடி அலைந்தன. பின் தொடர்ந்து அஸ்தமனத் திற்குள்ளும், அந்தகாரத்திற்குள்ளும் பறந்து மறைந்து சென்றன.

''ஹா!'' என்று விரட்டிய, பேலம்மா தரையில் காறித் துப்பினாள்.

மேற்கில் ஆகாயத்தில் மறைந்த சூரியனின் மிச்ச சொச்சங்கள் சிதறிக் கிடந்தன. இரத்தம் புரண்ட கிழிந்த துணி போல சிவப்பு படர்ந்த ஒரு மேகம். கொஞ்சம் மஞ்சள் நிறம். இழுத்துக் கட்டப்பட்ட கொடி போல வானத்தின் அடியில் நீண்டு நிற்கும் கசங்கிய மேகங்களின் பின்னால் சிறிய வெளிச்சம். கொஞ்சமாக வெளிறிய நீல வானம். ஒரு பக்க இருட்டை நோக்கிப் பறந்து மறையும் இரண்டு காகங்கள்.

சில வௌவால்கள் வானத்தில் அஸ்தமனத்திற்கு எதிராக இருண்ட சிறகுகள் விரித்து ஒரு மயக்கநிலையில் பறந்து செல்கின்றன. சிவந்த வெட்டப்பட்ட கற்கள் துருத்தி நிற்கும் பாசி படிந்த பழைய சுவருக்கு மேலே இவ்வளவையும் பார்க்கலாம்.

மூத்திர வாடை அழகிய ஆட்டின் குடல்கள்,ஒழுகிச் செல்லும் அழுக்குநீர் காய்ந்து வரண்ட ரோட்டில் அழுகிய குதிரைச் சாணம். சுற்றிலும் கருங்கடல் போல அதிகரிக்கும் இருட்டு.

மறுபக்கமிருந்த பெரிய ரோட்டிலிருந்து வெளிச்சத்தின், ஓசைகளின் வேர்கள் வெடித்துப் படர்ந்து கொண்டிருந்தன.

பேலம்மா நிழல் நோக்கி நகர்ந்து உட்கார்ந்து கால்களைத் தெருவைப் பார்த்து நீட்டி வைத்தாள். புடவையை நன்றாகத் தூக்கி விட்டுத் தன் தடித்த கால்களைச் சொறிந்தாள். சொறிந்துகொண்டே முட்டிகளுக்குள் தலைசாய்த்து குனிந்து அமர்ந்தாள். சிவந்த நகரப் பேருந்துகளின் இரைச்சல்களைக் கேட்டபடி, உள்ளேயிருந்த வெளிச்சத்தில் தளர்ந்து வேர்த்த முகங்களுடன் அமர்ந்திருக்கும் பயணிகளை மனதில் கண்டாள். அவர்கள் எல்லோரும் ஒவ்வொரு கதவுகளைத் திறப்பார்கள். மணலினூடே ஒலியெழுப்பி நடப்பார்கள். திண்ணையில் அமர்ந் திருக்கும் குழந்தைகளை வாரி அணைப்பார்கள். மனைவியைப் பார்த்துச் சிரிப்பார்கள்....

சுற்றி வட்டமிடும் மரச் சக்கரங்களில் குதிரை வண்டிக்காரன் சாட்டையை நீளமாக உரசினான். குதிரைகள் ஓடின. சைக்கிள்கள் நிற்காமல் ஒலித்தன. கார்களின் ஹாரன் முழங்கின. பேலம்மா கார் ஓட்டுபவர்களைப் பற்றியும் பின்னால் கண்ணாடி ஜன்னல்களுக்கரு கில் சாய்ந்து இருப்பவர்களைப் பற்றியும் யோசித்தாள்.

உள்ளே பார்த்து அழைத்தாள்.

"ஏ அம்மா!"

உள்ளேயிருந்து பாயை எடுத்து இழுத்து சுருட்டும் சத்தம் கேட்டது. பாத்திரங்களை உருட்டும் சத்தம். சில முணுமுணுப்புகள்.

பெட்ரோலின் மதி மயக்கும் வாசனை தெருவிற்கு வந்தது. குளிர்ந்த காற்றுடன் அந்த வாசனையையும் மூக்கால் இழுத்து இழுத்து ஏற்றினாள். பின்னால் சாய்த்து வைத்திருந்த கதவின் நீண்ட

துளையின் வழியாக உள்ளே பார்த்தாள். ''பிசாசே! கூப்பிடறது கேக்கலையா உனக்கு?'' தனது கீச்சுக் குரலை இயன்றவரை அதிக பட்சமாக உயர்த்திக்கொண்டு அலறினாள்.

வெளுத்துப் போன தடித்த சுவரின் இடையிலிருந்த பனைமரக் கதவைத் திறந்து ஒரு கிழவி குனிந்து வெளியேறினாள். பாதி திறந் திருந்த கதவின்வழியாக மங்கலான மண்ணெண்ணெய் விளக்கு, ஓர் அடுப்பு, சிறிது கரி பிடித்த பாத்திரங்கள் அருகிலேயே ஒரு சிறிய அறை, அதில் கிழிந்து நார் நாராகி நிறம் மங்கிய ஒரு பழைய பாய், ஓரிரு பழைய துணிகள் இவற்றையெல்லாம் பார்க்க முடிந்தது.

கிழவி நாற்றமடிக்கும் போர்வையை நன்றாக இழுத்துப் போர்த்திக் கொண்டு தெருவிலிறங்கி நடந்தாள். குனிந்து நடந்த அந்த உருவம் மசூதியின் மதில் ஓரமாக சாலைக்குச் செல்லும் வழியின் முனையில் போய் அமர்ந்தது. தொலைவிலிருந்து உடைந்த தெரு விளக்கின் மங்கலான குறைந்த வெளிச்சத்தில் ஒரு நரைத்த கருங்கல் துண்டு போல, குவித்து வைத்த மணல் போல அமர்ந்த அது சுற்றிலும் இருந்த இருட்டின் ஒரு பகுதியாக மாறியது. வயது முதிர்ந்த அந்த முகத்தில் கண்கள் ஒளிர்ந்தன. பிசாசுத் தனம்...கெடுமதி...அறியாமை...கேலி, கிண்டல்..அந்த இருட்டு முகத்தை விழுங்கியது.

பேலம்மா ஒரு கல்லையெடுத்து அந்த உருவத்தை நோக்கி எறிந்தாள். சில கெட்ட வார்த்தைகளால் திட்டினாள்.

''இருட்டானது தெரியலயா? முண்டமே? சீக்கிரமாக வந்திருக்கக் கூடாதா?'' கிழவியின் முகம் கருங்கல் போல உணர்ச்சியற்றதாக இருந்தது. சிறிது நேரம் பேலம்மாவை உற்றுப் பார்த்துக் கொண்டிருந் தாள். உதடுகளில் மெல்லிய புன்னகை அரும்பியது. கல் வீசப்பட்ட குளம் போல சுருங்கிய முகத்தில் வெறுப்பும் ரோஷமும் குரூர ஆனந்தமும் மின்னி மறைந்தன. ''ஹீ....ஹீ....'' என கிழவி சிரித்தாள்.

கிழவியின் உடலைப் பார்த்துக் காறித் துப்பிக்கொண்டே பேலம்மா கதவைத் திறந்து உள்ளே சென்றாள். முகக் கண்ணாடி ஒன்றின் உடைந்த பாகத்தை முன்னால் பிடித்தபடி மேலும் சிறிது பவுடர் பூசிக் கொண்டு கண் மையிட்டுச் சரி பார்த்துக் கொண்டாள். உதடுகளை நாக்கால் தடவிக் கொண்டு சிறிது நேரம் கண்ணாடியையே பார்த்துக் கொண்டு நின்றாள். பிறகு மறுபடியும் வெளியே வந்தாள்.

வாசலுக்கு வந்து சுற்றிலும் கண்களைச் சுழற்றினாள். பார்த்துப் பழகிய காட்சிகளை மேலும் ஒருமுறை பார்க்கத் தோன்றவில்லை. இன்றைக்கு நிலைமை எப்படி என்பதை அறிவதற்காக மட்டுமே சுற்றிலும் இருந்த மண் குடிசைகளின் வாசல்களிலும் மூலைகளிலும் சந்து பொந்துகளிலுமெல்லாம் ஒதுங்கி நிற்கும் உருவங்களை உற்றுப் பார்த்தாள். அனைவரும் காத்துக் கொண்டே இருப்பதால் மனதில் நிம்மதி தோன்றியது.

''வேகமா போ, யாரையாவது கண்டு பிடி!'' கிழவியிடம் சொன்னாள்.

சிறிது தொலைவில் மங்கிய வெளிச்சத்தில் சுவரோடு சேர்ந்து நின்றிருந்த ஒரு பெண், இப்போது தெருவின் நடுவில் இறங்கி வந்தாள். இரண்டு கையையும் முன்னால் பிடித்தபடி இயாலாமை நிறைந்த முகத்துடன் வட்டமிட்டபடி அவள் நின்றாள். கிழவியின் பல்லில்லாத வாய் அவளைப் பார்த்து கெட்டவார்த்தைகளும் சாபங்களும் பொழிந்தன.

பேலம்மா கால்களைச் சொறிந்தபடி மங்கலான வெளிச்சத்தில் தன் புண்களைக் குனிந்து பார்த்தாள். 'நாசம்! இதைப் பார்த்தால் வருபவனுடைய உயிரே போயிடும். நாளக்கி வைத்தியனைப் பாக்கணும்.' வேதனை தோன்றவில்லை. எதுவுமே தோன்றவில்லை. மனதில் ஒரு நடுக்கம் பரந்து நின்றது. வழியில் நின்ற பெண்ணையே சிறிது நேரம் உற்று பார்த்தபடி இருந்தாள். மனதின் நடுக்கத்திற்கு எதிராக நினைவுகளின் நிழல்கள் ஆடின.

பேலம்மா தன் வழியின் நடுவே அப்படி வட்டமடித்த நாட்களைப் பற்றி நினைத்தாள். கடந்த காலம் அவள் மனதை வருடியது. புரிந்து கொள்ள முடியாத விஷயங்களோடு மகிழ்ச்சி நிறைந்த மனதோடு, ஒரு இருண்ட அறையில் படுத்தபடி அடுத்த அறையின் புரிந்து கொள்ள முடியாத சப்தங்களை கேட்டுக் கொண்டிருந்த ஒரு காலம். அற்புதம் நிறைந்த கண்கள் கண்ட காட்சிகள். அறிந்து கொள்ளும் ஆவல், ஆச்சரியம் தொடரும் வருடங்கள். செழித்து வரும் உடற்பாகங்கள். மெல்ல மெல்ல மனம் உணர்வது, தெருவில் காத்து நிற்றல். புண்கள், மீண்டும் காத்திருப்பு...

பேலம்மாவின் தலை உறக்கத்தில் ஆடியது. புன்சிரிப்புடன் கூடிய ஆயிரம் கிழவிகள் வரிசையாய் நிற்கும் தெருவழியே புல் வேயப்

பட்ட ஒரு குதிரை வண்டியில் பேலம்மா கம்பீரமாகச் சென்றாள். இருளடைந்த ஒரு அறையில் நடுங்கும் கைகள் அவள் மீது படர்ந்தன. திரும்பி வரும்போது தெரு முழுவதும் மெல்லிய வறண்ட கைகள் ஆவலோடு நீண்டன.

"பணம் எங்கே?"

"இல்ல...இல்ல......இல்ல" உரக்க அலறியபடி பேலம்மா ஓடினாள்.

பட்டென கண்ணைத் திறந்து பார்த்தாள். கிழவி என்ன செய்கிறாள்? மூலையில் அமர்ந்திருந்த அந்த உருவம் குனிந்தபடி முணுமுணுத்தது. "வா...வா..." சிலர் திரும்பிப் பார்த்து விட்டுச் சென்றனர். சிலர் சிறிது நேரம் சுற்றித் திரிவது போல நின்று விட்டு, திடீரென்று நடந்து சென்றனர். அவசரமாகப் போகும் சேட்டுகள் பெரிய தலைப்பாகையைக் கையில் வைத்தபடி அசைந்தாடிச் செல்லும் குஜராத்திகள், மிக மோசமான உள்ளூர்க்காரர்கள்.

பேலம்மா வழியில் நின்ற பெண்ணை அருகே அழைத்தாள்.

"யம்மாடி,வீட்டுக்குப் போ!"

அவள் முறைத்துப் பார்த்தாள்.

"கொஞ்ச நேரம் கழிச்சு வா. இதோ பாரு" சேலையைத் தூக்கிக் காலின் புண்களைக் காண்பித்தாள்.

வெறுப்போடு அவள் திரும்பி நின்று கொண்டாள். பேலம்மா பார்த்துக் கொண்டிருந்தாள். ஓரிரண்டு குறும்புக்கார இளவட்டங்கள் அவளுடைய தேகத்தில் உரசிப் பார்த்தனர். அவர்கள் பொருளற்ற ஒரு ஒலியை எழுப்பிக் கொண்டு தங்கள் அதிசயப் புன்னகையை மாற்றாமல் நின்ற இடத்திலேயே நின்றிருந்தனர். பேலம்மா அவர்களில் ஒருவனை கை நீட்டி அழைத்தாள். ஒரு முறை திரும்பிப் பார்த்து விட்டு அவர்கள் மறுகணமே அந்தப் பக்கம் இருந்த ரோட்டில் இறங்கி மறைந்தனர். பேலம்மா சிரித்தாள்.

சில மாணவர்கள் சைக்கிள்களை நகர்த்தியபடி வந்தனர். அவர்கள் சன்னமான குரலில் பேசியபடி, சுற்றிலும் அர்த்தபுஷ்டியோடு பார்த்தபடி நடந்து வந்தனர். யாரும் அவர்களை அழைக்க மாட்டார்களே

என்று பேலம்மா நினைத்தாள். அவர்கள் நெருங்கி வந்த போது பேலம்மா எழுந்து நின்று தலைசாய்த்து அறையை நோக்கி சமிக்ஞை செய்தாள். அவர்கள் கை கொட்டிச் சிரிப்பார்கள் என்று நினைத்தாள். இல்லை. திடீரெனப் பேச்சை நிறுத்தி, கம்பீரமான முகபாவங்களுடன் ஓட்டமும் நடையுமாக அவர்கள் மறைந்து போனார்கள்.

இப்போது ஒருவன் அந்தப் பெண்ணிடம் எதையோ சொன்னான். அவள் வெட்கப்படுவது போல நடித்தாள். பிறகு வழிகாட்டியபடி இருளடைந்த ஒரு மூலைக்குச் சென்றாள். பேலம்மா நினைத்தாள். அந்தப் பெண்ணின் ஒவ்வொரு அசைவும் ஒவ்வொரு வெளிப்பாடும் ஒவ்வொரு எண்ணமும் எவ்வளவு பரிச்சயமானவை எனக்கு. அந்தப் பெண்ணாகவே நான் நின்று கொண்டிருப்பதாகத் தோன்றுகிறது.

ஒரு மூலையில், கடையில் ராந்தல் விளக்கின் வெளிச்சத்தில் தொங்கிக் கிடந்து காற்றிலாடும் மாமிசத் தொடைகளைப் பார்த்த போது கொஞ்சம் ஆசையாக இருந்தது. ஆசை அதிகரித்தது. கறி தின்ன அந்தக் காசு கிடைக்கட்டும். தலைமுடியை ஒதுக்கி கால்களை மேலும் சிறிது வெளியே காட்டியபடி ஓரமாக உட்கார்ந்தாள்.

கிழவியிடம் மெல்லிய குரலில் ஒருவன் எதையோ கேட்பதைக் கண்ட பேலம்மா தன் சிந்தையிலிருந்து விடுபட்டாள். எந்திரத்தனமாக எழுந்து அவர்களுக்கருகில் நடந்தாள். கிழவி சமிக்ஞை செய்தாள். ''அதேதான்'' பேலம்மா சிறிது நின்றபடி முணுமுணுத்தாள்: ''மெல்ல உள்ளே வா'' அவன் சுற்றிலும் பார்த்தான். ரகசியமாகக் கேட்டான். ''எவ்வளவு?''

''வா.. வா உள்ளே வா.''

''எவ்வளவு?''

''அஞ்சு ரூபா குடு.''

''வேண்டாம். நான் போறேன்''

''கையில இருக்கிறதக் குடு.''

''வேண்டாம் வேண்டாம்'' அவனுடைய கண்களில் பதற்றம் கூடியது. முகத்தில் பய ரேகை படர்ந்தது.

''ஒரு ரூபா குடு...இல்லை எட்டணாவாவது...''

அவனுக்குப் பக்கத்தில் சென்று அவனுடைய கைகளைத் தொட்டபடி கண்களை உயர்த்தி முகத்தைப் பார்த்தபடி, ''வா'' என்றாள்.

மனதின் நடுக்கம் உருகி உடல் முழுதும் ஏதோ பரவுவது போல தோன்றியது. உடல் எதையோ எதிர்பார்த்தது. பழைய எதிர் பார்ப்புகள், புல்லரிப்புகள். எல்லாம் மறந்து போவது போலத் தோன்றி யது. உடனே மங்கலான வெளிச்சத்தில் தொங்கியபடி ஆடும் இறைச்சித் துண்டுகள். கிழவியின் பளபளக்கும் கண்களின் ஆவல். உடலும் மனதும் பனிக் கட்டிகளாக மாறின. அந்த மனிதன் ஏதோ சோம்பல் தோன்றியது போல நடந்து மறைந்தான். தலையை உயர்த்தியபடி, உதறும் கால்களுடன் வறண்ட உதடுகளுடன் அவன் வேகமாக நடந்து போனான். அந்தப் பக்கத்து வெளிச்சத்தினூடே கிழவி அவனை நோக்கி வசவுகளைப் பொழிந்தாள். அவன் ரோட்டின் ஒளி வெள்ளத்திலும் ஜனக் கூட்டத்திலும் கரைந்து போனான்.

திரும்ப வந்து அமர்ந்தபோது, இருட்டினூடே ஒரு கோரமான உருவம் கையிலிருந்து சாட்டையைச் சுழற்றியபடி அருகில் வந்தது. குதிரை வண்டிக்காரன். அவன் பணத்தைப் பற்றிக் கேட்டான்.

''போ..இப்ப இல்ல.''

''பரவாயில்லை. வேற ஏதாவது குடேன்'' என்ற முக பாவத் தோடு அவன் புன்னகைத்தான். கறை படிந்த பற்களும் கண்களும் இருளில் கேலியாகச் சிரித்தன. அவன் அருகில் வந்து அவளுடைய தோளைத் தொட்டான். பேலம்மாவுக்கு வெறுப்பால் வாந்தி வருவது போலத் தோன்றியது. சகிக்க முடியாத சங்கடமும், கோபமும் இணைந்து வந்தன. திட்டிக் கொண்டே தாவியெழுந்து குதிரை வண்டிக்காரனின் முகத்தில் காறித் துப்பினாள். அலறியபடி அவனுடைய முகத்தைக் கீறினாள். கையிலிருந்த சாட்டையால் அவன் தடுக்கப் பார்த்தான். பேலம்மா, சாட்டையைப் பிடித்திழுத்து அடித்தாள். முகத்திலும் முதுகிலும் கால்களிலும் என எல்லா இடங்களிலும் அடித்தாள். வசவு களைப் பொழிந்தாள். கண்ணீர் விட்டாள். கதவுகளும் ஜன்னல்களும் அவசரமாகத் திறக்கப்பட்டன. தலைகள் நீண்டன. ஆவல் பூண்ட கால்கள் அவசரமாகத் தெருவில் நடந்து வந்தன. ஆட்கள் சுற்றிலும் கூடினர். வண்டிக்காரன் சாட்டையைப் பிடுங்கிக் கொண்டு ஓடினான். ஒரு போலீஸ்காரன் அவர்களை நோக்கி வந்தான்.

''என்னம்மா?'' அவன் அலறினான்.

பேலம்மா உள்ளே சென்று நாலணா எடுத்து வந்து அவன் கையில் வைத்தாள். அவன் அடுத்த தெருவை நோக்கி நகர்ந்து சென்றான். அடுத்த தெருவிலிருந்து இந்தத் தெருவிற்கு நெளிந்து வரும் புழுக்கள் இவர்களென்று நினைத்தாள். மறுபடியும் காத்திருந்தாள்.... இருந்தாள் ...கால்கள் குழைந்தன. தலை சூடேறி சோம்பல் மிகுந்தது. அப்போது ஒருவன் அவளுடைய தோளைத் தொட்டான். நிசப்தமாக அவனுடைய முகத்தைப் பார்த்தாள். கதவைத் திறந்து உள்ளே சென்றாள். அவன் பின் தொடர்ந்தான். கதவை அடைக்க முற்பட்டபோது கிழவியின் சப்தம் உரக்கக் கேட்டது. தெருவில் ஓடும் கால்களின் சத்தம்... அவன் அசையாமல் வாசலைப் பார்த்தபடி நின்றான். கதவைத் திறந்து கொண்டு ஒரு பெண் உள்ளே ஓடி வந்தாள். பேலம்மா திகைத்து நின்றாள். அந்தப் பெண் இருவருடைய கண்களையும் மாற்றி மாற்றிப் பார்த்தபடி திடுக்கிட்டு நின்றாள். பேலம்மாவிற்குப் புரிந்தது..... அவள் அவனுடைய மனைவி... மனைவியின் கண்களில் கண்ணீர் வழிந்தது. பேலம்மா வின் மனதில் காட்சிகள் கடந்து போயின.... திறக்கும் கதவுகள்... புன்னகைக்கும் குழந்தைகள்...மலர்ந்த முகங்களுடன் காபிக் கோப்பைகள் நீட்டும் மனைவிகள்.

கண்களை மூடி தலை குலுக்கியபடி அந்தப் பெண் தரையில் அமர்ந்தாள். பேலம்மா அசையாமல் நின்றாள். அவன் மெதுவாக அருகில் வந்து தன் மனைவியின் தோள்களில் கை வைத்து எழுப்பி நிற்க வைத்து கண்ணீரைத் துடைத்துவிட்டான். அவள் பர்ஸைத் திறந்து ஒரு பத்து ரூபாயை எடுத்து பேலம்மாவிடம் நீட்டினாள். அதையே சிறிது நேரம் உற்றுப் பார்த்துக் கொண்டு நின்ற பேலம்மா கைகளால் தட்டி விட்டாள். தரையிலமர்ந்து கைகளால் கண்களைப் பொத்தித் தேம்பித் தேம்பி அழுதாள். அவர்கள் வெளியே சென்றார்கள்.

பேலம்மா கதறி அழுதபடி தரையில் உருண்டாள். வெளி வாசல் கதவருகில் கூனிக் குறுகி அமர்ந்தாள். பாதி உறக்கத்தில் கிழவி தனக்குள்ளே சொல்லிக் கொண்டாள்: ''வா...வா...''

★

11

யாருக்குத் தெரியும்?

ஏரோது ராஜாவின் நாட்களில் யுதேயாவிலுள்ள பெத்லகேமில் இயேசு பிறந்தபோது, கிழக்கிலிருந்து சாஸ்திரிகள் எருசலோமிற்கு வந்து, 'யூதருக்கு ராஜாவாக பிறந்திருக்கிறவர் எங்கே? என்று கேட்டனர். ஏரோது ராஜா இதைக் கேட்டபோது அவனும் அவனோடு கூட எருசேலம் நகரத்தார் அனைவரும் கலங்கினார்கள். -மத்தேயு(2:24)

கர்த்தருடைய தூதன் யோசேப்பின் சொப்பனத்தில் தோன்றி 'ஏரோது பிள்ளையைக் கொலை செய்யத் தேடுவான். ஆதலால் நீ எழுந்து பிள்ளையையும் அதன் தாயையும் கூட்டிக் கொண்டு எகிப்துக்கு ஓடிப் போய் நான் உனக்குச் சொல்லும் வரைக்கும் அங்கேயே இரு' என்றான். -மத்தேயு(2:13)

ஏரோது மிகுந்த கோபமடைந்து ஆட்களை அனுப்பி, பெத்லகேமிலும் அதன் சகல எல்லைகளிலும் இருந்த இரண்டு வயதுக்குட்பட்ட எல்லா ஆண்பிள்ளைகளையும் கொலை செய்தான். -மத்தேயு(2:16)

படைவீரன் கதவைத் தள்ளிக் கொண்டு உள்ளே வந்தான். அவன் தளர்வுற்றிருந்தான்.

தள்ளாடும் கால்களுடன் மெத்தையில் வீழ்ந்த அவன் கண்மூடித் கிடந்தான்.

உள்ளறையில் ஒரு கதவு கொஞ்சமாகத் திறந்தது. பின்னர் அடைத்துக் கொண்டு யாரோ தாழிட்டனர்.

படைவீரனின் செருப்பில் காய்ந்த இரத்தத்தின் ஊடாக ஈக்கள் அலைந்தன. ஏதோ மூலையிலிருந்து ஒரு குளவி நிறுத்தாமல் ரீங்காரமிட்டுக் கொண்டிருந்தது. முற்றத்தில் கோழிகள் வெயில் வேண்டிக் கூவின. தொலைவிலிருந்து கூக்குரல்களின் மெல்லிய சப்தங்கள் திறந்து கிடந்த ஜன்னல்களின் வழியாக அசரீரியாகக் கடந்து வந்தன. சிறிது நேரத்தில் கோழிகள் எங்கேயோ சென்று விட்டன. குளவி நிசப்தமானது. படைவீரனின் படுக்கையை தூரத்திலிருந்து வந்த மெல்லிய ராகம் மட்டும் ஒரு வலையைப் போல வளைத்துக் கொண்டது.

படைவீரன் விழித்த பொழுது வெயில் மிகவும் தாழ்ந்திருந்தது. அவன் எழுந்து அமர்ந்தான். தன் கைகளையும் ஆடைகளையும் பார்த்துக் கொண்டே 'நான் குளிக்க வேண்டும்' என்றான்.

விபச்சார விடுதியின் தலைவி உள்ளே வந்து, "வென்னீர் வைக்கிறேன். என்ன சுகந்த திரவியம் வேண்டும்?" எனக் கேட்டாள்.

படைவீரன் தலையை இரண்டு கைகளாலும் தாங்கிக் குனிந்து கொண்டே, "ஏதாவது" என்றதோடு இரத்தவாடை அவ்வளவு சீக்கிரம் போகாது' என்று முணுமுணுக்கவும் செய்தான்.

விபச்சார விடுதியின் தலைவி உயரமானவளாகவும், அழகின் நிழல்கள் இன்னும் மறையாத ஐம்பது வயதுடையவளாகவும் இருந்தாள். அவளின் சலனமற்ற முகத்தில் ஏதோ ஒரு உணர்வு தோன்றி, அவன் தலையை உயர்த்தியபோது அது மறைந்தது. அவள், "முக்கியமாகக் குழந்தைகளின் இரத்தத்தினுடையது" என்றாள்.

படைவீரன் தன் கையைப் பார்த்துக் கொண்டிருந்தான்.

'நீங்கள் எந்தத் தெருவில் இருந்தீர்கள்?' அவள் வினவினாள்.

படைவீரன் எதுவும் சொல்லவில்லை.

தலைவி அழுத்தமாக நடந்து வந்து படைவீரனின் முன் ஓர் இருக்கையில் அமர்ந்தாள். "நீங்கள் கொன்ற குழந்தைகளுக்கு அவர்களைக் கொல்லப் போவது முன்பே தெரியுமா?" எனக் கேட்டாள்.

படைவீரன் எதிர்புறமிருந்த சுவரைப் பார்த்துக் கொண்டிருந்தான். அவள் அவனையே பார்த்தபடி பதிலுக்காக காத்திருந்தாள்.

"நான் குளிக்க வேண்டும்" என்றான் அவன்.

அவள் அவனையே பார்த்துக் கொண்டிருந்தாள்.

''எனக்குத் தெரியாது. குழந்தைகளுக்கு மரணமுண்டா? அவர் களுக்கு மரணத்தைப் பற்றிச் சிந்திக்கத் தெரியுமா?'' என்றான்.

அவள் ஒன்றும் சொல்லவில்லை.

''நான் கேட்டதெல்லாம் அம்மாக்களின் அழுகுரல்கள்தான்.''

தலைவி எழுந்து உள்ளே சென்றாள்.

படைவீரன் தன் இடுப்பு உறையிலிருந்து இரத்தம் உறைந் திருக்கும் வாளை உருவி நிலத்தில் வைத்தான். அரைக் கச்சையை அவிழ்த்து அதற்கு அருகில் வைத்தான். கைகளிலிருந்த உலர்ந்த இரத்தத்தை நகத்தால் சுரண்டிக் கொண்டிருந்தான்.

தலைவி திரும்பி வந்து மீண்டும் அவன் முன்னால் அமர்ந்தாள். ''தண்ணீர் சூடு பண்ண வைத்திருக்கிறது'' என்றவள் அவன் முன்பாகக் குனிந்து கேட்டாள். ''நீங்கள் எத்தனைக் குழந்தைகளைக் கொன்றீர்கள்?''

படைவீரன் ஒன்றும் சொல்லவில்லை.

மெதுவாகச் சிரித்துக் கொண்டே அவள் சொன்னாள்: ''நீங்கள் ஒரு நல்ல படைவீரன்தான். பல நூறு குழந்தைகளைக் கொல்லுவ தற்கும், அதே அளவு படைவீரர்களைக் கொல்லுவதற்கும் இடையில் ஏதாவது வித்தியாசம் இருக்கிறதா?''

படைவீரன் ஒன்றும் பேசவில்லை.

''குழந்தைகளோடு உங்களுக்கு யுத்தமில்லை, அல்லவா? அது தானே பிரச்சனை?''

படைவீரன் சொன்னான்: ''படைவீரர்களுக்கு யாருடன்தான் யுத்தம்?''

தலைவி நிலத்திலிருந்த வாளைப் பார்த்துக் கொண்டே, ''யாருடன் தான் இந்த வாள் யுத்தம் செய்கிறது?'' என்றாள்.

இருந்த இடத்திலிருந்து முன்னால் சாய்ந்து தலையை அவனுக்கு மிக அருகில் நெருங்கி, குரல் தாழ்த்தி, ''ஏரோதின் பகைவர்கள் யார்? இப்போது பிறந்திருப்பது யார்? ஏரோது எதற்காக ஒரு குழந்தையைப் பார்த்துப் பயப்படுகிறான்?'' என்றாள்.

"உனக்கு இன்னும் தெரியாதா?"

"இல்லை."

"யூதர்களின் அரசன் இங்கே பெத்லகேமில் பிறந்திருப்பதாக அவனைத் தேடி வந்த ஞானிகள் ஏரோதிடம் சொன்னார்கள். ஏரோது பயந்து போனான். ஞானிகள் குழந்தையை ரகசியமாகப் பார்த்து வணங்கிச் சென்று விட்டனர். அந்தக் குழந்தையைத்தான் நாங்கள் தேடிக் கொண்டிருக்கிறோம். அவனைத்தான் நாங்கள் கொல்கிறோம்."

அவன் தன் இரு கைகளையும் சேர்த்து அழுத்தி அவற்றைப் பார்த்துக் கொண்டே, "யாருக்குத் தெரியும், ஒரு வேளை என்னுடைய இந்தக் கைகளில் தொங்கிக் கிடந்து யூதர்களின் ரட்சகன் இன்று இறந்திருக்கலாம்?" என்றான்.

"ஆமாம் யாருக்குத் தெரியும்?" என்றாள் அவள்.

படைவீரன் முன்னால் வந்து அவளுடைய முகத்தைப் பார்த்துக் கொண்டே, "இத்தனை ஆயிரம் குழந்தைகளுடைய குருதியினூடே தான் ஒரு ரட்சகன் வருகிறானா?" என்றான்.

அவள் ஒன்றும் சொல்லவில்லை.

அவன் தலையைக் கைகளுக்குள் கொண்டு வந்து விரல்களால் கண்களையும் முகத்தையும் அழுத்திக் கொண்டு கேட்டான்.

"உனக்கிது புரியப் போவதில்லை. உனக்குக் குழந்தைகளில்லையே. நான் கொன்ற குழந்தைகளுடைய முகத்தின் பீதியை நீ பார்க்கவில்லை."

ரொம்ப நேரம் இருவரும் ஒன்றும் சொல்லவில்லை.

பிறகு "பாவம்" என்றாள் தலைவி.

படைவீரன் ஒரு நடுக்கத்துடன், ஆசையுடன் அவளுடைய முகத்தை உற்றுப் பார்த்துக்கொண்டே கேட்டான்.

"யார்? யார் பாவம்?"

"அந்தக் குழந்தை, யூதர்களுக்காக வரப் போகும் ராஜா. யார் இதுபோன்ற விதிகளை உண்டாக்குவது? நான் வேசியானதும் அவனின்

வருகை குழந்தைகளின் இரத்தத்தின் மீதுதான் என்றானதும் ஒரே விதியின்பாற்பட்டதா?''

சிறிது நேரம் கடந்ததும் அவள் சொன்னாள்

"ஒரு ரட்சகன் மகிமையோடு தானே வரவேண்டும்? அந்தக் குழந்தை இந்தக் குருதிச் சிதறல்களுக்கெல்லாம் பதில் சொல்ல வேண்டாமா? அவன் எப்படி இந்தக் கடனை அடைப்பான்?''

"அவன் தப்பித்துக் கொண்டால்தானே?''

இருவரும் அமைதியானார்கள்.

"யாருக்குத் தெரியும்?'' படைவீரன் மீண்டும் தொடர்ந்தான். "அவனை அடையாளம் கண்டிருந்தேன் என்றால் ஒருவேளை நான் அவனைக் கொல்லாமல் இருந்திருப்பேன்.''

"ஆனால் அவனை நீங்கள் அடையாளம் கண்டிருந்தீரெனில், நீங்கள் முதலில் கொன்றது அவனையாயிருந்தால், மற்றக் குழந்தைகள் சாக நேர்ந்திருக்காது.''

"ஆனால் அப்போது ரட்சகனின் வரவு நடந்திருக்காது. இனியாவது, வாய்ப்பாவது இருக்கிறது இல்லையா?''

"சரிதான்.''

அவள் கைநீட்டி அவனுடைய கால்முட்டியைத் தொட்டுக் கொண்டு, "நமக்கு ரட்சகர்கள் வேண்டும் குருதியிலிருந்து புகழுடன் அவர்கள் வரட்டும். படைவீரனுக்கும், வேசிக்கும் ரட்சகர்கள் வேண்டும்.''

"ஆமாம், தண்ணீர் இன்னும் சூடாகவில்லையா?''

உள்ளே தாழிட்ட அறையிலிருந்து ஒரு குழந்தையின் அழுகைச் சத்தம் கேட்டது. அதை யாரோ அடக்கினார்கள். படைவீரனின் முகத்தில் ஒரு தளர்வான புன்னகை நிழலிட்டது.

"விபச்சார விடுதியில் யாரும் ரட்சகனைத் தேடி வரவில்லையா? எந்தப் பெண்ணுடையது இந்தக் குழந்தை? ஆண் குழந்தையா? இதுவரை பிச்சைக்காரர்களுக்கு விற்கப்படவில்லையா?''

தலைவி பாவனையேதுமற்ற முகத்தோடு சொன்னாள்.

''அது என் பூனை பெற்றது. மனிதக் குழந்தையின் அழுகை போலவேதான் தோன்றுகிறது, அல்லவா?''

படைவீரன் புன்னகைத்தபடியே, ''நீ பொய் சொல்லி வருத்தப் பட வேண்டாம். அது யூதர்களின் ரட்சகரென்றால் எனக்கென்ன? குளிக்க வந்தவன்தானே நான். வேலை முடிந்து ஓய்வெடுக்க வந்தவன். தண்ணீர் சூடாகி விட்டதா?'' என்றபடி செருப்புகளை அவிழ்த்து அவற்றை நீக்கி வைத்தான். விபச்சார விடுதியின் தலைவி சலனமற்ற முகத்தை மேலும் சலனமற்றதாக்கினாள். ஒரு விறைத்த புன்முறுவலை இதழ்களில் வரவழைத்துக் கொண்டு, 'குளித்து முடித்தவுடன் நான் என்னிடம் உள்ள புதியவள் ஒருத்தியை உங்களுக்காக அனுப்பி வைக்கட்டுமா?'' என்றாள்.

''வேண்டாம் நீ எனக்கு குளிக்க வென்னீர் கொடு. இரத்த வாடையற்ற ஒரு ஆடையைக் கொடு. அது போதும்'' என்றவன், 'குளிக்கணும்' என முணுமுணுத்தான்.

படைவீரன் இரத்தக் கறை படிந்த தன் அங்கியை அவிழ்த்துக் கீழே போட்டான். குளியலறையிலிருந்து பாத்திரங்கள் உருள்வதும் தண்ணீர் ஊற்றுவதுமான ஓசைகள் கேட்டன. அவன் குளியலறையை நோக்கிச் சென்றான். அவனுடைய துணிகளையும் பாத அணிகளை யும் அவன் படுத்துறங்கிய படுக்கை விரிப்பையும் ஒரு வேலைக்காரி அருவெறுப்புடன் இழுத்துக் கொண்டு போனாள்.

நடுநிசி கடந்தபோது படைவீரன் குறட்டை விட்டுத் தூங்கிக் கொண்டிருந்தான். உள்ளே ரகசிய உரையாடல்கள் நடந்தன.

ஒரு கதவு மெல்லத் திறந்தது. இருட்டினூடாக இரண்டு பெண்களும் ஓர் ஆணும் படைவீரனின் படுக்கையைக் கடந்து சென்றார்கள். ஒரு பெண் தன் நெஞ்சோடு எதையோ சேர்த்து அணைத்திருந்தாள். அவர்கள் கதவைத் திறந்து நட்சத்திர ஒளி வீசும் தெருவிற்கு வந்தார்கள். அங்கே ஒரு கோவேறு கழுதை காத்திருந்தது.

விபச்சார விடுதியின் தலைவி உடனிருந்த பெண்ணிடமிருந்து அவள் நெஞ்சோடு சேர்த்தணைத்திருந்த குழந்தையை வாங்கினாள். அதன் முகத்தில் நட்சத்திர ஒளி விழும்படியாக இரண்டு கைகளாலும் உயர்த்தி முகத்தை உற்றுப் பார்த்துக் கொண்டு, ''பாவம் பாவம்

ராஜா'' என்றாள். குனிந்து குழந்தையின் நெற்றியிலும் தளிர் பாதங் களிலும் முத்தமிட்டாள். அந்தப் பெண் அதற்குள் கழுதைமேல் ஏறி யிருந்தாள். தலைவி குழந்தையைப் பெண்ணின் கையில் திரும்பக் கொடுத்தாள். அவள் அதை மீண்டும் மார்போடு சேர்த்து அணைத்துக் கொண்டாள். வீட்டிலிருந்து மேலும் மூன்று நான்கு பெண்கள் இருட்டில் அமைதியாக வெளியே வந்தனர். ஆண், கழுதையின் மூக்கணாங் கயிற்றைப் பிடித்தான். கழுதை மீதமர்ந்திருந்த பெண் எல்லாரையும் பார்த்து, ''நன்றி, எங்களுக்கு அடைக்கலம் தந்தமைக்கு நன்றி. என் குழந்தையின் நன்றி. உங்களுக்கு ஒரு கைம்மாறும் செய்ய எங்களால் இப்போது முடியாது'' என்றாள்.

''ஆமாம். உன் மகன் வளர்ந்து ராஜாவாகும்போது எங்களை யும் காப்பாற்றச் சொல். நாங்கள் வேசிகள்தான். ஆனால் தாயின் சொல்லை அவன் அனுசரிப்பான்.''

கோவேறு கழுதை நடக்கத் தொடங்கியிருந்தது.

விபச்சார விடுதியின் தலைவி முன்னால் ஓடிவந்தபடி சொன்னாள்.

''அந்தப் படைவீரனையும் காப்பாற்றச் சொல். உங்களுக்கு நல்லது நடக்கட்டும்.''

பக்கத்திலிருந்த வளைவு திரும்பி ஒரு குறுக்குப் பாதை வழியாக அந்த ஆணும் பெண்ணும் குழந்தையும் கோவேறு கழுதையுடன் இருட்டில் மறைந்தார்கள்.

வேசிகள் இருட்டினூடே படைவீரனைக் கடந்து உள்ளே செல்லும் போது அவன் உறக்கத்தில் முணுமுணுத்துக் கொண்டிருந்தது தெளிவாய் கேட்டது.

''வென்னீர் தயாராகிவிட்டதா?''

★

12
தோணி

கிழக்கிலிருந்து அமைதியாக ஒழுகிக் கொண்டிருந்த ஒரு நதியின் கரையிலிருந்த கானகத்தின் இருளில் பூதங்களும் அதிசய ஜீவிகளும் வாழ்ந்து வந்தன. ஒரு நாள் மாலையில் வெள்ளி உருக்கி ஊற்றியதுபோலப் பிரவாகித்த நதியின் கரையில் தூக்கத்தில் நடக்கும் சுபாவமுள்ள ஒரு பூதம் அமர்ந்திருந்தது.

அது கிழக்கில் வெகுதூரத்தில் நதியின் நடுவே சலனப்படும் ஒரு புள்ளியைப் பார்த்த வெகு சீக்கிரமே அந்தப் புள்ளி இருண்ட ஆட்கள் முன்னும் பின்னும் அமர்ந்து துடுப்புப் போடும் ஒரு தோணியாக உருமாறியது. நதியின் ஓசையினூடே ஓர் அம்பின் முனை போல் அசையும் ஒரு கோட்டினை வரைந்து கொண்டு, ஒழுகும் திசை நோக்கி அதிவேகமாக நகர்ந்த தோணியிலிருந்து முன்னால் ஒரு பெண்ணும் பின்னால் ஓர் ஆணும் துடுப்பு போட்டுக் கொண்டிருந்தார்கள்.

பூதம் ஒரு மரத்தின் அடியிலிருந்த புல்தரையில் அமர்ந்திருந்தது. தோணியிலிருக்கும் மனிதர்கள் இளம் தம்பதிகளாகவோ அல்லது காதலர்களாகவோ இருக்கலாம் என்று எண்ணிக் கொண்டே அவர்களின் தாளத்திற்கேற்ப அசைந்து கொண்டிருக்கும் உருவங்களை அது பார்த்துக் கொண்டிருந்தது. அவர்கள் காதலர்களாகத்தான் இருக்க வேண்டும் என்று நம்புவதற்கே அது விரும்பியது.

அவர்களின் பிரியத்தைக் குறித்தும் ஏக்கப் பெருமூச்சுகளைக் குறித்தும் மிருதுவான சரீர ஸ்பரிசங்களைக் குறித்தும் நினைத்து மகிழ்வுடன் பூதம் அவர்கள் அருகில் வருவதை எதிர்பார்த்துக் கொண்டிருந்தது. நகர்ந்து கொண்டிருக்கும் தோணியில் ஒரு சொர்க்கம் என்று அது தனக்குள்ளே சொல்லிக் கொண்டது.

அஸ்தமனத்தின் வண்ணங்கள் பூசிய நதி நீரில் துடுப்புகளின் மிருதுவான சப்தத்தினூடே தோணி நகர்ந்த போது தன் கற்பனைக்குப் பங்கம் வரவில்லையென்பதையறிந்து பூதம் மகிழ்ச்சியால் புன்னகைத்தது.

முழங்காலிட்டு அமர்ந்து தூரத்தில் உற்று நோக்கிக் கொண்டு துடுப்பிட்டுக் கொண்டிருந்த அந்த இளம்பெண் ஓர் அழகியாக இருந்தாள். அவளுடைய வயிறு கர்ப்பத்தால் பெரிதாகவும் பளபளப்பாகவும் காணப்பட்டது. கணவன் மூடிய கண்களுடன் மேல் பக்கத்தில் அமர்ந்து ஒரு வித தாள லயத்தோடு துடுப்பிட்டான். பூதம் கண்ணிமைக்காமல் அவர்களைப் பார்த்துக் கொண்டிருந்தது. தோணி கீழே ஒரு வளைவு திரும்பிப் பார்வையிலிருந்து மறைந்தது.

அப்போது கணவன் கண்களைத் திறந்தான். அவன் தண்ணீரிலிருந்து துடுப்பை இழுத்தெடுத்து அதைத் தன் இரு கைகளாலும் தலைக்கு மேல் உயர்த்திக் கொண்டு முன்னே சாய்ந்து சக்தியோடு தன் முன்னால் அமர்ந்திருந்த கர்ப்பிணியின தலையை அடித்துப் பிளந்தான். அவள் ஒரு விசும்பலுடன் படகை ஒரு பக்கத்திற்குச் சாய்த்துக் கொண்டு காய்ந்த ஒரு பூவினைப் போலப் பின்பக்கமாகப் படகிற்குள் விழுந்தாள். அவளுடைய சுருள் முடியை நனைத்தபடி நுரைத்துப் பொங்கிய ரத்தம், மூடிய கண் இரைப்பைகள் மீதும் கன்னங்களின் மீதும் கோடுகளாக உருவெடுத்தது.

கையிலிருந்து நழுவிய துடுப்பு அவளுடைய கர்ப்பத்தின் மீதே விழுந்து கிடந்தது. அவன் கவனமாக முழங்காலிட்டு முன்னேறிச் சென்று அவளைத் தன் பலம் பொருந்திய கரங்களால் உயர்த்தி இருண்ட நீருக்குள் தள்ளி விட்டான். ஒரு நிமிட நேரத்திற்கு அவளுடைய விரிந்து சிதறிய முடி நதியின் மேற்பரப்பில் மிதந்தது. பின்னர் ஓர் இருண்ட ஜுவாலை போல் நீருக்குள் அமிழ்ந்து காணாமல் போனது. அவன் அதிவேகமாகத் துடுப்பிட்டுக் கீழ்த்திசை நோக்கிச் சென்றான்.

பூதம் மரத்தின் பின்புறம் சாய்ந்தமர்ந்தது. அவர்கள் தோணியைக் கரை சேர்த்து விட்டு நதியின் குளிர்மையை அனுபவித்தவாறே புல்வெளியில் ஆலிங்கனத்தில் கட்டுண்டவர்களாய் கனவு காணும் கண்களுடன் படுத்திருப்பார்கள் என நினைத்துச் சந்தோஷமடைந்தது. ஆனந்தத்திற்குச் சாட்சி நின்ற ஆனந்தத்துடன் அது மூடிய கண்களுடன் அங்கேயமர்ந்தது; மெதுவாக உறங்கியது.

★

13
ஒரு கிறிஸ்துமஸ் கதை

சித்தார்த்தனும் பத்ரோசும் அம்மிணி என்ற வேசியை ஒரு லாட்ஜ் அறைக்கு அழைத்துக் கொண்டு வந்தார்கள். பக்கத்து அறைக்காரர்கள் அவளை அனுப்பியபோது சித்தார்த்தன் வராந்தாவில் அவளைப் பார்த்து அழைத்து வந்தான்.

'எனக்குப் பிராந்தியும், பிரியாணியும் வேணும்' என்று கேட்டவள், உடனே சித்தார்த்தனின் கட்டிலில் படுத்துப் போர்த்திக் கொண்டாள்.

சித்தார்த்தனும் பத்ரோசும் கொஞ்ச நேரம் அவளைப் பார்த்துக் கொண்டேயிருந்தார்கள். பத்ரோஸ் பிராந்தியும், பிரியாணியும் வாங்கப் போன போது சித்தார்த்தன் மெதுவாகப் போர்வையை விலக்கி அவளைப் பார்த்தான்.

பிராந்தி குடித்துவிட்டு பிரியாணியும் சாப்பிட்டு முடித்து, அவள் மீண்டும் கட்டிலில் ஏறிப் படுத்துப் போர்த்திக் கொண்டாள். பத்ரோசும் சித்தார்த்தனும் பிராந்தியின் போதையில் மெதுவாக தள்ளாடும் தலைகளுடன் அவளைப் பார்த்துக் கொண்டிருந்தார்கள். பத்ரோஸ் அவளைத் தொட்டு அழைத்தான். 'நீ தூங்கத்தான் இங்க வந்தியா? நாங்க இங்க இரண்டு பேர் இருக்கோம்.'

அம்மிணி சுவரைப் பார்த்துத் திரும்பிப் படுத்தாள். 'அவ நம்மள ஏமாத்திட்டாளே' என்றான் சித்தார்த்தன்.

'நான் யாரையும் இதுவரை ஏமாற்றியதில்லை. நான் நிம்மதியாத் தூங்கி ரெண்டு நாளுக்குமேல் ஆச்சு. என் வேதனையும் துன்பமும் உங்களுக்குப் புரியாது. நான் மொதல்ல நல்லாத் தூங்கிக்கிறேன்.'

'உனக்கு அவ்ளோ சோர்வா இருந்தால் நாங்களும் கொஞ்சம் தூங்கறோம்' என்றவாறே பத்ரோசும் சித்தார்த்தனும் அடுத்திருந்த கட்டிலில் படுத்துத் தூங்கினார்கள்.

மாலை மயங்கிய போதுதான் அவர்கள் விழித்தார்கள். அப்போது கட்டிலில் உட்கார்ந்துகொண்டே ஒரு பாட்டை முணுமுணுத்தவாறு அம்மிணி தலை வாரிக் கொண்டிருந்தாள்.

'நீ தூங்கி எழுந்துட்டியா?' என்றான் பத்ரோஸ். சித்தார்த்தன் அவள் பாடுவதைக் கேட்டுக் கொண்டிருந்தான். 'ஒரு சந்தனக் கிண்ண மென ஓடிக் கொண்டிருக்கும் வெண்ணிலாவே' என்று அவள் பாடினாள். 'கை கூப்பிக் காத்திருக்கும் காட்டுப்பூவின் இதயம்' என்று அந்தப் பாட்டின் அடுத்த வரியை அவன் மனத்திற்குள் பாடினான். அது அவனுடைய விருப்பமான பாடல்களுள் ஒன்றாக இருந்தது.

ஒருத்தன் வெளியே நாற்காலியில் அமர்ந்து தெருவைப் பார்த்துக் கொண்டிருக்க, அடுத்தவன் அம்மிணியைப் புணர்ந்தான். சித்தார்த்தன் எதன் காரணமாகவோ மிகவும் சங்கடமாக உணர்ந்தான்.

இரவானபோது பத்ரோஸ் மீண்டும் சென்று பிரியாணியும், பிராந்தியும் வாங்கி வந்தான். குடித்துவிட்டு சாப்பிட்ட பின் அம்மிணி ஒரு நாற்காலியில் அமர்ந்து கட்டிலில் காலை நீட்டியவாறே சொன்னாள்: 'எனக்குத் தூக்கம் வரவில்லை. என் வேதனைகளை நீங்களும் தெரிந்து கொள்ள வேண்டாமா? ஒரு வேசியின் வாழ்க்கையைப் பற்றி உங்க ளுக்குத் தெரியுமா? என்னையே எடுத்துக் கொள்ளுங்கள். எனக்குப் புருஷனும் இரண்டு குழந்தைகளும் இருக்கிறார்கள். அப்பா, அம்மா, சகோதரர்கள், அக்கா, தங்கைகள், மாமன்கள், அத்தைகள் எல்லோரும் இருக்கிறார்கள். நான் வேசி. இதன் அர்த்தம் என்ன? நான் எங்கிருந்தோ வந்து உங்கள் கட்டிலில் படுத்துக் கொண்டிருக்கும்போது நீங்களும் கேட்க வேண்டாமா, இதன் பொருள் என்னவென்று? நான் வேசி யாகாதிருந்தால் என்னவாக இருந்திருப்பேன்? எனக்கிது புரியவில்லை. நான் யார்? மனைவியா, மகளா, அம்மாவா, சகோதரியா, அண்ணியா, தங்கையா, காமுகியா, வேசியா?'

சித்தார்த்தன் அம்மிணியின் பாதங்களில் தன் இரு கைகளையும் வைத்து அழுத்தியபடி 'நீ ரொம்ப பாவம். உன் பேர் என்ன?' என்றான்.

'இப்போது நீங்கள் எதற்காக என் பெயரை விசாரிக்கிறீர்கள்? என் பெயர் வேசி. என் வேலை வசீகரித்தல்.' அம்மிணி தேம்பி அழத் தொடங்கினாள். 'இப்போதுதான் என் பெயரை விசாரிக்கத் தோன்றியதா? இவ்வளவு நேரமும் நீங்கள் யாருடன் பேசிக் கொண்டிருந்தீர்கள்? யாருடன் படுத்துக் கொண்டிருந்தீர்கள்?'

'மன்னித்துக் கொள். எங்களுக்கு உன்னைப் பிடிச்சிருக்கு. நீ விரும்புவதாயிருந்தால் இன்றும் நாளையும் இங்கேயே தங்கிக் கொள்ளலாம். நாங்கள் உன்னைத் தொந்தரவு செய்யமாட்டோம்' சித்தார்த்தனும் பத்ரோசும் சங்கடத்தோடு சொன்னார்கள்.

'அப்படியானால் முதலில் நீங்கள் என் கதையைக் கேளுங்கள். என் காதலன் என்னை விசாரித்து வருவதற்கு வாய்ப்பிருக்கிறது. என் கணவன் என்னைத் தேடி வர வாய்ப்பில்லை. நீங்கள் என்ன செய்வீர்கள்? நீங்கள் ஆச்சரியப்படாதிருக்க வேண்டுமெனில் என்னைப் பற்றிய விவரங்களைத் தெரிந்து கொள்ளுங்கள். என் புருஷன் சொல்லித்தான் நான் வேசியானேன். அவனுக்குக் குடிக்க நிறைய பணம் வேண்டியிருந்தது. வேறொரு பெண்ணை வைத்துக் கொள்ளவும்தான் என்பது எனக்குப் பிறகுதான் தெரிந்தது. அவன் கூட்டிக் கொண்டு வருபவர்களுடனெல்லாம் நான் படுத்தேன். அவன் திண்ணையில் உட்கார்ந்து பீடி இழுத்துக் கொண்டிருப்பான். பிறகு பணத்தை எண்ணுவான். பிறகு என்னை அங்குமிங்குமாகத் தொட்டும் நுகர்ந்தும் பார்ப்பான். நள்ளிரவானாலும் நான் குளித்துவிட்டே என் குழந்தைகளுடன் சென்று படுத்துறங்குவேன்.

அவனை அப்போதும் நான் விரும்பினேன். எதனால் அது? கணவன் என்றால் யார்? எதற்காக நான் அவனை விரும்பினேன்? அவன் எனக்குத் தந்த குழந்தைகளின் மீதான விருப்பம் அவன் மீதும் இருந்ததா? இல்லையென்றால் அவன் ஒரு காலத்தில் என்னை நிஜமாகவே நேசித்திருந்தான் என்று எனக்குத் தோன்றுவதாலா? அவன் பணத்தையெண்ணுவதும், நுகர்ந்து பார்ப்பதும் சகிக்க முடியாமல் போனபோது எனக்கு ஒரு காதலன் கிடைத்தான். ஒரு டிரைவர். அவன் மாலையில் எனக்கு பிராந்தியும், பிரியாணியும் கொண்டு வருவான். என் குழந்தைகளுக்கு நல்ல உடைகளும் விளையாட்டுப் பொருட்களும் வாங்கி வருவான். குழந்தைகளைப் பள்ளிக்கூடத்

திற்கு அனுப்பி வைத்தோம். லாரியில் அவனுக்குப் பக்கத்தில் என்னை உட்கார வைத்துக் கொண்டு எம்.ஜி. ரோடு வழியாகப் பாய்ந்து செல்வான். சினிமாவுக்கு அழைத்துச் செல்வான். என் வாழ்க்கையில் முதன்முதலாக எனக்கு முத்தம் கொடுத்தது அவன் தான். உங்களுக்குத் தெரியுமா?' அம்மிணி குதித்தெழுந்து கொண்டு கேட்டாள். 'நான் இன்று முழுவதும் உங்களுடன் இருந்திருக்கிறேன். நீங்கள் யாராவது எனக்கொரு முத்தம் தந்தீர்களா? எனக்கு உதடுகள் இருக்கிறது என்பதாவது உங்களுக்கு நினைவிருக்கிறதா? எனக்கு முத்தங்கள் மிகவும் பிடிக்கும்.'

சித்தார்த்தனும் பத்ரோசும் குற்ற உணர்வுடன் சுவரைப் பார்த்து அமர்ந்தார்கள். 'எங்களையும் யாரும் இன்றுவரை முத்தமிட்டதில்லை. நாங்கள் இன்னும் கொஞ்சம் பிராந்தியும் பிரியாணியும் வாங்கி வரு கிறோம். நீ எங்களை முத்தமிடுவாயா?' என்றான் சித்தார்த்தன்.

அம்மிணி வேகமாக நடந்து சென்று இருவருடைய நெற்றி யிலும் முத்தமிட்டு விட்டு, 'குழந்தைகளுக்கு இது போதும்' என்றாள்.

'நாங்கள் குழந்தைகளல்ல. நீ எங்களிடம் விளையாடாதே. அம்மா முத்தமிடுவது போலத்தான் நீ முத்தமிட்டாய்.'

'அப்போ நீங்க பொய் சொன்னீங்க' அம்மிணி அவர்களின் பக்கத்தில் சென்று அவர்களுடைய முகங்களை சிறிது தடித்த தன்னுடைய வயிற்றில் அழுத்தியவாறே சொன்னாள். 'உங்களின் அம்மாக்களாவது உங்களுக்கு முத்தம் தந்திருக்கிறார்கள் அல்லவா? நானும் உங்களின் அம்மாதான். உங்களுடைய குட்டித் தம்பியின் இதயத் துடிப்பு உங்க ளுக்குக் கேட்கிறதா?'

அவர்கள் மிகுந்த சங்கடத்துடன் அம்மிணியின் கைகளிலிருந்து தங்களின் தலைகளை விடுவித்துக் கொண்டனர். அவளுடைய சேலைக்கும் ஜாக்கெட்டிற்குமிடையில் தெரிந்த வயிற்றை சந்தேகத் துடன் பார்த்துக் கொண்டிருந்தனர். ஒரு இதயத் துடிப்பு கேட்பது போலத் தோன்றவும், அவர்களுடைய சங்கடம் மேலும் கூடியது.

'அவன் என் காதலனின் மகன். அவன் பெயர் சித்தார்த்தன்' என்றாள்.

சித்தார்த்தன் அதிர்ந்தான்.

'அது மகன்தான் என்று உனக்கெப்படித் தெரியும்?' என்றான் பத்ரோஸ்.

'அவன் என்னை உதைக்கிறான்.என் வயிற்றில் துள்ளி விளை யாடுகிறான். ஆண் குழந்தைகள்தான் அப்படிச் செய்வார்கள். நீங்கள் அவ்னுடைய இதயத் துடிப்பை இன்னும் ஒரு முறை கேட்க வேண் டாமா?' என்றாள்.

சித்தார்த்தனும் பத்ரோசும் கட்டிலிலிருந்து குதித்தெழுந்து கொண்டே, 'வேண்டாம் நீ எங்களை ஏமாற்றி விட்டாய்' என்றனர்.

'நான் எப்படி உங்களை ஏமாற்றினேன்?'

'நீ கர்ப்பமாயிருக்கிறாய் என்று சொல்லவில்லையே?'

அம்மிணி உரக்கச் சிரித்துக்கொண்டே அவர்களின் அருகே சென்று இருவருடைய கன்னத்திலும் முத்தமிட்டாள்.

'நான் கர்ப்பமாயிருந்தாலும் இல்லையென்றாலும் உங்களுக் கென்ன? உங்களுக்கும் எனக்கும்தானே உடன்பாடு? என் மகனுடன் இல்லையே? அவன் உங்களை என்ன செய்தான்?'

அம்மிணி சந்தோஷத்தில் மின்னும் கண்களுடன் அவர்களின் கண்களைப் பார்த்தாள்.

'அறையில் வேறு யாரோ இருப்பதுபோல' என்றான் பத்ரோஸ்.

'நீ எதற்காக என் பெயரை அவனுக்கு வைத்தாய்?' என்றான் சித்தார்த்தன்.

அம்மிணி புன்னகைத்துக் கொண்டே கட்டிலில் ஏறிப் படுத்துப் போர்த்திக் கொண்டாள். அவள் சுவரைப் பார்த்தபடி சொன்னாள், 'என் மகனை நினைத்து பயமா? அவன் பாவம். என் சினேகிதனின் குழந்தைதான் அவன். நானும் அவனும் தூங்கிக் கொள்கிறோம்.'

சித்தார்த்தனும் பத்ரோசும் இரவின் படியில் இறங்கிச் சென்றார்கள். ரொம்ப நேரம் கடற்கரையில் அமர்ந்து படகுகளின் வெளிச்சங்கள் கடலில் நிழலிடுவதைப் பார்த்தார்கள். தொலைவில் கப்பல்களின்

ஆரவாரத்தைக் கேட்டார்கள். முன்னொரு நாள் ஒரு மகன் பிறந்த நினைவுமாக நடுநிசி மணிகள் ஒலித்த போது, பத்ரோஸ் 'சித்தார்த்தா' என்றான்.

'என்ன?'

'இன்று கிறிஸ்துமஸ்.'

'ஆமாம்' என்றான் சித்தார்த்தன்.

'சரிதான்.'

பிறகு மேலே இரவின் உயரங்களில் ஒரு பனிப் புகையின் படலம் போல் அலைந்த ஆகாய கங்கையின் ஒளிக் கீற்றை நோக்கித் தன் முகத்தை உயர்த்திக் கொண்டு சித்தார்த்தன் மெதுவாகப் பாடினான்.

ஸ்ரீமகாதேவன் தன் ப்ரிய சிசுவின்
தோஷம் மறைய பாடுகிறான்...

திரும்பிச் சென்று அம்மிணியின் தூக்கத்தைக் கலைக்காமல் கதவு திறந்து, எந்தவொரு ஓசையும் எழுப்பாமல் தங்களின் கட்டிலில் திறந்த கண்களுடன் சிலைகளைப் போலப் படுத்தார்கள். காதில் கேட்பது தங்களுடைய இதயத் துடிப்பா அல்லது கருவறையிலிருந்த மகனுடையதா என்று அவர்களுக்குப் புரியவில்லை. இரவில் எப்போதோ அம்மிணி உறக்கத்தில் உளறுவதைக் கேட்டு அவர்கள் திடுக்கிட் டார்கள். அம்மிணியின் மெல்லிய சுவாச அலைகள் அவர்களின் மீது பிரவகித்தது. 'தெய்வமே' என்றான் சித்தார்த்தன்.

'நீ என்ன சொன்னே?' என்றான் பத்ரோஸ்.

'ஒண்ணுமில்லை.'

கடைசியில் அவர்களின் கட்டில் ஒரு தொட்டிலைப் போல பூமியின் சுழலும் தாளத்திற்கு இசைவாக கனவில்லாத தூக்கத்திற்குள் அவர்களை ஆழ்த்தியது.

★

14

கன்னியாகுமரி

'செரியன் தாமஸ், நீ வல்சா ஜானை மனைவியாக ஏற்றுக் கொள்கிறாயா?' என்று பாதிரியார் கேட்ட போது செரியன் யோசித்துக் கொண்டிருந்தான். 'தேனிலவுக்கு எங்கே போகலாம்? கன்னியாகுமரி? தேக்கடி?'

'கன்னியாகுமரி' என்றான் செரியன்.

பாதிரியார் செரியனைக் கவனமாகப் பார்த்தபின் குரலை உயர்த்தி மீண்டும் கேட்டார்.

அருகில் நின்றிருந்த மச்சான் பேபிச்சன் திருமண ஆடைகளுக் கிடையில் செரியனைக் கிள்ளினான். மணப்பெண் கடைக்கண்ணால் அவனைப் பார்க்க முயன்றாள்.

செரியன் சற்றே திடுக்கிட்டு சுற்றி ஒரு பார்வை பார்த்த பிறகு, 'ஏற்றுக் கொள்கிறேன்' என்றான்.

அவன் மீண்டும் யோசிக்கத் தொடங்கினான். கன்னியாகுமரியில் கடல் இருக்கிறது. விவேகானந்தர் பாறை இருக்கிறது. கிழக்கில் சூரியோதயமும் மேற்கில் அஸ்தமனமும் பார்க்கலாம். அங்கே கேரள கெஸ்ட் ஹவுசில் தங்கலாமென்று பேபிச்சன் சொன்னார். அங்கேயே இருக்கும் கான்டீனில் நல்ல காபியும், இட்லியும் ம்சால் தோசையும், சாப்பாடும் கிடைக்குமாம்.

அவ்வாறாகத் திருமணம் முடிந்தது.

விருந்தினரெல்லாம் சென்று முடிந்தவுடன் செரியன் சித்தப்பா வின் மகன் ஜோஸை தனியாக அழைத்துச் சென்று 'ஹனிமூன் கன்னியாகுமரியிலேயே போதும்' என்றான்.

'அது சரிதான்! போதாதென்று யார் சொன்னார்கள்?'

'இல்ல, நான் மூணாறு தேக்கடியெல்லாம் யோசித்திருந்தேன். ஆனா, கன்னியாகுமரி போதும்.'

'அப்படின்னா சரி. ஆனா ஒரு பெண்ணை சந்தோஷப்படுத்த ணும்னா, நீ கன்னியாகுமரி வரையெல்லாம் போய்க் காசைக் கரியாக்க வேண்டாம். புரியுதா? நம்ம வீடே தாராளம்!'

ஜோஸ் பதிலை எதிர்பார்த்துக் காத்திருந்தான்.

'அது போதுமில்ல?' என்றான் செரியன்.

'போதாம பின்ன என்ன?'

'பிறகு எதுக்கு எல்லாரும் தேனிலவுக்குப் போறாங்க?'

'டேய் மடையா, முதல்ல கொஞ்ச நாள் பொண்டாட்டிக்கும் புருஷனுக்கும் வேற ஒரு விஷயத்தில நெனப்பிருக்கும். அதுக்கு யாரும் தொந்தரவு செய்யக் கூடாதுன்னுதானே தேனிலவுக்குப் போறாங்க. சாமர்த்தியமிருந்தால் வீட்டிலேயே நடத்தக் கூடிய விஷயம்தானே?

'எந்த விஷயம்?' செரியன் கேட்டான்.

'டேய் அந்த வேல' ஜோஸ் கண்ணைச் சிமிட்டிக் கொண்டே சொன்னான்.

'எந்த வேல?'

'போடாப் பொணமே. நீ போயி கார்ல ஏறு.இல்லன்னா உன் பொண்டாட்டிய வேற எவனாவது தட்டிக்கிட்டு போயிடுவான்.

காரில் ஏறும்முன் செரியன் ஜோஸை மறுபடியும் ஒருமுறை தனியாக அழைத்துச் சென்று 'அப்ப ஹனிமூனுக்கு நாங்க ரெண்டு பேரும் தனியாத்தான் போறோம் இல்லயா?' என்றான்.

'இல்ல, முதலமைச்சர், சபாநாயகர், ஐ.ஜி., போப்பாண்டவர் இவங்க எல்லோரும்கூட வர்ரதுக்கு வாய்ப்பிருக்கு.'' .

'தாத்தாவும், பாட்டியும் பேரனை மடியிலிருந்து எறக்கிவிடாம வளத்தி விட்டு விட்டாங்க. அதுதான் பாக்கறமே, ஒரு பெண்ணுக்கு தாலியக் கட்டிட்டுக் கெடந்து துடிக்கிறான்' என்று தனக்குள் சொல்லிக் கொண்டான்.

அன்று இரவு வல்சாவின் வீட்டில் முதலிரவு அறையில் அவளைக் கட்டிப் பிடித்தவாறே படுத்திருந்த செரியன் 'நாம ஹனி மூனுக்கு எங்கே போகலாம்?'என்றான்.

வல்சா, மிகுந்த காதலுடன் செரியனைப் பார்த்தபடியே சிறிது நேர யோசனைக்குப் பின் 'கன்னியாகுமரி' என்றாள்.

செரியன் அதிர்ச்சியடைந்தான். 'நான் யோசித்த அதே இடம். வல்சாவுக்கும் கன்னியாகுமரிதான் இஷ்டமா?'

பத்தாம் கிளாஸ் படிக்கும்போது டூர் போனதும் விவேகானந்தர் பாறையின் நெரிசலில் தன்னுடன் பயின்ற அசோகன், தன் பின்புறத்தைக் கையால் தடவிக் கொடுத்ததும் நினைவில் வர.

'அங்கே சூரிய உதயமும், அஸ்தமனமும் பார்க்கலாம். விவேகா நந்தர் பாறையும் இருக்கே' என்றாள்.

'சரிதான், ஆனா நாம ரெண்டு பேர் மட்டும்தான் இருப்போம்.'

நாம ரெண்டு பேர் மட்டுங்கிறது ரூமுலதானே கன்னியாகுமரி நெறய வேற ஆளுங்களும் இருப்பாங்க இல்ல?'

'ஆமாம் செரியன் சம்மதித்தான். 'ஆனா மூணு பக்கமும் கடல். நாம மட்டும் தனியா நமக்கு யாரையும் பழக்கமுமில்லை.'

'பரவாயில்லீங்க. நாம ரெண்டு பேர் மட்டும் போதும்' என்றவள் செரியனோடு இன்னும் நெருங்கிப் படுத்தாள்.

சற்று நேரத்தில் செரியன் கன்னியாகுமரி கனவு கண்டான். கேரள கெஸ்ட் ஹவுஸின் மாடியில் அவன் தனியாக நின்றிருக்கிறான். ஆகாயத்தில் பறக்கும் மேகங்களுக்கிடையில் நிலவு ஓடுகிறது. திடீரெனக் கிழக்கில் யாரோ தள்ளி விட்டது போல, சூரியன் உதித்து உயரத்திற்கு வருகிறது. அவன் ஆச்சரியப்பட்டு மேற்கில் பார்த்தான். அங்கேயும் சூரியன் அதிவேகமாக உதித்து உயருகிறது. ஒரு கூச்சல் கேட்டு அவன்

பார்க்கும்போது வல்சா காற்றில் பறக்கும் தலைமுடியோடு உச்சத்தில் அழுது கொண்டே தனக்கெதிராகக் கடலினுள் ஓடி வருகிறாள். அவ ளுக்குப் பின்னால் சூரியன் ஒரு வண்டிச் சக்கரம் போலப் பாய்ந்து வருகிறது.

செரியன் திடுக்கிட்டு உறக்கம் கலைந்து விளக்கைப் போட்டான். வல்சா பக்கத்தில் படுத்தபடி குறட்டைவிட்டுத் தூங்கிக் கொண்டிருந் தாள். அவளுக்குக் கன்னித்தன்மை இருக்கிறதா என்பது போன்ற விஷயங்களைக் கன்னியாகுமரியில் வைத்துக் கண்டுபிடிக்கலாம். அவன் தன் விருப்பமான வாரப் பத்திரிகையின் அந்தரங்கம் பகுதியை யோசித்தபடி தீர்மானித்தான். கன்னியாகுமரியில் கன்னிமை. அவனுக்கு வெட்கம் தோன்றியது. ஒரு நிமிஷம் அவன் வல்சாவின் முலைகளைப் பார்க்க விரும்பினான். ஆனால் புடவையை நெஞ்சிலிருந்து நீக்கு வதையும், ரவிக்கையின் கொக்கியை அவிழ்ப்பதையும் நினைத்து தோல்வியைச் சம்மதித்து வல்சாவைப் பார்த்தபடி படுத்துக்கொண்டு கனவுகளின்றி உறங்கினான்.

சங்கனாசேரி, திருவல்லா, கொட்டாரக்கரா, கிளிமானூர், திருவனந்தபுரம் என்ற இடங்களைக் கடந்து களியக்காவிளை சேர்ந்த போது - டிரைவர் 'இதுதான் பார்டர்' என்றான்.

செரியன் திடுக்கிட்டு 'பார்டரா? நாம் கேரளாவை விட்டு வெளியே போகிறோமா?' என்றான்.

'ஆமாம் இந்த எடம் தாண்டிட்டா அப்புறம் தமிழ்நாடுதான்.'

செரியன் சன்னமான குரலில், 'ங்கே?அப்போ கன்னியாகுமரி கேரளத்திலில்லையா?' என்றான்.

ரோட்டை விழுங்கியபடி ஓடிவந்த ஒரு தமிழ்நாடு டிரான்ஸ் போர்ட் பஸ்ஸிற்குச் சைடு கொடுத்து முடித்ததும், டிரைவர் கோபாலன் நாயர் தலையைத் திருப்பி, செரியனை நன்றாகப் பார்த்தார்.

வல்சா செரியனை செல்லப் பெயரால் அழைத்து 'பாப்பச்சா, கன்னியாகுமரி தமிழ்நாட்டில்தானே இருக்கு?' என்றாள்.

'எனக்குப் பயமாயிருக்கு.'

வல்சா பொன் வளையல்கள் கலகலக்கும் தன் கைகளில் ஒன்றைச் செரியனின் தோளிலிட்டுக் கொண்டே, 'பரவாயில்லீங்க, நான்தான் இருக்கேனே' என்றாள்.

அவன் ஒரு பெருமூச்சு விட்டுக் கொண்டு வெளியே பார்த்தான். 'அப்போ இங்கே பாக்கிறதெல்லாம் கேரளாவில்லையா?'

கோபாலன் நாயர் ஒரு சைக்கிள்காரனைக் கடந்து மறுபடியும் ஒருமுறை செரியனை ஆழமாகப் பார்த்தார்.

தக்கலை, மார்த்தாண்டம் நாகர்கோவில், சுசீந்திரம் கடந்து அவர்கள் கன்னியாகுமரியை அடைந்தார்கள்.

மணி ஆறு.

கேரள கெஸ்ட் அவுஸின் கௌண்டரில் நிற்கும்போது செரியன் மானேஜரிடம், 'சூரிய அஸ்தமனம் ஆயிடுச்சா?' என்று கேட்டான்.

'மேல் விலாசம் சரியாக எழுத வேண்டும்' என்றார் மானேஜர்.

அட்வான்ஸ் வாங்கிக் கொண்டே மானேஜர், 'லக்கில கெடச்சிருக்கு ரூம். நல்ல சீசன் டைம் இப்ப' என்றார்.

வல்சாவை ஓரக் கண்ணால் பார்த்துக்கொண்டே, அவளுக்குக் கேட்கும்படியான மெல்லிய குரலில் செரியனிடம் 'ஹனிமூனா?' என்று கண் சிமிட்டினார்.

'ஆமாம் தேனிலவுக்குச் சரியான இடம்தானே கன்னியாகுமரி?'

'ஆமாமாம்?'

'ஆனா எனக்குப் பயமாயிருக்கு' என்றான் செரியன்.

அவர் செரியனைப் பார்த்து ஒரு நக்கல் சிரிப்பு சிரித்துக் கொண்டே 'ஒன்றும் பயப்பட வேண்டாம். தேனிலவுக்கு இந்தியாவிலேயே மிகவும் நல்ல இடம் இதுதான்' என்றார்.

அவர்களுக்கு மாடியில்தான் அறை கிடைத்தது. அறையிலிருந்து ரூம் பாய் போனதும் வல்சா கட்டிலில் விழுந்தபடியே, 'ஹோ! அப்படி நாம கன்னியாகுமரிக்கு வந்துட்டோம், நல்லாயிருக்கு இல்லையா?' என்றாள்.

செரியன் ஜன்னல் வழியே வெளியே பார்த்துக் கொண்டிருந்தான்.

படுக்கையில் வெள்ளை விரிப்பைத் தட்டியபடியே வல்சா மீண்டும் அவனை அழைத்தாள், 'வா பாப்பச்சா, ஒரு நிமிஷம் இங்கே படுத்தால் அலுப்பெல்லாம் போயிடும், வா.'

செரியன் ஜன்னலருகிலிருந்து திரும்பி வல்சாவின் பக்கத்தில் குனிந்து சன்னமான குரலில் 'இது கன்னியாகுமரியென்று தோணல நாம வேற எங்கேயோ இருக்கோம். எனக்குப் பயமாயிருக்கு' என்றான்.

வல்சா கட்டிலில் அமர்ந்து மனச் சங்கடத்தோடு செரியனைப் பார்த்தாள்.

'அந்த டாக்ஸி போயிருக்குமா?'

'ஏன் பாப்பச்சா?'

'நாம திரும்பிப் போக.'

அவள் கட்டிலிலிருந்து எழுந்து நின்றாள், 'திரும்பிப் போகவா?'

'ஆமாம் எனக்கு ரொம்ப பயமாயிருக்கு. இது கன்னியாகுமரி இல்ல. யாரோ நம்மள ஏமாத்தியிருக்காங்க.'

திடீரென தமிழ்நாட்டின் அசாதாரணமானதொரு மின் தடையால் அறையின் விளக்குகள் அணைந்தன. கன்னியாகுமரி இருளடைந்தது. கடலை விற்பவர்களின் விளக்குகளால் கிடைத்த வெளிச்சத்தில் கடற்கரையில் சுற்றுலாப் பயணிகள் கூவினர்.

செரியன் அலறினான்.

அவனுடைய இரண்டாவது அலறலை வல்சா தன் கையால் தடுத்தாள்.

வல்சா கையெடுத்தபோது செரியன் வல்சாவைக் கட்டிப் பிடித்துக் கொண்டு, 'நாம தற்கொலை செஞ்சுக்கலாம்' என்றான்.

வல்சா தலையைக் குலுக்கினாள்.

இருட்டில் வராந்தாவிற்கு இறங்கி வந்து, மெழுகுவர்த்தி வெளிச்சத்தில் கணக்குப் பார்த்துக் கொண்டிருந்த மானேஜரிடம்

சாவியைக் கொடுத்துவிட்டு அவர்கள் கைகோர்த்துக் கொண்டு வெளியில் இறங்கினார்கள்.

'இருட்டு, கவனமாக' என்றார் மானேஜர்.

அவர்கள் கடற்கரைக்கு வந்தார்கள்.

மறுநாள் காலையில் ஒரு இளம்பெண்ணின் உடலும் ஒரு இளைஞனின் உடலும் கரை சேர்ந்தன.

அதைப் பார்த்துக் கொண்டிருந்தவர்களின் நடுவே காலையில் வாக்கிங் வந்த செரியனும் வல்சாவும் இருந்தார்கள்.

செரியன் 'கஷ்டம்' என்றான்.

'ஆமாம் பாப்பச்சா. நாமளும் இப்படிப் படுத்திருப்போம் இல்லையா?'

செரியன் ஒரு பெருமூச்சு விட்டான்.

இறந்தவர்களுக்காக ஒரு சிறு பிரார்த்தனையை முணுமுணுத்த வல்சா முதல்நாள் இரவு நடந்த சம்பவங்களை நினைத்துப் பார்த்தாள்.

கடற்கரையிலிருந்து அனைவரும் வெளியேறும்வரை செரியனும் வல்சாவும் மணலில் காத்திருந்தார்கள். ஆள் அரவமற்ற கடற்கரையில் வல்சா, செரியனை எழுப்பினாள்.

'எப்படி நாம தற்கொலை செய்யறது?' செரியன் கேட்டான்.

'நான் காட்டுகிறேன்' என்றாள் அவள்.

நீச்சலிலும் பளு தூக்குவதிலும் மலையேற்றத்திலும் ஆறு வருடம் தொடர்ந்த மாவட்ட சாம்பியனாக இருந்த வல்சா, செரியனையும் இழுத்துக் கொண்டு விவேகானந்தர் பாறைக்கு நீந்தினாள். செரியன் நிறைய கடல்நீர் குடித்தான்.

விவேகானந்தர் பாறையை அடைந்த வல்சா ஆடைகளைக் களைந்தாள். செரியனின் ஆடைகளையும் களையச் சொன்னாள். தன் பிராவின் கொக்கியை மட்டும் வல்சா கழற்றவில்லை. 'பாப்பச்சா, இந்தக் கொக்கியை கழட்டுங்க. அது ரொம்ப சுபலமானதுதான்.'

செரியன் நடுங்கும் கைகளால் நிறைய நேரச் சிரமத்திற்குப் பிறகு பிராவின் கொக்கியைக் கழற்றினான்.

கழற்றி முடிந்ததும், உப்பு அலையும் நுரையும் அவர்களைக் கொஞ்சிக் கொண்டிருக்க வல்சா செரியனுக்குத் தன் கன்னியாகுமரி யின் முழுமையையும் மென்மையையும் சினேகபூர்வமான மௌனத் துடன் அறிமுகப்படுத்தினாள். ஆகாயத்தில் பறக்கும் மேகங்களுக் கிடையில் ஓடும் சந்திரனைப் பார்த்தாள். நிலவொளியில் விவேகானந்தர் சிலையை நோக்கி கை நீட்டியவாறு வல்சா கேட்டாள், 'அது யாரு?

'விவேகானந்தசாமி.'

'இந்த இடம் எது?'

'கன்னியாகுமரி.'

'ஆதியில் என்ன இருந்தது?'

'ஒன்றுமில்லை.'

'கடவுள் அப்போது என்ன செய்தார்?'

'இந்த பூமியையும், அனைத்து அசையும் அசையாப் பொருள் களையும் படைத்துக் கொண்டிருந்தார்.'

'கடவுள்கள் எத்தனை பேர்?'

'மூன்று பேர்.'

'அவர்கள் யார்?'

'பிதா, சுதன், பரிசுத்த ஆவி.'

வல்சா செரியனின் இரு கைகளையும் தன் முலைகளில் வைத்துக் கேட்டாள்.

'இது எத்தனை?'

'ரெண்டு.'

வல்சா செரியனின் வலக்கையை தன் மறைவான பாகத்தில் வைத்துக் கொண்டு கேட்டாள்.

'இது எத்தனை?'

'ஒண்ணு.'

'ரெண்டும் ஒண்ணும்?

'மூணு.'

'பாப்பச்சனுக்குப் பயமாயிருக்கா?'

'இல்ல.'

வல்சா செரியனையும் பற்றிக்கொண்டு திரும்பி நீந்தினாள். கெஸ்ட் அவுஸிற்கு வந்த பின்பும் மின்சாரம் வரவில்லை.

மெழுகுவர்த்தி வெளிச்சத்தில் மானேஜரின் குறட்டை ஒலி சூழ்ந்த வராந்தாவில் ஈரம் சொட்டச் சொட்ட நடந்த செரியன், 'கேரளா போலிருக்கு' என்றான்.

வல்சா திடுக்கிட்டு, 'என்ன?' என்றாள்.

'பவர் கட்.'

....வல்சாவும் செரியனும் அதிகாலைச் சவாரியைத் தொடர்ந்தார்கள். சிறிது நேரம் கழித்து,

'ஆனாலும்...'

'என்ன பாப்பச்சா?' மீண்டும் திடுக்கிடலுடன் வல்சா கேட்டாள்.

'கன்னியாகுமரி கேரளத்தில் இல்லையென்றால் யார் நம்புவார்கள்?'

வல்சா விவேகானந்தசாமியை எதிர்பார்ப்போடு திரும்பிப் பார்த்தாள்.

★

15

அன்னம்மா டீச்சர் - சில நினைவுக் குறிப்புகள்

மிஸ். அன்னம்மா மத்தாயி என்கிற ஹைஸ்கூல் டீச்சர் ஒரு புனித வெள்ளியன்று ஒரு குளத்தின் அருகேயிருந்த அடர்ந்த காடுகளுக் கிடையில் இறந்து கிடந்தாள். இறந்த பிறகும் அன்னம்மா அழகுட னேயே இருந்தாள். புற்களின் மீது, துண்டு கட்டிக்கொண்டு, யாரோ தாங்கிப் படுக்க வைத்தது போல காணப்பட்ட தன் சுருண்ட முடியால் அலங்கரிக்கப்பட்ட அங்கும் இங்கும் ஒவ்வொரு சிவந்த பருக்கள் விரிந்திருந்த முகத்தில் அமைதி நிறைந்திருந்தது. அவளுடைய கால் விரல்களில் ஓய்வெடுத்துக் கொண்டிருந்த ஒரு தும்பியும் முடிச் சுருள்களுக்குள் ஏதோ மகரந்தத் தூளைத் தேடிக் கொண்டிருந்த ஒரு பட்டாம் பூச்சியும்தான் அவளுடைய பிணத்திற்கு நீண்ட நேரம் துணை யாயிருந்தன. கருமேகங்களில் நீந்திக் கொண்டிருந்த ஒரு பருந்து அவளைப் பலமுறை அதிசயமாய்ப் பார்த்தது.

இறப்பதற்கு முன்பு அன்னம்மா டீச்சர் வீட்டிலிருந்த நான்கு ஆண்கள், மூன்று பெண்கள் ஆறு குழந்தைகளுடைய அனைத்து அழுக்குத் துணிகளையும் துவைத்துப் பிழிந்து காயப் போட்டிருந் தாள். இறப்பதற்கு முன்பே மூன்று தம்பிகள், மூன்று தங்கைகளின் படிப்பையும் திருமணத்தையும் நடத்தி முடித்திருந்தாள். எல்லா திருமணங்களிலும் அன்னம்மா தன்னை அலங்கரித்துக் கொண்டு மூத்த அக்காவாக நின்றாள். பெரிய அக்கா ஹைஸ்கூலில் டீச்சராக இருக்கிறாள் என்று ஒவ்வொரு சமயமும் எல்லோரும் பெருமையாகச்

சொல்லிக் கொண்டார்கள். ஆண்கள் உயர்ந்த வரதட்சணைக்காக விலை பேசிய போது குடும்பத்தின் வளமைக்கு முக்கியமான ஒரு உதாரணமாக அன்னம்மாவுடைய அப்பா மூன்று முறையும் ஹைஸ்கூல் டீச்சரான தன்னுடைய மூத்த மகளைத் தான் சுட்டிக் காட்டினார்.

இந்த வரதட்சணைப் பணத்தை வட்டிக்கு விட்டுத் தீர்ந்தபோது இளைய பெண்களின் சீதனங்களின் வளர்ச்சிக்கும், பீஸ் தொகை கட்டுவதற்குமெல்லாம் அன்னம்மாவின் சம்பளம் மிகவும் உபயோக மாக இருந்தது. இவற்றிற்கிடையில் அன்னம்மாவின் திருமணத்தை மட்டும் எப்படியோ எல்லோரும் மறந்து போனார்கள். கடைசி தம்பியின் படிப்பு முடியாதிருந்ததும் அதற்கு ஒரு காரணம். அதனால் தான் எப்போதாவது அன்னம்மாவிற்கு திருமண ஏற்பாடுகளுடன் வரும் யாரிடமும் அதிக நேரம் பேசிக்கொண்டிருக்க அப்பா விரும்ப வில்லை. கோபம் வந்தால் அந்த மனிதர் பிசாசாக மாறுவார் என்பதும் வருபவர்க்கெல்லாம் தெரிந்திருந்தது.

அவ்வாறாக அன்னம்மாவின் மரணம், வர்கீஸ் மத்தாயி என்கிற எட்டாம் வகுப்பு மாணவன் பீஸ் கட்டுவதை ஒரு விதத்தில் பாதித்தது. இனி ரப்பரும், தேங்காயும் விற்ற காசிலிருந்து அவனுடைய பீஸைக் கழித்து விட்டு மீதியைத்தான் கூட்டுறவு வங்கியில் சேமிக்க முடியும் என்பது தெளிவு. இதை யாரும் வெளியே சொல்லவில்லையெனினும், சடலத்தைத் தேவாலயத்திற்குக் கொண்டு செல்வதற்கு முன்பு நடந்த கூட்டுப் பிரார்த்தனையின் போது அன்னம்மாவின் அப்பா, அன்னம்மா வின் அம்மாவின் கண்களைப் பார்த்த ஒரு பார்வையில் அது வெளிப் பட்டது. அம்மா கட்டுப்படுத்த முடியாமல் கதறிக் கொண்டே அன்னம்மா வின் விறைத்துப்போன பாதங்களில் தலையை அழுத்தினாள். இந்த உண்மையைத் தவிர்க்க முடியாத ஒரு எதார்த்தமாக அப்போதுதான் அவர்கள் உணர்ந்தனர்.

சடலத்தின் கால்களில் வெள்ளைக் கான்வாஸ் செருப்புகள் அணிவிப்பது வழக்கமாக இருந்தாலும் ஆடம்பரங்களுக்காகப் பணத்தை வீணாக்க வேண்டாம் என்ற எண்ணத்தால் அவற்றை வாங்கவில்லை. அதனால் அன்னம்மாவின் அம்மாவிற்கு அவளுடைய பாதங்களின் குளிர்மை ஒரு மறையாத நினைவாக நிலைத்திருந்தது. 'ஐஸ்' போல் இருந்தது அவளுடைய கால்கள்' என்று பிறகு விசாரிக்க வந்தவர் களிடம் சொல்லவும் செய்தாள்.

அன்னம்மா டீச்சர் - சில நினைவுக் குறிப்புகள் / 115

பீடி பிடிப்பதற்கான சில்லறையை எப்போதாவது திருடி யெடுப்பதற்கு ஒரு பழைய பர்ஸ் இனி இருக்காதே என்பது மட்டும் தான் வர்கீஸ் மத்தாயியின் தனிப்பட்ட இழப்பாகத் தோன்றியது. அன்னம்மாவின் சவப்பெட்டியின் மீது மண் போடத் தொடங்கியதும். வர்கீஸ் கல்லறைத் தோட்டத்தின் ஒரு மூலைக்குச் சென்று அன்னம்மா வின் பர்ஸிலிருந்து கடைசியாக எடுத்த காசைக் கொண்டு வாங்கிய கடைசி பீடியைப் புகைத்தான். பீடி புகைத்தலும் சுய இன்பம் காண்பதுவும்தான் வர்கீஸின் ரகசிய சந்தோஷங்களாக இருந்தன. தான் ஒருமுறை இந்த இரண்டையும் ஒருங்கே அனுபவித்துக் கொண் டிருக்கும்போது அன்னம்மாவின் பார்வையில் பட்டதை மனதில் ஒரு சங்கடத்துடன் நினைத்துக் கொண்டான். அவன் வாயிலிருந்து சுருண்டு உயரும் பீடிப் புகை, ஏதோ குப்பையிலிருந்து உயரும் வாயுவைப் போல் சவக் குழியின் மீது படர்ந்து சென்றது.

முதல்நாள் அப்பா அந்தப் பழைய பர்ஸின் ஒவ்வொரு அறையையும் பரிசோதித்த பிறகு பரணின் மீது தூக்கிப் போடுவதற்கு முன்பாகவே வர்கீஸ் அதிலிருந்த ஒரு ரூபாய் எழுபத்தியெட்டு பைசாவை எடுத்திருந்தான். துவைத்துத் துவைத்து நிறம் மங்கிப்போன அன்னம்மா வின் நாலு புடவைகள் அடுக்கி வைக்கப்பட்டிருந்த மரப் பெட்டியின் அடியில் விரித்திருந்த நியூஸ் பேப்பருக்குக் கீழேயிருந்து அப்பாவுக்கு ஆறு ரூபாய் கிடைத்தது. இது அன்னம்மாவுடையதா வேறு யாராவது ஒளித்து வைத்திருந்ததா என்ற பலமான சந்தேகத்தை அப்பா அடக்கிக் கொண்டார்.

சவப் பெட்டி செய்யவும் மற்றவற்றிற்குமான பணம் வங்கியி லிருந்து ஒரு நீண்ட பெருமூச்சுடன் எடுக்கப்பட்டது. சவத்தை அலங்கரிக்க ஒரு மலர்க் கிரீடம் வாங்குவதற்காக அந்த ஆறு ரூபாய் ஒதுக்கி வைக்கப் பட்டது. ஆனால், சாட்டின் பூக்கள் கொண்டு அலங்கரிக்கப்பட்ட ஒரு கிரீடம் பள்ளிக்கூட கன்னியாஸ்திரிகளால் கொடுத்தனுப்பப்பட்ட தால், அப்பா அந்த ஆறு ரூபாயைத் தன் பெல்ட்டின் மற்றொரு அறைக்குள் ஒதுக்கி வைத்தார். கணக்குகளைப் போட்டுக் குழப்பிக் கொள்ளும் சுபாவமுள்ளவரல்ல அவர்.

போஸ்ட் மார்ட்டத்தில் மரணத்துக்கான காரணம் மாரடைப்பு என்றிருந்தது. அன்னம்மாவின் கன்னித் தன்மைக்கு எந்தவொரு பங்கமும்

வந்திருக்கவில்லை. இதுவும் போஸ்ட்மார்ட்டத்தின் ஒளிரும் கத்தி களும் உறையணிந்த விரல்களும் கண்டுபிடித்த ஒரு உண்மை. அன்னம்மா டீச்சர் அவ்வாறு தன் மரணத்தில்தான் ஒரு ஆணின் தீண்டலை கருணையற்ற பிளத்தலாக அனுபவித்தாள். அவளுடைய குடும்பத் திற்கு இந்த மரண அறிக்கைகள் பெருத்த நிம்மதியைக் கொடுத்தது. காரணம் காதலர்களோ, வேறு யாரோ கொலை செய்ததாயிருக்கலாமோ என்ற சந்தேகம் தீர்ந்துவிட்டதே. ஏனெனில், அன்னம்மாவின் அழகு அனைத்துச் சந்தர்ப்பங்களிலும் அவளுடைய அப்பாவின் நிம்மதியைக் குலைத்துக் கொண்டிருந்தது.

அந்த அழகு மட்டும் குடும்பத்திற்குப் புரியாத யாருக்கும் வளைந்து கொடுக்காத, ஒரு புலப்படாத சக்தியாகப் பிரகாசித்துக் கொண்டிருந்தது. அவளுடைய முப்பத்தொன்பதாவது வயதிலும் வரன்களைப் படியேறி வரச் செய்தது. தன்னுடைய பூரண அழகை அனைவரின் கண்களுக்கும் விருந்தாக்கிக் கொண்டு மழைத் துளிகளைப் போர்த்தியபடி படுத்திருக்கும் அன்னம்மாவின் உறக்கம் கடைசியாக அவள் ஒருமுறை குடும்பத்திற்கு சவால் விடுவது போலத்தான் அப்பாவிற்குத் தோன்றியது. என்ன இருந்தாலும் அவளுடைய மரணத்தைப் பற்றிய கரு வளையம் போன்ற சந்தேகம் போஸ்ட் மார்ட்டத்திற்குப் பிறகும் அப்பாவின் மனதிலிருந்து முழுவதுமாக மறையவில்லை.

ஒரு வேளை அவள் தவறு ஏதாவது செய்திருந்தாலும், அவப் பெயர் எதுவும் இல்லாதபடி எல்லாம் முடிந்து விட்டதே, எல்லாம் அவன் செயல். யோசித்துப் பார்த்தால் அவளும் பெண்தானே; வெற்றிலையில் சுண்ணாம்பு தேய்த்துக் கொண்டே அப்பா சிந்தனை யில் ஆழ்ந்தார். பக்கத்தில் அமர்ந்து பாக்கு வெட்டிக் கொண்டிருந்த அம்மா எதற்கோ தலை குலுக்கினாள். அம்மாவுக்கு இயேசுவினிடத் தில் நிறைந்த பக்தியிருந்தது. புனித இருதயத்தின் முன்னாலிருந்து எழுந்திருக்கவே மாட்டாள். புனித வெள்ளியன்றே அவளுக்கு மரணமடையும் பாக்கியம் கிடைத்ததே. குடும்பத்திற்கு தெய்வத்தின் அனுக்கிரகம் உண்டு என்றெல்லாம் அடக்கத்தின் மறுநாள் ஞாயிற்றுக் கிழமை சர்ச்சிற்குப் போகும்போது தோழிகளிடம் சொல்லிக் கொண்டே வந்தாள்.

'அவளுக்குப் பதினேழு வயது ஆனதிலிருந்தே திருமணம் செய்ய நாங்கள் நிர்ப்பந்தித்துக் கொண்டிருந்தோம். ஆனால் அந்தப் பாக்கியம் அவளுக்குக் கிடைத்ததா பாருங்கள்!' என்று அம்மா மூக்கில் சுண்டு விரலை வைத்துக் கொண்டு சொன்னாள். நோன்பிற்காக இறைச்சி நறுக்கி, அம்மாவுடையதும் நாத்திகளுடையுதும் கைகள் வலித்தன. புனித வெள்ளியன்று நோன்பு முடிக்க வேண்டிய அவசர மான நேரத்தில் அன்னம்மா இறந்ததற்கு எதிராக அவர்களின் சோர்ந்த கை விரல்கள் முணுமுணுத்தன.

அன்னம்மாவிற்கு யேசுவின் மீது என்றும் பிரியமிருந்தது. குழந்தைப் பருவத்தில் இடி இடிக்கும் போதும், பெருவெள்ளம் பாயும் ஓடையைக் கடக்கும் போதும், கைப்பிடியில்லாத ஒற்றையடி மரப் பாலம் வழியாக மூச்சை இழுத்துப் பிடித்துக் கொண்டு கடந்து செல்லும் போமெல்லாம் அவள் 'ஈசோ' என்று அழைத்தது இந்தப் பிரியத்துக்குரியவனைத்தான்.

தன் முப்பத்து மூன்றாம் பிறந்த நாளன்று சர்ச்சுக்குப் போய் பாவ மன்னிப்பு கோரி, அப்பம் பெற்றுத் திரும்பும்போது அன்னம்மா யேசுவிடம் இப்படிப் பேசிக் கொண்டே வந்தாள். 'இன்று முதல் நீ எனக்குத் தம்பிதான். எனக்கு முப்பத்து மூன்று முடிந்து விட்டது. என் வயதில் நீ இறந்து விட்டாய். இனி எனக்குத்தான் வயது கூடும். இனி நான் உன் அக்கா. நீ என்னிலும் இளையவனாக என் செல்லத் தம்பியாக இருக்க வேண்டும்.'

புனித வெள்ளிகளில் சர்ச்சில் அமர்ந்து அன்னம்மா அவனிடம் 'பாவம், என்ன வேதனையுடன் நீ இறந்தாய்? இன்றைய உன் மகிமையைக் கனவு காணக்கூட உன்னால் முடிந்ததா? சிலுவையின் மேலே உன் அலறல் பெரிய அலறலாகத்தான் இருந்ததோ? யேசுவே நீ எவ்வளவு அப்பாவியாக இருந்தாய்?' என்பாள். அன்னம்மா டீச்சர் தன் ஈரமான கண்களை மற்றவர்கள் யாரும் அறியாமல் சேலைத் தலைப்பால் துடைத்துக் கொண்டு பலி பீடத்தின் கருப்பு நிறத் திரைச் சீலையின் அசைவுகளை உற்று நோக்குவாள்.

அன்னம்மா ஒரு போதும் தனக்குத் திருமணம் நடக்க வேண்டு மென்று அவனிடம் பிரார்த்தனை செய்ததில்லை. சில சமயம் அவளுக்குப்

பெரிய சங்கடமும் தனிமையும் தோன்றியிருந்தன. சில வேளை இரவுகளில் மூச்சடைப்பும் எதற்கென்றறியாத ஒரு சிலிர்ப்பும் தோன்றியிருந்தன. அப்போதும் அன்னம்மா ஜெபிப்பாள் 'ஈசோயே, நீ எனக்குத் துணையாயிருக்கணும்.' அப்பா டைபாய்டு வந்து ஆஸ்பத்திரியில் இருந்த போதும் நாத்தனார்கள் தங்கைகளின் பிரசவ தினங்களிலு மெல்லாம் அன்னம்மா அவனிடம் சொன்னாள்: 'யேசுவே, நீ எங்களைக் கைவிடாமல் காப்பாற்ற வேண்டும்.'

முப்பது வயது வரைக்கும் அன்னம்மா தன் திருமணத்தைப் பற்றிச் சில முறை நினைத்துக் கொண்டிருந்தாள். மற்ற எல்லோரையும் போல தனக்கும் திருமணம் நடக்குமென்றுதான் நம்பினாள். அப்பாவோ, சகோதரர்களோ தனக்கு ஒரு வரனைக் கொண்டு வருவார்கள் என்று அவள் வெறுமனே நினைத்தாள். பள்ளிக்கூடத்தில் உள்ள ஜார்ஜ் சார், தன் சித்தப்பாவையும் அழைத்துக் கொண்டு வீட்டிற்கு வந்து அப்பாவுடன் பேசிய அந்த ஞாயிற்றுக்கிழமை மட்டும் அன்னம்மா திருமணச் சடங்குகள் பற்றி, ஒரு வீட்டைப் பற்றி, குழந்தைகளைப் பற்றி, இதயத்திலொரு பரிதவிப்புடன் யோசித்தாள். ஆசைப்பட்டாள். அவர்கள் போன பிறகு, 'இவனுக்கெல்லாம் வரதட்சணை கொடுத்து மாளாதே, அப்படியே கொடுப்பதாயினும் அதற்குத் தக்கபடியான பெருமை ஒன்றுமில்லாத குடும்பமாக இருக்கிறது' என்று அப்பா சொல்வதைக் கேட்டவுடன், அவள் அந்த யோசனையையும் அழித்து விட்டாள்.

ஜார்ஜ் சார், வரதட்சணை எதுவும் வாங்காமல் அன்னம்மாவை திருமணம் செய்து கொள்ளத் தயாராயிருந்தார் என்று மேரிக்குட்டி டீச்சர் மூலம் பின்னர் அறிந்து கொண்டாள். வெற்றிலை போட்டுச் சிவந்த உதடுகளும் புன்னகையுமாக நடக்கும் ஜார்ஜ் சாரிடம் அன்னம்மா விற்கு விருப்பமிருந்தது. ஓய்வறையில் அமர்ந்து கேலி பேசி எல் லோரையும் சிரிக்க வைப்பார். மறுநாள் ஜார்ஜ் சார் யாரிடமும் எதுவும் பேசாமல் ஓய்வறையில் ஒரு மூலையில் அமர்ந்து கட்டுரை நோட்டுகள் திருத்திக் கொண்டிருந்தார். சாரின் பக்கத்தில் போய் உட்கார்ந்து 'வருத்தப்படாதீர்கள்' என்று ஆறுதல் சொல்ல வேண்டும் போல அன்னம்மாவிற்குத் தோன்றியது. எனக்கும் வருத்தம்தான் என்று சொல்ல வேண்டும் என்று தோன்றியது. அந்த நிமிடம் அடுத்த பீரியடுக்கான மணி அடித்தது. அன்னம்மா வகுப்பறைக்குச் செல்லத் தயாரானாள்.

அதன் பிறகு அன்னம்மா ஸ்கூலுக்குப் போவாள், வருவாள். எல்லோருக்கும் தன்னாலான வேலைகளைச் செய்து கொடுப்பாள். அம்மாவின் கட்டிலுக்குப் பக்கத்தில் தரையிலொரு பாய் விரித்துப் படுத்துறங்குவாள். மாசக் கடைசியில் சம்பளத்தை அப்பாவிடம் கொடுப்பாள். அப்பா அதை எண்ணி முடியும் வரை கதவிற்கு வெளியே தலை தெரியும்படி நிற்பாள். ரூபாயைப் பெல்ட்டில் செருகிக் கொண்ட பிறகு சமையலறைக்குத் திரும்புவாள். சில சமயம் இருட்டில் பாயில் படுத்துக் கொண்டு அன்னம்மா யேசுவிடம் சொல்வாள்; 'தானம் கொடுக்க வேண்டுமென்று நீ சொல்லியிருக்கிறாயே? என்னால் அது முடியவில்லை என்று உனக்குத் தெரியுமே? இல்லையென்றால் தனிமையில் உழலும் நான் என்னால் முடிந்த அளவு பணம் ஏழை களுக்குத் தானம் செய்திருப்பேனே?'

அப்போது உள்ளேயொரு புன்சிரிப்புடன் அன்னம்மா கேட்பாள்: 'ஆனால் என்ன தானம்தான் நீ கொடுத்தாய்? உன்னிடம் பணம் இருந்ததா? உன்னுடையதெல்லாம் வார்த்தைகளினாலான ஒரு வித்தை யாக அல்லவா இருந்தது. கொஞ்சம் நேசமும் கோபமும்தானே நீ தானம் செய்தாய்? உன் வார்த்தைகளின் வலையில் நீ எல்லோரையும் விழ வைத்தாய். கடைசியில் நீயும் அதில் வீழ்ந்தாய்.'

இந்த எல்லை கடந்த எண்ணங்களையெல்லாம் அன்னம்மா, எதனாலோ பாவ மன்னிப்பு கேட்கும்போது சொல்லவில்லை. பாயின் மேல் அவளை அழுத்திய இரவுகளின் கனம் மட்டும் ஒன்றைவிட ஒன்று உயர்ந்து கொண்டிருந்தது. அவளுடைய நெஞ்சில் கலகல சத்தம் மட்டும் வேர்வையணிந்த மூச்சு முட்டலிற்குள் சென்று மறையும். உடல் தளர்ந்தாலும் அன்னம்மா பயப்படவில்லை.

புனித வெள்ளியன்று நீர் சலசலப்பதும் காற்றடிப்பதும் பசுக்கள் கத்துவதும் பறவைகள் கீச்சிடுவதும் ஒரு அழுகையைப் போலத்தான் அன்னம்மாவிற்குக் கேட்டது. பாறைகள் நிறைந்த ஓடையில் பளபளக்கும் நீரில் நின்றுகொண்டு துணி துவைத்த அன்னம்மாவின் பாதங்களில் வெயில் வீசியெறிந்த ஒரு நிழல் வலையின் கண்ணிகள் சுற்றிக் கொண்டு அசைந்தன. அவளுடைய கணுக்கால் ரோமங்களில் சிறு மீன்கள் உதட்டை அழுத்தின. அவள் தளர்வாகத்தான் சர்ச்சிலிருந்து வந்தாள் சர்ச்சிலிருக்கும்போது ஒரு நீண்ட அழுகையும் சங்கடமும் அவளைச்

சூழ்ந்திருந்தன. தேன்கூட்டின் இரைச்சல்போல உரியவனில்லாமல் எழுந்த கூட்டுப் பிரார்த்தனையின் இரைச்சல் அவளை மிகவும் சங்கடத்துக்குள்ளாக்கியது.

'இந்த இரைச்சலுக்கிடையில் இந்த மக்கள் உன்னிடம் சொல்வ தென்ன? இதற்காகத்தானா நீ வெயிலிலும் மழையிலும் இருட்டிலும் அலைந்து அடியும் உதையுமேற்று அழுது இறந்தது? பாவம் தம்பி!' உருக்கத்துடன் அவள் சொன்னாள். 'உன்னால் எதுவும் அடைய முடிந்ததில்லை. எல்லாம் வீண்' - பாவ மன்னிப்புக் கூண்டிற்கு அருகில் மறைந்து நின்று அன்னம்மா கண்ணீர் துடைக்கவும் தேம்பலைத் தடுக்க வும் முயன்றாள். மரண மணியின் தயையற்ற கிடுகிடு சத்தம் உயர்ந்த போது அன்னம்மாவிற்குக் குமட்டியது. 'உன் மரணத்தை இவ்வளவு பயங்கரமான ஒரு சத்தத்தை வெளிப்படுத்தித்தான் நினைவுறுத்த வேண்டுமா? இரண்டு காதுகளிலும் விரல்களை அழுத்திக் கொண்டு அன்னம்மா வேர்வையும் தலை சுற்றலுமாகச் சுவரில் சாய்ந்து அமர்ந்தாள்.

துணி துவைத்து முடிப்பதற்குள் ஆகாயத்தில் மழை மேகம் மூடியிருந்தது. துணிகளைக் காய வைத்த பிறகு சோர்வு நீங்கட்டும் என்றெண்ணி நீரில் நெடு நேரம் மூழ்கிக் கிடந்தாள். ஆகாயத்தில் மேகத்தின் நிறம் நகர்ந்து செல்லவேயில்லையென்று அவளுக்குத் தோன்றியது. அன்னம்மா எழுந்து நின்று சோப்பு தேய்க்கத் தொடங் கினாள். அப்போதுதான் அடர்ந்த காடுகளில் ஒரு அசைவை ஓரக் கண்ணால் பார்த்தாள். அவள் உடனே அந்தப் பக்கம் திரும்பினாள். ஒரு தலை செடியின் பின்னால் மறைந்தது. அன்னம்மாவிற்கு அடக்க முடியாத கோபம் வந்தது. பெண்கள் குளிக்குமிடத்தில் ஒளிந்து பார்க்கிறார்களா? அது யாரென்று தெரிய வேண்டுமே. அவள் உடனே கரை ஏறி ஒரு நிமிடத்தில் காடுகளுக்குள் சென்றாள். அங்கே ஒரு இளைஞன் நின்றிருந்தான்.

'நீயா?' அன்னம்மா முணுமுணுத்தாள். 'நீ இப்படிச் செய்வா யென்று நான் நினைக்கவில்லை. குறிப்பாக இன்று நீ பாவம் செய்ய லாமா?'

அவன் தோள்களைப் பிடித்துக் கொண்டே அன்னம்மா கேட்டாள். 'தம்பி என்னைப் பார்ப்பதற்காகவா இந்த ஓடைப் பக்கம் வந்தாய்? இவ்வளவுதானா உன் சக்தி?'

'இன்று நீ எனக்காக எவ்வளவோ அழுதாய்?' இளைஞன் சொன்னான். 'உன்னை ஆற்றுப்படுத்தத்தான் நான் வந்தேன். சுழித்து ஓடும் இந்த சுத்தமான நீரில் நீ நிற்கும் போதுதானே எல்லா வேலைகளையும் செய்து முடித்து, நீ நீயாக மட்டுமே ஒரு நிமிடம் இருக்கும் போதல்லவா, நான் உன்னைக் காண வர வேண்டும். இல்லையா அக்கா? திடீரென்று பார்த்தால் நீ பயந்து விடுவாயோ என்று எண்ணித்தான் ஒளிந்திருந்தேன்.'

'தம்பீ... உன்னைப் பார்த்து நான் பயப்படுவேனா? நீ நலம்தானே? உன் சங்கடங்களுக்கெல்லாம் ஒரு முடிவு வந்துவிட்டதா? நான் இன்று சிறிது தளர்வுற்றிருக்கிறேன். என் கண்களில் இருட்டு வந்து விட்டதே. சூரியனுக்கு என்ன ஆகிவிட்டது? நீ என் கைகளைப் பிடித்துக் கொள்.'

இளைஞன் அன்னம்மாவின் இரண்டு கைகளையும் தன் கைகளில் எடுத்து தன்னுடைய உதடுகளில் அழுத்திய பிறகு மெதுவாகச் சரிந்து கொண்டிருந்த அன்னம்மாவைத் தாங்கிக் கொண்டு முணு முணுத்தான்: 'தூங்கு அக்கா, ஓய்வெடுத்துக் கொள். எனக்கு இன்றும் சக்தியொன்றும் இல்லை. நீ தளர்வுற்று விழும்போது தாங்குவதற்காக மட்டுமே நான் வந்திருக்கிறேன்.'

அன்னம்மாவின் உடம்பை புற்களின்மீது படுக்க வைத்து விட்டு அவன் கார்மேகங்களிலொரு சிறு புள்ளியாக மறைந்து போனான். அந்த மேகங்கள் பெய்த மழை, அன்னம்மாவை கழுவிய பிறகுதான் அவளுடைய சடலத்தை வர்கீஸ் மத்தாயி என்ற சகோதரன் கண்டதும் கத்திக் கொண்டு ஓடியதும் நடந்தது.

★

16

மந்திரவாதம்

வெங்கடசுப்பையா தன் மகன் ராமானுஜத்தை கவனத்துடன் படிக்க வைத்தார். பி.எம்.ஜி.ஹைஸ்கூலிலும் விக்டோரியா காலேஜி லும் முதல் ராங்கில் தேர்ச்சி பெற்று, ராமானுஜன் சென்னை ஐ.ஐ.டி.க்குச் செல்ல பாலக்காடு ஸ்டேஷனில் காத்திருக்கும்போது அய்யர் அவனிடம்,

'ராமு மாத்தமடிக்கல் ஜீனியஸ் ராமானுஜத்தைப் போல நீயும் ஒரு ஜீனியஸ் ஆகணும்' என்றார்.

அம்மா ராஜம், ஈரம் படர்ந்த கண்களுடன் புன்னகைத்தவாறே அவனுடைய தோளைத் தொட்டாள். ராமானுஜம் சினேகத்துடன் அம்மாவையும் அப்பாவையும் பார்த்தபடி,

'டோண்ட் ஒர்ரி அப்பா, ஐ வில் டூ மை பெஸ்ட்' என்றான்.

தங்கை சிவசங்கரியின் மெலிந்த அழகான முகத்தில் சங்கடத்தை ராமு கவனித்தான். அவன் பிரியமாக அவளிடம்,

சிவு, நீ பாட்டு கற்றுக் கொள்வதை விட்டு விடக் கூடாது. ஆனா மாத்ஸ் மட்டும் கொஞ்சம் கவனமா பாத்துக்கோ. ஹண்டரடுக்கு ஹண்ட்ரடு கிடைச்சாலும் இந்தக் காலத்துல ஆகாது. அப்படியிருக்கு காம்ப்படீஷன்' என்றான்.

அப்பா அம்மாவின் காலைத் தொட்டு வணங்கி, தங்கையின் தாடையில் தட்டியபடி அவளைப் பார்த்தான்.

'சரி அப்பா, சரி அம்மா, சரி சிவு.'

பிறகு நகரத் தொடங்கிய சென்னை மெயிலில் ஏறினான். சீட்டில் அமர்ந்தவுடன் ராமானுஜனுக்கு ஒரு சந்தேகம் வந்தது. பாதி படித்த,

பேரா. சுகுமாரன் அழிக்கோட்டின் 'தத்வமஸி' யை பேகில் வைத் தேனா? பேகைத் திறந்து பார்த்தபோது இருந்தது.

ஐ.ஐ.டி.யில் ராமானுஜத்திற்கு புத்திசாலி என்று புகழ் பரவ சில மாதங்களே தேவைப்பட்டது. வெங்கடசுப்பையர் சந்தோஷத் துடன் மனைவியிடம் 'பாரு ராஜம் ராமுவோட லெட்டர். அவனெ ஸ்டூடண்ட் ஆப் த இயர் ஆக செலக்ட் செய்திருக்கிறார்கள்' என்றார்.

சிவு, புன்னகையுடன் கடிதத்தை எட்டிப் பார்த்தாள்.

'ஃபுல் ஸ்காலர்ஷிப்பும் உண்டாம்பா' என்றாள்.

'ஹோ...!'

ஆச்சரியத்துடன் அய்யரும் ராஜமும் மீண்டும் வாசித்தார்கள். சரிதான்!

ராமானுஜன் அவனை அணுகிய சக மாணவர்களுக்கும் மாணவி களுக்கும் மிகவும் பொறுமையுடன் பாடங்களைச் சொல்லிக் கொடுத் தான். மெஸ் கமிட்டியின் செகரட்டரியான பின், ஹாஸ்டல் உணவை முதல் தரமானதாக்கினான். மாலையில் சைக்கிளில் திருவான்மியூர் வரை சென்று மிருதங்கம் கற்றுக் கொண்டான்.

ஐ.ஐ.டியிலிருந்து அவன் ஏகோபித்த பாராட்டுதல்களுடன் தேர்ச்சி பெற்றான். அவனுடைய அமெரிக்கக் கல்விச் செலவிற்காக வெங்கட சுப்பையருக்கு ஒரு பைசாகூட செலவு செய்யும் அவசியம் வரவில்லை. நியூயார்க் பல்கலைக் கழகம் அவனை இரு கரம் நீட்டி ஏற்றுக் கொண்டது. அவன் நியூயார்க்கின் நடுங்க வைக்கும் இளமைத் துடிப்பு களிலிருந்து ஒதுங்கி கச்சேரிகள் கேட்பதும், மியூஸியங்கள் சுற்றிப் பார்ப்பதும், தூக்கம் மறந்து டெலிகம்யூனிகேஷன்ஸ் அதாவது தொலைத் தொடர்புத் துறையின் எல்லைகளுக்கும் அதற்கப்பாலும் பிரயாணம் செய்வதுமாக இருந்தான்.

வெங்கடசுப்பையரின் உபதேசத்தை நினைத்துக் கொண்டே இவ்வாறு சிந்தித்தான். 'இந்த விஞ்ஞானத்தில் என்னால் என்ன விதமான புரட்சி செய்ய முடியும்? இறந்தவர்களுடன் மட்டுமே இன்று டெலி கம்யூனிகேஷன்ஸ் சாத்தியமல்லாமல் உள்ளது. சூரிய குடும்பம் கடந்து பறந்துசெல்லும் விண்கலத்துடன் கூட நிறைய நேரம் பேச

முடியும் பிரார்த்தனை ஒரு தரம் டெலிகம்யூனிகேஷனாயிருக்குமோ, இனி என்ன செய்ய இருக்கிறது?'

மெலீசாதான் ராமுவிற்குப் பதில் அளித்தாள்.

ராமு நியூயார்க்கில் ஒரு ஓரமாக ஒதுங்கிச் சென்றாலும் அவனுடைய அந்த அடக்க ஒடுக்கம்தான் நியூயார்க் பெண்களைக் கவர்ந்தது. ஆனால் ராமு அவர்களிடம் பவ்யமாகச் சொல்வான்:

'மன்னிக்கணும். எனக்கு சில லட்சியங்களை அடைய வேண்டியுள்ளது....அதன் பிறகுதான்...'

இருந்தும் ஒரு நாள் டாப் டான்ஸ் கலைஞரான மெலீசா என்ற சிவப்புத் தலைமுடியுள்ள யூதப் பெண் ராமுவின் கறுத்த கண்களை நேசத்துடன் பார்த்துக் கொண்டே, 'ராமு நடனம் செய்யும் என்னுடைய கால் விரல்களால் உன்னுடைய உணர்வு மண்டலத்தை உணர வைக்கிறேன். என் அறைக்கு வா, உன்னுடைய லட்சியத்தை அடைய நான் உதவுகிறேன்' என்றாள்.

ராமு சம்மதித்தான்.

'நான் நிர்வாணமாவதில் உனக்கு ஆட்சேபணையேதும் உண்டா?' அறையை அடைந்தபின் அவள் கேட்டாள்.

'இல்லை.'

'நீ ஆடைகளைக் களைந்துவிட்டு இந்தப் படுக்கையில் கவிழ்ந்து படு.

அவளுடைய மென்மையான மெத்தையில் ராமு கண்ணடைத்து நெடுஞ்சாண் கிடையாகக் கவிழ்ந்து படுத்தான். மெலீசா படுக்கையில் ஏறி ராமுவின் முதுகில் மிதித்து நின்றாள். அவளுடைய கால் விரல்களும் குதிகால்களும் ராமானுஜத்தின் முக்கிய நரம்பு மண்டலத்தை மூடிய முதுகுத் தண்டின்வழியாக மெல்ல மெல்ல தாளம் பிடிக்கத் தொடங்கின. டாப், டாப், டாப்...மெலீசாவின் மிருதுவான வெள்ளைப் பாதங்கள் சொன்னது. ராமானுஜன் மனதுக்குள் தாளம் பிடித்தான்.

ஸ....ரி..க...ம...

ப....த...நி....ஸ..

ஸ...நி...த...ப..

ம... க...ரி...ஸ...

சிறிது நேரத்தில் அவன் உறங்கிவிட்டான். மெலீசா ராமுவை உலுக்கி அழைத்த போதுதான் அவன் விழித்தான். அவளுடைய நெருப்பென மின்னும் முடி, வரையப்பட்டிருப்பதாக அவனுக்குத் தோன்றியது.

'உன்னுடைய சுத்தமான இந்திய உடம்பை புணர எனக்கு விருப்பமில்லாமலில்லை. நீ உனக்கான வழியைக் கண்டுபிடித்து முடி' என்றாள்.

'ஸாரி' என்றான் ராமு.

ஆடை ஆணியும் போது அவனுடைய முதுகுத் தண்டின் வழியாக எண்ணிலடங்கா சுகமான உணர்வுகள் பாய்ந்தன. ஒரு நிமிடம் அவனுக்குத் தலைசுற்றுவதாகத் தோன்றியது.

மூலிகை தேநீரை அவனுக்கு ஊற்றிக் கொடுத்துக் கொண்டே, 'ஆகாயத்தில் எத்தனையோ கோடி சப்தங்களும் சித்திரங்களும் அலைந்து கொண்டிருக்கின்றன. நமக்கு அவற்றை நேரடியாக உட்கொள்ள முடிந்தால் என்ன நடக்கும்? நாமே ஆண்ட்டனாவாகவும், வானொலி யாகவும் தொலைக்காட்சியாகவும் மாறினால்? இறந்தவர்களின் சக்தி கூட ஆகாயத்தில் மெல்லிய அளவில் அலைந்து கொண்டிருக்கலாம். ஆண்டவனின் விருப்பங்களும் அங்கே யாரும் தொடர முடியாமல் அலைந்து கொண்டிருக்கலாம். கருத்துக்களைப் பரப்பும் அறிவுகளும் இருக்கலாம். அவற்றின் ரிஸீவராக நாம் மாற முடியுமானால்?' என்றாள்.

ராமு 'தத்வமஸி'யை நினைத்தான். 'அகம் பிரம்மாஸ்மி' க்கு மிக அருகிலுள்ள ஒரு விஷயத்தை மெலீசா சொன்னாள்.

யூதப் பெண் இதை எப்படி அறிந்தாள்?

'சரிதான், ஆனால் அந்த நிலைமையை அடைய நமக்கு ஒரு உள் கட்டுப்பாடு, மன டியூனர் வேண்டும். நமக்குத் தேவையானவற்றை தேவையான நேரத்தில் மட்டும் பெற்றுக் கொள்ள. இல்லையென்றால் நம்முடைய மூளை எரிந்து சாம்பாலாகிவிடும்.'

மெலீசா, ராமுவின் கைகளை சினேகத்துடன் பிடித்துக் கொண்டு சொன்னாள்:

'அந்த டியூனரை நான் தருகிறேன். அதற்கு ரிசீவராகும் வழியை நீ கண்டுபிடி. மந்திரங்களின் நாட்டிலிருந்து வரும் நீயா டியூனர் இல்லையென்று சொல்கிறாய்? ஒரே ஒரு மந்திரம் போதாதா, பிரபஞ்ச அலைகளை அடைப்பதற்கும், திறப்பதற்கும், வகைப் படுத்தவும்? அதை நான் உனக்குத் தருகிறேன்!'

அந்த நிமிடம் ராமானுஜனுக்கு அவளிடம் விருப்பம் தோன்றியது. மெலீசா எழுந்து ஜன்னல் வழியாக வெளியே பார்த்துக்கொண்டே, 'மாலையாகி விட்டது. பனி பொழியவும் தொடங்கி விட்டது. நீ சீக்கிரம் போ. ஸ்டேஷனுக்குப் போகும் ரோட்டில் பொறுக்கிகள் அலைந்து கொண்டிருப்பார்கள்' என்றாள்.

பிறகு ஒரு சிறிய ஓவியத்தை அவனிடம் கொடுத்துவிட்டு, 'உனக்குத் துணைக்கு' என்றாள்.

புன்னகைக்கும் ஒரு முதியவளின் படம்.

'இது யாரு?' எனக் கேட்டான் ராமு.

'ஒரு விதத்தில் சொன்னால் உன் தேசத்துக்காரிதான்.'' மெலீசா தொடர்ந்தாள்: 'யாரென்று நீயே கண்டுபிடி.''

'இனி நான் வெற்றியடைந்த பிறகோ, தோல்வியடைந்த பிறகோ தான் உன்னை அழைப்பேன்' என்றான் ராமு.

வெங்கட சுப்பையரும், ராஜமும், சிவுவும் ராமுவின் கடிதத்தை மிகுந்த ஆவலுடன் மீண்டும் படித்தார்கள். 'நான் ஒரு வருஷத்திற்கு 'செபாட்டிகல்' லீவெடுத்து, சிறிது சிந்திக்கவும் தனிமையில் இருக்க வும் போகிறேன். நீங்க கவலைப்படாதீங்கோ, எல்லாம் பத்ரம்தான்.'

'தனியா இருந்து அவனுக்குச் சங்கடம் ஏதாவது உண்டாயிருச்சோ என்னமோ சிவனே, சிவனே!' என்றார் ஐயர்.

'சீக்கிரம் கல்யாணத்தை முடிக்கணும். வேறெ வழியில்லை' ராஜம் சொன்னாள்.'கஷ்டம்! நிச்சயம் முடித்து அமெரிக்காவுக்கு அனுப்பியிருக்கலாம்.'

சிவு அரைப் புன்னகையுடன் 'அண்ணன் சந்நியாசியாகத்தான் போகப் போறான்னு எனக்குத் தோணுது' என்றாள்.

'அசடே! வாய மூடு! ஐயரும் ராஜமும் ஒன்றாகச் சொன்னார்கள்.

ஒன்றரை வருடத்திற்குப் பிறகு ராமானுஜன் அரிசோனாவின் ஒரு சிறிய பாலைவனக் கிராமத்திலிருந்து மெலீசாவின் நம்பரை டயல் செய்தான்.

'மெலீசா, நேற்று நான் சப்தங்களைக் கேட்கத் துவங்கினேன்.'

'பென்ட்டாஸ்டிக்' என்றாள் மெலீசா.

ராமானுஜன் நியூயார்க்கில் மெலீசாவின் அறையிலமர்ந்து சொன்னான். 'நான் முதலில் கேட்ட சப்தம் எங்களின் மகாபாடகி எம்.எஸ்.சுப்புலட்சுமி பூஜை அறையிலமர்ந்து சாதகம் செய்வதைத் தான், 'பாவயாமி நந்தகுமாரம்' என்ற எங்களிடையே பிரசித்தி பெற்ற சுவாதித் திருநாள் கிருதியைத்தான் பாடினார்கள். இடையில் மகளிடம் கற்பூரம் கொண்டு வரச் சொன்னதும் கேட்டது.'

'வேறு என்னவெல்லாம் கேட்டது?'

'டயானாவின் மரண வேதனை, ஆம்புலன்ஸ்களின் கூவல் களுக்கிடையில் நான் தெளிவற்ற ஒரு பெண்குரல் கேட்டேன். இப்படியா...இப்படியா... இதுதானே...என் தாயே! பின்னால் ஒரு நீண்ட பெருமூச்சும்.'

'உடம்பை விட்டுப் பிரிந்த உயிர் என்ன சொன்னது என்று கேட்டதா?'

'இல்லை, மெலீசா நீ மீண்டும் ஒரு முறை என்மீது நடனமாடு?'

தான் பாண்டிச்சேரியிலிருந்து வாங்கி வந்த சிலம்புகளை அணிந்து கொண்டாள். ராமானுஜத்தின்மீது அவளது சிவந்த நரம்புகளோடும் பாதங்கள் அடி வைத்தன. சிலம்புகள் குலுங்கின. ராமானுஜன் தாளத்திற்கொப்ப மெதுவாகச் சொன்னான்.

தா தி தோம் நாம்..

தாதிமி தக்கிட..தாம்...

தக்கிட...திக்கிட தோங்கிட ..நாம்கிட..

தனாங்கு தோம் தனாங்கு தீம்...

'நீ என்ன சொல்கிறாய்?'

'தாளம், நீ நடனமிடுகிறாய், நான் தாளமிடுகிறேன்.'

உயிர்த் தலத்திலிருந்து எண்ணற்ற நரம்புகளுக்கு மீண்டும் மீண்டும் மெலீசாவின் பாதங்கள் ஓடின.

ராமானுஜன் அவளுடைய பாதங்களின் அழுத்தத்தால் சிறிது மூச்சு முட்டியவாறே,

'தேவி தாரகாசுரனின் மீது நடனம் செய்தது என் நினைவுக்கு வருகிறது' என்றான்.

தேநீர் அருந்தும் போது மெலீசா கேட்டாள்.

'யார் யாரின் மீது நடனம் புரிந்ததாக நீ சொன்னாய்?'

'எங்களுடைய பெண் கடவுள் அதாவது தேவி, ஒரு அசுரனைத் தோற்கடித்து அவன்மீது ஏறி நின்று நடனமாடினாள்.''

'அசுரன் என்றால் யார்?'

'கடவுள்களின் காலத்திய மாஃபியா. ஆனால் ஒன்று நிச்சயம். தேவியின் கையால் கொல்லப்பட்டால் மாபியாவும் சொர்க்கத்திற்குத் தான் போவான்.''

'நான் உன்னைக் கொன்றால் நீ சொர்க்கத்திற்குப் போவாயா?'

'யாருக்குத் தெரியும்' என்றவன் பர்ஸிலிருந்து அவள் கொடுத்த சிறிய ஓவியத்தை வெளியிலெடுத்தான்.

'பாண்டிச்சேரியிலுள்ள தாயைத் துணையாகத் தந்தமைக்கு நன்றி. அம்மாவைப் பற்றி வாசித்தபோதுதான் என்னுடைய மூளையின் நரம்புகள் அவற்றின் காதுகளைத் திறந்து கொண்டன' என்றவன் அதை மீண்டும் பர்சுக்குள் வைத்துக் கொண்டான்.

மெலீசா புன்னகைத்தாள்.

மூன்று தினங்களுக்குப் பிறகு ராமானுஜன் மெலீசாவை அழைத்தான்.

'மெலீசா, எனக்குப் பயமாயிருக்கு. நான் பயந்தது நடக்கத் துவங்கி விட்டது. எனக்குள்ளே பாய்ந்து வரும் சப்தங்களை என்னால் கட்டுப்படுத்த முடியவில்லை. இறந்த காலத்திலிருந்தும் நிகழ்காலத்தி லிருந்தும் சப்தங்கள், கலைக்கப்பட்ட கூட்டின் தேனீக்களைப் போல என்னைச் சுற்றிச் சுற்றி அழுத்துகிறது மெலீசா. வெள்ளப் பெருக்கில் ஒழுகி வரும் மரத்தையும், பிணங்களையும், இலைகளையும் கொடி களையும், கவிழ்ந்த படகுகளையும், தகர்ந்த வீடுகளையும் போல அவை வந்து கொண்டேயிருக்கின்றன. பிரபாகரனின் ஆணையை நிறைவேற்ற சென்ற அந்தப் பெண் மனித வெடிகுண்டு தனக்குள்ளாகவே முணுமுணுப்பதை நான் கேட்டேன். ஹிட்லர் தற்கொலை செய்வதற்கு முன் தன் நாய் ப்ளோண்டியை வெடி வைத்த போது அவன் காதலி ஈவா பிரௌன் விம்மி விம்மி அழுவதைக் கேட்டேன். பாபர் மசூதியின் மகுடத்தைத் தாங்கியபடி ராமர் விக்கிரகத்தின் மீது விழுந்து இறந்த கரசேவர்களின் கடைசிக் கூச்சலைக் கேட்டேன்...'

'மரணமடைந்த ஸ்ரீகிருஷ்ணனின் மனைவிகளை அர்ச்சுனன் பாதுகாப்பான காவல் முகாமிற்குக் கொண்டு போகும்போது, அவர்களைக் காமுகர்களான கொடூரர்கள் கவர்வதன் கூச்சலைக் கேட்டேன். வாஸ்கோடகாமா கேரளக் கடற்கரையை வந்தடைந்தவுடன் சிறுநீர் கழித்ததையும், கெட்ட வாயுவை வெளியேற்றுவதையும் கேட்டேன். அப்போது அவர் 'ஈஸ்வரா' என்றார். மார்க்ஸ் வீட்டு வேலைக்காரி யிடம், வேகம்! வேகம்! அவள் இப்போது வருவாள் என்று ரகசியமாகச் சொல்வதையும் கேட்டேன். இந்திராகாந்தி வெடியேற்றவுடன் சொல்வதைக் கேட்டேன். என்னையா...! என்னையா....! அய்யோ என்று சொல்வதைக் கேட்டேன்.'

மெலீசா சிரித்தாள்.'அப்படீன்னா பார்க்கும்படியான சக்தியும் கிடைக்காமல் இருந்தது எவ்வளவு நல்லதாயிற்று. ராமு, அம்மாவின் கேள்விகளும் பதில்களும் 1955 எடுத்து 166 ஆம் பக்கம் வாசித்துப் பார். உடலை விட்டிறங்கி உலாவினால் பலவற்றையும் பார்க்கலாம் என்று சொல்கிறார்கள்.'

'எனக்கு அது இப்போது தெரிய வேண்டாம். மெலீசா, நீதான் என்னை இந்தப் பாதைக்குத் திருப்பியவள். நீ வாக்களித்த மந்திரம் எங்கே? என் மூளை வெடித்துவிடும் போலிருக்கிறது.'

மெலீசா அவளுடைய அறையில் மென்மையான படுக்கையில் ராமுவின் சுத்தமான இந்திய உடலை மெல்லிய கை விரல்களால் தடவிக் கொண்டே இமை மூடி அமர்ந்திருந்தாள். பிறகு ராமுவை உணர்த்தி அவனிடம் நெருங்கி அவனைத் தனக்குள் அனுமதித்தபடி அவனுடைய காதில் சொன்னாள்:

'ராமு நான் சொல்வதைக் கவனமாகக் கேள். நான் இனி சொல்லப் போகும் சொல்தான் டியூனர்.''

அவள் சொன்ன சொல் ஒரு ரீங்காரமாக ராமானுஜத்தின் காதுகள் வழியே சிறகடித்துச் சென்றது. மெலீசாவின் உதடுகள் அவனுடைய உதடுகளைப் பொத்தின. ராமு கண் திறந்து ஒரு நிமிடம் அவளைப் பார்த்தான். மெலீசா அவனுடைய மூடிய உதடுகளைத் தன் விரல்களால் திறந்து கொண்டு சொன்னாள்:

'ராமு உன்னைப் போலவே நானும் கன்னிதான். மந்திரம் நம்மை இணைக்கிறது. நம் உடல்கள் அகன்றாலும் இணைப்பு விடுபடுவ தில்லை.

ராமானுஜன் பிறகு ஒரு நாள் தன் அறையிலிருந்து போனில் மெலீசாவை அழைத்தான்.

'இப்போது எல்லாம் நிசப்தமாகி விட்டது.'

மெலீசா சிரித்தாள்.

'நீ சொல்லித் தந்த மந்திரம் எனக்கு முன்னமே தெரிந்திருந்த வார்த்தைதான்.'

'தெரிந்திருந்தால் மட்டும் போதாதே. அதை நம் நண்பனாக்க முடியணும். ஒருநாள் நீ என்னையும் ஒரு சப்தமாகக் கேட்பாய்.'

ராமானுஜன் தன் படிப்பை முடிப்பதற்கான மும்முரத்தில் இருந்தான். மெலீசா சொல்லிக் கொடுத்த மந்திரத்தை ரகசியச் சாவியைப் போல உபயோகித்து அவன் எப்போதாவது தன்னுடைய ஞானத்தின் கதவுகளைத் திறப்பான். மந்திரத்தின் ஒவ்வொரு எழுத்தை மட்டும் பயன்படுத்தி, திசைகளை மாற்றுவான். எழுத்துக்களின் கலவையை உபயோகித்து காலத்தையும், தேசத்தையும் தேர்ந்தெடுப்பான். அதன் பிறகு நிகழ்வுகளையும் மனிதர்களையும் கடந்து செல்வான்.

மெலீசாவின் மந்திரம் ராமானுஜனை, அவனைக் குறிவைத்து வரும் நிலச்சரிவைப் போலப் பாய்ந்து வந்த சப்தப் பிரளயத்திலிருந்து ஓர் அணைக்கட்டு போல காத்தது.

ஒரு சமயம் அவன் பிடல் காஸ்ட்ரோ சாப்பிட்டு முடித்து ஏப்பம் விட்டுக் கொண்டே பக்கத்திலிருந்த பெண்ணிடம் ஒரு செக்ஸ் ஜோக் சொல்வதையும் இருவரும் வெடித்துச் சிரிப்பதையும் கேட்டான். ஆந்திராவில் நக்சலைட் கூடாரத்தில் மிகக் கொடூரமாக நோய்வாய்ப் பட்ட ஒரு பெண் உறுப்பினரை என்ன செய்யலாமென்று சர்ச்சை செய்வதையும் அவன் கேட்டான். 'என்னைச் சாக விடாதீர்கள். என் குழந்தைக்கு யாருமில்லை' என்று அவள் கெஞ்சினாள். மற்றொரு நாள், அவரச நிலைப் பிரகடனம் செய்த மறுநாள் காலையில் இந்திரா காந்தி ஒரு பெரிய கோட்டு வாய் விட்டுக் கொண்டு பேரக் குழந்தையைக் கொஞ்சிக் கொண்டிருப்பதைக் கேட்டான். சிவு பாட்டுப் பாடுவதை யும் ஒருநாள் கேட்டான்.

'சீத்தம்மா மாயம்மா...' என்று அவள் இனிமையான குரலில் பாடினாள்.

மெலீசா ஒரு நாள் அவனை அழைத்துச் சொன்னாள்:

'நான் ஊர் சுற்றப் போகிறேன். இது ஒரு நீண்ட பயணமும் பயணமின்மையுமாக இருக்கும். உடலை விட்டு இருக்க முடிந்தால் என்ற ஆசையும் இருக்கிறது. அப்புறம் பார்க்கலாம். டேக் கேர் அண்ட் பி ஹாப்பி.''

படிப்பை முடிப்பதற்குள்ளாகவே ராமானுஜத்திற்கு மிகவும் புகழ் பெற்ற அமெரிக்க டெலி கம்யூனிகேஷன்ஸ் கம்பெனிகளிலிருந்து வேலைக்கான அழைப்புகள் வரத் தொடங்கி இருந்தன. வேலையை ஏற்றுக் கொள்வதற்கு முன்பு ஊருக்குச் சென்று அம்மாவையும் அப்பாவையும் சிவுவையும் பார்த்து வரத் தீர்மானித்தான்.

ராஜம் சொன்னாள்: 'அவனுக்குச் சீக்கிரம் பொண்ணு தேடணும். அவனைத் தனியே அனுப்பக்கூடாது. நடந்தது நடந்திடுச்சு.'

அய்யர் சம்மதித்தார்: 'நீ சொல்றது சரிதான் ராஜம். ஆனால் மொத்தமே மூணு வாரம்தானே இங்கே இருப்பான். அதுக்குள்ள

நல்ல முகூர்த்தநாள் கெடைக்கணும். பொருத்தமான பொண்ணு கெடைக்கணும். அது நடக்குமா?'

சிவு சொன்னாள்: 'என் சினேகிதிகள் இருக்கிறார்கள்...'

'போடீ நீயும் உன் சினேகிதிகளும்! அமெரிக்காவுக்குப் போற மாதிரி ஒரு நல்ல பொண்ணு வேணாம்?' என்றாள் ராஜம்.

வெங்கட சுப்பையர் முதலில் முகூர்த்த நாள் தேடினார். அடே அப்பா! முகூர்த்தம் இருக்கு! மூணு வாரத்துக்குள்ள ரெண்டு முகூர்த்தம்.

அய்யரும் ராஜமும் பெண் தேடத் தொடங்கினர். பாலக்காடு முழுவதும் தேடினர். திருஅழூர் திருவனந்தபுரம் பெரும்பாவூர் கொட்டாரக்கரை கொச்சி, தக்கலை, சுசீந்திரம் என்றெல்லாம் தேடினார்கள். ஒன்றும் சரியாகவில்லை. கும்பகோணம், திருச்சி, மதுரை, சென்னை, கோயம்பத்தூர், பம்பாய், டெல்லி என்று அடுத்தபடியும் கடந்தது. பொருத்தமில்லை; குடும்பம் சரியில்லை; பொண்ணு பார்க்க நல்லாயில்லை; படிப்புக் குறைவு; ஆங்காரி...மொத்தமும் தோல்வி.

ராமானுஜன் வந்து சேர இரண்டு நாட்கள் இருந்தபோது, ராஜம் பழனிக்கு ஒரு அபிஷேகத்திற்கு நேர்ந்து கொண்டாள். மறுநாள் கல்கத்தா, கோஹிமா, தூத்துக்குடி, செகந்திராபாத், சிக்காகோ, டெட்ராயிட் என்ற இடங்களிலிருந்து வந்த பதில்களும் பூஜ்யமாகத்தான் இருந்தன. ராமுவை அழைத்துவர அய்யர் நெடும்பாஞ்சேரிக்குப் போன அன்று ராஜம் பழனிக்கு மேலும் ஒரு அபிஷேகம் நேர்ந்தாள். பிறகு பாட்டு டியூஷன் முடித்து வீடு வந்த சிவுவை அழைத்துக் கேட்டாள்:

'அம்மாடீ சிவூ, இங்கே வா!'

சிவு இந்த அன்பைக் கண்டு ஆச்சரியப்பட்டாள்.

'அண்ணனுக்காக நீ பாத்து வச்சிருக்கிற சினேகிதி யாரு?'

'லஷ்மி. ஆனா அவ நாயர் பொண்ணு அம்மா.''

''பழனியாண்டவனே! ராஜம் இரண்டு கைளையும் தலையில் வைத்து உட்கார்ந்தாள். அதுவும் போச்சா!'

''அய்யோ அம்மா அவ ரொம்ப நல்ல பொண்ணும்மா. நாயர்னா என்ன? அண்ணனைப் பொன்னாப் பாத்துப்பா. சமஸ்கிருதம் எம்.ஏ.

படிச்சிருக்கா. அவளுடைய அப்பாவத் தெரியாதா? புகழ்பெற்ற ஜோசியர் பிரபாகரன் நாயர்.''

'அந்த மோகன்லால் -மம்முட்டி யோட ஜோசியர்தானே? அவரா?'

'ஆமா அவரேதான். தாராளமா பணமிருக்கு. அம்மா இப்போ என்கூட வந்தால் லஷ்மியை நான் காட்டறேன். பாட்டு வாத்தியார் வீட்ல இருக்கா.''

ராஜம் லஷ்மியை மேலும் கீழும் பார்த்தாள். செத்திப் பூங்கொத்து போல ஒரு பெண். மென்மையாகச் சிரித்துக் கொண்டு நிற்கிறாள். ராஜம் அவளைக் கையைப் பிடித்துப் பக்கத்தில் நிறுத்திக் கொண்டு,

'இது நாயரல்ல, அய்யர்தான்' என்றாள்.

மகளுடைய ஜாதகப் பொருத்தம் பார்க்கப் பிரபாகரன் நாயருக்கு ஐந்து நிமிடம்தான் வேண்டியதிருந்தது. நாயர் மனைவியிடம்,

'சமஸ்கிருதம் படிச்சதுக்கு நீ அவளைத் திட்டின போது நான் சொன்னேனே! அவள் அமெரிக்காவுக்குப் போவாள்னு அதுவும் நல்ல பிராமண குடும்பம்!' என்றார்.

'இருந்தாலும் தமிழ்...' உஷா உதட்டைச் சிறிது சுழித்துக் கொண்டாள்.

'ஏண்டி மலையாளம் தமிழிலிருந்துதான் வந்ததென்று உனக்குத் தெரியாதா?' என்றார் நாயர்.

ஆனால் ராமானுஜம் நெடும்பாஞ்சேரி கஸ்டம்ஸில் லஞ்சம் யாருக்கு, எவ்வளவு எதற்குக் கொடுக்க வேண்டும் என்பதுகூடப் புரியாமல் அவர்கள் திறந்து போட்டிருந்த பெட்டிகளுக்கும் சிதறிக் கிடக்கும் பொருட்களுக்கும் முன்னால் நின்று கொண்டிருந்தான். அவனை முட்டாள்தனமும் ஒரு வித விரைப்பும் பாதித்திருந்தது. மிகவும் தளர்ச்சியுற்றிருந்தான். அவனுக்கு குமட்டிக் கொண்டு வந்தது. நாகப் பாம்பைப் போன்ற புன்னகையுடன் ஒரு அதிகாரி மீண்டும் எதிர் பார்ப்புடன் அவனுடைய கண்களைப் பார்த்தார். பிறகு ஒரு கையின் விரல்களை மடித்தும் விரித்தும் காட்டினார். ராமனுஜத்தின் தலைக்குள் ஏதோ மின்னியது. ஏதோ குலுங்கியது. அவன் ஒரு குத்துச் சண்டை

வீரனைப் போல தன் பெட்டியை இரண்டு கைகளாலும் தூக்கி கஸ்டம்ஸ் அதிகாரியின் தலையில் கவிழ்த்தான்.

அதன்பின் உண்டான அமளிகளுக்குப் பிறகு ராமானுஜன் அய்யருடன் டாக்ஸியில் உட்கார்ந்திருக்கும் போது டாக்ஸியின் சத்தமும் அய்யரின் பேச்சின் சத்தமும் திடீரென மறையத் தொடங்கியது. ஆகாயத்திலிருந்தும், பூமியிலிருந்தும் வேறு வேறு சத்தங்கள் வெடிச் சிதறல்களாக அவனை வந்து இடித்தன. அவன் இரண்டு கைகளாலும் தலையைப் பொத்திக் கொண்டு அமர்ந்திருந்தான்.

'என்ன கண்ணா தலைவலியா? கஸ்டம்ஸில் சண்டையிட்டதால் இருக்கலாம். இங்கேயிருந்து போன சாதுப் பையனா இது!' அய்யர் பெருமையுடன் அவனுடைய தலையில் கை வைத்தார்.

ராமனுஜன் ஒரு உதறலுடன் தலை குனிந்து அமர்ந்திருந்தான். பிறகு மெலீசாவின் மந்திரத்தைச் சொல்ல முயன்றான். ஆனால் அவனுக்கு ஒரு வார்த்தையும் கிடைக்கவில்லை. அவன் மூளையில் பல் சக்கரங்களும் யந்திரங்களும் அதிவேகமாய் சுழன்றன. மெலீசாவின் மந்திரம் மட்டும் வெளியே வரவில்லை. அதன் ஒரு சிறு துளி கூட மீதமின்றி நெடும்பாஞ்சேரி கஸ்டம்ஸின் வெறுப்பில் மறைந்து போயிருந்தது.

'ஹோ!' ராமானுஜன் காருக்குள்ளேயே வாந்தியெடுத்தான்.

திருமணத்திற்குச் சம்மதிக்கும் போதும் லஷ்மியைப் பெண் பார்த்த போதும் வீட்டில் அன்பாகக் கலந்து பழகும் போதும் ராமானுஜன் தன்னால் ஆன மட்டும் இயல்பாக இருக்க முயற்சி செய்தான். ஆனால் அவனுடைய இரு கண்களுக்கிடையிலான ஆழமான குழியில் கட்டுப்பாடு தவறிய ஒரு பிரம்மாண்ட ஆர்க்கெஸ்ட்ராவைப் போல எல்லாத் திசைகளிலிருந்தும் உலகத்தை உலுக்கிக் கொண்டு உச்சத்தில் அலையடித்தது.

மாமன்களும் மாமிகளும் பிரியமான வார்த்தைகள் சொல்லி அவனைக் கொஞ்சும் போதும், அம்மா கல்யாண வேலைகள் குறித்த விபரங்களைச் சொல்லும் போதும் சிவு லஷ்மியைப் பற்றிய ரகசியங் களைச் சொல்லும் போதும் அவன் வெளிறிய முகமும் மங்கிய புன்னகையுமாகவே தளர்ந்து அமர்ந்திருந்தான். காரணம் அவன்

கேட்டது, கருந்துளைகளிலிருந்து முணுமுணுப்புகளும் வேட்டை யாடப்படும் பிரம்மாண்டத் திமிங்கலங்களின் வேதனைக் குரல்களும் அக்கிரமக்காரர்கள் கவர்ந்து சென்ற குழந்தைகளின் பஸ்ஸிலிருந்து வந்த அலறல்களும்...அப்படி தொடரும் சப்தங்களின் வரிசையாக இருந்தது.

அவனால் தூங்க முடியவில்லை. சிந்திக்க முடியவில்லை. திடுக் கிட்டான். ஒரு பிணத்தைப் போலத் தன் திருமணத்திற்குத் தயாரானான். ஒரு நாள் தன் வருங்கால மனைவியின் பெயரைக் கூட மறந்து போனதை நினைத்துத் திடுக்கிட்டான். குளியலறையில் உட்கார்ந்து விக்கி விக்கி அழுதான். 'அந்த மந்திரம் என்னிடமிருந்து போய் விட்டதே. மெலீசா நீ எங்கேயிருக்கிறாய்?' என்றான். எங்கிருந்தோ மெலீசாவின் சிரிப்பொலி கேட்டதாக அவனுக்குத் தோன்றியது. டாப் ....டாப்....டாப்.... அவளுடைய பாதங்களின் சப்தங்களும் அவனுக்குக் கேட்டது.

முதலிரவில் ராமனுஜன் லஷ்மியின் தோளைப் பிடித்து அவ ளுடைய கண்களைப் பார்த்துக் கொண்டே சொன்னான்:

'லஷ்மீ, நான் ஒரு விஷயம் சொன்னால் நீ பொறுத்துக் கொள் வாயா? எனக்குப் பையத்தியம் பிடிச்சிருக்கு.'

'என்ன பைத்தியம்?' லஷ்மி கேட்டாள்.

'என் தலை முழுவதும் சத்தங்களா இருக்கு. நானொரு பிரபஞ்ச சௌண்ட் ரிஸீவராயிருக்கேன். ஒரு ஆராய்ச்சி பண்ணப்ப இப்படி ஆயிடுச்சு. கஸ்டம்ஸில் சண்டை போட்ட போது வந்து சேரும் சத்தங் களைக் கட்டுப்படுத்தற டியூனர் மந்திரம் மறந்துடுச்சு. நான் வெறும் ஒரு ஜடமாத்தான் உன் முன் நிற்கிறேன். என் மூளை மற்ற சக்தி களின் பிடியில்தான் இருக்கிறது.''

'அவ்வளவுதானா, நான் எம்.ஏ. சமஸ்கிருதம். எனக்குத் தெரியாத மந்திரங்கள் இல்லை. இல்லன்னா நாம அப்பாகிட்ட கேக்கலாம்.'

லஷ்மி ராமுவைக் கட்டிப் பிடித்துக்கொண்டே அவனுடைய ஒவ்வொரு காதிலும் ஊதியபடியே சொன்னாள்:

'இந்தப் பைத்தியம் பரவாயில்லை. நான் நினைச்சேன், சில மலையாள ஆண்களுக்குள்ள பாலியல் குறைபாடு ஏதாவதாயிருக்கு மென்று.'

அவள் தன்னுடைய வெற்றிலைச் சாறு புரண்ட இனிய உதடுகளை அவனுடைய உதடுகளில் புரட்டினாள். சிறிது வெற்றிலைச் சாற்றை அவனுடைய உதடுகளுக்குள் பாய்ச்சினாள். 'இதுதான் வெற்றிலை மந்திரம். இனி மந்திரவாதம் தொடங்கலாம்' என்றாள்.

தன்னுடையதும், அவனுடையதும் ஆடைகளை அவிழ்த்து அவள் ராமுவை படுக்கையில் கிடத்தினாள். 'என் பிரியமான பைத்தியக்காரா, நான் உன்னை சௌண்ட் ப்ரூஃப் ஆக்குகிறேன்.'

அவள் ஒரு அன்னப் பறவையைப் போல ராமுவின் மேல் படர்ந்தாள். அவன் ஒரு நீண்ட பெருமூச்சை வெளியேற்றினான்.

அவள், அவனுடைய காதுகளை விரல்களால் மூடவும் திறக்கவும் செய்தாள். பிறகு தன்னுடைய உதடுகளை அவனுடைய நெற்றியில் அழுத்தியவாறே,

'ராமு உனக்குப் பைத்தியம்னா, எனக்கும் பைத்தியம்தானே?' என்றாள்.

ஆம்' என்று ராமு தலையசைத்தான்.

அவனுக்குள் மிருதுவாக ஆழத்தில் நுழைந்து கொண்ட லஷ்மி கேட்டாள்:

'எனக்கும் உனக்கும் இப்போது ஏதும் வித்தியாசமிருக்கா?'

'இல்லை' என்று ராமு தலையசைத்தான்.

'இந்த அவஸ்தையை சமஸ்கிருதத்தில் என்னவென்று சொல் வாங்க?'

'என்ன' என்று ராமு கண்களால் கேட்டான்.

"தத்வமஸி!"

'ஹா!! ராமு ஆர்ப்பரித்தான், உடனே குதித்தெழத் துவங்கினான்.

லஷ்மி பாறை போல அழுத்தி அமர்ந்து கொண்டு 'அப்படியே படு பைத்தியக்காரா, இரு என்ன சங்கதி சொல்லு?' என்றாள்.

ராமு மூச்சு முட்டச் சொன்னான்: 'அதுதான் நான் மறந்து போன மந்திரம்! தத்வமஸி!'

'அழிக்கோடின் புத்தகம்...மெலீசா...' பட்டென ராமு வாயை மூடினான்.

லஷ்மி சிறிது நகர்ந்து உட்கார்ந்து முடியைப் பின்புறமாக இழுத்துக் கட்டிக் கொண்டு, 'மந்திரத்தை உரக்கச் சொல்லு' என்றாள்.

'தத்வமஸி' என்றான்.

ராமானுஜனின் மூளை நிசப்தமானது. இப்போது அவன் கேட்டது லஷ்மியின் கைகளின் வளையலொலியும், வெளியே எங்கேயோ நாய் குரைப்பதும் மட்டும்தான்.

அவன் மீது அழகான பறவையைப் போல விரிந்து நின்று கொண்டு 'இப்போ எல்லாம் நிசப்தமாச்சா?' என்று கேட்டாள்.

'ஆச்சு''

'என் செல்லப் பைத்தியமே. காமசூத்திரத்தை சமஸ்கிருதத்தில் படித்த புரட்சிக்காரி நான்' என்றவாறே வேர்வையைத் துடைத்தாள்.

''ஹோ....ஹோய்' என்று கத்தினான்.

அப்போது மெலீசா பேசுவதை ராமு கேட்டான்:

'ராமு உனக்கு என்னுடைய சப்தம் கேட்கிறதா? நான் இப்போது உடலை விட்டு பறக்கிறேன். உங்கள் இருவரையும் ஒரு பார்வை பார்த்து விட்டேன். எவ்வளவு அழகு!'

ராமு தன்னையறியாமலேயே, 'மெலீசா!' என்றான்.

ராமுவுடன் ஒரு பக்கமாய் சாய்ந்து கொண்டே லஷ்மி 'என்ன?' என்றாள்.

'ஒண்ணுமில்ல. தத்வமஸி' என்றான்.

'அகம் பிரம்மாஸ்மி!' என்றாள்.

'தாங்ஸ்' என்றான்.

★

17

வெளிச்சம் பரப்பும் பெண்

காலையில் ஒரு நீண்ட பயணத்திற்காகப் புறப்பட்ட நான் இரவின் மதுக் கலக்கத்திலிருந்து விடுபடாதிருந்த ஒரு பாரின் முன்னால் வழியில் பார்த்த பழைய நண்பனுடன் சென்று சேர்ந்திருந்தேன். நாங்கள் அதன் கதவின் பாதி திறந்த கண்ணைப் பார்த்தபடி நிறைய நேரம் பாதையின் எதிர்ப்புறம் இருந்த பெஞ்ச்சில் அமர்ந்திருக்கிறோம். பறவைகள் சலசலக்கும் ஆகாயமும், கிழக்கிலிருந்து வீசும் காற்றும் அவை கீழே வீழ்த்திய பழுத்த இலைகளும் எங்களைச் சுற்றி அசையத் தொடங்கிய போது நாங்கள் தைரியத்தை வரவழைத்துக்கொண்டு அந்தப் பாதி அடைக்கப்பட்டிருந்த வாசலை நோக்கி அடியெடுத்து வைத்து நெருங்குகிறோம்.

பாரில் மது ஊற்றுபவன் முன்கோபக்காரன் என்று எங்களுக்குத் தெரியும். அவனுடைய முகம் வெளுத்தும், அழகற்றதுமாக இருந்தது. அவன் குரலில் கண்டிப்பு தெரியும். அவனுடைய பேச்சில் கருணை இருக்காது. பணம் இல்லாதவர்கள் அவனுக்கு மிகவும் துச்சம். ஆனாலும் பித்தனைப் போல் நாங்கள் அந்தப் பாதி திறந்த வாசலை இரகசியமாகக் கடந்தோம். எங்கள் பார்வை அலட்சியமாயிருந்தது. ஆனால் எங்களின் கவனம் கதவுக்குப் பின்னாலிருந்த இருளை நோக்கியிருந்தது. ஆகாயத்தில், விடியல் வேகமாக மேகங்களை உருட்டியபடி பறந்தது. பாரின் முற்றத்தில் இருந்த பனை விசிறியின் காய்ந்த இலைகளிலிருந்து ஒரு வவ்வால்குஞ்சுடன் பாம்பு ஒன்று வெளியே குதித்து ஓடியது.

ஒரு மங்கலான பல்பு மட்டும் பாரின் ஹாலில் எரிகிறது. முதல் நாள் இரவு நிறுத்த மறந்து போன மின் விசிறி தூக்க கலக்கம் போல் மெதுவாகச் சுற்றுகிறது. விரும்பத் தகாத வாசனைகளின் நெடி

மூலைகளிலிருந்தும், தரையிலிருந்தும் மேஜைகளிலிருந்தும் உயர்ந்து எங்களை எதிர்கொண்டது. ஒரு மூலையில் சுவரோடு சேர்த்து போடப் பட்டிருந்த மர நாற்காலிகளில் எங்களைப் பயமுறுத்துபவனான மது ஊற்றுபவன் கறுத்துப் போன முகத்துடன் தடித்த உதடுகளின் வழியாக வெளியேறும் குறட்டையுமாக உறங்குகிறான். அவனுக்கு மேலே சுவரில் தொங்கும் எண்கள் அழிந்து போன கடிகாரம் ஏழு மணி அடித்தது. இடமில்லாத அந்த மர நாற்காலியில் ஒரு புழுவைப் போல அவன் இடம் தேடியும் நெருங்கியும் மறுபுறம் திரும்பிப் படுக்கிறான்.

நாங்கள் அமைதியாக அசையாமல் நின்று மங்கிய வெளிச்சத்தில் எங்கள் நண்பரான கிழவனைத் தேடுகிறோம். யாருமில்லை எங்கள் எதிரியின் குறட்டை ஒலி மட்டுமே மின்விசிறியின் இறகுகளின் மெதுவான அசைவு மட்டுமே. திடீரென பின்னாலிருந்த மற்றொரு சிறிய அறையில் மங்கலான வெளிச்சம் தென்பட்டது. அதனுள்ளி லிருந்து கோட்டுவாய் விட்டுக் கொண்டும் புகைபிடித்துக் கொண்டும் வேலைக்காரர்கள் இருவர் கடந்து வருகின்றனர்.

நாற்காலிகள் தலைகீழாக அடுக்கி வைக்கப்பட்டிருக்கும் மேஜைகளுக்கிடையில் அவர்களின் இரண்டு சின்ன துடைப்பங்கள் பின்னால் குனிந்தமர்ந்து நகர்கின்றன. எலும்புத் துண்டுகளும், புகை பிடித்தபின் மிஞ்சிய துண்டுகளும், மீன் முட்களும், மூடிகளும் கறி வேப்பிலைகளும் அவர்களின் துடைப்பங்களுக்கு முன்னால் சலசலத்துக் கொண்டு உருள்கின்றன. நாங்கள் அவர்களுக்காக ஒதுங்கி நிற்கிறோம். பின்னர் வெளியே நகர்கிறோம். அங்கே பனை மரத்தின் கீழே எல்லாம் அமைதியாக இருக்கிறது. பிறப்பு இறப்புகளின் ஒரு அடையாளமும் இல்லை. விடியல் முன்னேறியிருந்த ஆகாயத்தின் வெயிலில் எரிச்சல் நிறைந்திருக்கின்றது. நான் ஒரு நிமிடம் பனையின் கீழே சென்று, மேலேயிருந்த காய்ந்த ஓலைகளைப் பார்க்கிறேன். குழந்தையை இழந்த தாயே, உனக்கு அமைதி கிடைக்கட்டும் என்கிறேன்.

நாங்கள் திரும்பி உள்ளே வரும்போது எங்கள் எதிரியான பரி மாறுபவன் விழித்து நீண்ட ஒரு இருமலில் சுழன்று, வாய் நிறைய கோழையும், ஒரு கையில் வாரிச் சுருட்டிய வேட்டியுமாக உள்ளே செல்கிறான். நாங்கள் பின்வாங்கி நிற்கிறோம். அப்போது எங்களின் விருப்பத்திற்குரிய கிழவன் சோப்பு வாசனையும், நெற்றியில்

சந்தனமும் வாயில் வெற்றிலையுமாக இதோ உள்ளே வருகிறார். எங்களுடைய உள்ளங்கள் பிரகாசிக்கின்றன. அவர் எங்களைப் பார்த்து, ஆதரவுடன் புன்னகைத்து, தலையைக் குலுக்குகிறார். வாய் நிறைய வெற்றிலைச் சாறுடன் எதையோ சொல்ல முயன்று தலைகீழாக நிறுத்தப்பட்டிருந்த நாற்காலிகளை மேஜையிலிருந்து கீழே இறக்கி, மேஜையை ஜன்னலின் அருகே நகர்த்துகிறார். மேஜையைப் பிரியத்தோடு துடைக்கிறார்.

எங்களின் அந்த நேர வருகையை யாரும் சட்டை செய்யவே இல்லை. டம்ளர்கள் அடுக்கப்படுகின்றன. எங்களுக்காக கருணையுடன் யாரோ தீ மூட்டுகிறார்கள். சோடாபாட்டில்கள் வைக்கப்பட்டிருக்கும் பெட்டியின் சாவியைத் தேடித்தேடிக் கண்டுபிடிக்கிறார்கள். சமையலறையில் இப்போது அவர்கள் எங்களுக்காக ஆம்லெட் செய்கிறார்கள். கண்ணாடி அலமாரியில் இருந்த, முதல் நாள் வறுத்த மீன் துண்டுகளை மீண்டும் வறுக்கின்றனர்.

நானும் என் நண்பனும் அவர்களின் மௌனமான செயல்களை அமைதியாகப் பார்த்துக் கொண்டிருக்கிறோம். பாரினுள்ளே நடந்து சென்ற முன்கோபியான அந்தப் பரிமாறுபவன் திரும்பி வந்து விடக் கூடாதேயென்று பிரார்த்தனை செய்கிறோம். அவனுக்கு நாங்கள் கொடுக்க வேண்டிய தொகையை பற்றி மனதில் கணக்கிடுகிறோம். கிழவன் மதுவை ஊற்றுகிறான். நாங்கள் குடிக்க ஆரம்பிக்கிறோம். உணவுக் குழல் வழியாக சூடான ஒரு புகைபோல மது தாழ்ந்து இறங்குகிறது.

காலையில் சூரியன் வரவர, பாரில் அதிகரிக்கும் ஆள்கூட்டத்திற்குள் நாங்களும் கரைந்து போகிறோம். கழிவறைக்கு சென்ற நான் அங்கே எங்கள் எதிரியைப் பார்க்கிறேன். கழிவறைக்கு வெளியே சுவரில் ஆணியில் மாட்டப்பட்டிருந்த ஒரு கண்ணாடியைப் பார்த்தபடி அவன் தலை வாரிக் கொண்டிருக்கிறான். சிவந்த கண்களைத் தடவி, முகத்தைக் கைகளால் துடைத்தபடி அழகு பார்க்கிறான். நான் அவனைக் கடந்து போக பயந்து கொண்டு வேதனையோடு நிற்கிறேன். அவன் கண்ணாடியில் ஒரு கடைசி பார்வை பார்த்து விட்டு சமையறைக்குப் போவதற்காக நான் காத்து நிற்கிறேன். ஆனால் இப்போது அவன் கண்ணாடியின் முன்னால் நின்று அழகு பார்த்தபடி புகை பிடித்துக் கொண்டிருக்கிறான்.

நான் திரும்பி வந்து, நாற்காலியில் சாய்ந்தபடி போதையில் இருந்த என் நண்பனை எழுப்புகிறேன். சிறுநீர் கழிக்க சாடி எழுந்த அவன் நான் சொன்னதைக் கேட்டவுடன் நாற்காலியில் மீண்டும் அமர்ந்து முகத்தை இரு கைகளாலும் பொத்திக் கொள்கிறான். 'நாம் முற்றத்திற்குச் சென்று சிறுநீர் கழிக்கலாம்' என்கிறேன். அங்கே அந்தப் பாம்பு இருக்கிறது என்கிறான். நான் பாம்பைப் பற்றி சிந்தித்துக் கொண்டிருக்கிறேன்.

சற்று நேரத்தில் பார் ஒரு பெரிய, நிரந்தரமான, ஆரவாரத்திற் குட்படுகிறது. அது சலனமற்ற காட்சிகளாகவும் அதி தீவிரமான சலனங்களாகவும் யாரோ இருட்டின் காட்சிகளுக்கு ஒரு வெளிச்சம் பாய்ச்சி விடுவதுபோல மாறி மாறி மறையும் மின்னல் சித்திரங்களின் வரிசையாக இருக்கின்றன. அதில் ஒரு வெளிச்சத்தின் நடுவில் எங்களின் எதிரியான பரிமாறுபவன் திடீரென தரிசனம் தருகிறான். அவன் எங்களின் மேஜையின் மீது இரண்டு கைகளையும் ஊன்றியபடி எங்களைப் பார்க்கிறான். அவன் கண்கள் ஒரு கனவு மாதிரி ஜொலிக் கிறது. நாங்கள் வெளிறிய புன்னகையுடன் அவனைப் பார்க்கிறோம். அவன், சந்தோஷத்துடன் இதோ எங்கள் இருவரின் முதுகிலும் தட்டு கிறான்! இது ஒரு ஏமாற்று வேலைதான் என்று நினைத்து நாங்கள் மரத்து போய் அமர்ந்திருக்கிறோம். அவன் எங்களிடம் 'பரவாயில்லை. கிடைக்கும்போது கொடுத்தால் போதும், இன்னைக்கு சரியா சாப்பிடல போல இருக்கே?' என்றான். நாங்கள் நன்றியோடு அவனைப் பார்த்துச் சிரிக்கிறோம்.

பிறகு கண் திறந்தபோது முல்லைப் பூக்களின் வாசனையால் நான் சூழப்பட்டேன். என்னைச் சுற்றித் திரைச்சீலை போல மழை பொழிவதைக் காணமுடிகிறது. நான் அந்தத் திரைச் சீலையை நோக்கி கை நீட்டினேன். என் கை ஒரு கண்ணாடிப் பலகையில் சென்று இடித்தது. முல்லைப் பூவின் வாசனை எங்கிருந்தோ ஒரு காற்று போல என் முகத்தருகே தழுவிக்கொண்டே இருக்கிறது. மழையுடன் தாழ்ந்து இறங்கிய ஆகாயம் நிலத்தில் உறுமி நிற்கும் பரிச்சயமற்ற இடத்தில் ஓடும் ஒரு பஸ்ஸில்தான் நான் இருக்கிறேன் என்று எனக்குப் புரிகிறது. ஆனால் என்னை எனக்குப் புரியவில்லை. நான் ஆச்சரியத்துடன் விழித்துப் பார்த்தேன்.

இந்தப் பயணிகளுடன் போகும் நான் யார்? என் பெயர் என்ன? இந்த முல்லைப் பூ வாசனை எங்கேயிருந்து வருகிறது? என் முன்னால்

அமர்ந்திருக்கும் இளம்பெண்ணின் முடிக் கற்றையில் உள்ள முல்லைச் சரத்திலிருந்து ஓர் ஊற்று புறப்பட்டு வருவதைப்போலக் காற்றினூடே பின்னால் பறந்து வந்த சுகந்தத்தின் பிரளயம்தான் என்னை நனைக்கிறது என்பதை நான் கண்டுபிடிக்கிறேன். நான் காதலுடன் அந்தச் சுகந்தத்தின் ஊற்றுக் கண்ணைப் பார்த்துக் கொண்டிருக்கிறேன். திடீரென அவள் எதற்காகவோ தலை திருப்பி மையிட்ட கண்களாலும் வெள்ளி நிறப் பொட்டிட்ட நெற்றியாலும் நிசப்தமான இருண்ட உதடுகளாலும் என்னைப் பார்க்கிறாள்.

நான் பிரமிப்புடன் குளிரில் ஒடுங்குவதுபோல மூலையில் மேலும் ஒடுங்கி இருந்தேன். இனி என்ன? நான் என்ன செய்வேன்? நான் யார்? நான் ஜன்னலைக் கொஞ்சமாகத் திறந்து சின்னச் சின்ன மழைத் துளிகளைக் கண்ணீரோடு சேர்த்து என் முகத்தில் விழ அனுமதிக்கிறேன். பயணத்தின் முடிவு அறியாத எல்லாவற்றையும் இழந்த எனக்காக, மரணத்தின் விளிம்பில் நிற்பதாக எண்ணி மெல்ல அழுகிறேன்.

அப்போது என்னை நடுக்கியபடி, அந்தப் பெண்ணின் முடிக் கற்றையிலிருந்து ஒரு முல்லைப் பூ உதிர்ந்து, ஒரு வெள்ளை வெளிச்சமாக என் மடியில் விழுகிறது. நான் ஒரு நிமிடம் அந்தப் பூவை அமைதியுடன் பார்க்கிறேன். பிறகு அதைக் கையிலெடுத்து என் கண்ணீரில் நனைத்து கன்னத்தில் தடவி வாசனை பார்க்கிறேன். மென்மையும் வெளிச்சமுமாக இருக்கிறது. அந்தப் பூவின் வாசனை விடாமல் என்னைத் தடவுகிறது. அதன் ஒளி என்மீது பொழிகிறது. மழைத் துளிகளுடன் சேர்ந்து அது என்னைத் தழுவுகிறது.

நான் புன்னகைத்தபடியே பூவை மீண்டும் முகர்ந்து பார்த்தபோது இருண்ட உதடுகளுள்ள, வெள்ளிநிறப் பொட்டிட்ட அவள், மையிட்ட கண்களால் புன்னகையுடன் திரும்பி, ‘இந்த பஸ்…க்கு போறதுதானே?’ என்று கேட்கிறாள். நான் மூச்சிரைக்க, ‘ஆமா! ஆமா. …க்குப் போற பஸ்தான். என் பெயர் …நான் …லிருந்து வரேன். இந்த முல்லைப் பூவை நான் எடுத்துக்கட்டுமா?’ என்கிறேன். அவள் கரிய உதடுகள் திறந்து ஒரு கவர்ச்சியான மந்திரவாதத்தால், வெள்ளைப் பற்களால் என்னை மயக்கியபடி சிரிக்கிறாள். ‘நீங்கள் யாரென்று நான் தெரிந்து கொண்டேன்’ என்கிறான். நான் மூச்சிரைக்க என் இதயத் துடிப்பிற்கு இணையாக நானும்…நானும் உன்னைப் புரிந்து கொண்டேன்.

வெளிச்சம் பரப்பும் பெண்!

18
அலறும் எலும்புக்கூடு

*ச*மீபத்தில் டெல்லியிலுள்ள ஒரு நண்பனின் கடிதம் வந்தது. அவன் ரகசிய போலீஸ் மேலதிகாரி. அவன் எழுதியிருப்பதாவது:

நண்பனே, நீ ஒரு எழுத்தாளன்தானே?... வெறும் ஒரு துப்பறியும் நாவல் எழுதுபனாக இருந்தாலும் நான் சொல்லப் போகும் சம்பவம் உனக்கு ஏதாவது ஒரு விதத்தில் பயன்படுமா என்று பார். ஞாயிற்றுக் கிழமையாதலால் நான் வராண்டாவில் உட்கார்ந்து கொண்டு சும்மா வழியில் போகிறவர்களைப் பார்த்துக் கொண்டிருந்தேன். அப்போது ஒருவன் என்னை உற்றுப் பார்த்துவிட்டு கேட்டைத் திறந்து என் சின்னப் பூந்தோட்டத்தினருகே வந்தான்.

தோளில் ஒரு துணி மூட்டையைச் சுமந்து கொண்டிருந்தான். ஆட்டிடையர்கள் வைத்திருப்பதைப் போன்ற ஒரு கோல் அவன் கையிலிருந்தது. தலையில் முண்டாசு கட்டியிருந்தான். இந்த வெயிலில் அதன் மீது ஒரு கம்பளித் தொப்பி. அவன் அணிந்திருந்தது கிழிந்த ஒரு கம்பளி உடைதான். காலை இறுக்கிப் பிடித்திருக்கும் பைஜாமா. முப்பதிலிருந்து முப்பத்தைந்து வயதிருக்கும். சிவந்த முகத்தில் குறுந்தாடி. இமாலய மலைப் பகுதிகளிலிருந்து வந்தவன் என்பது தெளிவாகத் தெரிந்தது. உதவி கேட்க வந்திருக்கிறான். நான் அவனைப் பார்க்காத பாவனையில் தொலைவில் பார்த்துக் கொண்டிருந்தேன். அவன் சிறிது நேரம் காத்திருந்துவிட்டுச் செருமினான். நான் பார்த்தவுடன் குனிந்து வணங்கி, 'மன்னிக்கணும் ஸாப், நீங்க கொஞ்ச நேரம் ஒதுக்க முடியுமா?' என்றான்.

'முடியும். ஞாயிற்றுக் கிழமைதானே, நிறைய நேரமிருக்கு. ஆனால் காசு மட்டும் தர முடியாது' என்றேன்.

அவனுடைய முகத்தில் பெரிய நிம்மதி தோன்றியது. அவன் கேட்டைத் திறந்து வழியில் கோலை நீட்டிக் காண்பித்தான். முதலில் கேட்டின் வழியாக ஒரு ஆட்டுக் குட்டி உள்ளே நுழைந்தது. பின்னால் அறுபது செம்மறியாடுகள் கொண்ட கும்பல் ஒன்று நீர்வரத்து போல என்னுடைய சின்ன தோட்டத்திற்குக் கடந்து வந்தன. வளைந்த கொம்புகளும் சிவந்த மூக்குகளும் பூனைக் கண்களும் உடம்பு முழுக்க அழுக்கடைந்த பஞ்சு ரோமமுள்ள ஆடுகள்.

நான் அதிர்ந்து எழுந்து நின்று 'இதென்ன? என்னுடைய பூச்செடியெல்லாத்தையும் தின்னுடுமே' என்றேன்.

'பயப்படாதீங்க ஸாப், நான் சொல்லாமல் அவை அசையாது. வழியில் வரும் ஏதாவது வண்டி இடிச்சால்...'

சில ஆடுகள் என்னைக் கூர்ந்து பார்ப்பதுபோல எனக்குத் தோன்றியது. எப்படியிருப்பினும் குட்டி வால்களை ஆட்டிக் கொண்டு அவை ஒரு அகதிகள் சங்கத்தைப் போல என் தோட்டத்தில் பொறுமை யாகக் காத்துக் கொண்டிருந்தன.

அப்போது இடையன் தன் கையிலிருந்த துணி மூட்டையை அவிழ்த்துக் கொண்டே 'ஸாப் நான் இவற்றின் உரிமையாளரை இந்த நகரத்தில் தேடிக் கொண்டிருக்கிறேன். இவற்றை அவரிடம் திரும்பக் கொடுத்தால் பெரிய பரிசு கிடைக்கும் என்பதை நான் அறிந்தேன். ஸாபிற்கு இதைப் பற்றி ஏதாவது தெரியுமா? இந்தப் பாவமான படிப்பறிவற்ற எனக்கு ஒரு பெரிய உதவியாக இருக்கும்.'

அவன் மூட்டையைத் திறந்தான். உடைந்த சில எலும்புத் துண்டு களும் நிறைய கரித் துண்டுகளும் ஒரு காய்ந்து போன சாமந்திப் பூ மாலையின் நார்களும் அதிலிருந்தன.

'என்ன இது?' நான் பயந்து பின்வாங்கியவனாகக் கேட்டேன். 'மந்திரவாதமா, வேறு ஏதாவதா?'

'இல்லை ஸாப்' அவன் ஆடுகளை ஒரு முறை திரும்பிப் பார்த்து விட்டு சொன்னான். 'இரண்டு வாரங்கள் முன்பு நான் கங்கோத்ரிக்கு

மேலேயுள்ள மலைச் சரிவுகளில் புல்வெளிகளில் ஆடு மேய்த்துக் கொண்டு நின்று கொண்டு இருந்தேன். ஆடுகள் இலைகளையும் வேர்களையும் கடித்தபடி பனி உருகி விட்ட, துளிர்க்கத் தொடங்கிய புல்வெளியினூடாக வெயிலில் மேய்ந்தன.

நான் ஒரு கல்லில் உட்கார்ந்து வெயில் காய்ந்தபடி உறங்கி விட்டேன். பேய்த்தனமான அலறலும் ஓசையும் கேட்டு திடுக்கிட்டு எழுந்தேன். மலை இடிந்து விழுகிறதோ, பனி வெடித்து உருளு கிறதோ, பூகம்பம் வந்து விட்டதோ, உலகின் முடிவு ஏற்பட்டு விட்டதோ என்றெல்லாம் நான் பயந்துபோனேன். ஆடுகள் மரத்துப் போய் பயந்து ஒன்றுகூடி நின்றிருந்தன. நான் பயந்துகொண்டே ஆகாயத்தைப் பார்த்தேன். ஏதோ ஒன்று மேகங்களின் பின்னால் போவது போலவோ வருவதுபோலவோ உணர்ந்தேன்.

மனிதனின் பாவம் அதிகமாகி சகித்துக் கொள்ள முடியாத இறைவன் கைலாசத்திலிருந்து அலறிக் கொண்டு எல்லாவற்றையும் விழுங்கி விடுவதற்காக இறங்கி வருகிறார். ‘கடவுளே இந்தப் பாவமான ஆட்டிடையனுக்குக் கருணை காட்டுங்கள்’ என்றேன் நான். தலை குனிந்து வணங்கினேன். இந்த ஆடுகளைக்கூட நான் வேதனைப் படுத்தியதில்லை. இந்தக் கோலினால் பயமுறுத்த மட்டுமே செய்திருக் கிறேன். அப்பாவும் அம்மாவும் வயதானவர்கள். வீட்டிலிருக்கின்றனர். அவர்களுக்கு வேதனையும் வருத்தமும் உண்டாகும்படி நீ எதுவும் செய்து விடாதே. நான் அவர்களின் ஒரே மகன் நான் இல்லாவிட்டால் அவர்களுக்கு உதவ யாருமின்றி இறந்து போவார்கள். நீ என்னை விட்டு விடு’ என்றேன்.

திடீரென ஏதோ ஒன்று என் தலையில் வந்து இடித்தது. நான் மயக்கம் போட்டுக் கீழே விழுந்து விட்டேன். ஆடுகள் என் முகத்தில் நக்குவதை உணர்ந்த பின்னர்தான் நான் எழுந்தேன். என் தலையின் ஒரு பக்கம் சுரீரென்றிருந்தது. தொட்டுப் பார்த்தால் ரத்தம். என் காலடி யில் இந்த உடைந்த குடமும் அதனுள்ளே இந்தக் கரித் துண்டுகளும் சாமந்திப் பூக்களும் கிடந்தன. இதில் என்னவோ ரகசியம் இருக்கிறது. அந்த அலறல்களுக்கும் இவற்றிற்கும் ஏதோ தொடர்பிருப்பதாக நினைத் தேன். வானத்திலிருந்து விழுந்தவற்றையெல்லாம் என் போர்வையில் மூட்டை கட்டினேன். தலை சுற்றுவதைப் பொருட்படுத்தாமல் பத்து

நாழிகை தூரத்தில் உள்ள பால் விற்கும் ராணுவ முகாமிற்கு ஓடினேன். அவர்களிடம் முழு விபரமும் சொன்னேன். முதலில் அவர்கள் உரக்கச் சிரித்தார்கள்.

கூட்டத்திலிருந்த ராணுவ அதிகாரி என்னிடம், 'டேய், உனக்கு அதிர்ஷ்டம் வந்திடுச்சு. இது ஒரு புதையல்தான். இதன் நிஜ உரிமை யாளர் டில்லியில்தான் இருக்கிறார். நீ இதை எடுத்துக் கொண்டு டில்லிக்கு போய்த் தேடினால் அவரைக் கண்டு பிடிக்கலாம். அவர் மகா மனிதர் உனக்கு ஏதாவது பரிசு தராமல் விட மாட்டார்' என்றார்.

நான் அப்பாவுக்கும் அம்மாவுக்கும் சாப்பாடு போடும் வேலையை ராணுவத்தினரை மகிழ்ச்சிப்படுத்துவதற்காக அங்கே எந்நேரமும் சுற்றிக் கொண்டு இருக்கும் சாதுவான ஒரு பெண்ணிடம் ஒப்படைத்தேன். ஆனால் இந்த ஆடுகளை யார் கவனிப்பார்கள்? எனக்கு அவற்றைப் பிரியவும் மனம் வரவில்லை. நான் அவற்றை மேய்த்தபடி இந்த மூட்டையையும் தூக்கிக் கொண்டு பத்து நாட்கள் முன்னர் மலை இறங்கத் தொடங்கினேன். நேற்று இங்கு வந்து சேர்ந்தேன். யமுனை யின் கரையிலுள்ள ஒரு புல்வெளியில் நேற்று ஓய்வெடுத்தேன். அருகே ஏதோ மகானின் சமாதியைக் கட்டுகிறார்கள்.

நான் அங்கேயிருந்த வேலையாட்களிடமும் காவலிருந்த போலீஸ் காரர்களிடமும் இந்தக் குடத்தின் உரிமையாளர்களைப் பற்றி விசாரித் தேன். அவர்கள் என்னைச் சந்தேகத்தோடு பார்த்தார்கள். ஓரிரண்டு போலீஸ்காரர்கள் எதையோ அவர்களுக்குள்ளும் பேசிக் கொண்டார்கள். ஒரு போலீஸ்காரன் கோலினால் என் ஆடுகளைக் குத்தினான். அவர்கள் டீ குடிக்கப் போன நேரம் பார்த்து என் ஆடுகளோடு நான் தப்பித்து விட்டேன். புதையல்தானே ஸாப், பயப்பட வேண்டியதுதானே. நான் இன்று மறுபடியும் என் தேடலைத் தொடங்குகிறேன்.

இது ஒரு புதையல்தான் என்றால் என் வாழ்க்கையே மாற்ற மடைந்து விடும் ஸாப். இரண்டு வேளையும் தீயில்சுடப்பட்ட காய்ந்த ரொட்டியும் இரண்டு வறுத்த மிளகாயும் கறுப்புத் தேனீரும் குடித்து வாழும் என் அம்மாவிற்கும் அப்பாவிற்கும் பாசுமதி அரிசிச் சோறும், வெங்காயமும் எண்ணெயும் ஊற்றிச் சமைத்த பருப்பும் மசாலா பிசைந்து வறுத்த உருளைக் கிழங்கும் கொடுப்பேன். ஆடுகள் இரவில் தூங்க புல் வேய்ந்த குடிசை உண்டாக்குவேன் ஸாப். இந்தப் புதைய

லின் உரிமையாளரை கண்டுபிடிக்க எனக்கு உதவுங்கள். ஸாபின் முகம் ரகசியங்கள் அறியக் கூடியதாய் உள்ளது.

அவன் என் பாதங்களைத் தொட்டான். நான் நடுங்கி விட்டேன். ரகசியங்கள் தெரிந்து கொள்ளும் முகம். எனக்கா? அப்படியானால் என்னைப் பார்த்தால்? நான் என் சங்கடத்தை அடக்கினேன். மலை களின் குளிர்ந்த புல் பரப்புகளில் அலைந்து திரிந்த ஆடுகள் நாற்பத்து மூன்று டிகிரி வெப்பமுள்ள என் தோட்டத்தில் முறைத்துக் கொண்டு நின்றன. நான் என் மனைவியிடம், 'இவனுக்கு ஒரு கப் டீ கொண்டு வா. இந்த ஆடுகளுக்குக் கொஞ்சம் தண்ணீரும்' என்றேன்.

அவள் கடுப்பான முகத்துடன் டீயைக் கொண்டு வந்து வைத்து விட்டு ஆடுகளை ஒரு பார்வை பார்த்து தலையைத் திருப்பி அங்கிருந்து சென்றாள். நான் ஒரு தொட்டியை முற்றத்தில் வைத்து தோட்டத்திற்கு நீர் பாய்ச்சும் டியூப்பினால் நீரை நிரப்பினேன். ஆடுகள் வயிறு நிறைய தண்ணீர் குடித்தன. அவை ஒவ்வொன்றும் தண்ணீர் குடித்த பிறகு என் கண்களைப் பார்த்தன.

இடையன் டீயைக் குடித்ததும் நான் அவனிடம், 'நண்பனே, இது புதையல் என்று தோன்றவில்லை. யாருடையதோ எலும்புத் துண்டுகளாக இருக்கலாம். இதற்கு யார் விலை தரப் போகிறார்கள்?' என்றேன். என் மனதில் கடந்து போன சில தேவையற்ற சந்தேகங்களை நான் அவனிடம் சொல்லவில்லை. நான் ஒரு ரகசியப் போலீஸ் தானே?

'வானத்திலிருந்து விழுந்தது ஸாப்!' என்றான். 'என்னைத் தேடி வந்ததாகத் தெரிகிறது. பஞ்சத்தில் அடிபட்ட என் விதியைக் கண்டு எனக்குத் தந்திருக்கலாமில்லையா? இல்லாட்டி மறுபடியும் நான் இந்த ஆடுகளையும் இழுத்துக் கொண்டு மறுபடியும் என் பட்டினிக்கே மலையேறணுமா? இங்கேயிருந்துதானே ஸாப் இந்த இந்துஸ்தான் முழுமையும் ஆட்சி செய்கிறார்கள். அவர்கள் யாருடைய தாவது தொலைந்து போன புதையலாக இருக்கலாமல்லவா ஸாப் இது? இந்தக் கரித் துண்டுகளும் எலும்புத் துண்டுகளும் ஒருவேளை வைரங்களும் மாணிக்கங்களுமாக இருந்தால்? அவர்கள் அதற்கு ஒரு சிறுதொகை தந்தால்கூடப் போதும், திரும்பிச் செல்வதற்கான என் பயணச் செலவு மட்டுமாவது பட்டினியில்லாமல் போகும்.'

நான் உள்ளே சென்று மனைவி அறியாமல் நூறு ரூபாய் எடுத்து வந்து கையில் சுருட்டிப் பிடித்துக் கொண்டு 'நீங்க திரும்பிப்போக எவ்வளவு ரூபாய் வேண்டும்?' என்று கேட்டேன்.

'ஸாப் திரும்பி மலையேறிச் செல்ல எனக்கு பதினைந்து நாட்களாகும். ஆடுகளுக்கு ஒன்றிரண்டு இடங்களில் புல் வாங்க வேண்டியிருக்கும். எனக்கு ரொட்டி வாங்க மூன்று ரூபாய்க்குமேல் ஆகாது.' அவன் சந்தேகத்தோடு என்னைப் பார்த்தான்.

நான் நூறு ரூபாயை அவனிடம் நீட்டியபடியே 'நண்பனே நீங்கள் டில்லியில் நடத்தும் இந்தத் தேடல் வீணானது என்றே நினைக்கிறேன். ஒருவேளை அது அபாயகரமானதும் கூட. இந்த எலும்புத் துண்டுகளைப் புதையல் என்று சொல்லி உங்களை அந்த ராணுவ வீரர்கள் ஏமாற்றியிருக்கிறார்கள். இதற்கு இங்கே மதிப்பில்லை. இதன் பயன் முடிந்து விட்டது. நீங்கள் இந்த விஷயத்தை யாரிடமும் சொல்லாமல் திரும்பிச் செல்வதுதான் நல்லது என்பதே என்னுடைய அறிவுரை. இனி எலும்புக் கூடுகள் உங்களுடைய தலையில் விழாமல் இருக்க நான் வேண்டிக் கொள்கிறேன். ராணுவத்தினர்கள் சிரிப்பார்கள். காரணம் எலும்புக் கூடுகளை எறிபவர்கள் அவர்கள்தான்' என்றேன்.

அவன் என்னை அதிசயத்துடனும் பயத்துடனும் பார்த்தான். 'இது நிஜமாகவா ஸாப்?'

'ஆமாம். இந்தச் சத்தியங்கள் தெரியாமல் இருப்பதனால்தான் டில்லியிலிருந்து எலும்புக் கூடுகள் உங்கள் தலைகளில் விழுகின்றன. நீங்களும் இந்த ஆடுகளும் நீண்ட தேடுதல்களுக்குத் தள்ளப்படுகிறீர்கள். நீங்கள் திரும்பச் சென்று ராணுவத்தினரை மகிழ்விக்கும் வேசியின் பொறுப்பிலிருந்து உங்கள் அப்பாவையும் அம்மாவையும் விடுவியுங்கள். ஒரு வேளை அவர்களுக்குச் சாப்பாடு போடுவதற்கு அவளை அவர்கள் அனுமதிக்காமலும் இருந்திருக்கலாம்.'

அவன் தயங்கியபடியே அந்தப் பணத்தை வாங்கிக் கொண்டான். பிறகு தலை நிலத்தில் தொடும்படியாக குனிந்து வணங்கினான். முதலில் நின்றிருந்த ஆட்டுக் குட்டியை வாரி எடுத்து என்னிடம் நீட்டினான். 'ஸாப் இந்தக் குட்டியை என்னுடைய அளவற்ற நன்றி யோடு தருகிறேன். பெற்றுக் கொள்ளுங்கள். இவள் வளர்ந்து உங்களுக்கும் அம்மாவுக்கும் குழந்தைகளுக்கும் நல்ல பால் தருவாள். அடியோ,

உதையோ படாத ஓர் அம்மாவின் நல்ல குணமுள்ள மகள்தான் இவள்' என்றான்.

'வேண்டாம், இவள் இந்த நகரத்தின் கொடுமையில் நொந்து போவாள். ஒரு வீட்டுவிலங்கை வளர்க்க இங்கேயுள்ளவர்களுக்குத் தெரியாது. இவள் மலையின் குளிர்காற்றில் துளிரான புல் தின்று இந்த வறண்ட பயணத்திற்குப் பின் ஆனந்தமடையட்டும்' மனைவியின் இருண்ட முகம் கதவுக்குப் பின்னாலிருந்து என்னைப் பார்க்கத் தொடங் கியது.

'நன்றி ஸாப். நான் இனி டில்லிக்கு ஒரு போதும் வர மாட்டேன். இது ஒரு பெரிய நகரம்தான். இந்துஸ்தானத்தின் பிரபுக்களின் இந்த நகரத்தில் இப்படியாவது வரும் வாய்ப்பு கிடைத்ததே? ஸாப் என்றாவது மலை ஏறுவதாக இருந்தால் என் மலைச்சரிவிற்கு வர வேண்டும் - கிராமத்திற்குப் பின்னால்' அவன் துணி மூட்டையைத் தூக்கி எடுத்தான்.

'அந்தக் கரித்துண்டுகளைத் திரும்பவும் சுமக்காதே. அதோ தெரிகிறது பார் சாணிக் குழி. அதில் எறிந்து விடு. அப்படியாவது ஒரு நன்மை அதற்கு உண்டாகட்டும்.'

அவன் கரித் துண்டுகளையும் எலும்புத் துண்டுகளையும் எறிந்து விட்டு போர்வையைத் தண்ணீரில் நனைத்துத் தோளிலிட்டான். 'மனசிலிருந்தும் உடம்பிலிருந்தும் ஒரு பெரிய பாரம் இறங்கியது போல இருக்கிறது ஸாப். ஒரு தூய்மை வந்தது போல' என்று சொல்லி என்னை மீண்டும் வணங்கி விட்டு ஆடுகளுடன் கேட்டைக் கடந்து போனான்.

எழுத்தாளனே, இந்த ஆட்டிடையனின் பயணத்தால் உனக்கு ஏதாவது பயனுண்டா என்று பார். நீ என்றாவது உன் வளையிலிருந்து வெளியே வந்தால் டில்லியையும் பார்த்து விட்டு வேண்டுமானால் கந்கோத்ரிக்குப் பின்னால் உள்ள அந்த இடையனின் கிராமத்திற்கும் போய் வரலாம். அந்த ஆட்டுக் குட்டி எவ்வளவு வளர்ந்திருக்கிறது என்பதைப் பார்க்க எனக்கு ஆவலாக இருக்கிறது.

இப்படிக்கு

உன்னுடைய அன்பான நண்பன்.

நான் ஒரு கடிதம் எழுதினேன். 'என் போலீஸ்கார நண்பனே, உன் ஆட்டிடையனின் கதைக்கு, ஒரு கதைக்குத் தேவையான அளவு ட்விஸ்ட் இல்லை. வானத்திலிருந்து கேட்கும் அலறலும் ஓசையும் பரவாயில்லை. அந்த ஆட்டுக்குட்டி ஒரு நல்ல கதாபாத்திரம்தான். ஆனால் என் எழுத்திற்குப் பயன்படாது. என் புலன்விசாரணைக் கதை களுக்குத் தேவை நீதானே? ரகசியப் போலீஸ்காரா, உண்மையைச் சொல், உண்மையில் அந்தக் குடத்தில் என்ன இருந்தது? எதுவாக வேண்டுமானாலும் இருக்கட்டும். அந்த எலும்புக் கூட்டைப் பின் தொடர்ந்து ஒரு பேய் உன் வீட்டில் குடியேறுவதும் ரகசியப் போலீஸ் காரனுக்கும் பேய்க்குமான அடிதடியும் - அதில் ஒரு கதை உருவாக வாய்ப்புண்டு. டில்லிக்கு வர விருப்பமில்லாமல் இல்லை. நான் பயணம் போய்க் கொண்டு இருந்தால் - நாவல் எழுதுவதை விட்டு விடலாம். இங்கேயுள்ள வயல்வேலைகளை யார் பார்ப்பார்கள்?

இப்படிக்கு
உன் அன்பான நண்பன்

கடிதத்தைத் தபால் பெட்டியில் போடும் போது நான் சந்தோசத் தோடு யோசித்துக் கொண்டிருந்தேன். அவன் ஒரு போலீஸ்காரன். ஆனால் என்ன? வானத்திலிருந்து எலும்புக்கூடு விழுந்தது என்பதை நம்பவும் ஆட்டுக் குட்டியைப் பற்றி வருத்தப்படவும் முடிகிறதே. அவன் பிழைத்துக் கொள்வான். ஹா...ஹா...ஹா... எலும்புக் கூடாம்! வானத்திலிருந்து! நோ...என் கிட்டயேவா!

★

19
அவனும் அவளும்

எந்த நிமிடமும் விழுந்துவிடக்கூடியதான நிலையிலிருந்தது அந்தக் குடிசை. உள்ளே ஒரே ஒரு அறை. மேலேயிருந்து மழை நீர் கொட்டிக் கொட்டி தரையெல்லாம் குழிகள். முன்பு எப்போதோ மஞ்சள் பூசிய பழைய உளுத்துப் போன பலகைகளில் ஈரமும் புகையும் அழுக்கும் நிறைந்திருந்தன. அறை முழுவதும் பொருட்கள் காணப் பட்டன. கால்கள் உடைந்த நாற்காலிகள், கயிறு அறுந்த கட்டில்கள், உடைந்த சமையலறைப் பொருட்கள், கிழிந்து பாழான பாய்கள், பழைய துணிகள்... அப்படியே நீண்டு போகிறது. மூலையில் இரண்டு அடுப்புகளில் புகையும் நெருப்புக் கொள்ளிகள் மட்டுமுண்டு. திரும்ப வழியில்லை. சாமான்களும் சகிக்க முடியாத ஒரு வித வாடையும் இருந்தன. அல்ல அல்ல, சாமான்கள் மட்டுமல்ல அவற்றுக்கிடையில் அவனும் மனைவியும் குழந்தையும் இருந்தனர்.

அவன் உயரமாகவும் ஒல்லியாகவும் இருந்தான். சாயம் போன சுவர் போல கறுப்புநிற உடல் ரத்தமின்றி வெளுத்திருந்தது. குறு ரோமங்கள் நிறைந்த முகம். உடம்பு முழுக்க நரம்புகள் புடைத்து நிற்கிறது. ஒரு பக்கமாக இருந்த கட்டிலில் அமர்ந்து சத்தமாக புராணத்தைப் படித்துக் கொண்டிருந்தான். உடம்பு சும்மாயிருக்கவில்லை. கைகள் நடுங்குகின்றன. சிவந்த கண்கள் அசைந்து ஓடிக் கொண் டிருக்கின்றன. நடுவில் புத்தகத்தை மடியில் வைத்துக் கொண்டு கால்களை ஆட்டியபடி கைகளைப் பின்னால் வைத்துச் சாய்ந்து அமர்ந்து படிப்பான். உடனே கால்மேல் கால் ஏற்றி வைத்து, புத்தகத்தைக் கையிலெடுத்து வாசிக்கத் தொடங்குவான். கடினமான சமஸ்கிருத வார்த்தைகள் வரும்போது ஆவேசத்தோடு மனைவியின் முகத்தைப்

பார்த்தபடி அந்த வார்த்தையின் மூலத்தையும் அர்த்தத்தையும் விவரிப்பான். அதுதான் அவன்.

மறுபுறம் மேற்கூரையிலிருந்த கழிகளில் ஒரு மரத் தொட்டில் தொங்கிக் கொண்டிருந்தது. அதில் ஒரு குழந்தை. மஞ்சள் நிறத்தில் மெலிந்து பெரிய தலையும் வயிறும் உள்ள ஒரு குழந்தை, கை கால்களை அசைத்து ஏதோ ஒலி எழுப்பிக் கொண்டிருக்கிறது.

கீழே தரையில் ஒரு ஓரமாக சுவரில் சாய்ந்தபடி ஒரு பெண் உட்கார்ந்திருக்கிறாள். மிகவும் மெலிவாக இருப்பவள் அவள்தான். கிழிந்து போன எதையோ தைத்துக் கொண்டிருக்கிறாள். இடையிடையே தொட்டிலை ஆட்டுகிறாள். இப்போது தைப்பதை நிறுத்தி விட்டு கணவனின் முகத்தைப் பார்த்தபடி உட்கார்ந்திருக்கிறாள். முகத்தில் ஒரு விதமான ஆனந்தம் பரவுகிறது. சமஸ்கிருத வார்த்தைகள் விவரிக்கப் படும்போது ஆச்சரியமாகத் தலை குலுக்குகிறாள். கால்களை நீட்டி வைத்து, கைகளை மடியில் வைத்து அமர்ந்திருக்கிறாள். திடீரென அவளது முக பாவம் மாறியது. மகிழ்ச்சி மறைந்து, கோபமும் வேதனை யும் வெறுப்பும் நிழலிட்டது. நாளை தான் வருடப்பிறப்பு - விஷு இவர் என்ன பண்றார்? புராணம் படிச்சிக்கிட்டிருக்கார். புராணம்? விஷு அன்றாவது ஒரு மிடறு கஞ்சி குடிக்கக் கிடைக்குமா? ஓ... இவர் எதுக்கு இப்படி இருக்கார்?

அவள் புராணத்தைக் கவனிப்பதை நிறுத்தினாள். வார்த்தைகள் பின்னிட்டுச் செல்லச் செல்ல முகத்தில் வெறுப்பின் நிழலின் அடர்த்தி கூடியது. இந்தக் குழந்தைக்கு இன்னக்கி என்ன குடுக்கிறது? தாய்ப் பால் கொஞ்சம்கூட இல்லை. இவர் புராணம் படிக்கிறாராம்!

அவன் வாசிப்பில் முழுகியிருந்தான். கைகளால் சைகை காட்டி வார்த்தைகளைக் காற்றிற்கு எறிந்து கொண்டிருந்தான். இடையில் ஒரு சமஸ்கிருத வார்த்தையை அனுபவித்து ஒரு முறை சொல்லிச் சுவையோடு அதன் விளக்கத்தைத் தொடங்குகிறான்.

"அப்படி மறுத்துதான்..."

உடனே அவள் குதித்தெழுந்தாள். அடக்க முடியாத சங்கடமும், கோபமும் முகத்தில் நிறைந்து காணப்பட்டது. அவள் பட்டெனத் தெறித்தபடி அலறினாள். "மறுத்து இல்லையா? மறுத்து நீ எதுக்குடா

இங்க இப்படி உக்காந்திருக்க? பெரிய படிப்பாளி. நாளை விஷுன்னு உனக்குத் தெரியுமில்லையாடா?'' அவளுடைய கழுத்தின் நரம்புகள் புடைத்து நின்றன. செம்பட்டை தலைமுடி சுற்றும் அலைந்தது.

அவன் திடுக்கிட்டவாறே கட்டிலைவிட்டு நகர்ந்தான். மனைவியைப் பார்த்தபடியே வாசலையடைந்தான்.

'நீ போய் பிச்சை எடுடா, பொண்டாட்டி புள்ளக்கி கஞ்சி ஊத்த வக்கத்தவன் புராணம் படிக்கறேன்னு வீட்டுக்குள்ள உக்காந்திருக்கான்.''

அலறி அழுது கொண்டே, கைகளை முன்னால் வீசியபடி அவள் அவனை நோக்கி ஓடி வந்தாள். அவன் பயந்தபடி வாசலுக்கு வெளியே நின்றான். அவளுடைய மார்பு உயர்ந்து தாழ்ந்தது. கண்கள் ஜொலித்தன.

அவன் மூச்சடக்கி, சிறிய உதறலுடன் மெதுவாகச் சொன்னான். ''முட்டாளே, நரகம் என்னவென்று உனக்குத் தெரியுமா? இந்தப் பறவைகளுக்கும் மிருகங்களுக்கும் யார் உணவு கொடுக்கிறார்கள்? பகவான்! அவர் நமக்கும் தருவார்.' குரலை உயர்த்தி 'ஹா! இறை நம்பிக்கை குறைந்திருக்கின்றது. உணவு போன்ற சாதாரண விஷயங்களுக்காகக் கணவனைப் புராணம் படிக்க விடாமல் செய்கிற முட்டாள்'' என்றான்.

அவள் சிறிது நேரம் அமைதியாக நின்றாள். மேலும் சிறிது தைரியத்துடன் கைகளை வாசலின் இரு பக்கங்களிலும் பிடித்தபடி அவன், ''ஹா! கடவுளை எதிர்க்கிறாய்! உனக்கு நரகம்தான் கிடைக்கும் நெருப்பு. கொழுந்து விட்டெரியும் நெருப்பில் நீ எரிந்து போவாய். பாம்பும் பிசாசுகளும் சூழ்ந்த நரகம். உனக்குத் தெரியுமா? சே, புராணம் படிக்க விட மாட்டியா?''

அவள் மீண்டும் அமைதியாக நின்றாள். ஒளிரும் கண்கள் மட்டும் சலனமற்று அவனைத் துளைத்துப் பார்க்கின்றன. அவன் உள்ளே நுழைந்தான். கிழிந்துபோன சட்டையையும் பழைய வேட்டியையும் எடுத்து அணிந்து கொள்ள அவனுக்குத் தைரியம் வந்தது. நரகத்தைப் பற்றிய ஒரு விளக்கத்தை உச்சத்தில் தொடர்ந்து கொண்டிருந்தான்.

திடீரென அவள் ஒரு பாம்பைப் போல் சீறியபடி இரண்டு கைகளையும் சுருட்டிக் கொண்டு அவனை நோக்கிப் பாய்ந்தாள். கண்களை உருட்டியபடி நின்றாள். கோபத்தால் அவளின் மெலிந்த

கைகள் நடுங்கின. அவன் திகைத்தான். திடீரென முற்றத்திற்கு இறங்கினான். அவன் பின்னாலேயே திண்ணைக்குப் பாய்ந்து வந்த அவள், ''இதுதாண்டா நரகம். நீதான் பிசாசு. என்னைத் தினம்தினம் கொன்று கொண்டிருக்கிறாயே. உன்னோட கடவுளும் நரகமும் நீ தாண்டா நரகம், பிசாசு'' என்றாள்.

பழைய ஒரு கத்தியைக் கையிலெடுத்துக் கொண்டு அவள் முற்றத்தில் குதித்தாள். வியர்வையில் மூழ்கியிருந்தாள். ஆடை அவிழ்ந்து கலைந்திருந்தது. உடம்பு முழுக்க எலும்புகள் பொங்கி நின்றிருந்தன.

அவன் ரோட்டில் இறங்கி பயத்தோடு ஓடிப் போனான். நரகத்தைப் பற்றிய அவனுடைய சிந்தனை நிலைத்து விட்டிருந்தது.

அவள் மீண்டும் திண்ணையில் ஏறினாள். இருமல் அவளைத் துன்புறுத்தியது. இருமல்களுக்கிடையில் அலறியபடியே திண்ணை யில் குறுக்கும் நெடுக்குமாக வேகமாக நடந்தாள்.

வழியில் சென்றவர்கள் அதிசயமாக அவளைப் பார்த்தபடி சென்றனர். நரகம்! அவளுடைய நகரம்! நரகத்துக்குத்தான் போகப் போறேன் நான். ஒரு கயிறில்லையா? இங்கே. ஒரு கயிறு.

அறையெங்கும் ஒரு கயிறைத் தேடினாள். காணவில்லை. கோபம் அதிகரித்தது. வசவுகள் பொழிந்தாள். கத்தியெடுத்து கட்டிலில் குதித்து ஏறி தொட்டில் கயிறை மேலேயிருந்து அறுத்தாள். தொட்டில் ஒரு சத்தத்துடன் தரையில் விழுந்தது. குழந்தை ஒரு மயக்க நிலைக்குச் சென்றது. அவள் கயிற்றை இழுத்து எடுத்து, ஒரு கால் உடைந்திருந்த நாற்காலியின் மேல் ஏறி கூரையின் மூங்கிலில் பலமாகக் கட்டினாள். முடிச்சுப் போட்டாள். தலையை முடிச்சுக்குள் விட்டாள்.

குழந்தை உரக்க அழ ஆரம்பித்தது. அது கைகளும் கால்களும் அசைத்து ஒரு புழுவைப் போல நெளிந்து கொண்டிருந்தது. அவள் சிறிது நேரம் ஆழமான வெறுப்புடன் அதைப் பார்த்துக் கொண்டு நின்றாள். தலையைச் சுருக்கிலிருந்து வெளியே எடுத்து அவள் கீழே இறங்கினாள். திட்டிக் கொண்டே குழந்தையைத் தொட்டிலிலிருந்து வெளியே இழுத்து, உலர்ந்த ஒரு முலையை அதன் வாய்க்குள் வைத்து அழுத்தியபடியே, ''குடி பிசாசே குடி'' என்று அலறினாள். சிறிதுநேரம் சென்ற பிறகு கீழே உட்கார்ந்து மற்றொரு முலையையும் அதன் வாயில் வைத்தபடி திட்டிக் கொண்டே இருந்தாள்.

20. கண்ணாடி பார்க்கும் வரை

சுமார் இரண்டாயிரம் வருடங்களுக்கு முன்னால் நடந்த விஷயம். ஒரு பாலைவனத்தினருகில் மிக வறட்சியான ஒரு நாட்டில் நடந்த நிகழ்ச்சி அங்கே தண்ணீர் தட்டுப்பாடு அதிகம் இருந்தது. வாரத்தில் ஒரு நாளோ இரண்டு நாளோ தான் குளிப்பார்கள். தினமும் பல்லாவது தேய்க்கிறார்களா என்றால் அதற்கும் இல்லையென்ற பதில்தான் வரும். குளிக்காமல் இருப்பதால் தாடியிலும் முடியிலும் வேர்வையும் தூசியும் சேர்ந்து ஒரு துர்நாற்றம் வீசும். அக்குள்களிலும் காலிடுக்குளிலும் சகிக்க முடியாத நாற்றம். இவையெல்லாமே பாலஸ்தீன் போன்ற வறட்சியான நாட்டில் காணப்படும் இயலாமைகள். இதனாலெல்லாம் ஆணும் பெண்ணும் கட்டிப் பிடிக்காமலோ, முத்தம் கொடுத்துக் கொள்ளாமலோ இருப்பார்களா என்ன? நிச்சயம் ஈடுபட்டார்கள். அந்த வாசனைகளெல்லாம் அவர்களின் விருப்பங்களின் பகுதியாக இருந்திருக்கலாம் என்று எண்ணிக் கொள்ளுங்கள்.

நீங்கள் கவனித்தீர்களென்றால் பாலஸ்தீனர்களின் உடலிலிருந்து வெடி மருந்தின் வாடை அடிப்பதை உணர்வீர்கள். ஒரு வேளை சாக்கடலின் நெடியோடு ஒத்திருக்கலாம் இந்த வாடை. பழைய காலத்தில் பாவிகளால் நிரம்பிய, 'சோதோம்கோ மோரா'வை இறைவன் கந்தகத் தீயில் தள்ளிப் பொசுக்கினார். அதன் மிச்சம்தான் இந்தச் சாக்கடல் என்று சொல்கிறார்கள். இறைவனுக்கு கந்தகம் எங்கேயிருந்து கிடைத்தது என்று அதிசயிப்பதை விட, பாலஸ்தீனர்களின் உடலில் பழைய பாவங்களின் தண்டனையாக இந்தத் துர்நாற்றம் நிலைத்து விட்டது என்பதை நம்புவது எளிது.

இங்கே குறிப்பிடப்படும் சிறிய நிகழ்ச்சியில் சம்பந்தப்பட்ட யேசு என்ற இளைஞன் இன்று பரவலாக அறியப்படுபவரும் வணங்கப் படுபவருமான ஒருவரே. எனவே அவரைப் பற்றிய அதிகபட்ச முன்னுரையொன்றும் தேவையில்லை. இந்த நிகழ்ச்சி நடக்கும்போது யேசுவிற்கு முப்பது அல்லது முப்பத்தொன்று வயதிருக்கலாம். முப்பத்து மூன்றாம் வயதிலேயே இவ்வுலக வாழ்க்கையை அவர் முடித்துக் கொண்டார். மத்திய வயதிற்குப் பிறகு உலக நடைமுறைகளில் சாதாரணமாகக் காணப்படும் பல்வேறு விஷயங்களுடன் இணைந்து செல்லவோ, அதனோடு இணைந்து வாழ்க்கையை உணர்ந்து அமைதி யடையவோ முடியாமல் அவர் சென்று விட்டார்.

யேசு பாலஸ்தீனத்தின் கலீலியில்தான் கிட்டத்தட்ட பதின்மூன்று வயது வரை வாழ்ந்தாரென்றாலும் அதன் பிறகான பதினேழு வருடங்கள் வரை ஊரை விட்டு வெளியில் சுற்றியலைந்து இப்போதுதான் திரும்பியிருப்பதால் மேலே சொல்லப்பட்ட வியர்வை நாற்றமும் பிற துர்நாற்றங்களும் அவருக்கு சகிக்கமுடியாததாகத் தோன்றியது. ஊரை விட்டு வெளியேயிருந்த கால கட்டத்தில் தண்ணீர் வளமுள்ள பல ஊர்களில் வாழ நேர்ந்தது. அப்படியாகப் பல் தேய்க்கவும் குளிக்கவும் தலைசீவவும் தாடியைச் சீராக்கவும் கற்றுக் கொண்டார். இந்த சீரான வாழ்க்கை முறையை அவர் விரும்பவும் செய்தார்.

பயணத்தின் மூலம் பெற்ற அனுபவங்களிலும் பார்த்துப் பேசிய மத குருக்களிடமிருந்து கிடைத்த அறிவோடும் மொத்தத்தில் ஒரு நம்பிக்கையான மனநிலையோடு கலீலியின் நாசரேத் கிராமத்தில் பெற்றோரிடம் வந்து சேர்ந்த யேசு இனி என்ன செய்வது என்ற யோசனையிலிருந்த காலகட்டம் அது. காலையில் எழுந்திருக்கும் போதே யேசுவிற்குக் குளிக்க வேண்டும் என்று தோன்றும். குறைந்த பட்சம் தலை, கழுத்து, தாடியெல்லாம் கழுவிச் சுத்தம் செய்ய வேண்டுமென்று நினைப்பார். ஆனால் ரொம்ப தூரத்திலிருக்கும் கிணற்றிலிருந்து முதியவளான தாயும், சகோதரிகளும் சகோதரர்களின் மனைவியரும் சுமந்து கொண்டு வரும் தண்ணீர்தான் வீட்டில் உள்ளது என்று யேசுவிற்குத் தெரியும். அது குடிக்கவும் சமையல் செய்யவும் மட்டுமே பயன்படுத்தப்படுகிறது, குளித்து வீணாக்குவதற்கல்ல.

சின்ன வயதில் யேசுவும் தண்ணீர் கொண்டு வர உதவி செய்திருந்த தால் அதன் கஷ்டம் அவருக்கும் தெரிந்தேயிருந்தது. இறந்திருக்கலாம்

என்று அவர்கள் எண்ணியிருந்த நான் திரும்ப வந்து விட்ட மகிழ்ச்சியில் எனக்குக் குளிப்பதற்கான தண்ணீரைத் தினமும் கொண்டு வந்து தருவார்கள் என்பதில் எந்தச் சந்தேகமும் இல்லை. ஆனால் அது நியாயமில்லையே. நான் இவ்வளவு நாட்கள் ஊர் சுற்றிக் கற்ற ஞானத்தாலும், குளித்துச் சுத்தமாக இருப்பதற்குக் கற்றுக் கொண்டதாலும் அவர்களின் கஷ்டங்களுக்கு மாற்றமொன்று வந்துவிடவில்லையல்லவா? யேசு தனக்குள் பேசிக் கொண்டார்.

அதனால் குளிக்க வேண்டும் என்று தோன்றிய தன் விருப்பத்தைத் தள்ளிப் போட்டார். எனினும் தாடி மீசையிலிருந்து வந்த நாற்றமும் மீசைக்குள்ளே பேன் ஊர்வதைப் போன்ற அரிப்பும் யேசுவைச் சங்கடப்படுத்தியது. அப்படியானால் மீசையை மழித்து விடலாம். பிரச்னை தீர்ந்து விடும் என்று அவர் நினைத்தார். முற்றத்திலிருந்த ஒரு கயிற்றுக் கட்டிலில்தான் உட்கார்ந்திருந்தார். எழுந்து நின்று உடம்பை வளைத்து ஒருமுறை சோம்பல் முறித்தார். தன்னையறியாமல் அங்கியின் தோள் பகுதியில் முகர்ந்து முகம் சுளித்தார். சட்டையைத் துவைத்தும் பல நாட்களாகின்றன. சரி முகத்தை மழித்து விட்டு கலீலி குளத்திற்குப் போகலாம். நன்றாகக் குளித்து அங்கியைத் துவைத்து உலர்த்தி காற்றில் உலாவி முடிந்தால் கொஞ்சம் நல்ல மீன்களையும் அத்திப் பழங்களையும் வாங்கி வந்து அம்மாவையும் சகோதரிகளையும் மகிழ வைக்கலாம்.

வீட்டிற்கு வெளியே காலடி எடுத்து வைத்த அவர் உடனே நின்றார். தன் கையில் பணமில்லையென்று அப்போதுதான் அவருக்கு நினைவு வந்தது. அங்கியின் பாக்கெட்டைத் தடவிப் பார்த்தார். சல்லிக் காசு கூட இல்லை. முதல்நாள் மாலை திரும்பி வரும்போது வழியில் கொறிப்பதற்காகச் சீமோனின் மாமியார் கொடுத்தனுப்பிய, உப்பு தடவி வறுத்த மக்காச்சோளத்தின் இரண்டு பயறுகள் மட்டுமே அதில் இருந்தது. இவ்வளவு நாட்கள் வெளியே சுற்றிவிட்டு வந்த பிறகும் சிறிதுகூடப் பணம் இல்லாதவனாகவே திரும்பியிருப்பதாக யாரும் தன்னை விமர்சிக்கவில்லையெனினும் வீட்டில் மறைந்திருக்கும் வேதனையாக அதனை அவர் அறிந்திருந்தார்.

அப்பாவின் வயோதிகம் சகோதரர்களின் சோம்பேறித்தனம் திருமணத்திற்குக் காத்திருக்கும் சகோதரிகள், உண்மையில் வீட்டுப் பெண்களின் உழைப்புதான் பட்டினியை வீட்டுக்கு வெளியே நிறுத்தி

இருக்கிறது. யேசு நீண்ட பெருமூச்சுவிட்டார். நான் கடவுளின் ராஜ்யத்தைப் பற்றிய அறிவுடன் இந்த வீட்டு முற்றத்தில் உட்கார்ந்து கொண்டு என்ன செய்வது? அம்மாவையும் சகோதரிகளையும் இந்தக் கஷ்டத்திலிருந்து காப்பாற்ற என்னால் முடியவில்லையே.

வீட்டிற்குள் திரும்பிப் பார்த்தார். அம்மா அடுப்படியில் உட்கார்ந்திருக்கிறார். கடைசி சகோதரி லைலா ஆட்டைக் கறந்து பாலுடன் உள்ளே செல்கிறாள். அவள் அழகிதானென்று யேசு நினைத்தார். நல்லவனாக அவளை நன்றாக வாழ வைப்பவனாக ஓர் இளைஞன் அவளைத் திருமணம் செய்து கொண்டால் எவ்வளவு நன்றாக இருக்கும். அவளுடைய அழகை ஆராதிக்கும் குணம் கொண்டவனாகவும் அவன் இருக்க வேண்டும்.

மீசையை எடுத்து விடலாமா என்று யாரிடமாவது கேட்கலாமென்று எண்ணிக்கொண்டே வீட்டுக்குள் நுழைந்தார். புகையினால் சிவந்திருந்த கண்களுடன் அம்மா அவரைப் பார்த்துப் புன்னகைத்தார்.

''உனக்குப் பசிக்குதா? இதோ வேக வச்ச கொழுக்கட்டை இருக்கு. தரட்டுமா?''

''இப்ப எனக்கு ஒண்ணும் வேண்டாம்மா. நான் இந்த தாடி மீசையெல்லாம் மழிக்கலாமா என்று யோசித்துக் கொண்டிருந்தேன். ஒரே உஷ்ணமும் அரிப்புமா இருக்கு.''

லைலா பாலைக் கொதிக்க வைத்துக் கொண்டிருந்தாள்.

''இப்படியிருக்கறதுதான் நல்லாருக்கு. அதுதான் உனக்கு ஒரு அழகையும் கௌரவத்தையும் குடுக்குது அண்ணா.ஆமா நீங்க எப்ப இருந்து மீசை, தாடி வளக்க ஆரம்பிச்சீங்க?''

நான் வீட்டை விட்டு வெளியேறும் போது அவள் பிறந்திருக்கவில்லை. ஆனால் இதுவரை பார்த்தேயிராத அண்ணனை அவள் ஏற்றுக் கொண்டிருக்கிறாள். யேசுவின் மனம் குளிர்ந்தது.

''இல்லைன்னாலும் இந்த ரோமானியர்களைப் போல நாம் முகச் சவரம் செய்யக் கூடாது. மீசையும் தாடியும்தான் யூதனுக்கான கௌரவம்.''

''பேன் ஊருவதுபோலத் தோன்றுகிறது.''

''பரவாயில்லை அண்ணா. இதோ இந்த ஆட்டை மேய விட்டு விட்டு வந்து நான் பேனெடுத்துத் தருகிறேன்.''

ஒரு பெட்டைக்கோழியைத் துரத்திக் கொண்டு சேவலொன்று சமையலறைக்குள் பாய்ந்தோடி வந்தது. யேசு ஒரு காலை வீசியபடி இரண்டையும் விரட்டி விட்டார்.

''அம்மா நான் பெதனி வரை போய் வரட்டுமா? லாசரையும் மார்த்தாவையும் பார்த்து ரொம்ப நாளாகுது?'' எண்ண ஓட்டத்தின் உருமாறிய ஒலிகளாய் சொற்கள் வந்து விழுந்தன யேசுவிடமிருந்து.

மார்த்தாவின் கையிலோ லாசரசின் கையிலோ கொஞ்சமாவது காசிருக்கும். மரியம் சேமித்து வைப்பவள் இல்லையென்றாலும் அவளிடமும் கொஞ்சம் கடன் வாங்கலாம். பழசெல்லாம் இன்னும் கொடுக்கவில்லை. பரவாயில்லை, ஏதாவது ஒரு வழி இல்லாமலா போய்விடும். இரண்டு வாரம் குளத்தில் வலைவீசினால்கூட போதும் வேறு வழியேயில்லை என்றால் இருக்கவே இருக்கு உளியும் சுத்தியலும். சிறு வயதில் அப்பா சொல்லிக் கொடுத்தது இன்னும் மறக்கவில்லை.

உண்மையில் அலைந்து திரிந்த காலம் எவ்வளவு சுகமானது. நாடோடிகளோடு இந்த உலகத்திற்கு ஏதோ ஒரு விதக் கருணை யிருப்பதாக அவர் நினைத்தார்.

''இந்த வெயில்லயா போற? இரண்டு நாள் பயணத்தில் நீ ரொம்ப சோர்ந்து போவியே?''

''பரவாயில்லைம்மா பயணம் போய் பழக்கமாகி விட்டது. ஒரு வாரத்திற்குள் திரும்பி விடுகிறேன்.''

''அண்ணா மீசையை எடுத்திடாதீங்க.''

யேசு சிரித்துக் கொண்டே 'பார்க்கலாம்.தாடி மீசை இல்லன்னா நான் எப்படி இருப்பேன்னு தெரியணுமில்லயா?'' என்றார்.

''அப்ப நீ ஒரு அழகான பொண்ணு மாதிரி இருப்ப?''

''உன்னப் போல'' யேசு சிரித்தார்.

''என் பிள்ளைங்க எல்லாருமே அழகுதானே'' அம்மாவின் முகத்தில் மகிழ்ச்சி அழகூட்டியது. யேசுவின் முகத்தில் ரோமங்கள் இல்லாம லிருந்தால் எப்படி இருக்குமென்று நினைத்தபோது, பல வருடங்களுக்கு முன்னர் கண்ட தேவதூதன் போன்ற ஒருவனுடைய முகம் அவள்

மனக் கண்ணில் ஒரு மின்னல் போல வந்து போனது. அவள் தன் கையால் முகத்தின் வியர்வையைத் துடைத்துக் கொண்டாள்.

ததேவூசிடம் கடன் சொல்லிக் கொள்ளலாம். நாவிதனின் சிறிய கட்டடத்திற்குள் ஏறிச் செல்லும்போது யேசு மனதில் நினைத்தார். கடையில் வேறு யாருமில்லை. ததேவூஸ் பழைய பெஞ்சில் மல்லாந்து படுத்தபடி ஓய்வு எடுத்துக் கொண்டிருந்தான். எனக்கு முதன்முதலாக முடி வெட்டிய ததேவூஸ் இன்றும் அப்படியேதான் இருக்கிறான். யேசு ஆச்சரியமாகச் சிரித்தார். லேசாக முடி நரைத்திருக்கிறது. லேசான தொந்தி இருக்கிறது. அவ்வளவுதான். எப்போதும் இளைஞனைப் போலவே இருக்கிறான். ஒரு மனைவியும் குழந்தைகளும் மட்டு மின்றி மூன்று வைப்பாட்டிகளும் அவர்களுக்குப் பிறந்த குழந்தைகளும் இருந்தன. சவரக்கத்தியின் கூர்மையைக் கொண்டே அவர்களைக் காப்பாற்றினான்.

யேசு செருமினார். ததேவூஸ் கண் திறந்தான். யேசு அவனைப் பார்த்துச் சிரித்தார். ததேவூஸ் எழுந்து உட்கார்ந்தான். மிகச் சாதாரணமாக ஒரு வார்த்தை கூடப் பேசாமல் சவர நாற்காலியில் உட்காரும்படி கை காட்டினான். தன்னைப் புரிந்து கொண்டதாகவே தெரியவில்லை. அப்போதுதான் யேசு நாற்காலியின் எதிரில் ஓரிடத்தில் ஒரு பொருளைக் கவனித்தார். ஒரு கண்ணாடி! மரத்தாலான சட்டத்திற்குள் பூக்களும் கொடிகளுமாகச் செதுக்கப்பட்ட ஒரு கண்ணாடி! யேசு கண்ணாடியைக் கூர்ந்து கவனிப்பதைத் ததேவூஸ் பார்த்தான்.

''ரோமானிப் படைத்தலைவனின் மகளின் திருமணத்தின்போது கிடைத்த பரிசு இது. இரண்டு வாரங்கள் விருந்தினர்களுக்கு மசாஜும் சவரமும் நான் தான் செய்தேன். ஆனால் இது அதற்கான பரிசல்ல. படைத் தலைவனின் மனைவியின் உடலில் சில பாகங்களைச் சவரம் செய்ததற்குக் கிடைத்த பரிசு. படைத் தலைவருக்கு அதை எந்நேரமும் பார்த்துக் கொண்டே இருக்க வேண்டுமாம். ஹோ! ரோமானியர்களின் இந்தப் போக்கு எங்கே போய் முடியுமோ? வாழ்க்கையில் அவர்களுக்கு ஒரே நினைப்புதான்.'' கொட்டாவி விட்டபடியே ததேவூஸ் தன் கை விரலால் சைகை செய்தான்.

யேசு புன்னகைத்தார். பின்னர் கண்ணாடியையே பார்த்தபடி இருந்தார். திடீரெனத் தன்னை ஏதோ பிடித்து உலுக்குவது போல

அவருக்குத் தோன்றியது. உறங்குபவனை எழுப்ப முயற்சிப்பதுபோல யாரோ தன்னுள்ளே இருந்து மனக்கதவை தட்டியபடி சொல்கிறார்கள்.

''போ, போ. அந்தக் கண்ணாடியை எடுத்து உன் முகத்தைப் பார். நீ அழகனா? அதனால் உனக்குப் பெருமையா? உனக்குக் கடவுளின் சாயல் இருக்கிறதா? தெய்வ ராஜ்ஜியத்தின் அடையாளம் எதையாவது அங்கே காண முடிகிறதா என்பதையெல்லாம் அறிய வேண்டாமா? சவரம் செய்து கொள்வதற்கு முன் மீசை எப்படி யிருக்கிறது என்று தெரிந்து கொள்ள வேண்டாமா?''

யேசுவின் உடல் உதறியது. விரல்கள் துடித்தன. திடுக்கிட்டு இரண்டு கைகளையும் உடம்போடு சேர்த்துக் கொண்டார். அவருடைய தலைக்குள்ளே யாரோ கூவினார்கள். இரண்டடி முன்னால் நகர்ந்தால் போதும். யேசு யாரென்று கண்டு பிடித்துவிடலாம். எல்லா ரகசியமும் அறிந்து விடலாம். நீரிலும் சீனப் பீங்கான் பாத்திரத்திலும் பார்த்திருக்கும் அலைகளில் அசைந்து காணப்படும் முகமல்ல. இதோ உன் கறைக ளில்லாத முகம் பார்க்கலாம்! வா! வா! வெளியே வெயிலின் பளபளப்பை ஒரு விளக்கு போலப் பிரதிபலித்துக் கொண்டு கண்ணாடி யேசுவை அழைத்தது.

யேசுவுக்கு உதறலெடுத்தது. அவருக்கு மூச்சு முட்டியது. ''வேண்டாம், வேண்டாம்'' யேசு நிசப்தமாக கண்ணாடியிடம் சொன்னார். ''நீ என்னை எனக்குக் காட்டித் தரவேண்டாம். நான் என்ன பார்ப்பேன் என்று எனக்குத் தெரியாதா? எனக்குப் பயமாக இருக்கிறது.''

கண்ணாடி மணியோசை போன்ற குரலில், ''வா யேசு வா, உனக்குத் தெரியாதா? நீ என் உள்ளே தான் இருக்கிறாய். இரண்டே இரண்டு அடி முன்னால் வைத்து ஒரு முறை குனிந்து பார்த்தால் போதும் நாம் மூவரும் ஒன்றுதான்'' என்றது.

''இல்லை இல்லை நான் பார்க்க விரும்புவதை நீ காட்டு வாயா? இல்லை இல்லை.''

தன் அங்கிக்கு அடியில் வியர்வை ஆறாக வரிவரியாய் வழிந்து ஓடுவதை யேசு உணர்ந்தார். கடும் சூறைக் காற்றில் அகப்பட்டுக் கொண்டதைப் போலத் தள்ளாடினார்.

மணியோசை போலக் கண்ணாடி மீண்டும், ''நீ முதலில் என் முன்னால் வந்து நின்று என்னைப் பார், கண்களைப் பார், தாடி மீசையைப் பார், மூக்கைப் பார், நெற்றியைப் பார். அதற்கப்புறம் நாம் மீதியெல்லாவற்றையும் தீர்மானிக்கலாம்'' என்றது.

''வேண்டாம் வேண்டாம்'' யேசு மௌனமாக அலறினார்.

வெயிலில் ஒரு கீற்றெடுத்து வாளைப் போல மின்னிக் கொண்டு கண்ணாடி கண்டிப்பான குரலில், ''மூடனே நீ தேடுவதெல்லாம் இங்கே இருக்கிறது. உன் ஒரு பார்வை போதும் நீ ஏன் தயங்குகிறாய்?''

யேசு இரு கைகளாலும் காதுகளை மூடினார். கண்களை இறுக்கினார். வாயில் ஊர்ந்து வந்த கூக்குரலை எப்படியோ உள்ளே இழுத்துக் கொண்டார்.

''கண்ணாடி புடிச்சு போச்சு இல்லயா?'' ததேவூஸ் கேட்டான். தட்டிலிருந்த கண்ணாடியை எடுத்து யேசுவிற்கு நேராக நீட்டிய படியே, ''இதோ வாசலுக்கு நேராகத் திரும்பி வெளிச்சத்தில் நீ நன்றாக ஒரு முறை உன் முகத்தைப் பார். நல்ல அழகுள்ள முகம்தான் இப் போதும் இவ்வளவு நாட்கள் அலைந்து திரிந்தும் உன் முகம் பொலி வாகவே உள்ளது'' என்றான்.

யேசு திடுக்கிட்டு பின்னால் நகர்ந்தபடி தளர்வான குரலில் "வேண்டாம் வேண்டாம் நான் இன்னொரு முறை வருகிறேன்" என்றார்.

ததேவூஸ் சிரித்தான். ''சரி. யேசு நீ என்னுடைய மூன்றாவது மகளைப் பார்த்திருக்கிறாயா? இவ்வளவு அழகான பெண் இந்தக் கலீலியில் இல்லை. உன் சகோதரி லைலாவின் தோழிதான். அவள் எப்போதும் உன்னைப் பற்றிப் பேசிக்கொண்டிருப்பாள். இனிமேலாவது திருமணம் குடும்பம் என்று வாழ உனக்கு நேரமாகவில்லையா?''

யேசு ஒரு முட்டாளைப் போல ததேவூசை விழித்துப் பார்த்து விட்டு, ''நேரமாயிடுச்சு, எனக்கு நேரமாயிடுச்சு. நான் புறப்படறேன்'' என்று சொல்லிபடியே ததேவூசை வணங்கிவிட்டு வெளியேறி மிக வேகமாக நடந்து போனார்.

இரண்டு நாட்களுக்குப் பிறகு யேசு பெதனியில் மார்த்தாவின் வீட்டை அடைந்தார். நேரம் மாலையாகி இருந்தது. மரியம் அந்திப்

பொழுதைப் பார்த்தவாறு வராந்தாவில் உட்கார்ந்திருந்தான். யேசுவின் முகம் காற்றும் வெயிலும் குளிரும் பட்டு கருப்படைந்து இருந்தது. கண்கள் குழியாக இருந்தன. வியர்வையில் அங்கி உடம்போடு ஒட்டியிருந்தது. கால்களில் முட்டிவரை செம்மண்ணும் தூசியும் அழுக்குமாக இருந்தது. யேசுவைப் பார்த்த மரியம் படபடவென எழுந்தாள். யேசு தலையில் கட்டியிருந்த தலைப் பாகையைக் கழற்றிய போது அதிலிருந்து தூசி பறந்தது. மரியம் மகிழ்ச்சியுடன் முற்றத்திற்கு இறங்கி வந்தாள்.

''மரியம், எனக்குத் தாகமாக இருக்கிறது. கொஞ்சம் தண்ணீர் கொடு.''

''பழரசம் தரட்டுமா?''

''வேண்டாம். பழரசம் அப்புறம் சாப்பிட்டுக்கறேன். இப்போ பச்சத் தண்ணி குடு.''

தண்ணீர் எடுக்கப் போகும் போது மரியம் கேட்டாள்.

''நீ வருவாய் என எனக்குள் ஏதோ சொல்லியது. அதனால்தான் வராந்தாவிலேயே உட்கார்ந்திருந்தேன். அப்போதுதான் அந்தி நட்சத் திரம் உதிப்பதைப் பார்த்தேன். நட்சத்திரம் உதிப்பதை நீ பார்த்திருக் கிறாயா?''

யேசு மௌனமாக இருந்தார்.

அவள் தண்ணீர் கொண்டுவந்து கொடுத்தாள்.

யேசு அதைக் குடித்த பின் மீதியைக் கையில் ஊற்றி முகத்தை யும் கைகளையும் துடைத்தார். மரியம் மீண்டும் வராந்தாவில் வந்த மர்ந்தாள். யேசு அவளின் மடிமீது தலைவைத்துப் படுத்தார்.

''மார்த்தாவும் லாசரும் எங்கே?''

''சந்தைக்குப் போயிருக்கிறார்கள். இப்போ வந்துடுவாங்க.'' யேசுவின் நெற்றியில் கை வைத்தபடி மரியம் சொன்னாள்.

''மரியம் நீ கண்ணாடி பார்த்திருக்கிறாயா?''

''இல்லை. கண்ணாடி ரோமானியப் பணக்காரர்களும் அவர்களைப் போன்றவர்களும் பயன்படுத்துவதுதானே? நீ பார்த்திருக்கிறாயா?''

யேசு கொஞ்ச நேரம் எதுவும் பேசவில்லை. மரியத்தின் முகத்தைப் பார்த்தபடி "இல்லை" என்றார்.

குனிந்து யேசுவின் உதடுகளில் ஒரு முத்தம் கொடுத்தபடி, "பார்த்திருந்தால் நீ ஒரு அழகன் என்று உனக்குப் புரிந்திருக்கும்" என்றாள்.

யேசு ஒன்றும் பேசவில்லை. அவர் தலையைத் திருப்பி நட்சத்திரங்களால் நிறையத் தொடங்கியிருந்த ஆகாயத்தைப் பார்த்தார்.

திடீரென மரியம் குனிந்து யேசுவின் முகத்தைக் கூர்ந்து கவனித்தாள். அவருடைய கண்களையும் கன்னங்களையும் தடவியபடி, "என்ன பண்றே நீ! அழுகிறாயா?" என்று கேட்டாள்.

மரியம் தன் முகத்தை யேசுவின் முகத்தோடு அழுத்தியபடியே, "யேசு, உனக்கென்ன ஆச்சு?" என முணுமுணுத்தாள்.

யேசுவின் கன்னங்கள் மீண்டும் நனைந்தன.

மரியத்தின் கழுத்தை தன் இரு கைகளாலும் கோர்த்தபடி, "மரியம் எனக்கு பயமாயிருக்கு" என்றார்.

இருளில் காணப்பட்ட யேசுவின் முகத்தைப் பார்த்தாள் மரியம்.

தன் கையை அவருடைய உதடுகளில் வைத்தபடியே சின்னக் குரலில், "ச்சே! சாயந்திர நேரத்திலே தப்பா பேசாதே. தெய்வ சாபம் கிடைக்கும்" என்றாள்.

யேசு ஒரு தேம்பலுடன் தலையைத் திருப்பி தன் நனைந்த முகத்தை மரியத்தின் சூடான மடியில் அழுத்தினார்.

(பனுவலுக்கு நன்றி. பனுவலின் 'மில்க்கி வே' என்ற படத்தில் யேசு முகச்சவரம் செய்யலாமா, வேண்டாமா என்று சிந்திக்கும் ஒரு காட்சி உண்டு என்று சமீபத்தில் என் நண்பன் சுரேஷ் பட்டாலி சொல்லக் கேட்டு இக்கதை எழுதப்பட்டது)

★

21

கிரேன் ஷாட்

கீழே, அவளைச் சூழ்ந்த கூட்டத்தின் வட்டத்திற்குள் தனித்த ஒரு புள்ளியிலிருந்து சுந்தரியின் பளபளப்பூட்டும் கண்கள் என்னை நோக்கி உயர்ந்தது.

''ஆக்ஷன்!'' என்றேன் நான்.

சுந்தரி, காமம் நிறைந்த மணிப்புறாவைப் போல நாட்டிய மாடினாள். அவளுடைய அதிசயங்கள் புரண்ட மார்புகள் கிரேனில் இறங்கும் என் காமிரா கண்களுக்கு நேராக வியர்வையில் கரையும் பவுடரில் வழுக்கியபடி குதித்தன.

''ஓ, ஓ. ஓ'' என்றேன் நான்.

அவற்றின் நேராக ரீங்காரமிடும் வண்டினைப் போல் பறந்து தாழ்ந்தபடி நான் முணுமுணுத்தேன். ''ஓ சுந்தரி. நான் உன்னைக் காதலிக்கிறேன், விரும்புகிறேன்.''

என் சுந்தரி! வெண்ணெய் போல அவள் என்னைச் சூழ்கிறாள். பஞ்சு போல அவள் என்னைக் கிளுகிளுப்பூட்டுகிறாள். குளிர்மையை யும் இனிய கனவுகளையும் தருகிறாள். என் காதல் சுந்தரியிடமல்லாது வேறு யாரிடம் இருக்கிறது? என் காமிராவால் வெளிச்சத்தில் அவளைக் கவர்கிறேன். இருளில் அவளை அள்ளியெடுக்கிறேன். ஓ!சுந்தரி!

எனக்கு மேல் மின்னும் ஆகாயத்தில் இடிமின்னல்கள் பதுங்கும் கருமேகங்கள் ஒன்றாகச் சேர்ந்தன. அவற்றைப் பார்த்து நான் ஒரு மோசமான கெட்ட வார்த்தையைச் சொன்னேன். போடா....! இந்தப் பகலின் உரிமையாளன் நான்தான். உன் கறுத்த முகமும் வெளுத்த மின்னல்களுமாக, மேற்குக் கடலில் போய் குதி. ஹா! என் கலைக்கு உன் கருநிறம் வேண்டாம். நான் வெளிச்சத்தின் மைந்தன். லூசிஃபர்! ஹா! ஹா! ஹா!

இப்போது சுந்தரியின் துள்ளிக் குதிக்கும் தொப்புள்குழியில் என் காமிராவின் கண் பதிந்தது. "காமிராமேன் காமிராமேன்" பறந்து இறங்கும் போது நான் முணுமுணுத்தேன். அந்த இடுப்பின் வானளாவிய அற்புதம் முழுவதையும் உன் காமிராவால் முத்தம் கொடு.

ஓ!

கருணையிழந்த கைகளால் வியூ ஃபைண்டரில் காமிராமேனின் கண்ணை நகர்த்தி விட்டேன். என்னுடைய துடிக்கும் இடது கண்ணை வியூஃபைண்டரில் ஒட்டி வைத்தேன். ஹாய்!

சபாஷ்!

ஆகாயத்திலிருந்து வெயிலில் மின்னும் அற்புத யந்திரத்துடன் தாழ்ந்து இறங்கி வரும் ஒரு வேற்றுக் கிரகவாசியைப் போல மின்னிக் கொண்டு இறங்கினேன். ஹா, சுந்தரியின் அருகில்! என் கையிலிருந்த ஸ்கிரிப்ட்டின் தாள்கள் காற்றில் தலையுயர்த்தி சுந்தரியை எட்டிப் பார்த்தன. நில்லுங்க, நில்லுங்க, இந்தச் சுந்தரியை வர்ணிக்கும் திறனற்றவர்கள் நீங்கள். உங்களைக் கிழித்துப் போட்டு விட்டு நானொரு புதிய, அலையடித்து எழும்பும் திரைக்கதையை எழுதுவேன். ஹா!

ஓ!சுந்தரி!

கிரேன் தரை தட்டியது. சிவந்த சரளைக் கற்கள் சிணுங்கின. "கட்!" என்றேன் நான். இதுவரை செய்ததெல்லாம் தகுதியற்றது. சக்தியற்றது. என் பேனாவில் மை நிரப்பச் சொல்லுங்கள். வெண்ணிறக் காகிதங்களை என் மேஜையில் அடுக்கச் சொல்லுங்கள். நான் காமமும், குரோதமும், கவிதையும் நெஞ்சில் ஏற்றும்படியான ஒரு கதையை சுந்தரிக்காக உருவாக்குகிறேன்.

கட்! கட்!

கூட்டத்தினிடையே என் கண்கள் சுந்தரியைத் தேடி ஓடின. அதோ பொன் கொலுசுகள் அசைத்து அசைத்துக் கொண்டு சுந்தரி டச்-அப் செய்யப் போகிறாள். கொலுசுகளுக்குக் கீழேயிருந்து அவளுடைய பாதங்களின் சிவந்த மருதாணிக் கோடுகள் என்னைப் பார்த்துப் புன்னகைக்கின்றன. ஓ! புன்னகைக்கின்றன. "இன்று இரவு உங்களை என் உதடுகள் துடைத்தெறியும். இரவுகளின் உள்ளறைகளுக்கு உங்களை வீசியெறிவேன். அப்போது என்ன செய்வீர்கள்...?"

நான் என் நாற்காலியைத் தேடினேன்.

''எங்கே என் நாற்காலி? எங்கே இந்தத் துயருற்ற கலைஞனின் சுமைதாங்கி? யார் அதை என் பார்வையிலிருந்து மறைப்பது? எங்கே இந்தக் காமுகனின் சிம்மாசனம்?'' நான் கூட்டத்திற்குள் பொறுமை யில்லாமல் கால் வைத்தேன். கூட்டம் எனக்காக வழி விட்டது. நீலக்குடையின் கீழேயிருந்த வெள்ளை நாற்காலியை நோக்கி நான் நடந்தேன்.

ஹா! என் பிரியமான நாற்காலி. நாற்காலியில் சாய்ந்து கால்கள் நீட்டி கண்மூடி இரண்டு உள்ளங்கைகளையும் முகத்தில் அழுத்தி நான் ஒரு நீண்ட பெருமூச்சு விட்டேன். நீலக் குடையின் நிழல் என்னைச் சுற்றி ஒரு இருண்ட வட்டத்தை உருவாக்கியது. அதற்குள் நின்றபடி நான் சூரியனிடம், ''ஹே சூரியனே, உனக்கு நன்றி. நீ இல்லாமல் இருந்திருந்தால் இந்த நிழல் உண்டாகி இருக்காதே. நான் இல்லாமல் இருந்திருந்தால் உனக்கு நன்றி. சொல்ல யார் இருந்திருப்பார்கள்? உண்மையைச் சொல், சுந்தரி உன்னுடைய காதலியும்தானே?'' என்றேன்.

என் உதவியாளர்கள் வட்டம் என்னைச் சுற்றி அமைதியாக நின்றது.

என் மூடிய கண்களுக்கு முன்னால் வெளிச்சம் புரண்ட இருட்டி னூடே சுந்தரி டச்-அப் செய்யும் இடத்திற்கு பயணம் செய்தேன். ஓ சுந்தரி! சுந்தரி இப்போது ஆடை மாற்றுகிறாள். மஞ்சளும் தங்க நிறமும் மாற்றி அவள் வெள்ளையும் சிவப்பும் அணிகிறாள்.

ஓ என் சுந்தரி! உன்னை நான் ஆராதிக்கிறேன்.

''ஷாட் ரெடி சார்'' உதவியாளன் முனகினான்.

நான் கண் திறக்கவில்லை.

நான் சுந்தரியின் கன்னங்களையும் கழுத்தையும் தாடையையும் மூக்கின் நுனியையும் உதடுகளின் ஓரங்களையும் நெற்றி வெண்மை யையும் காதுகளின் மென்மையையும் டச்-அப் செய்கிறேன். அவளுடைய கண்களிலிருந்து என் உதறும் கைகளுக்குக் கனவுகள் ஊர்ந்து விழுகின்றன. என் விரல்களை நனைக்கின்றன. ஓ!

"சார்" உதவியாளன் மீண்டும் அழைத்தான். "ஷாட்" 'அகன்று போ!' நான் கட்டளை இடுகிறேன். என் உணர்வுகளைத் தூண்டும் காதல் காட்சிகளை நடுவில் தடுப்பவர் யார்? நான் கண்களைச் சிறிது திறந்து உதவியாளர்களை எரிக்கும் கண்களால் பார்த்தேன். அவர்கள் வெயில் பட்ட பனி போல மறைந்து போனார்கள்.

எனக்குத் திருப்தி வந்தவுடன் நான் கண்களைத் திறந்தேன். என் ஆறடி ஏழு இன்ச் உயரத்திற்கு உயர்ந்தேன். ரத்தினங்கள் பதிந்த மோதிரங்கள் அணிந்த விரல்களால் நரைக்கத் தொடங்கிய தாடியைத் தடவியபடி ஓய்வெடுத்தேன். தலையில் பால்வெள்ளையில் வெயில் தொப்பி வைத்தேன். சட்டைச் சுருக்கங்களை நீவி விட்டேன். "சரி" என்றேன்.

கூட்டத்தினூடே நீளமான கால்களை அகற்றி வைத்தபடி தூரத்தில் கண்களைச் செலுத்தி நான் நடந்தேன். கூட்டத்தின் கண்கள் என்னைத் தழுவின. ஹா, இந்த ஒன்றுமில்லாத நான் வெள்ளித் திரையின் ஈடு இணையற்ற குரு, ஹா, மக்களே, உங்களுக்காக தான் நான் இந்தச் சூரியனைச் சகித்துக் கொள்கிறேன். இந்தக் கார் மேகங்களுடன் மல்லிடுகிறேன். இந்த எந்திரங்களின் உறுமலைக் கட்டுப்படுத்துகிறேன். நீங்கள் சிரிக்கும் போது நான் சிலிர்க்கிறேன். நீங்கள் அழும்போது நான் இந்த துன்புறும் காலத்தின் தீர்க்கதரிசியாகிறேன்.

ஆனால் என் கறுப்புக் கண்ணாடிக் கண்கள் தொலைவில் தெரியப் போகும் இனிய உருவத்தைத் தேடின. கூட்டம் எனக்காகக் கருங்கடலைப் போலப் பிளந்தது. பின்னர் மறுபடி ஒன்றாகி நெருக்கியடித்தது. "ஓசானா" நான் முணுமுணுத்தேன். "ஓசானா" குருந்தோலைகளும் ரத்தினக் கம்பளங்களும் எங்கே? கொழுக்க வைத்த காளைக் கன்றுகளே, வாருங்கள்! காலத்தின் விருந்தைப் படையுங்கள்! என் காமத்தின் காவல் படையினராகுங்கள்! திடீரென யாரோ என்னைத் தொட்டார்கள்.

ஹோ! யார் அது? யாருக்கு என்னைத் தொடும் தைரியம் வந்தது? யார் என் சக்தியை இழக்கச் செய்வது? யார் என் பயணத்தைத் தடுப்பது? நான் ஒரு புயலைப் போலத் திரும்பினேன். என் கண்ணாடியைக் கழற்றி சினத்தால் என் கண்களை நிறைத்து, "யார் என்னைத் தொட்டது? யார்?" என்று கேட்டேன்.

உண்மை வேண்டும். எனக்கு உண்மை வேண்டும். உண்மையைத் தவிர வேறு எதனாலும் நான் திருப்தி அடைய மாட்டேன். இந்த

மேகங்கள் சாட்சி. இந்த மண் துகள்கள் சாட்சி. வேகமாகச் சொல்லுங்கள்! எனக்கு முன் கூட்டம் மரத்துப் போய் நின்றது. அவர்களின் சிரிப்பு அணைந்தது. அவர்களின் சத்தங்கள் எதிரொலியாகத் தேய்ந்து போயின.

என்னை யாரோ தொட்டார்கள். நான் மீண்டும் கேட்டேன். ''இதோ என் உடல் உதறுவதைப் பார்க்கவில்லையா? யார் இதை நடுங்க வைத்தது? யார் இதைத் துன்புறுத்தியது? இது ஒரு கலைஞனின் புண்பட்ட உடம்பு. இது ஒருவருக்கு மட்டும் தொடுவதற்கான உடம்பு. இதை நான் உங்களுக்காகத் தரவில்லை.''

அப்போது கூட்டத்திலிருந்து கறுத்த பளபளப்பான ஒரு கை, கரும்பாம்பைப் போல நீண்டு வந்து என் சட்டையின் கையை மெல்லப் பிடித்தது. தொலைதூரத்திலிருந்து பறந்து தளர்ந்து வந்தது போன்ற தொரு குரலில் மிருதுவாக.

''சார் என்னை ஞாபகமில்லையா? நான்தான் சார்'' என்றது.

''ஹே...யார்? யாரது?''

நான் இதயத் துடிப்புகளின் வீச்சில் குலுங்கிக் கொண்டு, என்னைச் சுற்றி நின்ற தலைகளுக்கிடையில் என் கண்களை ஒரு ஓட்டப்பந்தய வீரனைப் போல வீசினேன்.

அந்தக் குரல்!

என்னைச் சுற்றி விழித்துப் பார்க்கும் தலைகளுக்கிடையில் ஒளிவதும் தெளிவதுமான அந்தப் புன்னகைக்கும் உதடுகளை நான் கண்டுபிடித்து விட்டேன். மேல் உதட்டில் நமநமத்த ரோமங்களின் மீது வியர்வைத் துளிகள். அவற்றிற்குக் கீழே வெள்ளிப்பறகளின் எதிர்பார்ப்புகள் எழுந்தன.

மின்னல்கொடி!

ஓ! மின்னல்கொடி!

அவள் ஆட்களின் இடையிலூடே ஒரு கறுப்பு மீனைப் போல எனக்கெதிரே வழுக்கினாள். பளபளக்கும் பற்களும், எண்ணெய் புரண்டு ஜொலிக்கும் நெற்றியில் பெரிய குங்குமப் பொட்டுடன் மின்னல்கொடி என் பக்கமாக நெருங்கி வந்தாள். அவள் சிரித்தாள். கூர்மையும் நேசமுமுள்ள அந்த வெள்ளைப் பற்கள் எனக்கெதிராக

மாயங்களாலான சில அடையாளங்களை விதைத்தது. ''நான் போகட்டுமா சார்?'' என்றாள் அவள்.

''வேலைக்குச் செல்லும் வழியில் ஜனக் கூட்டம் பார்த்து நின்ற போது நான் ஓடி வந்தேன்.'' அவள் என் விரல்களைத் தொட்டாள். அவற்றில் ரத்தினக்கற்கள் திடுக்கிட்டு எழுந்து சிரித்தன.

ஓ! என் மின்னல்கொடி!

என் அறியப்படாத நாட்களின் வசீகர வேசி. என் துயருற்ற காலத்தின் அன்பான ஆதரவு. என் வறுமையுற்ற காலத்து வற்றாச் செல்வம். என் மின்னல் கொடி. எனக்குக் காமத்தை அள்ளி அள்ளி வழங்கிய கருணைக் கடல்.

மின்னல் கொடியின் கறுத்த கண்கள் என்னைப் பார்த்து மின்னின. அவற்றின் கட்டுப்படுத்தப்படாத ஆழங்களின் தீவிர நொடியில் என் உள்ளங்கையில் அவளுடைய அழுத்தமான விரல்களால் தொட்டாள். அவற்றின் முனையிலிருந்து தழும்புகள் என்னை உரசின.

ஒரு தீ ஜுவாலையைப் போல அசைவதும் உயர்வதும் தாழ்வதுமாக, என்னைத் தொட்டுக் கொண்டு வெயிலில் உஷ்ணத்தை ஏற்றியபடி மின்னல்கொடி அங்கே நின்றாள்.

ஒரு வியர்வைத் துளி அவளுடைய சுருண்ட முடிகளிலிருந்து வெளிப்பட்டு கன்னங்களில் வழிந்து வேடம் மாற்றிக் கொண்ட கண்ணீர்த் துளியைப் போல கழுத்தில் உருண்டது. அங்கேயிருந்து அது ஜாக்கெட்டின் ஓரங்களுக்கு வழிந்து இடது மார்பின் மீது நனைவில் ஒரு ஓவியம் வரைவதை நான் பார்த்து நின்றேன். மின்னல் கொடி அவளுடைய கையைப் பின்னுக்கிழுத்தாள்.

''மின்னல்கொடி!''

''சார்'' என்றபடியே விரிவதும் அலைவதும் கரைவதுமான கறுத்த கண்களால் என்னைப் பார்த்தாள்.

''நான் போகட்டுமா சார்? உங்களைப் பார்த்ததே போதும்.''

''சார்... ஷாட் ரெடி...'' உதவியாளனின் பயத்தோடு கூடிய குரல் என் காதுகளுக்கருகில் ஒலித்தது.

நான் திரும்பிப் பார்த்தேன். காமிராவின் முன்னால் வெள்ளை சிவப்பு நிற ஆடை அணிந்து சுந்தரி காத்து நிற்கிறாள்.

ஓ, சுந்தரி! என் காமுகி!

நான் பெருவிரல் முனைகளைச் சேர்த்து, சுட்டுவிரல்கள் உயர்த்திப் பிடித்து அந்த விரல் சட்டத்தினூடே சுந்தரியைப் பார்த்தேன். நான் சுந்தரியை இயக்க மட்டுமே செய்கிறேன். அவளின் முகத்தில் நான் ஒன்றும் தேடவில்லை. ஹேய்!

பட்டென நான் தலையைத் திருப்பினேன்.

எனக்குத் தலை சுற்றுவதாகத் தோன்றியது. ஹா! சுற்றுவதாக நடிக்கும் இந்த ஒரு தலைதானே எனக்குள்ளது. நான்தான் நண்பர்களே, சதானந்தன். இனியுமுண்டு. எனக்கு ஒன்பது அல்ல, தொன்னூற்றொன்பது முகங்கள். போடா, நான் அதிமனோகரமான ஒரு கெட்ட வார்த்தையை ஆகாயத்தை நோக்கி எறிந்தேன். வெள்ளைத் துவாலையால் முகத்தின் வியர்வையைத் துடைத்து கண்களை மூடித்திறந்து நான் என் பார்வையை நேசமாக மின்னல்கொடி பக்கம் திருப்பினேன்.

ஓ, மின்னல்கொடி!

இருண்ட கனவுகளும், சமாதானப்படுத்தும் காதல் நினைவுகளும் வியர்வையின் உற்சாகம் தரும் ஊற்றுகளும் நிறைந்த அவளுடைய உடலை நான் வெறித்துப் பார்த்தேன். என் கடின இதயம் ஆவலுடன் பறந்துயர்ந்து ஆகாயத்தில் கலகலவென்று கூவியது. என் தீராக்காதல் குதிரை வீரனைப் போல்க் குதித்தது.

ஆனால்...என் சுந்தரி! நான் தலையைச் சுந்தரியின் திசைக்கு மீண்டும் திருப்பினேன். ஓ...ஓ..., சுந்தரியின் கண்கள் என்னை நோக்கி கறுத்த வெயிலினூடே தவழ்ந்து கொண்டிருக்கிறதே.

ஹோ!

நான் மீண்டும் என் நால்விரல் சட்டங்களை உயர்த்திப்பிடித்து என் கண்களை அதற்குப் பின்னால் வைத்தேன். "ஹா! ஹா!ஹா! என்ன ஒரு அற்புதமான லாங் ஷாட்!அந்த மஞ்சள் தூணின் நிழல் முன்னால் விழட்டும்...அந்த மாட்டுவண்டிச் சக்கரத்தின் நிறத்தை யார் நீலமாக்கியது? எனக்குப் பச்சைதான் வேண்டும். பச்சை கேட்கவில்லையா? மூங்கில் காடுகளின் காமம் புரண்ட பச்சை என்றும் பசுமையான கதாநாயகிகளின் பசுமை நிறைந்த பச்சை."

இதோ என் விரல் சட்டத்தின் வாசலைச் சுந்தரியின் கண்கள் தட்டுகிறது. பிச்சைக்காரன் ஒருவன் என்னைத் தொட்டு எதையோ யாசிக்கிறான். அவனைத் தள்ளி விட்டபடியே நான் என் கண்ணாடியை மீண்டும் அணிந்து கொண்டேன். கூட்டத்தின் அசையும் எல்லைகளுக்குள் நான் இரண்டடி வைத்தேன். அது என்னை மிக எளிதாக உள்வாங்கியது. இப்போது இதோ சுந்தரி மின்னல்கொடியைத்தான் பார்க்கிறாள். மின்னல்கொடி, இதோ சுந்தரியையும் பார்க்கிறாள். அவர்களுக்கிடையில் ஒன்றுமில்லை. பரவாயில்லை பரவாயில்லை. நான் கண்ணாடி பிரேமுக்குப் பின்னால் நின்று சுந்தரியை உற்றுக் கவனித்தேன். அவளுடைய கொதிக்கும் கண்களிலிருந்து என்னைத் தேடி பொறுமையற்ற விவாதம் புறப்படுகிறதே. ஹோ!

''பரவாயில்லை பரவாயில்லை'' என்கிறேன். நான் மாரீசன். மனதைப் புரிந்து கொள்ளும் எந்திரம்தான் நான். எல்லாம் என் கட்டுப்பாட்டில்தான் இருக்கிறது. மீண்டும் நான் இரண்டடி முன்னேறினேன். என் பிரியத்திற்குரியவர்களான மக்களின் சுவாசப் பெருமூச்சுகள் என்னைப் பழைய நண்பர்களைப் போலத் தொடுகின்றன. என் கண்ணாடியில் சூரியனின் இருண்ட வளையம் எனக்கு நிறைவேறாத வாக்குறுதிகளைத் தருகிறது. கூட்டத்தினரின் பார்வைகள் என்னை உச்சி முதல் பாதம் வரை தழுவுகிறது.

தழுவு! தழுவு! இந்த வழியோரத்தில் ஒரு வளைவில் நிற்கும் உங்கள் பிரியமான கலைஞனை அமைதிப்படுத்துங்கள். ஆதரவற்றது இந்தக் கலைமனம். எனக்குத் தைரியம் கொடுங்கள், ரசிகர்களே! மனித நேயர்களே உங்களுக்கு என் நன்றியும் அன்பும், ஹா, என்ன சுகம்! எனக்கு இந்த மறைவிடத்திலிருந்து வெளியேறத் தோன்றவில்லையே. ஆனால், அதோ மேற்றிசையைச் சூழ்ந்துள்ள கருமேகங்களிலிருந்து எனக்கு நேராக மின்னும் அடையாளங்கள் புறப்படுகின்றன. பிரபஞ்சமே சாட்சி இதோ நான் வருகிறேன்.

கூட்டத்திலிருந்து வெளியேறி அழுத்தமான காலடிகளால் வெயிலுக்குக் கீழே தனியாக, கம்பீரத்தோடு நின்றேன். உதவியாளன் ஓடி வந்தான். அவனுடைய கண்கள் நிறைய கேள்விகள்.

''இந்தப் புதிய காட்சியைக் கவனித்துக் கேள். காமிரா மேனையும் கூப்பிடு.''

காமிராமேன் ஓடிவந்தான்.

நான் கண்களை மூடியபடி சொன்னேன்.

"இது ஒரு புதிய காட்சி. கிரேன்ஷாட் சூரியனிலிருந்து மெதுவாகத் தாழ்ந்து வரட்டும். அந்த மேகங்களினூடே சிறிது பான் செய்து கொள்ளுங்கள். பிறகு அதோ அங்கே தெரியும் குன்றையும் மரங்களையும் அவற்றுக்கிடையிலான தேவாலயத்தையும் கவர் செய்தபடி கீழிறங்கட்டும். பிறகு அந்த யாருமற்ற பாதைக்கு ஜூம்-அவுட் செய்யுங்கள்.

அப்போது அந்த மலையோர மரநிழலில் நிற்கின்ற என் காருக்கு நேராக நடந்து போகும் நாங்கள் இருவரும் பிரேமில் வருவோம். காமிரா எங்களை டிராக் செய்ய வேண்டும். நாங்கள் காரில் ஏறி, கார் முன்னால் நகர்ந்து போகும்போது கிரேனைத் தூக்குங்கள். கார் அதோ அந்த வளைவில் திரும்பிக் காணாமல் போகும்போது, இந்த வெயிலையும் ஆகாயத்தையும் பூமிப் பரப்பையும் மேற்றிசையையும் உட்கொண்டு சிறிது நேரம் ஹோல்ட் செய்யுங்கள், கட். பின்னர் பேக்-அப்."

இருவரும் "சரி" என்றார்கள்.

"ரிகர்ஸல் இல்லை" என்றேன்.

"சார்" என்றார்கள்.

ஓசானா! ஓசானா! நான் மீண்டும் முணுமுணுத்தேன். மின்னல் கொடியின் கைகளை என் கைகளால் அள்ளியெடுத்தேன். சுந்தரியைக் கடைசியாக ஒரு முறை பார்த்தேன். சுந்தரி என்னை உற்றுப் பார்க்கிறாள் இல்லையா? ஆமாம், ஆமாம், அவளுடைய கண்களில் வேதனை தெரிகிறதா? என்னால் காண முடியவில்லை. எதற்கு வேதனை சுந்தரி? என் சுந்தரி! வருத்தப்படாதே. நான் விடை மட்டுமே பெற்றுக் கொள்கிறேன்.

மீண்டும் பார்க்கலாம்.

உயரும் கிரேனை நோக்கி என் கண்களை உயர்த்தினேன். சூரியன் காமிராவின் ஓரங்களிலிருந்து பளிச்சிடுகிறான். "ரெடி" நான் கூவினேன்.

"ஆக்ஷன்!"

★

22

ஓரிடத்தில்

ஓர் இடத்தில் ஒரு வீட்டைச்சுற்றியிருந்த புல்வெளியின் ஒரு மூலையிலிருந்த மீன் குளத்தில் நிறைய தவளைகள் வசித்தன. மிகக் குறைவான எண்ணிக்கையிலேயே அவை இருந்தன. காரணம் மழை பெய்யும் காலங்களில் இரவு முழுவதும் குளத்தில் கலங்கலான நீரில் அழுது கொண்டே இடும் முட்டைகளின் கறுப்பு மாலைகள் பெரும் பாலும் குளத்திலிருந்த கொழுத்து தடித்த மீன்களுக்கும் வீட்டிலிருந்த கோல்களேந்திய குழந்தைகளின் விருப்பங்களுக்கும் இரையாயின. எப்படியாவது தப்பித்து வளர்ந்து அடுத்த கட்டங்கள் வரை வந்திருந்தவை களில் பலவும் அன்னியரின் பசிக்கும் விருப்பத்திற்கும் இரையாகியே மறைந்தது.

குளத்தின் மீன்களும் பரம்பரை பரம்பரையாக வீட்டின் சமையலறைக்கு மறைந்து கொண்டிருந்தது. என்றாலும் அவற்றின் எண்ணிக்கையை அதிகரிக்க வீட்டிலுள்ளவர்கள் நடவடிக்கை எடுத்து வந்தனர். மீன்களின் எண்ணிக்கை அதிகரிக்க அதிகரிக்க தவளைகளின் பதட்டம் அதிகரித்து வந்தது. இந்தப் பதட்டம் தலைமுறைகளிலிருந்து தலைமுறைகளுக்கு எடுத்துச் செல்லப்பட்டது. வீட்டிலிருந்த குழந்தை களிடமிருந்து வந்த பயமுறுத்தல்கள் மெதுவாகக் குறைந்தன. அவர்கள் வளர்ந்து பள்ளிகளுக்கும் வேற்றிடங்களுக்கும் சென்றனர். ஆனாலும் அந்த வர்க்கத்திற்கெதிரான பயமுறுத்தல் ஒரு பயமுறுத்தலாகவே இருந்து வந்தது - மீன்களும் புதியதாக வந்து சேர்ந்த ஒரு ஆமையும். *(இந்த ஆமை அப்பாவி என்று ரொம்ப காலம் கழிந்துத்தான் தெரிந்தது)*

அந்த வீட்டிலிருந்த பெண்குழந்தைகள் ஒருநாள் ஒரு பூனைக் குட்டியை வீட்டிற்குக் கொண்டு வந்தார்கள். இரவில் அதன் ஒலி

யெழுப்பாத பாதங்கள் புல்வெளியில் அசையாமல் கிடக்கும் தவளைகளுக்கிடையே சென்ற போது, புரிந்துகொள்ள முடியாத ஒரு விபத்தைப் பற்றிய முன்னெச்சரிக்கையில் அவை மரத்து போயின. குளத்தின் கரையில் அமர்ந்து எப்போதாவது அது தன் மின்கொடி போல நீளும் கையின் கூர்மையான நகங்களில் ஒவ்வொரு மீனாகக் கோர்த்தெடுத்தது. குளத்தின் ஓரங்களில் ஒளிந்தமர்ந்து, தவளைகளின் உருண்ட கண்கள், அந்த நகங்களின் குரூரத்தையும் கைகளின் வேகத்தையும் பார்த்துக் கொண்டிருந்தன. ஒரு தவளையின்மீது கூட அது தன்னுடைய வெள்ளை ரோமங்களாலான கையை நீட்டவில்லை. தவளைகளை அது புல்வெளியிலிருந்த பாறைத்துண்டுகளைப் போலவோ பாசிப் படர்ப்பு போலவோ எண்ணியிருக்க வேண்டும்.

இரவில் தவளைகள் குளத்திலும், குறிப்பாக குளத்திற்கு வெளியிலும் இரை தேடின. மாலை நேரங்களில் வெளியே வரும் மங்கலான சின்ன பூச்சிகளுக்காக அவை புல்வெளியில் அங்கிங்காகக் காத்திருந்தன. அவற்றின் நீண்ட நாக்குகள் சாட்டைகள் போலக் காற்றில் பறந்தன. படபடக்கும் நிறம் மங்கின உருவங்களை ஒற்றியெடுத்தன.

வீட்டிலிருந்த பூனை சில நாட்கள் இரவில் குளக்கரையில் மீன் பிடிக்கவில்லை. அது தொலைவிலும் அருகிலும் கேட்டுக் கொண்டிருந்த சில அழைப்புகளைத் தேடிப் போய்க் கொண்டிருந்த சில அழைப்புகளைத் தேடிப் போய்க் கொண்டிருந்தது. வேறு பக்கத்திலிருந்து கேட்ட அவசரமான அழுகைகளுக்குப் பதிலாக அதன் மெல்லிய அழைப்புகளை இருட்டில் உயர்த்தியபடி, அது எங்கோ சென்றது.

சில நாட்களில் அதன் வயிறு கர்ப்பத்தால் பெரிதானது. அதன் நடமாட்டத்தில் ஒரு கவனம் வெளிப்பட்டது. தன்னுடைய தொங்கும் வயிறுடன், தவளைகளின் சந்தேகப் பார்வைகளுக்கிடையே இருளில் வந்து குளக்கரையில் அமர்ந்து கையையும் வாயையும் நக்கித் துடைத்துக் கொண்டிருந்தது.

தவளைகள் தினமும் தங்களின் எண்ணிக்கையைச் சரி பார்த்துக் கொண்டிருந்தன. அடுத்த மழைக் காலத்தில் தங்கள் தலைமுறை எவ்வளவு பெருகும் என்ற எதிர்பார்ப்புகளுடன் கணக்குப் போட்டன. தலைமுறைகளிலிருந்து தலைமுறைக்கான பயணத்தில், ஏறக்குறைய கணக்கெடுத்ததில் தங்களின் எண்ணிக்கை குறைந்து வருவதை அவை வேதனையோடு கண்டுபிடித்தன.

மீன்களுக்கு வீட்டிலிருந்து உணவு கொடுக்கப்பட்டிருப்பினும் *(இதில் ஒரு பங்கை தவளைகளும் கைப்பற்றி இருந்தன)* மழைக் கால்த்தில் மாலைகளாக நீரில் மிதந்த தவளை முட்டைகளைத்தான் அவை விரும்பின. அதனால் இரவில் வீட்டில் உணவு உண்ட பிறகு குளக் கரையில் காவலுக்காக வந்திருந்த பூனையை, அதன் கூர்மையான நகங்களில் பிடிபட்டிருந்த மீன்களை நினைத்து தவளைகள் சிறிது விரும்பவும் செய்தன. பயத்துடனும் சந்தேகத்துடனும்தான்.

ஒரு நாள் அந்தப் பூனை பிரசவித்தது. அந்த வீட்டின் நிலவறையில் தூக்கிவீசப்பட்ட ஒரு மெத்தைமேல் பஞ்சுத்துண்டுகள் போல ஆடிநடக்கும் மூன்று குட்டிகளையும் நக்கித் துடைத்தது. குட்டிகள் உருண்டு சந்தேகம் நிறைந்த பெரிய கண்களால் சுற்றிலும் பார்த்து ஒரு பெரும் சத்தத்தில் அழுதன. அவைகளின் அம்மா தேவையான சமயங்களில் சமையலறையில் வந்து ஒரு கிண்ணத்தில் பால் குடித்தும் திரும்பி வந்து ஆராவாரத்துடன் அவற்றிற்கு பால் ஊட்டவும் செய்தது. குட்டிகள் வளர்ந்தன. ஒரு நாள் அவை நிலவறையிலிருந்து தலையை வெளியே விட்டுப் பார்த்தன. பிறகு மெல்ல மெல்ல சமையலறை வழியாக அங்கேயும் இங்கேயுமாக ஓடி விளையாடத் தொடங்கின.

ஒரு நாள் காலையில் தவளைகள் கடுமையான நடுக்கத்துடன் புல்வெளியில் ஒரு காட்சியைக் கண்டன. இலை நுனிகளில் பளபளத்த பனித் துளிகளுக்கிடையில் ஒரு தவளையின் மரத்துப் போன அனாதையான உடல் கிடந்தது. ஆங்காங்கே கடிக்கப்பட்ட அடையாளங்களும் நகக் கீறல்களும் இருந்தன. குளக் கரையிலிருந்த அவற்றின் பீதி பூண்ட கண்கள் பார்த்துக் கொண்டிருக்கும் போதோ, புல்வெளியைப் பெருக்க வந்த பெண், அருவருத்த முகத்துடன் அதை ஒரு கோலால் தோண்டி எடுத்து தொலைவில் எறிந்தாள்.

தவளைகள் அன்று மாலையில் ஒன்று கூடின. அவர்களை ஒரு வித பயமும் நடுக்கமும் வலைபோலச் சுற்றிக் கொண்டன. இழப்பின் வேதனை பூண்ட நிசப்பத்தில் அவை தங்களை எண்ணிப் பார்த்துக் கொண்டன. ஒரு உறுப்பினரின் குறைவை நடுங்கும் இதயங்களுடன் உணர்ந்து கொண்டன. மேலும் அவை ஒன்றும் செய்ய இயலாமல் இருந்தன. நாளைய விடியல் எதை வழங்குமென்று பார்க்கலாம் என்று முடிவு செய்து, குளத்தின் பளபளக்கும் படிக்கட்டுகளிலும் ஓரத்தில் நனைந்த புற்களுக்கிடையிலும், நீரின் இருட்பரப்பிலும், ஆகாயத்தை

வெறித்தபடி, நட்சத்திரங்களின் ஜொலிப்பில் ஒடுங்கி, மனதில் ஒரு புதிய பயத்தின் அந்தரங்கத்துடன் தனித்து பறக்கும் வண்ணத்துப் பூச்சிகளையோ, தாழ்ந்து பறக்கும் மின்மினிப் பூச்சிகளையோ ஆதரவற்ற புழுக்களையோ எதிர்பார்த்துக் காத்திருந்தன.

இரவு உணவுக்குப்பின் உறங்கிய வீட்டின் உள்ளறைகளிலிருந்து தெளிவற்ற ஒரு மணியோசை போல பூனைக் குட்டிகளின் கொஞ்சலான அழுகைகளும் அம்மாவின் சமாதானக் குரல்களும் உயர்ந்தன. இடி முழக்கங்கள் போல பயங்கரமாக இருந்த இந்தக் குரல்கள் தவளைகளின் இதயங்களை நொறுக்கின. அவை பசியையும் மறந்து மண்ணிற்குள் தாழ்ந்து போவது போல், உடம்புகளை அழுத்தி அந்த இருட்டில் மரத்துப் போய் உட்கார்ந்திருந்தன. சிறிது நேரம் சென்ற பின் வீட்டினுள்ளே இருந்து வந்த குரல்கள் மெதுவாக வெளியே நகர்வதையும் இருட்டில் கண்ணுக்குப் புலப்படாமல் நெருங்குவதையும் உணர்ந்தன. யாரோ மெதுவாகப் பிடித்திழுக்கும் கறுப்புப் படத்தைப் போல் இரவு நகர்ந்து போனது. வெளிச்சம் மீண்டும் நிழல்களாக வெளிப்பட்டபோது, நிழல்களின் அனுதாபத்தால் தொடப்படாத இள வெயிலில் மேலும் ஒரு தவளை இறந்து மரத்துப் போய்க் கிடந்தது.

சகிக்க முடியாத அந்தப் பகல் நகர்ந்து போனபின், அவை குளக் கரைகளில் அனாதைப் பிணங்களைப்போல ஒன்று கூடி மீண்டும் தங்களுக்குள் எண்ணிப் பார்த்துக் கொண்டன. இருவரின் குறைவு அவற்றின் இதயங்களை மிகவும் வேதனை கொள்ளச் செய்தன. இந்தப் புரிதல் சுற்றித் திரியும் ஏதோ பயங்கரத்தின் வெளிச்சத்தைப் போல அவற்றை ஒரு வசீகர வளையத்துக்குள் இழுத்துக் கொண்டது. அவை புரிந்து கொண்டு வழி தெரியாமல் நின்றன. நட்சத்திரங்களால் மூடப்பட்டிருந்த, நம்பிக்கையிழந்த ஓர் ஆகாயத்தின் கீழ் கடுமையான பயமுறுத்தல்களால் நெருக்கப்பட்ட இதயங்களுடன் வெறுமையோடு இரவைப் பார்த்தபடி விழித்துக் கொண்டிருந்தன. இருட்டு, விடியலின் துறைமுகத்தை நோக்கி வேகமாக நகர்ந்தது. மெதுவாகத் தவளைகள் பசியின் மறுக்க முடியாத கைகள் காட்டிய வழியில் நகரத் தொடங்கின. இயந்திரகளைப் போல இருட்டாற்றில் ஆங்காங்கே இடம் பிடித்தன.

மறுநாளும் ஒரு தவளையின் உடல் புல்தரையில் சின்னாபின்னமாகக் கிடந்தது.

அன்று பகல் முழுவதும் பின்னர் மாலையிலும் தவளைகள் குளத்தின் படிக்கட்டுகளில் ஓரிரு குழுக்களாகக் காணப்பட்டன. மாலையில் வீட்டின் வெளிச்சம் நிறைந்த ஜன்னல்களின் வழியே பிரார்த்தனைகளும் பூனைக் குட்டிகளின் அழுகைகளும் கேட்டன. இரவு உணவுக்குப் பிறகுதான் தேவையெனினும் பூனைக் குட்டிகள் பொம்மைகளுக்காக மாலையிலேயே கூக்குரலிட்டன.

குளக் கரையின் இருண்ட கூட்டங்கள், தங்களின் கொடுமையான நிலையைத் தகர்ந்த இதயங்களுடன் பரிசீலித்தன. செயல், செயல்தான் தேவை. மூன்று உயிர்களை இழந்திருக்கிறோம். நாளையும் சூரியன் நம்மில் ஒருவரின் பிணத்துடன் வராது என்று என்ன நிச்சயம்? பல தலைமுறைகளின் வழியாக மட்டும்தான் நாம் இவ்வளவு உயிர்களை இழந்திருக்கிறோம்? ஆனால் இப்போதோ மூன்று நாட்களில் மூன்று இழப்புகள், அதுவும் கர்ப்பத்தால் பெருந்திருந்த அம்மாக்கள் இருவர். செயல்; செயல்பாடுதான் தேவை வம்சம் நிலைத்திருப்பதற்கான அவசர காலச் செயல்பாடு.

முதலில் இனியொரு தீர்மானம் எடுக்கும்வரை யாரும் குறிப்பாகக் கர்ப்பிணிகள் குளத்தின் நீர்ப்பரப்பின் பாதுகாப்பான இடத்தை விட்டு விட்டு இரை தேடச் செல்ல வேண்டாமெனத் தீர்மானித்தன. பெண் தவளைகள் தவிர மீதமுள்ள உறுப்பினர்களை குலுக்கல் முறையில் தேர்ந்தெடுத்து ஒரு நாளைக்கு ஒரு தவளை என்ற கணக்கில் பூனைக்குப் பலி கொடுப்பது என்று அடுத்த தீர்மானம். இனத்தை நிலைநிறுத்துவ தற்காகத் துரிதகதியில் செயல்படத் தயாராயின.

அதாவது, கொன்ற தவளைகளைத் தின்னாமல் விட்டிருப்பது பூனைக்கும் குட்டிகளுக்கும் தவளை மாமிசம் விருப்பமில்லை என்பதையே காட்டுகிறது. ஆனாலும், இதுவரை நடந்த சம்பவங்கள் உணர்த்துவது போல அது காரணமற்ற ஒரு பழக்கமாகத் தொடர்ந்தோ இடைவெளி விட்டோ கொலை நடத்திக் கொண்டே இருக்கலாம். ஆனால் மெதுவாக அதுவும் குட்டிகளும் தவளைக்கறியில் ஒரு ருசி கண்டு கொள்ளச் சாத்தியமிருக்கிறது. இதுதான் ஆபத்து. மிகப் பெரிய ஆபத்து. தங்கள் தலைமுறையின் ஏதாவது ஒரு கர்ப்பிணி பிரசவிப்பதற்கெனத் தப்பித்தாலும் கூட அந்தப் புதிய தலைமுறையும் சில தினங்களில் இல்லாமல் போகும் என்பது தெளிவாகத் தெரிகிறது.

இதற்கு ஒரே வழிதான் உண்டு. பூனைக்கும் குட்டிகளுக்கும் அதிகமாகத் தவளைக் கறி கொடுத்து வெறுக்க வைப்பது. அடுத்தடுத்து தினமும் அதற்குத் தவளைக் கறி படைப்பது. இனம் நிலை பெறவும், பாதுகாப்பான சூழ்நிலையில் வாழவும், இரைதேடுவதற்கான ஒரு சூழல் உண்டாவதற்குமான ஒரு அசாதாரண நடவடிக்கை. வம்ச சரித்திரம் முழுவதும் தேடியும் இது போன்ற ஒரு நிகழ்ச்சியைக் காண முடியவில்லை என்பது இதன் முக்கியத்துவத்தைக் காட்டுகிறது. ஒரு சாய்வற்ற ஒற்றுமையில், வம்சம் என்ற ஒற்றைவாக்கின் ஒருமையில், அவை தாங்கள் எடுத்த தீர்மானத்தை ஈரமான இதயங்களுடன் ஏற்றுக் கொண்டன. யாரும் பயப்படவுமில்லை. துன்பப்படவுமில்லை, சந்தேகப்படவுமில்லை - ஒரு உறுப்பினரைத் தவிர.

இறந்த மூன்று உறுப்பினர்களும் விளையாட்டுப பொருள்களாகத் தான் இறந்திருக்கின்றன. இரைகளாக அல்ல என்று புரிந்து கொண்ட இந்தத் தவளை தன் இனம் எடுத்த தீர்ப்பின் பலனின்மையை நினைத்து துக்கம் கொண்டது. நாம் விளையாட்டுப்பொருள்கள்தான், இரைகளல்ல என்று தெரிந்திருந்தால், முக்கியமாகச் செய்வதற்கு ஒன்றுமில்லை யென்று, துக்கப்பட ஒன்றுமில்லையென்று புரிந்துகொண்டு, எல்லா வற்றையும் ஏற்றுக்கொண்டு, அதாவது எல்லாவற்றையும் உதறி விட்டுக் காத்திருக்க மட்டுமே செய்திருக்கலாம். ஆனால் சொல்வதும் சொல்லாதிருப்பதும் ஒருவிதப் பயனும் இல்லாததால் மௌனமாகவே இருந்து விட்டது.

தானும் இந்தப் பயனற்ற குலுக்கலுக்கும் அர்த்தமற்ற பலிக்கும் ஆளாக நேர்ந்ததை நினைத்து உண்டான பயத்தையும் வேதனையை யும் ரகசியமாகவே வைத்துக் கொண்டு, தன் இனத்தின் மௌனத்துக்குள் தன்னையே கரைத்துக் கொண்டது என்றாலும் அதன் மனதில் தன்னுடைய இனத்தைப் பற்றிய வேதனை தொடர்ந்தது. இரையென்று தாங்கள் தவறாகப் புரிந்து கொண்ட தங்கள் இனம் இழப்பது, உதவிக்கு யாருமில்லை என்பதை உணர்ந்ததால் வரும் எளிய அமைதியையும் இழப்பின் வேதனையையும் சரணாகதியின் மௌனத்தையும் பொறுமை யின் ஒளிரும் காத்திருப்பையும் எல்லாம்...குருடர்களைப் போல வீசியெறிவதைக் கூடவே தன்னையும் இந்த குரூர இழப்பில் ஒரு பங்காளி ஆக்குவதை வேதனையுடன் பார்த்துக் கொண்டிருந்தது.

இந்தத் தொடர் பலிக்கு முதலில் தேர்ந்தெடுக்கப்பட்டது, இளமையின் இனிமையை இன்னும் அனுபவித்து முடித்திராத இந்தத் தவளைதான்.

தான் தேர்ந்தெடுக்கப்பட்டதைப் பற்றி அது வேதனையுடன் கேட்டுக் கொண்டிருந்தது. இந்த வீணான பலித் தொடரை தானல்லவா தொடங்கப் போகிறோம். தன்னுடைய எளிய வாழ்க்கை இப்படி அர்த்தமற்றல்லவா முடியப் போகிறது என்பதை நினைத்து அது ஒரு தீவிரமான துக்கத்தில் ஆழ்ந்தது. தன்னுடைய தேவையற்ற பலி மிக விரைவில் முடிந்து விடும். பூனையும் குட்டிகளும் விரைவாகவே விளையாட்டுப் பொருள்களைத் தேடி வருமென்று எண்ணி, கட்டளை களுக்காக அது காத்திருந்தது.

குளத்தின் இருண்ட நீரில் இனம் முழுவதும் தம்முடைய முதல் பலியைச் சுற்றி மௌனமாக நின்றன. குறித்த நேரத்தில் பலிக்குத் தேர்ந்தெடுக்கப்பட்ட தவளை நீர்ப்பரப்பின் ஒத்த சிந்தனையுடை கூட்டத்திலிருந்து அகன்று போகும் ஒரு இலை போல விலகிச் சென்றது. குளிர்ந்த நீரின் சுழலில்பட்ட அமைதியான முத்தங்களுடன் அந்த உருவம் தனியாகத் தன் இனத்தை விட்டு அகன்று கரையை நோக்கி மெதுவாக நீந்திச் சென்றது. குளத்தின் கரைகளில் மிருதுவான தொடுதல்களுடன் அலைகள் மெல்ல உதடு பதித்தன.

வீட்டின் படிக்கட்டுகளுக்கு முன்னால் புல்வெளிமீது உருவாக்கப் பட்டிருந்த சிறிய வழியில் அது காத்திருந்தது. வீட்டில் சத்தங்கள் குறைந்தன. பாத்திரங்கள் மௌனமாயின. கதவுகள் அடைத்துக் கொண்டன. விளக்குகள் ஒவ்வொன்றாக அணைந்தன. பலியை ஏற்றுக் கொள்ள யாரும் வரவில்லை. இரவு மெதுவாக நகர்ந்தது. ஒலியற்ற பாதங்கள் புல்வெளிகளில் இறங்கி வரவில்லை. நள்ளிரவுக்குப் பிறகு நிலவு வந்தது. புல்வெளியில் பனித்துளிகளின் ஈரத்தில் நிலவு மெல்ல ஒளிர்ந்தது. பலியை ஏற்றுக் கொள்ள யாரும் வந்து சேரவில்லை.

குளத்து நீரில் தன் இனத்தின் பொறுமையின்மையின் அசைவுகள் உதிர்த்த சப்தங்களும், அலைகளும், நீர்ப் பரப்பும் குமிழிகளும், இடை வெளி விட்டு எழுந்து தாழ்ந்தன, இருண்ட இரவிற்குப் பதிலாக. மங்கலான ஒளிரும் ஓர் இரவு பலியிடத்தில் காவல் நின்றது. பலிப் பொருள் யாரும் தொடப்படாமலேயே இருந்தது.

ஏனென்றால் வீட்டினுள்ளே அந்த இரவில் ஒரு பிறந்தநாள் விருந்து நடந்து கொண்டிருந்தது. பூனைக்குட்டிகள் நிறைந்த வயிறு களுடன் உணவு மேஜையின் கீழேயே அம்மாவின் அசையும் வாலையும் மறந்து படுத்துத் தூங்கியிருந்தன. சோம்பேறித்தனம் மிகுந்த உறக்கத்தின் அந்த நிமிடத்தில் புல்வெளியின் அணி வகுப்புகளையும் கிண்டல் களையும் அவை மறந்து போயிருந்தன.

பலிக்கு ஏற்பட்ட தாமதம் பலிக்குத் தேர்ந்தெடுக்கப்பட்ட தவளையைக் குரூரமாக வருத்தியது. எல்லாம் விரைவாக முடிந்து விடும் என்ற அதன் எண்ணம் தகர்ந்தது. தெய்வங்கள் வந்து சேராதிருந்த ஒவ்வொரு நிமிடமும் அடுக்கடுக்காக அதன் மனதில் உருவாக்கிய சுமை, அதன் மன அமைதியில் விரிசல்களை வீழ்த்தியது. நேரம் நீண்டு போகப் போகப் பலியிடத்தின் தனிமையில் அதற்கு தன்னைப் பற்றியன்றி வேறு எதைப் பற்றியும் சிந்திக்க முடியாமல் போனது. அது தனக்குள்ளேயே ஆழ்ந்து விழுந்து, சுய பயத்திற்கும் துக்கத் திற்கும் கரைந்து போகும் எல்லையற்ற நிமிடங்களை நினைத்து பயந்தது இப்போது நடந்து விட்டது. நிலவு உதித்தவுடன் அதன் காத்திருப்பு, நிலவிற்குக் கீழே நிர்வாணமும் வெளிப்படையுமான ஒரு செயலாக மாறியது அதன் அமைதியின்மையை இரட்டிப்பாக்கியது.

அது தனக்குள்ளேயே பேசத் தொடங்கியது. இருட்டின் நிழல் எனக்கு இருந்திருந்தால் குளத்திலிருந்து அவர்கள் என்னைப் பார்க்க லாம். அவர்கள் என்னைப் பார்க்காமலிருந்திருந்தால் மரணத்தின் இந்த நிமிடங்களிலாவது அந்நியக் கண்களின் தீண்டுதலின் வெறுப்பு இல்லாமல் எனக்குக் கிடைத்திருக்கலாமே. அவர்களுடைய ஆவலில் மரத்துப் போன கண்களின் துணையின்றி என்னுடைய இந்தப் பலியை நிறைவேற்ற முடியுமா? யாருக்குத் தெரியும்? ஒருவேளை அவர்கள் காத்திருந்து வெறுத்துப் பொறுமையிழந்து கண்களை மூடிக் கொண் டிருக்கலாம். அப்படியெனில் எனக்கு மகிழ்ச்சிதான். அவர்களில் யாராவது ஒருவர் எனக்காக வருத்தப்படுவார்களா? வேண்டாம் இந்த நிமிடங்களில் தவறான எண்ணம் கூடாது.

நிலவின் குறையாத குளிர்ந்த ஒளியை ஒரு மேகம் மறைத் திருக்கலாமே. இருட்டில் நான் ஓடி ஒளிவதற்காக அல்ல, அந்த முக்கிய நிமிடங்களில் வேறு யாருடைய கண்களும் காணாமல் அழு வதற்கோ சிரிப்பதற்கோ பயந்து நடுங்கவோ உள்ள சுதந்திரத்தைப்

பெறுவதற்குத்தான். என் பலி தெய்வங்களே நீங்கள் எங்கேயிருக்கிறீர்கள்? என்னை ஏற்றுக்கொள்ளுங்கள். என் இனம் இந்த நிமிடத்தில் கூட என்னை விடுவிக்காமல் இருப்பது ஏன்? என் உடல் கூர்நகங்களால் சின்னா பின்னமாவதும் கூர்மையான பற்களால் துண்டுகளாகத் தொங்கு வதையும் யாரும் பார்க்க வேண்டாம். என் கூக்குரல்களை யாரும் கேட்க வேண்டாம். ஒருவேளை பூனைக் குட்டிகள் என்னை வெகு நேரம் நகங்களால் தோண்டியும் கலைத்தும் வேதனைப்படுத்தி ரசிக்கலாம். என் பயத்தை வேதனையை யாரும் பார்க்கவேண்டாம். அவர்கள் எதிர்பார்ப்பதுபோல் நான் பாதி செத்து உறுப்புகள் அறுபட்டு இந்தப் புல்வெளியில் எறியப்படும்போது எனது கோரமான உருவத்தின் கடைசி துடிப்புகளை கதறல்களை எந்தவொரு கண்ணும் காதும் அறிய வேண்டாம். இந்த இருளும் இந்த நிலவும் மட்டும் அறிந்தால் போதும். என் மரணம் என்னுடையது மட்டுமே.

பூனைக்குட்டிகள் வளையங்கள் போல அம்மாவின் உடலைச் சுற்றி கட்டியணைத்துக்கொண்டு ஆழமான உறக்கத்தில் இருந்தன. கனவுகளின் நாட்டில் அவை உயர்த்திய வால்களுடன் துள்ளிக் குதித்தன.

குளத்திலிருந்த கண்கள் பொறுமையிழந்தன.

மறைந்து கொண்டிருந்த இரவில் நிலவு கூடுதல் வெளிச்சம் பாய்ச்சியது. பாதி இரவிற்குப் பின்பு தோன்றிய நட்சத்திரங்கள் ஒளிர்ந்தன. வரப் போகும் விடியலின் துகள்களுடன் காற்று மரத்தின் இலைகளை அசைத்தது.

பலிக்குத் தேர்ந்தெடுக்கப்பட்ட தவளை கதறியது. அது தன்னால் இனிமேல் திரும்பப் போக முடியாத குளத்திற்கும் தன்னை ஏற்றுக் கொள்ளாமல் உறங்கும் தெய்வங்களுக்குமிடையில் ஒரு புழுவைப் போல நிலவில் சுற்றித் திரிந்தது.

பிறகு தன்னை நோக்கி கவனத்தை ஈர்ப்பதற்காக, அழுது கொண்டே மெதுவாக தெய்வங்கள் உறங்கும் வீட்டை நோக்கிப் புறப்பட்டது. அதன் கூக்குரல்கள் வீட்டின் இருண்ட உருவத்தின் மேல் அனாதையாக எதிரொலித்தது.

இனத்தின் வலிமையைப் பற்றிய சங்கடம் குளத்தின், சிற்றலை களில் மிதந்து ஓரங்களில் சென்று இடித்து மண்ணோடு சேர்ந்தது.

23

குழந்தை உண்ணி

ஒரு துணியும் உடம்பில் இல்லையே! அய்யோ! வெட்கக் கேடு! உண்ணி வழியின் நடுவில் நின்றான். கடைகளின் வாசல்களில் ஆட்கள் நின்று பார்த்துக் கொண்டிருந்தார்கள். சிரித்துக் கொண்டிருந் தார்கள். இங்கேயிருந்து ஓடிவிட வேண்டும். ஆனால் கால்கள் அசைய வில்லை. மனம் சங்கடத்தாலும் தீவிரமான அவமானத்தாலும் நிறைந்தது. இதயம் வெடிப்பது போல அழுகை உடைந்து உடைந்து வந்தது. ஆனால் சத்தம் வெளியே வரவில்லை. அழுகையை ஏதோ பிடித்து நிறுத்தியது போல இருந்தது!

திடீரெனத் தூக்கம் கலைந்தது. மனதிற்குள் மகிழ்ச்சி குதித்தோடி வந்தது. நிம்மதி நிறைந்தது. ஓ கனவுதான் இது. கனவு! உண்ணி போர்வையை நன்றாக இழுத்துப் போர்த்திக் கொண்டு மீண்டும் படுத்தான். ஹா வெறும் கனவுதான். உண்ணியின் மனதில் அந்த காட்சி மீண்டும் கடந்து சென்றது. கனவுதான். கனவுதான் - மீண்டும் மீண்டும் அவன் நினைத்தான். அந்த நம்பிக்கை எதையோ ஒன்றைத் தருவதுபோல இருந்தது. நிம்மதி அலைகள் அடித்தபடி உண்ணியின் மனதில் ஏறியிறங்கியது.

அடுப்படியிலிருந்து ஈர விறகை எரிக்கும் வாசனை வந்தது. விறகு வெட்டி குஞ்ஞாப்பு என்ன செய்து கொண்டிருப்பார்? காலையில் எழுந்து கீழே ஓடையிலுள்ள கல்லில் கோடாலியை தேய்த்து கூர்மைப் படுத்திக் கொண்டிருக்கலாம். குஞ்ஞாப்பு வராந்தாவில்தால் படுத்துக் கொள்கிறாராம். எவ்வளவு மகிழ்ச்சியாக இருக்கும். ராத்திரியில் கண் திறக்கும் போதெல்லாம் நட்சத்திரங்களைப் பார்க்கலாமே.

நிலாவையும் பார்க்கலாமே. இல்லை, நட்சத்திரங்கள் இருக்கும்போது சந்திரன் இருக்குமா? இல்லை. இருக்கும். இல்லாமலிருக்கலாம்.

குஞ்ஞாப்புவின் வீட்டுத் திண்ணையில் படுத்தால் எல்லா வற்றையும் பார்க்கலாம். உண்ணி திண்ணையில் மல்லாந்து படுத்து எல்லாவற்றையும் பார்த்தான். இளைய நிலா இரவின் மடியில் தளர்ந்து படுத்திருந்தது. சுற்றிலும் நட்சத்திரங்களும் இருந்தன. நிலா ஆகாயத்தில் ஓடுகிறது. நட்சத்திரங்கள் பாய்கின்றன. நிலா விழுகிறதா? விழாது என்று அப்பா சொன்னாரோ, இதோ கீழே கீழே வருகிறதே, கூரைக்கு மேலே வந்துவிட்டதே, எங்கே ஓடுவேன்? ஓட முயன்றான். தொண்டையிலிருந்து சங்கடமான ஒரு முனகல் மட்டும் வெளியே வந்தது.

உண்ணி மீண்டும் விழித்தான். நெஞ்சு படபடத்துக் கொண் டிருந்தது. சிறிது நேரம் படுத்தபடியே இருந்தான். பார்க்கமுடியாத புரிந்து கொள்ள முடியாத கண்களால் வெளிச்சம் சன்னமாக வந்து கொண்டிருந்த அறையைச் சுற்றிலும் பார்த்தான். அது கனவுதான் என்பதை உடனே புரிந்து கொண்டான். அது கம்பளிப் போர்வை போல, நிம்மதி உண்ணியின் மீது படர்ந்து விழுந்தது. இது கனவு தான் உண்ணி சிரித்தான். தலையணை, போர்வைகளின் இளஞ்சூடு நிறைந்த அறைகளுக்குள் உண்ணி மீண்டும் முனகினான்.

ஜன்னலின் திரைச் சீலையின் இடைவெளியில், சமையலறை யிலிருந்து வெளிச்சத்தின் ஒரு நீண்ட கறை சுவரில் பதிந்தது. அசைந்து கொண்டிருந்த தீப்பிழம்புகளுக்குச் சமமாக அது மின்னுவதும் மங்கு வதும் அசைவதுமாக இருந்தது. பார்க்க அழகாயிருக்கிறது என்று நினைத்தான் உண்ணி.

இப்போது அடுப்புக்குப் பக்கத்தில் போய் தீயைப் பார்த்துக் கொண்டு அமர வேண்டும். இல்லை, அடுப்பு பற்ற வைப்பதற்கு முன்பே போக வேண்டும். நேற்றைய சாம்பலை அடுப்பிலிருந்து அகற்றுவார்கள். அப்போது அடுப்பின் சின்ன மூலைகளில் ஏதோ ஒன்று இருப்பதாகத்தோன்றும். உண்ணிக்கு அந்த மூலைகளில் போய் அமர வேண்டும் என்று தோன்றும். ஓர் எறும்பினைப் போல சிறிதாக ஒரு மூலையிலிருந்து அடுத்த மூலைக்குச் சென்று அமர வேண்டும். அடுப்பின் அந்த இருண்ட மூலைகள் எனக்குத் தெரியும். நன்றாகத்

தெரியும். என் மனசில் அந்தக் கோணங்களும் மூலைகளும் இருப்பது போல இருக்கிறது. ஆனால் அங்கே போய் அமர முடிவதில்லை.

அப்படிப்பட்ட மூலைகள் எங்கேயெல்லாம் இருக்கின்றன? உண்ணி யோசித்தான். முற்றத்தில் விறகுகள் அடுக்கி வைக்கப்படும் பழைய அறைகளில் அப்படிப்பட்ட மூலைகள் இருக்கின்றன. குளிர்ச்சி யான மணல் துகள்களும் தனிமையும் உள்ளே இருக்கும். தூண்களில் வைத்திருக்கும் விறகுகளுக்கடியில் குனிந்து அமர வேண்டும். மண் புழுக்கள் உள்ளே மண்ணில் குழிகள் தோண்டியிருக்கும். அவற்றிற்கிடையில் அந்தக் குளிர்ச்சியான மண்ணில் கற்களின் மூலையில் மண்புழுக்களுடன் சிறிய உருவமாக இருக்க வேண்டும். எவ்வளவு சந்தோஷமாக இருக்கும்!

உண்ணி மீண்டும் உறங்கினான். அடுப்படியில் இருந்து பாத்திரங்களின் ஓசை உச்சத்தில் கேட்டவுடன் விழித்தான். இன்னும் விடியவில்லை. விடியும்போது முற்றத்தில் நிற்பது நன்றாக இருக்கும். தொலைவில் மலைகளுக்கு இடையில் மேகங்களுக்கு மத்தியில் வெளுத்த பிளவுகளைப் பார்க்கலாம். சூரியன் உதிப்பதுதான் அது. மலைகளைப் போலவே நீண்ட மேகங்களும் இருக்கிறது. பனியினூடே எவ்வளவு கூர்ந்து பார்த்தாலும் மலை எது, மேகம் எது என்று தெரியாது. என்ன மேகம் அது? காலையில் ஆகாயத்தில் காற்றில்லையோ? இருக்காது போல. குஞ்ஞாப்புவிடம் கேட்க வேண்டும்.

குஞ்ஞாப்பு எப்படிப்பட்ட ஆளு! குஞ்ஞாப்புக்கு எல்லாம் தெரியும். வானத்தைப் பார்த்துக் கொண்டே, 'இதோ, மழை வரப் போகுது' என்பார். மழையை சும்மா அப்படியே தோளில் ஏற்றுக் கொண்டு எவ்வளவு வேகமாக நடக்கிறார். இப்போ மழை கீழே கீழே போகும் என்று தோன்றும். போனால்? அய், அது சுகமாயிருக்கும். முதுகு கிழியும்; கால் முறியும்; ரத்தம் வரும். குஞ்ஞாப்பு அழுவாரா? அழுவார்.

அம்மா அழுவாங்க. அப்பாவிடம் அம்மா அழுவதை எத்தனை முறை பார்த்திருக்கிறேன். உடனே அப்பாவுக்கு கோபம் வரும். அம்மா வின் தோளைப் பிடித்து நெருக்கமாக நிறுத்திக் கொண்டு என்ன வெல்லாமோ சொல்வார். அம்மா அழுகையை நிறுத்தி விட்டுச் சிரிப்பார். அப்பாவும் சிரிப்பார். எப்போதும் அப்பா ஒரு விஷயத்தைத்

தான் சொல்வாரா? இருக்காது. அப்பாவுக்குத் தெரியாத விஷயங்களே இல்லை. ரயில் எத்தனை மணிக்கு வருது? போகுது என்பதெல்லாம் அவருக்கு எவ்வளவு துல்லியமாகத் தெரியும். காரின் மூடியைத் திறந்து அதில் எவ்வளவு வேலைகள் செய்வார் தெரியுமா?

உண்ணி மீண்டும் உறங்கினான். காரில் ஏறி ஓடைக்கு அருகில் உள்ள குறுகிய வழியில் போவதாகக் கனவு கண்டான். திடீரென்று கார் நின்று விட்டது.

உண்ணி போர்வையை அகற்றி எழுந்து நின்றான். நிக்கரை ஒரு கையால் பிடித்துக் கொண்டே இழுத்து இழுத்து நடந்தபடி சென்று அடுப்படியில் ஓர் இடத்தில் அமர்ந்தான்.

'ஆஹா, உண்ணி இன்றைக்கு விடியற்காலையிலேயே எழுந்து விட்டானே!' என்றாள் அம்மா.

உண்ணிக்குக் கோபம் வந்தது. நான் என்றும் விடியற்காலையில் தானே எழுந்திருக்கிறேன். அம்மா எதற்கு இப்படி சிரிக்கிறார்கள். அவன் அடுப்புக்கருகில் நெருங்கி அமர்ந்தான். "வேண்டாம், வேண்டாம் அவ்வளவு குளிரெல்லாம் இல்லை" அம்மாவைச் சற்று தள்ளி அமர வைத்தாள். உண்ணியின் கோபம் கூடியது. அம்மா தள்ளி உட்கார வைக்கிறாள். இனி அம்மா அழும் போது சொல்ல வேண்டியதை அப்பா மறந்து போகட்டும். அப்போது பார்க்கலாம் அம்மாவோட திறமையை.

உண்ணி மீண்டும் அடுப்பிற்கருகில் நெருங்கி நின்றான். தீயின் வெளிச்சத்தில் இருட்டு நிறைந்த மூலைகளெல்லாம் மறைந்து போயின.

"உண்ணி இன்னக்கி காலையிலேயே வம்புக்கு வரானே" அம்மா சிரித்தாள்.

மூலையில் கூட்டி வைத்திருந்த விறகுகளுக்கிடையில் சிறிது இருட்டு. உண்ணி அதற்கருகே சென்றான். அந்தச் சிறிய இருண்ட இடத்தை உற்றுப் பார்த்தான். விறகில் கரையான் இருக்குமோ? இருக்கும் இல்லை. இருக்காது. புதிய விறகுதானே? சில சமயம் இருக்காது. யாருக்குத் தெரியும்? இருக்கலாம். எந்த மாமரத்தை வெட்டினார்களோ? உண்ணி யோசித்தான்.

தோட்டத்து மூலையில் இருக்கும் அந்த காய்க்காத மாமரந் தானே? ஆமாம் மாங்காய்கள் இருந்த இடத்தில் தண்ணீர்க்கூடுகள் இருந்தன. மாங்காய் என்று தோன்றும்படியான கூடுகள். அவற்றின் உள்ளே சென்று உட்கார வேண்டும். நீரைப் போலச் சிறிதாக நன்றாக இருக்கும். தண்ணீர் இப்போது கீழே விழுந்து காய்ந்த இலைகளுக் கிடையில் ஓடிக் கொண்டிருக்கும். ஹா! போய்ப் பார்க்க வேண்டும்.

உண்ணி எழுந்து நிக்கரைப் பிடித்துக் கொண்டு மெதுவாக மாமரத்துக்கருகில் சென்றான். பனி விழுந்த புற்களை மிதித்த போது சுகமாக இருந்தது. உண்ணி திரும்பிப் பார்த்தான். பின்னால் அவன் காலடித் தடங்கள் நீண்டு கிடந்தன. சுவாரசியத்துடன் கால்களை நீட்டி நீட்டி வைத்து உண்ணி நடந்து போனான். மாங்காய்களை இப்போது பார்த்தால் தெரியவில்லை. நிலத்தில் விழுந்தவுடன் அது சிறியதானது போல. உயரம் குறைந்ததுபோல குறைந்து போயிருக்கும்.

இந்தத் தென்னையையும் வெட்ட வேண்டும். உண்ணி யோசித் தான். டக், டக், டக், - குஞ்ஞாப்பு வெட்டுவான். குஞ்ஞாப்புவின் முதுகில் சதைகள் வேர்வைக்கடியில் பெரியதாகி உருண்டு சுருங்கும். வெட்டி வெட்டி விழுவதைப் போலத் தோன்றும். க்ரிக், க்ரிக் - என்று சிறிதாக சத்தம் கேட்கும். தென்னை குலுங்கும். பின்னர் அழுது கொண்டே சாயும். பின்பு திடீரென நிலத்தில் விழும். தக்... விழும் போது நான் அங்கே நின்றால் என்ன ஆகும்? செத்துப் போவேனாக இருக்கும். செத்துப் போவது என்றால் என்ன? குஞ்ஞாப்புவிடம் கேட்க வேண்டும்.

தென்னையின் மேல் அடுப்பிலுள்ளது போல பொந்துகள் இருக்கிறது. அது உண்ணிக்குத் தெரியும். தென்னை மட்டைகளுக்கும், குலைகளுக்கும் காய்களுக்கும் இடையில் ஒரு இடம் இருக்கிறது. இருண்டு சிறியதாக ஓர் இடம் அங்கே போய் உட்கார வேண்டும். குஞ்ஞாப்பு தேங்காய் பறித்துப் போட்டு விட்டு கீழே இறங்கி வரும் போது ஒரு வாசனை வரும். அந்த வாசனையும் அங்கே இருக்கும். அங்கே உட்கார வேண்டும். எவ்வளவு நன்றாக இருக்கும்!

உண்ணி, வீட்டுக்கு வந்தான். அப்பா கிளம்பிட்டாரே. ‘காலை உலா முடித்து விட்டு உண்ணி வந்துவிட்டான்’ அப்பா சொன்னார்.

உண்ணி, காரையே பார்த்தபடி யோசித்தான். கார் சிரிக்கிறதோ? ஆமாம் ஆமாம் யாரையாவது இடிக்கும் போது கார் சிரிக்குமோ? சிரிக்கும் போல இருக்கு.

''உண்ணி பெரிய மௌனியாக இருக்கானே இன்றைக்கு'' அப்பா சிரித்தார். மௌனி என்றால் என்ன? முனிவரா? முனிவரா இருக்கும்; முனிவரைப் போலத் தாடியெல்லாம் வளர்த்து, காட்டின் நடுவில் யாரும் பார்க்க முடியாத இடத்தில் செடிகளுக்கிடையில் மறைந்து போக வேண்டும். சுற்றிலும் நனைந்த காய்ந்த இலைகள் அந்த இலைகளுக்கடியில் ஈரமான மண். காய்ந்த இலைகளுக் கிடையில் நுழைந்து உட்கார்ந்தால் எவ்வளவு நன்றாக இருக்கும்!

நாய்குட்டிகள் பால் குடிக்கும்போது லிஸிக்கு வலிக்குமா? உண்ணி ஒரு நாய்க்குட்டியை தூக்கியெடுத்தான். அது அழுதது. திரும்ப கீழே விட்டு, லிஸிக்கு பக்கத்தில் உட்கார்ந்தான்.

சாயந்திரம் குஞ்ஞாப்புவுடன் ஓடைக்குப் போக வேண்டும். கல்லில் ஏறி உட்கார வேண்டும். தண்ணீரைப் பார்த்து உட்காரலாம். இலையும் முள்ளும் விழுந்து கிடக்கும். அந்த மூலையில் ஒரு இட மிருக்கும். பாசி படர்ந்த புல் நிறைந்த ஓர் இடம். இருண்டு பச்சை நிறத்திலுள்ள இலைகளுக்கிடையில் பாசிக்கடியில் வெள்ளை மீன்கள் துள்ளிச் செல்லும். அழுகிய இலைகளும், மீன் குஞ்சுகளுமிருக்கும். தண்ணீரில் இறங்கி...மீனைப்போல குட்டியாகணும்...பிறகு...

உண்ணி தூணில் சாய்ந்து உறங்கினான். கனவு கண்டான்.

உண்ணி நீருக்குள் இறங்கினான். நீருக்கடியில் பாசி படிந்த காய்ந்த இலைகளின் மீன் குஞ்சுகளை முட்டிக் கொண்டு நடந்தான். பஞ்சு போல மிருதுவான இலைகள். அந்த மூலையை நோக்கி நடந் தான். மேலே பார்த்தால் பச்சை நிறம் மட்டும்தான். சுற்றிலும் பச்சை நிறம். பாறைகளுக்கிடையில் நடந்து முடிவில் அந்த மூலையை அடைந்தான். அது இருண்டு சிறியதாக இருந்தது. குளிர்ச்சியாக இந்த உலகத்தில் இல்லாததாக அந்த மூலை இருந்தது. இலைகள் மேலே படர்ந்து கிடந்தன. ஒரு சிறிய கல் இருந்தது. அதில் ஏறி அமர்ந்து சுற்றிலும் பார்த்தான்... தொலைவில் உண்ணி சிரித்தான். எவ்வளவு நன்றாக இருக்கிறது. யாரும் பார்க்க மாட்டார்கள். யாருக்கும்

தெரியாது. நான் என்றைக்கும் இங்கேயே இருப்பேன். சத்தமும் அசைவுமில்லாத, அமைதியும் மகிழ்ச்சியும் நிறைந்த இருண்ட நீர்ப் பரப்பு உண்ணிக்கு சுற்றிலும் பரந்து கிடந்தது...உண்ணியின் உதடு களில் ஒரு புன்னகை மீண்டும் மெல்ல வந்தது.

அம்மா வந்து புன்னகைக்கும் உதடுகளில் ஒரு முத்தம் தந்து அவனை தூக்கிக் கொண்டு சென்று சூடான தோசையின் முன்னால் பெஞ்சில் உட்கார வைத்தாள். திடுக்கிட்டெழுந்த உண்ணி சுற்றிலும் பார்த்தான். அம்மா சிரித்தாள்.

உண்ணி யோசிக்கத் தொடங்கினான். தோசைக்கு மாவரைத்தது யார்?...

★

24

யேசுபுரம் பொது நூலகம் பற்றிய ஒரு விண்ணப்பம்

ஐயா,

எத்தனையோ நூற்றாண்டுகள் பழமையான ஒரு பெரிய நிறுவனம் தான் யேசுபுரம் பொதுநூலகம். இந்த நிறுவனம் இப்போது சிதைந்து கொண்டிருக்கிறது. இன்றைய நிலை தொடர்ந்தால் இது தாமதமின்றி அழிந்து விடும். அதிகாரிகள் மற்றும் பொதுமக்களின் மேலான கவனத் திற்காக யேசுபுரம் நூலகத்தைப் பற்றிய சில விஷயங்களை நான் இங்கே வரிசைப் படுத்துகிறேன்.

நான் நூலகத்தின் ஒரு ஆயுட்கால உறுப்பினர். அதாவது நான் மரணமடையும்வரை இந்த நூலகத்தின் உறுப்பினராக இருப்பேன். ஒரு நாள் நான் இறந்து போவேன். ஆனால் இந்த நூலகம் அழியக் கூடாது. அது தொடர வேண்டும். யேசுபுரம் பொது நூலகத்தில் பல ஆயுட்கால உறுப்பினர்கள் இருக்கின்றனர். அவர்களுள் ஒருவன் என்ற நிலையில் அவர்களையும் என்னையும் பாதிக்கும் ஒரு முக்கியமான பிரச்னை பற்றி முதலில் நான் விவரிக்கிறேன். என்னையே எடுத்துக் கொள்ளுங்கள், இந்த நூலகத்தின் அழிவும் வீழ்ச்சியும் ஓர் ஆயுட்கால உறுப்பினரான என்னை மிகவும் பயமுறுத்துகின்றன. காரணம் இந்த நூலகத்தின் எதிர்காலம் என்னுடைய இருத்தல் பிரச்னை.

நான் இங்கே ஒரு ஆயுட்கால உறுப்பினரான நிமிடம் முதல் என்னுடைய ஆயுளுக்கும் இந்த நூலகத்துக்கும் இடையில் பிரிக்க முடியாத உறவு ஏற்பட்டிருக்கிறது. மனந்திறந்து சொல்கிறேன் இந்த

நூலகம் இல்லையென்றால், அதனோடு தண்டுபோல இணைக்கப் பட்டுள்ள நானும் மற்ற ஆயுட்கால உறுப்பினர்களும் நிலைத் திருப்போம் என்பதில் என்ன உறுதி? எனக்கு எவ்வளவு காலம் முடியுமோ அவ்வளவு காலம் வாழ்ந்தால் நன்றாக இருக்கும் என்று தோன்றுகிறது. என்னால் சாக முடியாது. நீங்கள் மரணத்தை விரும்பு வீர்களா? விரும்ப மாட்டீர்கள். நாமெல்லாரும் மரணத்தைக் கண்டு பயப்படுகிறோம்.

இந்த நூலகத்திற்கு அழிவு ஏற்பட்டால் இதன் ஆயுட்கால உறுப்பினர்கள் என்ன ஆவார்கள் என்பதைப் பற்றி நீங்கள் கருணை யுடன் சிந்திக்க வேண்டுமென்று, சகோதர மனோபாவத்துடன் சிந்திக்க வேண்டுமென்று, நான் தாழ்மையுடன் வேண்டிக் கொள்கிறேன். யேசுபுரம் நூலகத்தின் சாதாரண உறுப்பினர்களிடம் எனக்கு ஒரு முக்கியமான வேண்டுகோள் உண்டு. நீங்கள் பத்திரமானவர்கள். ஆனால் அதனால் நீங்கள் எங்களை மறந்துவிடக் கூடாது. உங்களுக்கு ஒவ்வொரு மாதமும் நூலகத்திலிருந்து விடுதலையடைவதற்கான வாய்ப்பு உண்டு. ஒரு மாதத்திற்கு கூடுதலாக உறுப்பினராக இருக்கவும் உரிமையுண்டு.

ஆனால் எங்களுக்கு அப்படிப்பட்ட வாய்ப்புகளெல்லாம் இல்லை. எங்கள் வாழ்க்கை யேசுபுரம் நூலகத்தோடு இணைக்கப்பட்டுள்ளது. யேசுபுரம் நூலகம் நீடித்து நிலைத்திருக்க வேண்டியது எங்களுடைய முக்கியத் தேவை. சமீபத்தில் நான் ஆயுட்கால உறுப்பினர்களின் ஒரு கூட்டத்தைக் கூட்டினேன். இந்தக் கூட்டத்தில் நூலகத்தோடு தொடர்பில்லாத பொதுமக்களும் நூலகத்தின் சாதாரண உறுப்பினர்களும் பார்வையாளர்களாக பங்கேற்றிருக்கலாமே என்று நான் ஆசைப்பட் டேன். யேசுபுரம் நூலகத்தின் ஆபத்தான எதிர்காலம் எங்களின் முகங் களில் வரைந்து வைத்திருந்த பீதியையும், கடுந்துயரத்தையும், குழப்பத்தை யும் நீங்கள் பார்த்திருந்தால் வெறும் கருணையின் பேரிலாவது இந்த நூலகம் நாசமடைவதை அனுமதிக்கமாட்டீர்கள்.

ஆயுட்கால உறுப்பினர்களின் இந்தக் கூட்டத்தில் ஓர் உறுப்பினர் சொன்ன ஒரு விஷயம், முக்கியமாகக் கருதத்தக்கது. இதை மிக முக்கியமான விஷயமாக நான் கருதுகிறேன். அதாவது இந்த நூலகம் காலாகாலத்திற்கும் நீடித்து இருக்கிறதென்றால் ஆயுட்கால உறுப்பினர் களாகிய நாங்களும் அதனுடன் நீடித்திருக்க மாட்டோம் என்று சொல்ல முடியுமா? நம்முடைய நூலகத்தின் உறுப்பினர்களில் வயதிலும்

அனுபவ அறிவிலும் மூத்த முக்கியமான ஒருவர்தான் இந்த அபிப் ராயத்தை முன் வைத்தார். ஆயுட்கால உறுப்பினர்களான நாங்கள் உடலாலும், தெளிவான திட்டங்களுடனும் முயன்றால் ஒரு வேளை இந்த நூலகத்துடன் இணைந்து நாங்களும் எக்காலமும் தொடர்ந்து இருக்க மாட்டோம் என்று யார் சொல்ல முடியும்? இப்படிப்பட்ட ஒரு தீர்க்கமான முயற்சி செய்ய நாங்கள் தயார். ஆனால் முதலில் நூலகமாவது நிலைத்திருக்க வேண்டுமே.

இப்படிச் சொல்வதனால் என்னை ஒரு சுயநலமி என்றும் மற்ற அனைத்து ஆயுட்கால உறுப்பினர்களையும் சுயநலமிகள் என்றும் தயவு செய்து எண்ணி விடாதீர்கள். உங்கள் அனைவரையும் போல நாங்களும் இருத்தலின் நிச்சயமின்மை குறித்த பயத்தோடு வாழ்பவர்கள் மட்டுமே. எங்களுக்குக் குறிப்பாக ஒரு காரணம் உருவாகி இருக்கிறது என்பது மட்டுமே வித்தியாசம். நூலகம் நீடித்து நிலைத்திருப்பதில் நாங்கள் காட்டும் ஆர்வம், உண்பதற்கும் நலம் அடைவதற்குமான உங்களுடைய ஆர்வத்தைப் போன்றதுதான் என்று புரிந்து கொள் ளுங்கள். இல்லாமல் ஆவதைப் பற்றிய பயம் யாருக்குத்தான் இல்லை.

நீங்களும் ஏதாவதொன்றின் ஆயுட்கால உறுப்பினராக இருந்தீர் களென்றால் உங்களால் எங்களை இன்னும் கூடுதலாகப் புரிந்து கொள்ள முடியும். நீங்களோ வாழ்க்கையின் ஆயுட்கால உறுப்பினராக மட்டுமே இருக்கிறீர்கள். உங்களுடைய சந்தாகாலம் தீரும் நாள், தொலைவில் எதிர்காலத்தில் எங்கோ மறைத்து வைக்கப்பட்டிருக் கிறது. நீங்கள் அதைச் சுலபமாக மறந்து விடலாம். ஆனால் எங்க ளுடைய விஷயம் அப்படியல்ல. நாங்கள் மருத்துவர்களால் நாள் நிச்சயிக்கப்பட்ட நோயாளிகளைப் போன்றவர்கள். நோயாளிகளின் வாழ்க்கையைப் போல இந்த நூலகமும் நலிந்து கொண்டிருக்கிறது. இது நலிந்தால் எங்களுக்கு என்ன நடக்கும்? நோயாளிகளுக்கு மரணம் என்பது சர்வ நிச்சயம். ஆனால் எங்களுக்கோ? எதுவும் தெரியாத இந்த நிலை மிகவும் கொடூரமானது.

யேசுபுரம் பொது நூலகத்தின் வீழ்ச்சி பல வழிகளில் தம் பாதை களைத் திறந்து உள்ளே கடந்து வந்திருக்கிறது. புத்தகங்கள் வழங்கும் பிரிவை எடுத்துக் கொள்வோம். இந்த இடம் ஒரு பைத்தியம் பிடித்த பெரிய புத்தகக் குவியலாக இருக்கிறது. பீரோக்களில் வைக்கப்பட் டிருக்கும் புத்தகங்களுக்கும் அதன் தலைப்பிற்கும் எந்த வித தொடர்பு

மில்லை. அகர வரிசையிலோ, பொருளடக்கத்திலோ, ஏன் புத்தகத்தின் தடிமனுக்கோ நிறத்திற்கோ ஏற்றாற்போல் கூட புத்தகங்களுக்குள் ஒரு தொடர்பும் இல்லை. ஒரு புத்தகத்துக்கும் மற்றொரு புத்தகத்துக்கு மான உறவு அவற்றை அந்தந்த இடங்களில் வைக்கும் பியூனுக்கு அந்தந்த நேரத்தில் தோன்றும் எண்ணங்களை மட்டுமே சார்ந்தது.

பலமுறை, நான் ஒரே பொருளடக்கத்தைப் பற்றிய, இல்லை யென்றால் ஒரே எழுத்தாளர் எழுதிய, அதுவுமில்லையெனில் ஒரே பதிப்பாளரின் இரண்டு புத்தகங்களை அடுத்தடுத்து பார்த்திருக் கிறேன். ஆமாம் ஆனால் இது நம் வாழ்க்கையில் எதிர்பாராமல் காணப்படும் விதியின் விளையாட்டுகளினால் நிகழும் அற்புதம் மட்டும்தான். ஏதோ ஒரு பீரோவில் ஒரு முறை சஞ்சயனின் முதல் மற்றும் ஐந்தாம் தொகுதிகளைக் கண்டு, நான் அடைந்த மகிழ்ச்சி இப்போதும் நினைவிருக்கிறது. இன்னொரு நாள் ஷேக்ஸ்பியரின் இரண்டு நாடகங்கள் அருகருகே இருப்பதைப் பார்த்தேன்.

ஒரு தடவை இளைஞனான ஒரு பியூன் ஒரே அளவும் ஒரே நிறமும் உள்ள புத்தகங்களை வரிசையாக அடுக்கி வைத்திருந்ததைப் பார்த்தேன். அப்போதைய அடுக்குகளில் ஏதோ, ஒரு வித அழகு இருந்ததாகப்பட்டது. ஆனால் வெகு சீக்கிரமே, கொஞ்சம் கொஞ்ச மாக வேண்டுமென்றே செய்யாமல் உறுப்பினர்களும் மற்ற பியூன்களு மாக அந்த அடுக்கைக் கலைத்தார்கள். தான் ஒரு முறை உருவாக்கிய ஒழுங்கை அழகைத் திரும்பக் கொண்டு வர பல வீணான முயற்சி களும் செய்து பார்த்தான் அந்த இளைஞன். ஆனால் அவனுடைய வெற்றிகள் ஒரு போதும் ஓரிரண்டு நாட்களுக்கு மேல் நீடித்திருக்க வில்லை. ஒரு நாள் அவன் காரணமேதுமின்றி வேலையை விட்டு நின்று விட்டான்.

ஆனால் புத்தகம் வழங்கும் பிரிவின் இந்த வழிமுறையைப் பற்றி வேறொரு விதத்தில் சிந்திப்பவர்களும் உண்டு. இவர்களின் கருத்திலும் சில எதிர்பாராத உண்மைகள் உள்ளன. காரணம் இவர்களின் பார்வையில் யேசுபுரம் நூலகத்தின் ஒவ்வொரு அலமாரியும் ஒவ்வொரு பிரபஞ்சங்கள். பிரபஞ்சத்தின் அனைத்துக் குணங்களையும் கொண்ட காகிதப் பிரபஞ்சம். இதை யேசுபுரம் நூலகத்தின் குறிப்பிடத்தக்க சிறப்பாகவோ, நன்மையாகவோ எடுத்துக் காட்டலாம். வேறெந்த நூலகங்களிலும் இப்படிப்பட்ட ஒரு சிறப்பினை உங்களால் பார்க்க முடியாது.

ஒரு அலமாரியில் ஏதாவது ஒரு புத்தகத்தைத் தேடும் ஒருவன், தன் தேடல்களுக்கிடையில் என்னவெல்லாம் செய்திகளையும் ஞானங் களையும் கண்டுபிடிப்புகளையும் சென்றடைகிறான் தெரியுமா? தான் அறிந்த விஷயங்களைத் தவிர தெரிந்து கொள்ள வேண்டிய விஷயங்கள் கடலளவு இருக்கிறது என்ற எண்ணத்தையாவது அவனுக்குள் உருவாக்க இந்த நிலை உதவுகிறது என்பது இவர்களின் வாதம்.

'புவியியல்' என்று எழுதி வைக்கப்பட்டுள்ள அலமாரியில் நான் கண்டுபிடித்த தலைப்புகள் என்னவென்று கீழே பட்டியலிடு கிறேன் பாருங்கள். வாழ்க்கை வரலாறு, பயண இலக்கியம், உயிரியல் இலக்கிய விமர்சனம், கணிதம், தத்துவம், இசை, சமூகவியல், அழகுக் கலை, சிறுகதை, தாவரங்களின் அறிவியல் நகைச்சுவை பொருளாதாரம் பாலியல், நாட்டியக்கலை, போர்க்கலை, வரலாறு, ஆன்மீகம், சுயசரிதம், ஆட்சியமைப்பு முறை ஆய்வுகள், கிரிக்கெட், மேஜிக், சுயமுன்னேற்றம், வைத்தியம், நாடகம் இயற்கை மருத்துவம், மனோதத்துவம், சர்க்கஸ், துப்பாக்கி செய்வது எப்படி? தற்காப்பு என்ற இப்படிப்பட்ட தலைப்புகளிலான புத்தகங்கள், புவியியல் அடுக்கில் காணப்பட்டன. புவியியல் மட்டும் இல்லை.

மேற்சொன்ன பார்வையிலிருந்து பார்க்கும்போது இந்தக் குளறு படியில் நன்மையும் உள்ளது என்பதை ஏற்றுக் கொள்வதில் எனக்கு சங்கடமில்லை. ஆனால் ஒருவன் ஒரு நூலகத்தில் செலவழிக்கக் கூடிய நேரம் எவ்வளவு குறைவானது என்பதையும் நாம் கவனத்தில் கொள்ள வேண்டும். தனக்குக் கிடைத்துள்ள சிறிது நேரத்திற்குள் ஒரு புத்தகத்தைத் தேடி தொடர்பில்லாத ஆயிரக்கணக்கான புத்தகங்களுக் கிடையில் அலைவது ஒரு கொடூரமல்லவா? நமக்குக் கிடைத்திருக் கும் குறைந்தபட்ச நேரத்திற்குள் நமக்கு மிகவும் தேவையான நாம் மிகவும் விரும்பும் ஒரு புத்தகத்தை மிக விரைவில் காண்பதில் தானே நம்முடைய ஆர்வம் இருக்கும்?

நமக்குச் சற்றும் பயன்தராத இந்தத் தேடலில் இழக்கும் நேரத்தின் அளவைப் பார்க்கும் போது, அலமாரியிலுள்ள மற்ற புத்தகங்கள் எல்லாம் தரும் உலக அறிவு, முக்கியத்துவம் அற்றது என்பதே என் னுடைய எண்ணம். இறுதியாக தேடல்களுக்கு எல்லாம் பிறகு நமக்குத் தேவையான புத்தகம் இவற்றிற்கிடையில் கிடைக்காமல் போனால் ஒரு வேளை அதற்கு முன்பாகவே நூலக நேரம் முடிந்தால் நமக்குத்

தெரியாத இவையெல்லாவற்றையும் கண்டதால் மட்டும் என்ன பயன்?

உண்மையில் பல உறுப்பினர்களும் இப்போது குறிப்பிட்ட ஒன்றைத் தேடுவதை நிறுத்தியுள்ளனர். அவர்கள் அலமாரிகளுக்கிடையில் இரு புறமும் பார்த்துக் கொண்டு அலைந்து நடக்க மட்டுமே செய்கிறார்கள் - எதிர்பாராமல் ஒரு அற்புதம் நிகழ்ந்து, எதையாவது கண்டுபிடிக்க மாட்டோமா என்ற ஆசையில். ஆனால் இதற்கு மிக அதிக நம்பிக்கையும், எதிர்பார்ப்பும் வேண்டியதிருக்கிறது. நம்மில் எத்தனை பேருக்கு இவை உள்ளன?

மிகக் குறைவான நம்முடைய நேரத்தை, இவ்வாறு பொருளற்ற பயனில்லாத தேடல்களில் இழக்க நேர்வதுதான் யேசுபுரம் நூலகத்தின் வீழ்ச்சிக்கு ஒரு முக்கிய காரணம். தேடுதல் தேவையானதுதான். ஆனால் தேடுபவர்களுக்கு உதவுவவதற்காக அமைக்கப்பட்டிருக்கும் தலைப்புகள் எழுதப்பட்ட வழிகாட்டிச் சின்னங்கள்கூட போலியானதெனில், அவற்றை நம்பித் தேடிக் கொண்டிருப்பவர்களின் நிலை என்னவாக இருக்கும்?

இந்த நூலகம் மிக அதிகமான புத்தகங்களை நம்மிடமிருந்து மறைத்து வைக்கிறது என்பது வேதனையளிக்கும் வேறொரு உண்மை. அலமாரிகளின் கலைந்த சேமிப்புகளுக்கிடையில் வழி தவறித்தான் என்றாலும் இடையறாத தேடுதல்களில் நாம் தேடுவதை என்றாவது ஒரு நாள் கண்டுபிடிக்காமல் இருக்க மாட்டோம் என்ற எண்ணம்தான் சற்று நிம்மதியைத் தருகிறது. இப்படிப்பட்ட ஒரு சாத்தியம்தான் மனதில் ஆசையை வளர்க்கிறது. ஆனால் இந்த ஆசைக்கும், இனி இந்த நூலகத்தில் இடமில்லை. காரணம் யாரும் அறியாமல் ஆயிரக் கணக்கான புத்தகங்கள் புத்தகப் பிரிவிலிருந்து காணாமல் போய்க் கொண்டிருக்கின்றன. அவை ஒரு முறை அலமாரியிலிருந்து வெளியே போனால் பின்னர் வந்து சேருவதில்லை. வேறு புதிய ஆயிரமாயிரம் புத்தகங்களும் அலமாரிகளுக்கு வருவதேயில்லை. பழைய புத்தகங்கள் தான் காணாமல் போகின்றன. அலமாரிகளுக்கு புதிய புத்தகங்கள் எப்போதும் வருவதேயில்லை.

இப்படி இரண்டு வகைகளில்தான் நூலகம் சிதைந்து கொண்டிருக்கிறது. இருப்பது இல்லாமல் போகிறது. புதியவைகளுக்கு

அனுமதியும் இல்லை. நூலக உறுப்பினர்கள் அவ்வாறு இருபரிணாம இழப்பைப் பொறுத்துக் கொள்கிறார்கள். கடந்த காலத்தில் சேகரித்ததை யும் நிகழ்காலத்தில் புதிதாக உருவாக்கியதையும் அவர்கள் ஒரே நேரத்தில் இழக்கிறார்கள். எதிர்காலத்திலும் இதே நிலைமை, இப்படித் தான் இருக்கும் என்பது உறுதியென்றால், அவர்கள் உறுப்பினர்களாக இருப்பது பொருளற்றதல்லவா?

பெரும்பாலான உறுப்பினர்கள் இக்காரணங்களால் தங்கள் சந்தாவைப் புதுப்பித்துக் கொள்ளவில்லை. அவர்கள் இப்போது கடந்த காலமும், நிகழ்காலமுமில்லாத இந்த நிச்சயமின்மைகளிலிருந்து தங்களின் தேடல்கள் பயனற்றுப் போகலாம் என்ற பயங்கரமான புரிதல்களிலிருந்து விடுதலை பெற்றிருப்பார்கள். ஆனால் நாங்கள்? ஆயுட்கால உறுப்பினர்களான நாங்கள்?

இந்த வளைந்த சக்கரத்தில் நாங்கள் கட்டப் பட்டிருக்கிறோம். இதன் வளைவை நிமிர்த்த முடியவில்லையென்றால் எங்களுக்குப் பைத்தியம் பிடிக்கும். இதன் சுழற்சி நின்று போனால்? இதொரு பகடி தானே, சார்?

பழைய புத்தகங்கள் காணாமல் போவது எப்படி என்று நான் கண்டுபிடித்து விட்டேன். ஒரு உறுப்பினர் வாசித்த பின்னர் புத்தகத்தைத் திருப்பிக் கொடுத்தவுடன் அது மேஜைக்குக் கீழே உள்ள ஒரு குவியலில் போடப்படுகிறது. பல நாட்களின் தொடர்ச்சியில் அந்தக் குவியல் ஒரு கோபுரத்தைப் போல் மாறுகிறது. இறுதியில் மேஜையின் உயரத் திற்கு மேல் தலையை நீட்டுகிற, தொட்டால் சரிந்து விடுவதைப் போன்ற பல கோபுரங்கள், அங்கே அரைவட்டத்தில் நிறைந்தவுடன் அவை பல கட்டுகளாகக் கட்டப்பட்டு அலுவலகத்தின் உள்ளேயே உள்ள வேறொரு பெரிய அறைக்கு மாற்றப்படுகிறது. தற்காலிகமான மாற்றம் என்றுதான் சொல்லப்படுகிறது.

அதாவது அவற்றை அங்கே வைத்துத் தரம் பிரித்து, திரும்பவும் அலமாரிகளில் அடுக்கி வைப்பதுதான் இப்படிக் கொண்டு போகப் படுவதன் முதல் நோக்கம். ஆனால் இந்த நோக்கம் எத்தனையோ வருடங்களாக கண்டுகொள்ளப் படாமலேயே உள்ளது. எதற்காகத் திரும்பி வரும் புத்தகங்கள் அந்த அறைக்குக் கொண்டு செல்லப்படு கிறது என்று கேட்டால் இன்றைக்கு யாருக்கும் பதில் தெரியாது. கொண்டு போவது என்ற செயல் மட்டும் நடைபெறுகிறது.

யேசுபுரம் பொது நூலகம் பற்றிய ஒரு விண்ணப்பம் / 197

இந்த அறையின் தரையில் சென்ற பல வருடங்களாக அவை சேகரிக்கப்பட்டுக் கொண்டிருக்கிறது. பயங்கரமான இந்தக் குவியல்கள் ஒன்றிற்குப் பின்னால் ஒன்றாக தரைமுதல் கூரைவரை உயரத்தில் அறையை முழுவதுமாக ஆக்கிரமித்துக் கையகப்படுத்தியிருக்கின்றன. அறைக்குள் நுழைய இனி இடமில்லை. பாதிக் கதவை மட்டுமே இனி திறக்க முடியும். அதனால் அந்த ப்யூன் முதலில் புத்தகங்களை கதவிற்கு வெளியே கொண்டு வந்து வைக்கிறான். பின்னர் ஒவ்வொன்றாக எடுத்து, பாதி திறந்த கதவின் வழியாக கையை உள்ளே நுழைத்து இரு புறமும் மேலே எறிகிறான். அவை என்றென்றைக்குமாக மறைந்து போகின்றன.

வெகு விரைவில் இந்த அறையின் கதவு திறக்கவே முடியாமல் போகும் என்பது உறுதி. அதனால்தானோ என்னவோ அதற்கு அருகில் உள்ள இன்னொரு அறை - இன்டெக்ஸ் கார்டு ஒட்டப்படாத ஸ்டாண்டுகள் நிறைந்த ஒரு அறை - சுத்தம் செய்யப்படுகிறது. நூலகத்தின் எல்லாப் புத்தகங்களும் இந்த அறைகளுக்குள் காணாமல் போவதற்கு எவ்வளவு வருடங்கள் ஆகும் என்று துடிக்கும் இதயங்களுடன் ஆயுட்கால உறுப்பினர்களான நாங்கள் கணக்கிட்டுக் கொண்டிருப்போம். ஒரு நாள் இந்த இரண்டாம் அறையின் கதவும் திறக்க முடியாமல் போகும். ஆனாலும் நாங்கள் எங்கள் ஆசைகளைக் கைவிடவில்லை.

நூலகத்தின் ரெஃபரன்ஸ் பிரிவும் அதன் உள்ளேயுள்ள ஒரு இருட்டு அறையும் எங்களுக்கு முக்கியமான இடம். இன்று வரை அப்படித்தான் இருந்தது. பிறகு நூலகத்தில் அலுவலர்கள் இருக்கிறார்கள். புத்தகங்கள் முழுவதும் நூலகத்திலிருந்து மறைந்து போனாலும் அரசாங்கத்தின் சம்பள ரிஜிஸ்டரிலிருந்து இந்த நூலகத்தின் பெயர் மறைந்து போக அவர்கள் விடுவார்களா? எனக்கு அப்படித் தோன்றவில்லை. இருக்கும் அலுவலர்கள் பென்ஷன் வாங்கினாலும் புதியவர்கள் இந்த வெற்று அலமாரிகளை மேற்பார்வை பார்க்க வரத்தான் செய்வார்கள். இந்த நிறுவனத்தை அரசாங்கம் எடுத்துக் கொண்டது எவ்வளவு சரியானது என்று எனக்கு இப்போது தோன்றுகிறது.

எங்களுக்கு இன்னும் ஒரு ஆசை இருக்கிறது. கவனக்குறைவுள்ள உறுப்பினர்கள் திருப்பித்தர மறந்துபோன அல்லது அவர்கள் வேண்டுமென்றே திருப்பித்தராமல் இருக்கும் புத்தகங்கள்தான் எங்க

ளுடைய அந்த ஆசை. இந்தப் புத்தகங்கள் திரும்பி வருவது சாத்தியமாக இருக்கும்வரை இந்த நூலகத்திற்கு அழிவில்லை என்பதே எங்களின் வாதம். இதையெல்லாம் யார் தீர்மானிப்பது? எங்களுக்குத் தெரிய வில்லை. நாங்கள் தைரியத்தை வரவழைத்து ஆசைப்படுகிறோம், அவ்வளவு தான்.

புரட்சி மனப்பான்மையுள்ள எங்களில் சிலர் அந்தக் கூட்டத்தில் ஒரு ஆலோசனை சொன்னார்கள். புத்தக அலமாரிகள் முழுவதும் காலியாவதற்கு இனியும் தாமதமாகாது என்ற நிலைமை வந்தவுடனே ஆயுட்கால உறுப்பினர்கள் எவ்விதத்திலாவது, எவ்வளவு முடியுமோ அவ்வளவு புத்தகங்களை அவரவர்களுடைய வீடுகளுக்கு எடுத்துச் சென்று விடவேண்டும் என்பதான் அது. நூலகம் முழுமையாக இல்லாமல் ஆவதைத் தவிர்ப்பதற்கான ஒரு வழியாகத்தான் அவர்கள் இதை முன் வைத்தார்கள்.

புத்தகங்களைத் திருப்பித் தராதிருக்கும் உறுப்பினர்களைக் கண்டுபிடித்துவிடலாம் என்ற நிச்சயமற்ற ஆசையைவிட, நாமே ஒரு தீர்மானத்திற்கு வருவது நல்லது என்று அவர்கள் வாதிட்டார்கள். இது முறையற்ற செயல் என்று நான் உட்பட சிலர் அன்று சொன் னோம். ஆனால் என் மனதிற்குள் நான் இன்றும் யோசித்துப் பார்க் கிறேன். இருத்தல் பிரச்னைக்கு முன்னால் எது தர்மம்? எது அதர்மம்? காரணம், இந்த நூலகத்தில் இனி அதிக புத்தகங்களொன்றும் இல்லை. முதலில் மனிதர்கள் இருக்க வேண்டாம்? பிறகுதானே சார், தர்மமும் அதர்மமும்.

புதிய புத்தகங்களுக்கு என்ன நேர்கிறது என்பதையும் சொல்லி விடுகிறேன். அவற்றின் மீதிருக்கும் காக்கி நிற உறைகள் கூடக் கழற்றப்படுவதில்லை. அவை வருடந்தோறும் தரைப்பகுதிக்குக் கீழே கட்டப்பட்டுள்ள ரெஃபரன்ஸ் பிரிவிற்கு அருகிலுள்ள ஓர் அறையில் குவிக்கப்படுகிறது. நான் ஒரு பழமைவாதி. எனக்கு இன்றைய சிந்தனைகளின் எழுத்துகளின் திசைகள் புரியவில்லை. இருந்தாலும் நான் ஒருமுறை அந்த இருட்டறைக்குள் சென்று அதிலிருந்த ஓரிரு கட்டுகளை அவிழ்த்து என் சாவிக் கொத்துடன் இணைந்த பேனா டார்ச்சின் உதவியுடன் அவற்றைப் பார்த்தேன்.

இவ்வளவு புதிய படைப்புகள், புதிய உருவகங்கள், புதிய உள்ளடக் கங்கள், சிந்தனைகள், உணர்வுகள், அழகுகள்... எனக்கு அறிமுக

மற்றவை என்றாலும் ஓர் இருட்டறையியல் கட்டி வைக்கப்பட்டிருந்து என்னை வருத்தப்பட வைத்தது. மற்றொரு விதத்தில் இந்த காட்சி எனக்கு ரகசியமான, ஒரு வகையில் பெருத்த நிம்மதியையும் தந்தது. காரணம் இந்தக் கட்டு பிரிக்கப்படாத புத்தகங்கள் இங்கேயிருப்பது வரை இந்த நூலகத்திற்கு ஒரு எதிர்காலம் உண்டு. மேலேயிருக்கும் அலமாரிகள் காலியாகி நூலகத்தை மூட வேண்டிய நிலைமை வந்தால் நான் அவர்களை கீழே அழைத்து வந்து, இந்தக் கட்டுகளை பெருமை யுடனும் மகிழ்ச்சியுடனும் சுட்டிக் காட்டலாம் - ஆயுட்கால உறுப்பினர் களாகிய எங்களின் ரகசிய சொத்துதான் இந்த அறை.

உண்மையில் ரெஃபரன்ஸ் பிரிவுடன் இணைந்த ஒரு பெரிய அறைதான் இது. ரெஃபரன்ஸ் பிரிவு அலுவலகம் என்பதுதான் இதன் பெயர். ஆனால் வருடக் கணக்கில் அதில் குவிக்கப்பட்ட புத்தகக் கட்டு களும் இருட்டும் சேர்ந்து அது ஒரு சிறுகுகை போலத் தோன்றுகிறது. கடந்துபோன எத்தனையோ வருடங்களின் புதுமைகள் இந்த இருட்டறை யில் தூசு படிந்து மறைந்து கிடக்கின்றன என்று பலமுறை நான் இதன் முன்னால் நின்றபடி யோசித்திருக்கிறேன். இருட்டு மூடி வைத்திருக்கும் இந்தப் புதுமைகள் என்றாவது ஒருநாள் எங்களுடைய இருப்பின் மங்கும் திரியை மீண்டும் கொழுந்துவிட்டு எரியச் செய்யும் என்ற எண்ணமும் அப்போது என் மனதிற்குள் கடந்து செல்லும்.

வாசலில் நின்று நிறைய நேரம் பார்த்துக் கொண்டிருந்தால் தான் உள்ளேயிருக்கும் இருட்டுடன் கண்கள் பழகும். அப்போது இருட்டின் எல்லையில் சதுர வடிவில் புத்தகக் கட்டுகளுக்கும் கதவுக்கும் இடையிலுள்ள குறுகிய இடத்தில் ஒரு மேஜையையும் ஒரு நாற்காலி யையும் அந்த நாற்காலியில் ஒரு மனித உருவத்தையும் பார்க்கலாம். அந்த உருவம்தான் ரெஃபரன்ஸ் பிரிவு உதவியாளர்.

ஒரு முறை தனியாக இங்கேயிருந்த பல தூண்களுக்கிடையில் அலைந்தபோது, முதன்முதலாக இந்த ரகசியமான அறையால் கவரப் பட்டு இருட்டில் என்னுடைய பேனா டார்ச்சை அடித்துப் பார்த்த வுடன் திடுக்கிட்டு நான் எப்படி பயந்தேன் என்று இன்று நினைத்துப் பார்க்கிறேன். அந்த மேஜைக்குப் பின்னர் நாற்காலியில் அமர்ந்து தொலைவைப் பார்த்தபடி இருக்கும் சலனமற்ற உருவத்தை என் கண்கள் எதிர்பார்க்கவே இல்லை.

தனக்குப் பின்னால் திறக்கப்படாத புதுமைகளின், கட்டுகள் பிரிக்கப்படாத நவீனங்களின் ஒரு குவியலாக ரெஃபரன்ஸ் பிரிவு என்ற அந்த பெரிய மங்கிய வெறுமைக்கு, இருட்டில் காவலிருக்கும் இந்த மனிதனை நான் சற்றும் எதிர்பார்க்கவில்லை. தனக்கு முன்னால் இருக்கும் கதவின் வழியாக காணப்படும் நூற்றுக்கணக்கான தூண்கள் ளுடனோ, அவைகளுக்கிடையில் வெறுமையாக இருக்கும் மேஜை நாற்காலிகளுடனோ, தெளிவற்றுக் காணப்பட்ட அலமாரிகளுடனோ, தனக்குப் பின்னால் இருளால் சூழப்பட்டிடருந்த புத்தகக் குவியல் களுடனோ, அந்த மனிதனுக்கு எந்த உறவும் இருப்பதாகத் தோன்ற வில்லை.

ஆனால் ஓர் ஆயுட்கால உறுப்பினரான என் வேதனைக்கும் வெறுமைக்கும் நிச்சயமற்ற தன்மைக்குமிடையில் ஒரு நிம்மதியை நான் அந்த மனிதனில் உணர்ந்தேன். ஆயுட்கால உறுப்பினர்களான எங்களை மீட்க வந்திருக்கும் ஒரு சக்தியைப் போல நான் அவரை உணர்ந்தேன். அந்த மங்கிய சாம்ராஜ்யத்தில் எப்போதும் வெளியே போகாத செல்வங்களான ரெஃபரன்ஸ் புத்தகங்களையும் இருட்டி லிருக்கும் புத்தகக் கட்டுகளையும் எங்களுக்காகக் காவல் காக்கும் காவல்பூதம்.

நான் அவரிடம் பேசியதே இல்லை. அவரிடம் பேசி அந்த ரகசிய அறையின் மௌனத்தைக் கலைத்தால் என்ன நடக்குமோ என்ற சந்தேகம், பேச முனையும் போதெல்லாம் எனக்கு வந்தது. அது மட்டுமல்ல அவரிடமிருந்து ஏதாவதொரு சத்தம் பதிலாக வருமென்று எதிர்பார்க்கவும் இல்லை. நான் அவரைக் கண்டுபிடித்தும் நீண்ட நாட்கள் ஆகவில்லை. எவ்வளவு எதிர்பாராமல் அது நிகழ்ந்தது என்று சொன்னேன் அல்லவா? ரெஃபரன்ஸ் பிரிவின் நிலைமை இப்படித்தான் இருக்கிறது.

பல தூண்கள் நிறைந்திருக்கும் ஒரு பாதாள உலகம்தான் ரெஃபரன்ஸ் பிரிவு. இரண்டு கோடிகளிலும் ஒவ்வொரு பல்புகள் மங்கலாக எரிந்து இந்த நிலவறையை வெளிச்சத்தால் இருளச் செய்கிறது. இந்த மங்கலான வெளிச்சத்தில் தூண்களின் பெரிய நிழல்களுக் கிடையில் ஆங்காங்கே வைக்கப்பட்டிருக்கும் தனித்த அலமாரிகளில் சில தடிமனான புத்தகங்களின் இருண்ட உருவங்கள் காணப்படு கின்றன. இங்கே ஐந்து மாதம் தொடர்ந்து ரெஃபரன்ஸ் செய்த எனது

ஒரு நண்பன் ஆறுமாதத்தைக் கண் மருத்துவமனையிலேயே கழித்தான். அவனுடைய ஒரு கண்ணிற்கு முழுமையான பார்வை இப்போதும் இல்லை. ஐந்து மாதங்கள் தொடர்ந்து இங்கே வந்துகொண்டிருக்கும் அவனுக்கு ரெஃபரன்ஸ் பிரிவு உதவியாளர் என்ற ஒருவரைப் பற்றி இன்றும் தெரியும் என்று எனக்குத் தோன்றவில்லை.

ரெஃபரன்ஸ் பிரிவைக் கூட பலரும் பார்த்திருப்பார்கள் என்று சொல்ல முடியாது. திடமனதுள்ள சிலர் மட்டுமே இங்கே அபூர்வமாக எப்போதாவது இறங்கி வருவார்கள். நான் பலமுறை தைரியத்தைச் சேகரித்துக் கொண்டு இந்தத் தூண்களின் சலனமற்ற உருவங்களின் வழியாக நடந்திருக்கிறேன், என் மங்கலான நிழல் தூண்களோடு அமைதியாக கட்டிப்பிடித்தும் என் காலடியோசை ஒரு பெருமூச்சு போல அந்த இருளில் எழுந்தும் இருக்கிறது.

அந்த அலமாரிகளின் கரிய உருவங்களைத் தொடவும் பரிசோதிக்கவும் துணிந்திருக்கிறேன். என் பரிசோதனையில் அவை பெரும்பாலும் அகராதிகளாக இருந்தன. பெரியதும் சிறியதுமான அகராதிகள் பல மொழிகளின் அகராதிகள். அது தவிர மனித உடற்கூறு பற்றிய மிகப் பெரிய புத்தகம் ஒன்று. படங்களுடன் கூடிய பெரிய பைபிள் வேறொன்று. மற்றொன்று இரண்டு பாகங்களில், ஹேவ்லாக் எல்லீஸின் 'சைக்காலஜி ஆப் செக்ஸ்' வேறு சில புத்தகங்கள் நான் ஏற்கனவே ஆங்காங்கே கண்டவை. நான் ஒரு முறை பரிசோதித்துப் பார்த்தேன். (எல்லாம் என் பேனா டார்ச்சின் உதவியால்தான்)

இந்தப் புத்தகங்கள் முழுவதும் பேய்க் கதைகளாயிருந்தன. ஒரு முறை ஒரு புத்தகத்தில் ஒரு பிசாசு ஒரு ஆளரவமற்ற பாதையில் நடந்து செல்லும் ஒருவனுக்குப் பின்னால் மௌனமாகச் செல்லும் பயங்கரமான படத்தைக் கண்ட பிறகு நான் எப்படி அந்த இருளில் உதறலோடும் தளர்ச்சியோடும் திரும்பிப் பார்த்தும், படிகளில் ஏறி மேலே வந்தேன் என்று எனக்கே தெரியவில்லை. ஆனால் இந்தக் குவியலில் நான் கண்டுபிடித்த மற்றொரு புத்தகம் ஜெ. கிருஷ்ண மூர்த்தியின் 'கமண்ட்ரீஸ் ஆன் லிவிங்' கின் இரண்டாம் பாகம்.

அன்றைக்கெல்லாம் என்னைத் தவிர வேறொருவரும் அந்தப் பாதாளத்தின் தனிமையில் இருக்கிறார் என்றோ இருட்டில் மறைந்திருக்கிறார் என்றோ எனக்குத் தெரியாது. எப்படியிருப்பினும் ஆயுட்

கால உறுப்பினர்களான எங்களுக்கு இந்த ரெஃபரன்ஸ் பிரிவின் மீதும் அதன் காவல்காரனின் மீதும் பெரும் விருப்பம் உண்டாவது இயல்பானதுதானே. காரணம் இங்கேதான் நான் முன்பே குறிப்பிட்டது போல காணாமல் போகாத, மேலே அறைக்குள் எறியப்படும் புத்தகங்கள், இனியும் அவிழ்க்கப்பட வேண்டிய புத்தகக் கட்டுகள் இருக்கின்றன.

ஆனால் சார், இன்று என்னுடைய அந்தச் சிறிய ஆசைக்கும் ஆவலுடன் சேகரித்து வைத்திருந்த நிம்மதிக்கும் பெரிய அடி ஏற்பட்டிருக்கிறது. நான் அவசரப்பட்டு இந்தப் புகாரை இந்த விண்ணப்பத்தை எழுதிக் கொண்டிருக்கிறேன். இனி என்னால் காத்திருக்க முடியாது. ரெஃபரன்ஸ் பிரிவிற்கும் வீழ்ச்சி துவங்கியிருக்கிறதோ என்று நான் பயப்படுகிறேன்.

இன்று காலையில் ரெஃபரன்ஸ் பிரிவிற்கு நான் இறங்கிச் சென்றேன். அங்கே ஏதோ ஒருவகையான துர்நாற்றம் பரவிக் கொண்டிருப்பதாக எனக்குத் தோன்றியது. அதன் உறைவிடத்தைத் தேடிக் கொண்டே, அந்த அலுவலக அறையை நோக்கி நீட்டிய என் பேனா டார்ச்சின் வெளிச்சத்தில் ரெஃபரன்ஸ் பிரிவின் உதவியாளர் தூக்கில் தொங்கிக் கொண்டிருப்பதைக் கண்டேன். அவர் தூக்கில் தொங்கி இறந்திருந்தார். அவர் அப்படி தொங்கத் தொடங்கி மூன்று நாட்களாவது ஆகியிருக்க வேண்டும். இதன் அர்த்தம் என்ன? இனி என்ன நடக்கும்? ரெஃபரன்ஸ் பிரிவின் சுமையைத் தாங்க இனி யாராவது வருவார்களா? அங்கேயிருக்கும் புத்தகங்களும் இனி ஒவ்வொன்றாக வெளியே செல்லாது என்று என்ன நிச்சயம்? நான் உடனேயே ஆயுட்கால உறுப்பினர்களின் அவசர காலக் கூட்டம் ஒன்றைக் கூட்டப் போகிறேன். தொடர் நடவடிக்கைகள் பற்றி அவசரமாக ஆலோசிக்க வேண்டியதிருக்கிறது. அதன் ஒரு பகுதிதான் உங்கள் முன் வைக்கும் இந்த எளிய புகார். கடவுளே, இனி என்ன நடக்க போகிறதோ?

★

25
காதலின் நிழல்

மேற்கில் மாலை ஒரு தீபம் போல ஜொலித்தது. கீழ்த்திசை முழுவதும் நிறங்கள் ஒரு நதி போல கலங்கிக் கவிழ்ந்திருந்தன. அது அந்த இளைஞன் பயணத்தைத் தொடங்கிய போதிருந்த காட்சி. சிறிது நேரத்திற்குள் நிறங்கள் மறைந்து தாமதமின்றி ஒரு சுழல் காற்று போலப் படர்ந்தது. மேகங்களை இருள் இடித்தது. மாலை, இரவுக்குள் கரைந்தது. முன்பே போடப்பட்டிருந்த தெரு விளக்குகள் இப்போது அதிக வெளிச்சத்துடன் எரிந்தன. மாலையில் தனியாக நடந்து சென்ற இளைஞன் சில புத்தகங்களை மார்போடு சேர்த்துப் பிடித்திருந்தான். தெரு விளக்குகளுக்கிடையில் அவனுடைய நிழல் நீண்டும் சுருங்கி யும் அவனைப் பின் தொடர்ந்தது. அவன் மெதுவாகப் பாதையின் ஒரு புறம் கள்ளிச் செடிகளுக்கும் படர்ந்திருக்கும் பயனற்ற மரங்களுக் கும் இடையில் மறைந்திருக்கும் ஒரு குளத்திற்கு அருகில் வந்தான்.

பாதையிலிருந்து கள்ளி வேலியின் ஒரு விரிசலின் வழியாகக் கடந்து அவன் மரங்களுக்குக் கீழே குளக்கரையை அடைந்தான். குளத்தின் உடைந்த கருங்கல் சுவரின் இருட்டில் ஒரு பசு அசையாமல் நின்று கொண்டிருந்தது. தனிப்பட்ட காரணமொன்றும் இல்லாமல் மனதில் குறிப்பாக எதையும் நினைக்காமல் குளக்கரையில் நின்றான். இந்தக் குளம் எப்போதும் அவனுக்கு ஒரு அற்புதமாகவே இருந்தது. வெளிச்சம் வாரித் தேய்த்து அலறும் நகரத்தின் நடுவில் இருட்டைப் போர்த்திக் கொண்டு ஒளிந்திருக்கும் ஒரு குளம். எப்போதாவது ஒருவன் நடக்கும் ஒருவழியும், ஒரு புறம் மரப்படப்புகளுக்கிடையில் நகரத்தின் மின்விளக்குகள் ஒளிர வாகனங்களின் இரைச்சலும்.

தொலைவில் ஒரு தொழிற்சாலையில் சங்கு ஒலித்தது. சுற்றிலும் ஆகாயத்தில் நகரத்தின் வெளிச்சம் மங்கலாக எரிந்தது. குளிர் காற்று இடையிடையே வீசியது. குளக்கரையின் இருட்டில் நின்று அவன் தனக்கு மட்டும் புரியும் மொழியில் தனக்குள்ளே பேசிக் கொண்டான். துக்கம் கொண்டவளான மாலை எங்கே மறைவாள்? அதற்கான பதிலையும் அவனே தந்தான். இந்தக் குளத்தில், இந்த மரங்களுக் கிடையில், இந்தத் தனிமையிலிருக்கும் பசுவிடம் அவன் கேட்டான். ஏன் நீ இங்கே புகல் அடைந்திருக்கிறாய்? திடீரென வெட்கம் அவனைப் பிடித்து உலுக்கியது. பிறகு, தான் தானல்ல என்ற ஒரு உண்மையை உணர்ந்து தனியனானான்.

தன் இயல்பற்றவனாக குளத்து நீரில் ஒளிரும் நட்சத்திரங்களைப் பார்த்தபோது, தான் செய்யத் துணிந்து இறங்கியுள்ள செயலைப் பற்றிய நினைவு வந்தது. அவன் பாதையை நோக்கி நடந்தான். பார்க்கப் போகும் பெண்ணைப் பற்றி யோசிக்கத் தொடங்கியபடி முன்னால் நடந்தான். மாலைநேரம் இனிமையாக, காற்று சுகந்தமானதாகத் தோன்றியது. கண்ணிற்கு குளிர்ச்சி, அவள் என்னுடையவள். என்னுடையவள் மட்டும்.

லஷ்மி, உனக்கு என் காதல் புரியாது. என் மனதின் ரகசியம் அது. என் பிரியமான ரகசியம். உன்னிடம் மட்டுமே சொல்லக் கூடியது. அவன் மனம் காதலின் மகிழ்வில் குளிர்ந்திருந்தது. என் காதல் என் காதல் என்று தனக்குத்தானே சொல்லிக்கொண்டே அவன் நடந்தான். எவ்வளவு நாட்களாக நான் காத்திருக்கிறேன். எவ்வளவு நாட்களாக என் மனத்தின் வேலிகளுக்குப் பின்னால் கண்களை மூடி உட்கார்ந்தபடி உன்னைக் காதலிக்கிறேன்.

தன் மொழியின் அன்னியத் தன்மையை அவன் மீண்டும் உணர்ந் தான். என்னைச் சிறையிலிருந்து வெளியே கொண்டுவா. இந்த கட்டுக்களிலிருந்து உன் கட்டுக்குள் என்னைக் கொண்டு செல். உன் வலைப் பின்னலுக்குள் என்னைச் சிறைப்படுத்து. உன்னிலிருந்து என்னை விடுக்காதே! விடுவிக்காதே! உன் சிறையிலேயே நான் இறந்து விடுகிறேன். இத்துடன் வார்த்தைகளின் மதிப்பிழந்து அவன் தனக் குள்ளேயே ஒரு அன்னியனாக மாறினான். ஒரு நிமிடம் வரை வார்த்தைகள் ஏதும் வரவில்லை. அவன் தன் இதயத்துடிப்பின் ஒலியைக்

கேட்டபடியே நடந்தான். திடீரென அவன் திடுக்கிட்டான். வார்த்தைகள் ஒரு நீர் வீழ்ச்சி போல ஒழுகியது. கூடவே அவனுடைய பாதங்கள் மிக வேகமாக நடந்தன.

நான் நிறைய நாட்கள் அமைதியாக இருந்து விட்டேனோ? அவளுடைய மனதினைச் சென்றடையாத காதலின் அர்த்தம் என்ன? என் மனதில் என் காதல் அமைதியாய்ப் பதுங்கியிருப்பது எதற்காக? மடையன், மடையன். மனதைப் பிய்த்தெறியத் தோன்றியது. அவனுக்கு இதயத்தைக் கசக்கிப் பிழியத் தோன்றியது. அழுது புலம்பட்டும்; கூக்குரலிடட்டும்; வேதனையில் துடிக்கட்டும்; அப்படிச் சப்தம் உயரட்டும்; வேதனையின் நிறைவில் பயம் இறங்கி ஓடட்டும்; பயப்படும் காதல்தான் என்னுடையது; பயப்படும் காதல். பயத்தால் நிறைந்த காதல் இறுதியில் வீழ்ச்சிதான். தன் வார்த்தைகளின் பலனின்மை அவனை விஷம் போல் தீண்டியது.

காதல் என் மனதில் மட்டும் அவன் கதறி அழுதான். என் மனதில் மட்டுமே. பயச் சாத்தான்கள் சாபங்களை விதைத்தபடி அவனுள் படர்ந்து இறங்கின. அவன் இதயம் வாளால் வெட்டப்பட்டதுபோல துக்கத்தால் இரண்டாகப் பிளந்தது. அவன் சலனமற்று ஒரு மின் கம்பத்தைப் பிடித்தபடி குனிந்து நின்றான். இறகுகள் தீய்ந்துபோன ஈசல்கள் அவனைச் சுற்றிலும் பதறியபடி குளிர்மண்ணில் விழுந்து துடித்தன. சிறிது நேரத்திற்குப் பிறகு அவன் ஒரு பொம்மையைப் போலப் பயணத்தைத் தொடர்ந்தான். நிலவு உதித்திருந்தது.

வேசிகள் வசிக்கும் பழைய இரண்டடுக்கு கட்டிடத்தின் முன்பாக நடந்து அவன் முக்கிய சாலைக்கு வந்தான். விளக்குகளின் வெளிச்சத்தில் சுற்றிலும் அவசரகதியில் ஓடிக் கொண்டிருந்த வாழ்க்கையைக் கவனிக் காமல் அவன் தன்னுடையவளின் வீட்டின் முன்னால் நின்றான். கேட்டிற்கு முன்னால் படர்ந்திருந்த செடிகளுக்குக் கீழே நின்று கொண்டான். கேட்டு திறக்கத் தொடங்கியபோது அவளுடைய சகோதரன் முன்னால் நகர்ந்து வந்தான். இளைஞன் நடுக்கத்துடன் கையை பின்னால் இழுத்துக் கொண்டான்.

''என்ன?'' இருட்டில் நின்றவன் கேட்டான்.

''நான் இந்தப் புத்தகங்களைக் கொண்டுவந்தேன். லஷ்மி கேட்டிருந்தாள்.''

''லஷ்மி இங்கேயில்லை.''

''ஆனா நான் ஏழு மணிக்கு வருவேன்னு சொல்லியிருந்தேன்'' இளைஞன் ஓர் இடறலுடன் சொன்னான்.

''எனக்குத் தெரியாது. புத்தகங்களைத் தந்தால் அவளிடம் கொடுத்து விடுகிறேன்.''

அவன் ஜன்னலின் வழியாக வீழ்ந்த வெளிச்சத்தில் நகர்ந்து நின்று கை நீட்டினான். அவன் முகத்தில் அர்த்தமற்ற ஒரு புன்னகை இருந்தது. இளைஞன் புத்தகங்களை அவன் கையில் கொடுத்தான். அப்போது ஜன்னல் திரைக்குப் பின்னால் யாரோ நிற்பதாக அவனுக்குத் தோன்றியது. மறுபடி ஜன்னலைப் பார்க்க அவனுக்குத் தைரியம் வரவில்லை. அவன் சந்தேகித்தான். என்னைப் பார்க்கக்கூடாது என்று நினைத்து வீட்டில் அடைத்து வைக்கப்பட்டிருக்கலாம். கூடவே மகிழ்ச்சியும் தோன்றியது. புத்தகங்களைக் கொடுத்துவிட்டு அவன் தெருவை நோக்கி நடந்தான். சகோதரன் புத்தகங்களுடன் உள்ளே சென்று கதவைத் தாழிட்டான். எதையோ நினைத்த இளைஞன் அமைதியாக பின்னால் நகர்ந்து கேட்டின் தூணுக்குப் பின்னால் மறைந்து நின்றான். தலைக்கு மேல் செடிப்படப்பில் மின்மினிப் பூச்சிகள் ஜொலித்தன. மறைந்திருந்து அவன் தான் தேடி வந்தவளின் குரலைக் கேட்டான்.

''போயிட்டானா?''

சகோதரன் சிரித்துகொண்டே சொல்வதை அவன் கேட்டான். ''போயிட்டான்.''

''கிறுக்கன்'' லஷ்மி வெடித்துச் சிரிப்பதை இளைஞன் கேட்டான்.

அவன் தூணுக்குப் பின்னால் ஒரு நிமிடம், உள்ளே எரியும் காதலுடன் நின்றான். அடுத்த நிமிடம் தெருவில் குதித்தான். தெரு வெளிச்சத்தின் வழியாக சிறுசிறு தேம்பல்களுடன் பைத்தியக்காரனைப் போல ஓடினான். வழிபோக்கர்கள் சிலர் திரும்பிப் பார்த்தனர். மூச்சிரைத்த படியே குளக்கரையை வந்தடைந்தான். அங்கே ஒரு உடைந்த பாதையில் நின்றுகொண்டு தற்கொலையைப் பற்றிச் சிந்தித்தான். குளத்தில் விழுந்து சாவதைப் பற்றி யோசித்துக் கொண்டே அவன் வெகுநேரம் அங்கே இருட்டையே பார்த்துக் கொண்டிருந்தான்.

அவன் முன்னர் பார்த்த பசு அங்கேயே நின்று கொண்டிருந்தது சிறிது நேரம் சென்றவுடன் அது கருங்கல் படிகளில் இறங்கி தண்ணீரைக் குடித்து விட்டு மெதுவாக அசை போட்டபடியே புல்தரையில் வந்து படுத்தது. அவன் அதற்கருகில் சென்று அமர்ந்து அதன் கன்னத்தைச் சொறிந்தபடியே என்னவெல்லாமோ சொன்னான். சற்று நேரம் சென்றபின் அவன் மரத்தின் ஓர் இலையைக் கடித்து மென்று கொண்டே வெளியேறி மண் பாதைக்கு வந்து தெளிவான மனதுடன் தன் நிழலுடன் இணைந்து நடந்தான்.

★

26

ஜோஸப் நல்லவனின் பாவமன்னிப்பு

என் பெயர் ஜோஸப் நல்லவன். நல்லவன் என்பது என் குடும்பப் பெயர் மட்டும்தான் ஆனால் நல்லவன் என்ற பெயரின் சிறப்புகளைப் பற்றி நான் அறியவில்லை என்றும் சொல்ல முடியாது. ஜோஸப் என்ற பெயரும் கிறித்தவர்களான எங்களின் ஆன்மீக வாழ்க்கையில் மிக முக்கியமான பெயரல்லவா? சிறுவயதில் நாங்கள் சர்ச்சில் பாடியிருந்த பாடல்களின் சில வரிகளை நான் நினைத்துப் பார்த்திருக்கிறேன்.

புண்ணியனாம் யோசேப்பின்
எண்ணமில்லா குணங்கள் - புனிதக்
குழந்தை யேசுவைக் கைகளில் வைத்துக் கொள்ளுதல்
கண்ணியமாம் புண்ணியமல்லோ

குழந்தை யேசுவை ஒரு கையிலும், மற்றொரு கையில் ஆலிவ் மரக் கொம்பும் பிடித்தபடி நிரந்தரமாகப் புன்னகைத்துக் கொண்டு நின்றிருந்த யோசேப்பு பிதாவின் சிலையைச் சர்ச்சில் ஒரு மூலையிலிருந்த மேஜையின்மீது தான் வைத்திருந்தார்கள். ஞாயிற்றுக்கிழமைகளில் நானும் என் நண்பர்களும் இந்த மேஜையின்கீழே உட்கார்ந்து கொண்டு, கிச்சு கிச்சு மூட்டும் சிரிப்பொலிகளை அடக்கியபடி எங்களுக்குள் ரகசியமான புனிதமற்ற செயல்களைச் செய்து கொண்டிருப்போம். இந்தப் புனிதம் புனிதமற்றது இவற்றிலிருந்தெல்லாம் ஆரம்பித்திருக்க வேண்டும் என் வாழ்க்கையின் நன்மை தீமைகளின் குழப்பங்கள்.

எனக்கு இப்போது முப்பத்தைந்து வயதாகிறது. வாழ்க்கையின் பாதி நாட்களோ அல்லது அதற்கு மேலாகவோ தீர்ந்திருக்கிறது. ஒன்றும் செய்யாமல் கடந்து போயிருக்கிறது. நான் இன்னும் திருமணம் கூடச் செய்து கொள்ளவில்லை. அதற்கான தத்துவார்த்த எண்ணங்களும் மன தைரியமும் வரவில்லை. இன்னும் ஓட்டு போட்டதில்லை. போடுவதற்கான தீவிர உணர்வும் ஏற்படவுமில்லை. பலரையும் கொலை செய்ய வேண்டும் என்று ஆசைப்பட்டிருக்கிறேன். ஆனால் முடியுமா? அருவமாக அழகிகளின் குளியலறையில் நிற்க விரும்பி யிருக்கிறேன். அது எப்படி நடக்கும்? இமயமலைக்கு பயணம் மேற்கொள்ள வேண்டுமென்று பலமுறை தீர்மானித்திருக்கிறேன். ஆனால் நேரம் கிடைக்கவில்லை. அன்னை தெரசாவுடன் சேர்த்து சேவை செய்ய வேண்டுமென்று யோசித்திருக்கிறேன். ஆனால் மறந்து போய்க்கொண்டேயிருக்கிறது.

கடைசியாக விரும்பியது நகர வாழ்க்கையை முடித்துக் கொண்டு ஒரு மலைப் பிரதேசத்தில் மரங்களுக்கிடையே மறைந்திருக்கும் என்னுடைய வீட்டிற்குத் திரும்ப வேண்டுமென்பதுதான். ஆனால், இந்த நகரம் பெரும் அகந்தையை எனக்குத் தந்தது. அம்மாவையும் அப்பாவையும் அவர்களின் கடைசி காலத்தில் என்னால் கவனிக்க முடியாமலும் போனது. நான் அப்போதெல்லாம் என் வேலையை மட்டும் தக்க வைத்துக் கொண்டும், அப்பாவின் நோய் முற்றினால் மட்டும் விடுப்பு எடுக்கக் காத்துக் கொண்டும், இந்த அறைக்குள்ளேயே காதைக் கூர்மையாக்கிக் காத்திருக்கிறேன்.

அதனால் நகரத்தின் மிக உயரமான இந்தப் புற்றுக்குள்ளேயே நான் வாழ்கிறேன். என் அறையின் ஜன்னல் கம்பியில் நான் ஒரு கொடித் தாவரத்தைப் படர விட்டிருக்கிறேன். ஒரு 'வாட் 99' பாட்டிலின் நீரில் நிர்வாணமான வேர்கள் படரவிட்டு நிற்கும் 'மணி ப்ளாண்டை' நான் என் வீட்டிலுள்ள மரங்களின் பூச்செடிகளின் பிரதிநிதியாகத்தான் வளர்க்கிறேன். அறைக் கதவை மூடிவிட்டுப் படுத்தால் பிறகு, இதன் இலைகளுக்கு இடையில், முன்பு ஒரு முறை என் வீட்டு மோட்டுவளையைப் பார்த்தபடி உட்கார்ந்திருந்ததுபோல என்னால் புறவுலகம் முழுமையும் பார்க்க முடியும். ஆனால் இது பதினாறாவது மாடியாக இருப்பதால் பார்ப்பதற்கு வேறு சில பதினாறு மாடிகளே இருந்தன.

நான் தினமும் இந்தச் செடியின் இலைகளுக்கிடையில் தொங்க விட்டிருக்கும் ஒரு கண்ணாடியைப் பார்த்தபடிதான் முகச் சவரம் செய்வது வழக்கம். இலைகளைக் கொஞ்சம் அகற்றிவிட்டு வேண்டுமானால் கீழே ஆழத்தைப் பார்க்கலாம். பொதுவாக நான் பார்ப்பதில்லை. இருபது வயது முதல் எனக்குச் சொந்தமான நோய்தான் இந்த 'வெர்டிக்கோ'.

இன்று காலையில் இலைகளுக்கிடையிலுள்ள சதுரக் கண்ணாடியில் என் முகத்தைப்பார்த்து ஆனந்தத்துடன் முகச்சவரம் செய்து கொண்டிருந்தேன். கண்ணாடியில் பார்க்கும்போது நான் பல சமயங்களில் செய்யும் பழக்கம் ஒன்றுண்டு. முகத்தை இளித்தல். உதடுகளை எவ்வளவு முடியுமோ அவ்வளவு பெரிதாக்கி அகற்றி, என் மஞ்சள் படிந்த பற்களால் மண்டையோடுவரை இளித்துக் காட்டுதல்.

மரத்துப் போன மந்தகாசம்தான் என்னைக் காத்துக் கொண்டிருக்கிறது என்று நான் தினமும் எனக்குள் போதனை செய்து கொள்கிறேன். எனக்கு இடையிடையே எப்போதாவது ஜீரணக்கோளாறு வருவதுண்டு. அதனுடன் வாயிலுள்ள தோலில் கடுமையான வேதனை தரும் புண்களும் உண்டாகின்றன. உதட்டையும் கன்னத்தையும் இழுத்து விரித்து இவற்றைப் பரிசோதித்துக் கொண்டிருக்கும்போதுதான், நான் ஒரு நாள் என் மண்டையோட்டைக் கண்டுபிடித்தேன். அதன் சிரிப்பில் விழுந்துவிட்டேன்.

கிறிஸ்துவர்களான எங்களுக்கு மண்டையோட்டுடன் உள்ள தொடர்பு என்பது மிக நெருக்கமானதும் ஆன்மீகமானதும் கூட. கல்வாரி என்ற மண்டையோட்டுக் குன்றில் தொடங்குகிறது இது. பின்னர் சிலுவைப் போர்களில் எங்களின் கடப்பாறைகளிலும் வாள்முனைகளிலும் உயர்த்திய எதிரிகளின் மண்டையோடுகளுமாக நஷ்டமடைவதாக இருப்பினும் எத்தனை முறை புண்ணிய நகரம் பிடிக்கப்பட்டிருக்கின்றது. எங்கள் மரணத்திலும் கிறிஸ்துவர்களான எங்களுக்கு மண்டையோடாவது மிஞ்சும். தீயிலிருந்து வேறு என்ன மிஞ்சும்?

நாங்களோ, மண்ணோடு சேர்ந்து பெருத்த நிம்மதியோடு புல்லாகவும் பூவாகவும் உரமாகவும், இரவின் கறுப்பை வெளிச்சமென்று நினைத்து நடந்து போகும் பேய் பிசாசாகவும் மாறிக் கொண்டு, மெல்ல மெல்ல மழை நீரிலும் இழைந்து நகரும் புது மண்ணிலும்

கரைவோம். எங்களின் மண்டையோடுகள் பின்னர் சாம்பல் குழியின் தனிமையில் எத்தனையோ இரவு பகல்கள் சூரியனின் யாத்திரைகளையும் நட்சத்திரங்கள் விழுவதையும் நிலாவில் வவ்வால்களின் நிழலாட்டங்களையும் பார்த்தபடி அர்த்தமற்றவையாக பல் இளித்துக் கொண்டு வாழும்.

இன்று காலையிலும் நான் என் மண்டையோட்டின் சிரிப்பை அற்ப நேரம் பார்த்தபடி இறந்துபோன என் அப்பாவைப் பற்றி யோசித்தேன். அப்பா இறந்துபோவதற்கு ஒரு வருடம் முன்பான விடுமுறையில் வீட்டிற்குச் சென்றபோதுதான் நான் அப்பாவைக் கடைசியாகப் பார்த்தேன். என்னுடையதோ மற்ற பிள்ளைகளுடையதோ உதவியை ஒரு போதும் எதிர்பார்த்திராத அப்பா என்னிடம் கால் அழுத்தி விடும்படி சொன்னார். அப்பாவின் கறுத்து சுருங்கிய நீர் கோர்த்த காலடிகளை என் வெள்ளையான கைகளில் எடுத்து நான் மெதுவாக அழுத்தினேன். இளைஞனான பிறகு நான் முதல் முதலாக அப்பாவைத் தொடுகிறேன். எனக்கு அப்பாவைப் பார்க்க வெட்கமாக இருந்தது போல அப்பாவுக்கும் என்னைப் பார்க்க வெட்கமாயிருந்தது. அப்பாவின் வேதனை மட்டுமே இடைத்தரகராக இருந்து எங்களை மீண்டும் இணைத்தது.

மீண்டும் நான் என் அப்பாவின் பின்னால் வெடிமருந்து பையும், கொடியில் தொங்கவிட்ட பறவைகளுமாக வயல்களிலும் ஓடைக் கரையிலுமாக சஞ்சரித்தேன். நீரை வெட்ட உயர்ந்த வெரால்களுக்காக, ஓடைகளின் அருகிலிருந்த புல்தரைகளில் நிழல்களும் காற்றும் உரசும் உடல்களுடன் காத்திருந்தேன். மலைகளுக்குப் பின்னாலிருந்த தேவாலயங்களிலிருந்து செண்டை மேளம் ஒரு மந்திர வாத்தியம் போல் உயர்ந்து கேட்டது. குளிரினால் நடுங்கியபடி அப்பாவின் பின்னால் குன்றேறி வேகமாக நடந்தேன். அப்பாவின் நீண்ட மௌனத்தின் அமைதியில் நான் மீண்டும் கேள்விகளைக் குறைத்து ரகசிய அறிவுகளின் உடைமையானேன். அதன் சக்தி ஒரு வெள்ளப் பெருக்கு போல என்னைச் சுற்றி உயரவும் நான் மீண்டும் அன்பின் இதயத் தூய்மையின் திடப்படுத்தலில் மூழ்கி அப்பாவின் காலடியில் அமர்ந்தேன்.

பிறகு நான் மீண்டும் இந்த நகரத்தில் இந்த உயரத்தில் வந்து ஒளிந்து கொண்டேன்.

முகத்தை ஒருபுறம் மழித்து முடித்திருந்தபோது தான் கீழே தெருவிலிருந்து தெளிவற்ற ஓசையை நான் கேட்டேன். 'மணி பிளாண்ட்' டின் இலைகளை அகற்றி நான் சிரமத்துடன் எட்டி கீழே பார்த்தேன். அபத்தமாக, என் பிரியத்துக்குரிய 'வெர்டிகோ' வின் ஜால வித்தையில், தெரு; கண்களிலிருந்து தொங்கவிடப்பட்ட ஏதோ கொடிகளைப் போல பட்டெனப் பொங்கிப் பறந்து வந்து என்னை அடித்தது. கொஞ்ச நேரம் கண்களை மூடியபடி நின்று மீண்டும் பார்த்தேன். பாதையில் ஒரு விபத்து ஏற்பட்டுள்ளது. விளையாட்டு பொம்மை போல ஒரு டிரக் பாதையின் நடுவில் நிற்கிறது. கீழே எறும்புகளைப் போல ஆட்கள் குனிந்து பார்க்கிறார்கள்.

இவ்வளவையும் பார்த்தவுடன் என் மூளை மீண்டும் ஆழங்களின் மந்திரவாதத்தில் சுற்றியபடி நிலையற்று விழுந்தது. டிரக்கும் தெருவும் ஜனக்கூட்டமும் எல்லாம் நீண்ட ஓசையுடன் ஒன்றாக உலர்ந்து என் முகத்தில் அறைந்தது. நான் உதறும் கைகளினால் ஜன்னல் கம்பிகளில் பிடித்துக் கொண்டு என் தலையைப் பின்னுக்கிழுத்தேன். பைனாக்குலர் எடுத்துக் கொண்டு வந்தேன். நேரடியாக கீழே பார்க்கும் தைரியம் எனக்கு வரவில்லை. என் முகத்தில் ஒவ்வொன்றாக உடைந்து கொண்டிருந்த சோப்புக் குமிழ்களை வெறித்துப் பார்த்தபடி நான் யோசித்தேன். என் கடமை என்ன? இந்தச் சிகரத்திலிருந்து கீழே இறங்கிச் சென்று உதவ வேண்டுமல்லவா?

ஒரு கிறித்துவனான என்னுடைய பொறுப்பு என்ன? என் பைபிள் புத்தகத்தில் ஒரு படமிருந்தது. ஜெரிக்கோவுக்கான இருண்ட பாதையோரத்தில் வீழ்ந்து கிடப்பவனைத் தாங்கிப் பிடித்து எழுப்பும் சமரியாக்காரனின் படம். பாதையில் அவனுடைய கோவேறு கழுதை சாந்தமாகக் காத்து நின்றது.

பைபிள் கற்றுத் தரும் பாதிரியாரிடம் வேறு சில படங்களும் இருந்தன. நல்ல பாலகனின் இதயம். கெட்ட பாலகனின் இதயம். பாதிரியார் ஒரு ஜாலவித்தைக் காரனைப்போல் இந்த இரண்டு இதயங்களையும் மாற்றி மாற்றி எங்கள் முன்னால் காட்டிக் கொண்டிருந்தார். நல்ல பாலகனின் இதயம் ஒரு சிவந்த பூசணிபோல, அவனுடைய புன்னகைக்கும் கண்களுக்குக் கீழே சுற்றும் ஒளிச் சிதறல்களுடன் தொங்கிக் கொண்டிருந்தது.

அதன் நட்ட நடுவில் யேசு கிரீடமும் அங்கியுமணிந்து செங்கோல் பிடித்து ஒரு சிம்மாசனத்தில் அமர்ந்திருந்தார். நன்றி நிறைந்த முகங் களுமாக துணிக்கொடிகள் ஏந்தியபடி ஒரு சிங்கமும் ஒரு ஆட்டுக் குட்டியும் யேசுவின் காலடியில் கிடந்திருந்தன. தேவதைகள் ஆரவாரத் துடன் அங்குமிங்குமாய் பறந்திருந்தனர். பூக்கள் பூத்து நின்றன. கெட்ட பாலகனின் இதயமோ அவனுடைய கோணல் சிரிப்பிற்கும் சுருங்கிய கண்களுக்கும் கீழே, ஒரு இருண்ட சுருங்கிய பூசணிபோல் இருந்தது. கொம்பும் வாலுமுள்ள சாத்தான், கையில் திரிசூலத்துடன், தீப்பிழம்புகள் கக்கும் ஒரு நரக சிம்மாசனத்தில் இந்தப் பூசணியின் நடுவில் அமர்ந் திருந்தது. அவனைச் சுற்றி சிலந்திகளும், தேள்களும் தோகை விரித்து அகங்கரித்துக் கொண்டு ஒரு மயிலும், பாம்புகளும் பழித்துக்காட்டும் குரங்குகளும் வேறு பலவும் அலைந்து கொண்டிருந்தன. நாங்கள் நன்மை தீமைகளின் இந்த இரண்டு அருங்காட்சியகங்களிலும் வெறித்துப் பார்த்தபடி புல்லரித்துப் போய் நின்றோம்.

ஆனால் சமரியாக்காரனும் அவனுடைய கோவேறு கழுதையும் தாள் கிழிந்த எங்களின் பைபிளினுள்ளே வெட்டி மரத்தடியினூடாக வும் பெருங்கலக் காடுகளின் பொந்துகளிலும் பாலை காடுகள் வழி யாகவும் எங்களுடன் வந்தார்கள். சாந்தமாகக் காத்திருந்த அந்தக் கோவேறு கழுதையும் வழியோரங்களில் காணப்பட்ட வினோத வனங்களும் அவற்றில் நாங்கள் அறிந்திராத மரங்களும் கொடிகளும் தூரத்தில் ஆகாயத்தை தொட்டுக் கொண்டு உயர்ந்து நிற்கும் நகர உருவத்தில் விழுந்த ஏகாந்தமான பாதையின் ஒவ்வொரு வளையும் கல்லின் குவியலும் எங்களின் மனதைப் பிடித்து கட்டின. ஜெரிக்கோ வின் மங்கலாகத் தெரிந்த மணிமாளிகைகளைப் பார்த்து நாங்கள் ரகசிய ராஜ்யங்களைப் பற்றிய கனவுகளில் முழுகினோம். எங்களின் பகல் கனவுகளில் அந்தக் கல்பாதையில் அசை போட்டுக் கொண் டிருந்த கோவேறு கழுதைக்குச் சுற்றிலும் நின்று நாங்கள் நன்மையின் தனிமையை அனுபவித்தோம்.

என்னுடைய மழிக்காத கன்னத்தின் சோப்பு நுரை காய்ந்து விட்டிருந்தது. யோசனைகளின் மொத்தமாக நான் இப்படித் தீர்மானித் தேன். கீழே சென்று விபத்தில் அடிபட்ட ஆளுக்கு உதவலாம் இது தான் என் கடமை. ஆனால் எப்படி? இதற்கான பதில் எதுவும் எனக்குத் தோன்றவில்லை. இனி சிந்தித்து நேரத்தை வீணாக்கக் கூடாது. நான் எனக்குள் சொல்லிக் கொண்டேன்.

கிறிஸ்தவனின் பொறுப்பு வேறென்ன? ஆனால் பாதி சவரம் செய்த இந்த முகத்தோடு போவதெப்படி? ஆட்கள் என்னை தப்பாக நினைக்கக் காரணமாகி விடும். நான் ஒரு நல்லவனின் வேடத்தில் வேண்டுமென்றே நடிக்கிறேன் என்று அவர்கள் கருதலாம். நான் வேகமாக கொஞ்சம் தண்ணீரை இடது கன்னத்தில் புரட்டிவிட்டு அந்தப் பக்கத்தையும் மழித்துவிட்டேன். ஓரிரண்டு இடங்களில் ரத்தம் துளிர்த்த போதும் அலமாரியிலிருந்து டெட்டால் எடுக்கப் போகும் நேரத்தை வீணாக்க வேண்டாம் என்று நினைத்து முகம் கழுவிக் கொண்டேன். வேகமாகத் துடைத்துக் கொண்டு நின்றபோது தான் பைஜாமாவைத்தான் போட்டிருக்கிறேன் என்பது நினைவு வந்தது. தெருவில் எத்தனையோ ஆட்கள் இருப்பார்கள். மேலும், மருத்துவமனைக்கோ வேறு எங்காவதோ போக வேண்டியிருந்தால்?

பைஜாமாவை அவிழ்த்து விட்டு 'பான்ட்' டைப் போட்டுக் கொண்டேன். ஒரு துவைத்த சட்டையை அணிந்து கொண்டேன். தலைமுடியை வேகமாகச் சீவிக் கொண்டேன். ஹவாய் செருப்புக் களை அவிழ்த்து விட்டு அவசரமாக பாதங்களில் சாக்ஸை ஏற்றி, 'ஷூ' போட்டுக் கொண்டேன். நேற்று மழையில் நனைந்ததால் 'ஷூ' மங்கலாகத் தெரிந்தது. இரண்டு முறை பிரஷ்ஷால் தேய்த்தேன். கதவைப் பூட்டியபின் லிப்ட்டிற்கு அருகே நகர்ந்தபோதுதான் பணமெடுக்கவில்லையென்பது ஞாபகம் வந்தது. பல தேவைகளும் இருக்குமல்லவா? நான் திரும்பி வந்து கதவைத் திறந்து அலமாரியி லிருந்து பணமெடுத்தேன். பர்சிற்கு அருகிலேயே கைக்குட்டை இருந்தது. அதையும் எடுத்துப் பாக்கெட்டில் வைத்துக் கொண்டு கதவைப் பூட்டிவிட்டு ஓடினேன். லிப்டின் கதவில் மேலேயிருந்த எண்களில் வெளிச்சமில்லை. ஒரு கையில் பூந்துடைப்பமும் இன்னொரு கையில் ஃபினாயில் பாட்டிலுமாக தளர்வான நடையில் படிக்கட்டுகள் ஏறி வந்த ஜமேதாரணி என்னிடம்''லிப்ட் கெட்டுப் போச்சு ஸாப். நான் படிக்கட்டுகள் வழியாக ஏறி வந்ததில் செத்துடுவேன் போலிருக்கு. நாளைக்கு கிறிஸ்துமஸ் தானே ஸாப். கிறித்துவர்களான நீங்கள் ஏதாவது தருவீர்கள் என்ற நம்பிக்கை இருக்கிறது'' என்றாள்.

நான் சாவியை அவளிடம் கொடுத்தபடி, ''நீ அறையைச் சுத்தம் செய்து விட்டு பூட்டி சாவியை வாசலுக்கு மேலேயிருக்கும் இடத்தில் வச்சிடு. நான் கீழ வரைக்கும் போய்ட்டு வர்ரேன்!'' என்றேன்.

“விபத்து நடந்ததப் பாக்கப் போறீங்களா ஸாப்? நான் பாத்துட்டுதான் வரேன். ஒரு சக்கரம் உடம்பு மேல ஏறி இறங்கி யிருக்கு. பொழைக்கறது சந்தேகம்தான். எவ்ளோ இரத்தம் தெரியுமா? ஸாப்! விதிதான். சூரியன் கூட உதிக்கல. அதுக்குள்ள சாவு வந்து சேந்திடுது. வீட்டில் மனைவியும் குழந்தையும் அவன் கொண்டு வரப் போகிற பாலில் டீ போட்டுக் குடிப்பதற்காக காத்துக்கிட்டிருங் காங்களாம்” சாவியைப் பெற்றுக் கொண்டு தலையைக் குலுக்கிய படியே நேராக என் அறைக்கு நடந்து போனாள்.

நான் யோசித்தபடி நின்றேன். பதினாறு அடுக்குகளின் படிகள் இறங்க வேண்டும். போகிற வழியில் பார்ப்பவர்கள் கேட்கின்ற கேள்விகளுக்குப் பதில் சொல்ல வேண்டும். சிரிக்க வேண்டியவர் களிடம் சிரிக்கணும். எனக்குப் பார்க்க விருப்பமில்லாத பலரும் இப்போது பால் பாட்டில்களுடன் படிகளில் மூச்சு வாங்கியபடி வந்து கொண்டிருக்கலாம். என்ன செய்யலாம்? திரும்ப வரும்போதும் லிப்ட் வேலை செய்யுமோ என்னமோ? முப்பத்தைந்து வயதில் என் கால்முட்டிகளும் என் மூச்சு குழாய்களும் தளர்வடையத் தொடங்கி விட்டன. சுவிட்சில் மறுபடியும் அழுத்திப் பார்த்து விட்டு நான் அந்த வராந்தாவில் நீண்ட யோசனையுடன் இரண்டு மூன்று முறை நடந்தேன். ரத்தத்தில் குளித்து கிடக்கிறானாம். யாரோ தெரியலியே? எனக்குத் தெரிஞ்சவங்களா இருப்பாங்களா? அறைக்குப் போய் பைனாக்குலர் எடுத்து வந்து பார்க்கலாம்? வேண்டாம் அதுக்குள்ள ஆஸ்பத்திரிக்கு எடுத்துட்டுப் போயிட்டாங்கன்னா? கூடாது. என்னால் முடிந்த உதவி நான் செய்யணும். ஆபிஸ் போற நேரத்தில் லிப்ட் வேலை செய்யலைன்னா நான் இப்படி தயங்கி நிற்பேனா? வேகமாகப் படிகள் இறங்கத் தொடங்கினேன். ஒரு பக்கமிருந்த கைப்பிடிகளில் பிடித்தபடிதான் நான் இறங்கினேன்.

பத்து படிகள் இறங்கியிருப்பேன். என் விரல் வழவழப்பான ஏதோ ஒன்றில் தொட்டது. நான் திடுக்கிட்டு அப்படியே நின்றேன். கைப்பிடியில் குனிந்து பார்த்தேன். ஆமாம் நான் சந்தேகப்பட்டது தான் யாரோ மூக்கிலிருந்து கிள்ளியெடுத்துத் தேய்த்திருக்கிறார்கள்! அதைத் தொட்ட விரலை மற்ற விரல்களை விட்டு நகர்த்தி நிற்க வைத்து விட்டு நான் மீண்டும் பார்த்தேன். ஒரு சந்தேகம் என்னை துளைத்தது. இது என்னுடையது தானோ? ஏன்னா மூக்கில் இருந்து கிள்ளியெடுத்துத்

தேய்ப்பது என்னுடைய ஒரு ரகசிய சுபாவம் தான். மேஜைக்குக் கீழேயும், பஸ்ஸில் உட்காரும் சீட்டுக்கு அடியிலும், கதவுகளின் பின்னாலும் சோபாவின் அடியிலும் நடைபாதையின் லைட் கம்பங் களிலும் சில நேரங்களில் ஏதாவதொரு பாத்திரத்தின் அடியிலும் சில நேரங்களில் இப்படிக் கைப்பிடிச் சுவற்றிலும் ரகசியமாக நான் என் மூக்கின் பாதி காய்ந்த அழுக்கை தடவி விடுவேன்.

சார்த்தரைப் பற்றியும், காம்யூவைப் பற்றியும் காரல் மார்க்ஸைப் பற்றியும் என் அதிகாரிகள் சொற்பொழிவாற்றும் போதும், நான் ஒரு ரகசிய சந்தோஷத்துடன் கையை மிக இயல்பாக மூக்கில் பக்கத்தில் வைத்துக் கொண்டு உதாரணமாக அதிகாரியின் கவனம் கறிப்பாத்திரத்தில் இருந்து கறியை எடுப்பதில் திரும்பும்போது ஒரு விரலால், மின்னல் போல என் மூக்கில் கிள்ளிவிட்டு என் கையை தழைத்து விடுவேன். பின்னர் மற்றொரு இயல்பான நகர்த்தலுடன் உதாரணமாக கிளாஸ் உயர்த்தும்போது, அதன் அடியில் தேய்த்து விடுவேன். பின்னர் ஒரு ச்ந்தோஷமான புன்னகையுடன் நான் மீண்டும் பக்மின்ஸ்ட்டர் ஃபுள்ளரின் மிகப் புதிய தத்துவத்தை என்ன வென்று கவனமாகக் கேட்பேன். அடுத்த கிள்ளலுக்காக கை உயர்த்து வேன். சார்த்தரின் காம்யூவின் பக்மின்ஸ்ட்டர் புள்ளரின் முன்னால் இந்த எளிய கிறிஸ்துவன் இவ்வாறு வெற்றி அடைகிறான். படிக்கட்டு களின் கைப்பிடிகளிலும் மற்றுமுள்ள இடங்களிலும் இவ்வளவு கம்பீரமான ஒரு வெற்றி கிடைக்கும் என்று நம்ப முடியாது. ஆனாலும் என்னுடையது மட்டுமான ஒரு ரகசிய நிமிடங்கள் எப்போதும் சந்தோஷம் தருகிறது.

இப்போது என் முன்னால் கைப்பிடியில் காணப்பட்ட கருத்த அடையாளம் என்னுடையதா அல்லது என்னைப் போன்ற ஒரு போராளியுடையதா என்று கண்டுபிடிக்க முயன்றபடி நான் அங்கே நின்றேன். யாருடையதாக இருந்தாலும் நான் என் கையைக் கழுவ வேண்டியிருக்கிறது. போரிலும் காதலிலும் எந்த வழியிலும் போகலாம். என்றாலும் வாழ்க்கை எப்போதும் போரும் காதலும் இல்லையல்லவா?

சில வேளையில், ஒரு புதிய அழுக்கைத் துடைப்பதற்காக கையை என்னுடைய அலுவலக நாற்காலியின் அடியில் கொண்டு போகும்போது பழைய ஒரு அழுக்கில் என் விரல் பட்டிருக்கிறது.

அப்போது நான் வேகமாகச் சென்று கை கழுவி விடுவேன். இப்போது, திரும்ப அறைக்குச் சென்று கை கழுவும் செயல் என்னை வெறித்துப் பார்த்தது. ஆனால் நேரமில்லை. தனிமைப் படுத்தப்பட்ட விரலை சுவற்றின் சுண்ணாம்பில் இரண்டு மூன்று முறை அழுத்தித் தேய்த்துச் சுத்தம் செய்தேன். பின்னர் கீழ் நோக்கியுள்ள என் பயணம் கைப் பிடியில் தொடாமல் தொடர்ந்தது.

தாமதிக்காமல், படிக்கட்டுகளின் நிதானமான கீழ் நோக்கியுள்ள போக்கு ஒரு பெருத்த ஆற்றைப் போல என் பாதங்களைக் குலுக்கத் தொடங்கியது. என் காலடிகள் பதறின. அவற்றின் கீழிருந்து சமயங்களில் படிகள் பின்வாங்கின. சில சமயம் அவை கண்களை வஞ்சித்துவிட்டு பட்டென்று கால்களுக்குக் கீழே உயர்ந்தன. அப்படி பத்தாவது அடுக்கின் ஒரு படிக்கட்டிலிருந்து அடுத்தற்கான திருப்பத்தில் இருந்த தரையில் நான் இல்லாத ஒரு படிக்கட்டிற்கு கால் வைத்து ஓர் அதிர்ச்சியுடன் முகம் அறைந்தபடி விழுந்தேன். உதறலெடுத்த உடம் போடு நான் படபடத்து எழுந்து நின்றேன். தலை சுற்றுவதாகத் தோன்றி யது. குழையும் கால்களுடன் நான் அவற்றில் சாய்ந்து நின்று கண்களை மூடினேன். என் கண்களின் இருட்டில் கொடிய காற்றில் பதுங்கி நிற்கும் மரத்தின் தலைப்புகளைப் போல என் வாழ்க்கைப் பாதை தெளிவானது. மரணக் காற்று. சிலுவையில் அறையப்பட்டவனைப் போல, சுவற்றில் சாய்ந்து இரு கைகளும் இரு பக்கமும் நீட்டிப் பிடித்தபடி நான் என் வேதனைகளை அனுபவித்தேன்.

ஞாபகத்தின் ஓடியும் சிகரங்களில், என் அப்பாவின் வேதனை யில் வறண்ட முகம் சூரிய காந்தி போல ஒளிர்ந்தது. அடக்க முடியாத சங்கடத்துடன் முகம் பொத்தியபடி நான் என் தெய்வத்தைத் தேடினேன். பிரார்த்தனைகளுக்காக என்னுள்ளே ஆராய்ந்தேன். எதற்காகப் பிரார்த்திப்பது? மறதிக்காகப் பிரார்த்திக்கலாம். நான் முதலில் நினைவில் கொண்டு வந்த பிரார்த்தனை இதுதான். 'என் ஆத்மாவே கர்த்தரே ஸ்தோத்திரம் தங்களின் ஆசீர்வாதங்கள் மறக்காதீர்.'கர்த்தரே, நீ பாவங்களையெல்லாம் மறக்காமல் இருப்பதாக இருந்தால் யார் ரட்சிக்கப்படுவார்கள்?'

அதிகமான என் பாவங்கள்
வரிசையாக எண்ணி
விதித்து விட வேண்டாம்

எரியும் தீ உனக்கு முன்னால் நகர்கிறது. உன்னைச்சுற்றி கொடுங் காற்று வீசுகிறது. நிலைமை எவ்வளவு மோசம்! நான், அமைதி யின்றித் தவிக்கிறேன்.

என் உதடுகள் அசுத்தமாகின்றன. அசுத்த உதடுகள் உள்ளவர் களின் மத்தியில் நான் வாழ்கிறேன். மனித வாழ்க்கை புல்லிற்கு சமமானது. வயல்பூ போல அது விரிகிறது. சுடுகாற்று வீசும் போது அது வாடியும் போகிறது. அது நின்றிருந்த இடமும் மறைந்து போய் விடும். கர்த்தரை இன்று நான் நேருக்கு நேராக பார்த்த இந்த இடம் எவ்வளவு பயங்கரமானது. உன் சிலுவையின் அடையாளத்தோடும் தேவதூதர்கள் பின்னால் தொடர்ந்து வரவும் வான்மேகங்களில் நீ கண்களுக்குப் புலனாகும் போதும் சொர்க்கத்தின் கதவுகள் திறக்கப் படும்போதும் இறந்தவர்கள் புதைக்கப்பட்ட இடங்களில் இருந்து உயிர்தெழும் போதும் துஷ்ட ஜனங்கள் நீதிமான்களில் இருந்து வேறுபடுத்தப் படுவதுமான பயங்கரமான விதி நாளில்....

யாரோ என் தோள்களைப் பிடித்துக் குலுக்குவதை அறிந்து நான் திடுக்கிட்டுக் கண்விழித்தேன். என்ன வெக்கக் கேடு? என்னைச் சுற்றி ஏழெட்டுப் பேர் நிற்கிறார்கள். நான் அவரை விட்டு நகர்ந்து வெளிறிய முகத்துடன் விழித்தேன். கிறித்துவனால் செய்ய முடிந்த ஒரு உதவியைச் செய்யப் போன நான் உதவியாளர்கள் சூழ நிற்பதா? என் கன்னத்திலிருந்து கண்ணீரின் ஈரத்தை ஒரு கையால் ரகசியமாக துடைத்தெறிந்து விட்டு நான் எல்லோரையும் பார்த்து, "ஓ ஏதோ, ஒரு தலைசுத்தல் மாதிரி தோணிச்சு" என்றேன். எல்லோரும் தலை குலுக்கியபடி "லிப்ட் இல்லாததால நமக்கு உண்டாகற பிரச்னை பார்த்தீங்களா! ஒரு விண்ணப்பம் அனுப்புறதத் தவிர வேற வழியே இல்ல" என்றனர்.

நான் அந்தக் கூட்டத்தை விட்டு விலகி வெளியே வந்தேன். மிக வேகமாக எதையும் பொருட்படுத்தாமல் படிகளில் ஓடியிறங் கினேன். தெருவில் இறங்கி அவசரமாக ஜனக்கூட்டத்தைப் பார்த்து நடந்தேன். ஒரு ஆம்புலன்ஸ் கூக்குரலிட்டவாறே என்னைக் கடந்து போனது. வழி விலக்கியபடியே கூட்டத்துக்குள் நுழைந்தது. நான் என்னுடைய நடுங்கும் கால்களின் வேகத்தை கூட்டினேன். கூட்டத்தின் முணுமுணுப்புகளைப் பொருட்படுத்தாமல் நான் இடித்து நுழைந் தேன். என் எதிரியான வண்டியின் கதவுகள் திறக்கப்பட்டிருந்தன.

நான் இரு கைகளாலும் வழி ஏற்படுத்தி முன்னேறும் போது இரண்டு பேர் கைப் படுக்கையுடன் வண்டிக்குள்ளிருந்து இறங்கி வந்து வழியில் படுத்திருந்த மனிதனை எடுத்துப் படுக்கையில் படுக்க வைத்து உயர்த்திப் பிடித்திருந்தனர். கடைசியாக நிகழ்ந்த ஒரு பெரிய தள்ளுமுள்ளு என்னை அந்தப் படுக்கையருகில் கொண்டு சென்றது. அதன் பாதிப் பகுதி வண்டிக்குள்ளே சென்று விட்டிருந்தது.

என்னால் இவ்வளவுதான் செய்ய முடிந்தது. முழுவதுமாக உள்ளே செல்வதற்கு முன்பாக பின்பக்கம் பிடித்திருந்த ஆளோடு சேர்ந்து நானும் படுக்கையைத் தொட்டேன். நான் தொட்டது அதில் படுத்திருந்த மனிதனின் பாதத்தைத் தான். அந்தக் கறுத்த, சுருங்கி வறண்ட இறந்த பாதங்கள் ஒரு நிமிட நேரம் என் கைக்குள்ளே யிருந்தன. வண்டியின் கதவு அடைத்துக் கொண்டது. அது கூக்குர லிட்டபடியே மீண்டும் போய் விட்டது.

அவனுடைய மரத்துபோன பாதங்களிலிருந்து உதிர்ந்த சில மண்துகள்கள் மட்டும் எங்களின் பந்தத்தின் மீதியாக என் கைகளில் ஒட்டியிருந்தது. என் வாழ்க்கையின் சாபத்தை நீங்கள் பார்த்தீர்களா? ஆனால் எதையும் செய்ய முயற்சி எடுக்கவில்லை என்று நீங்கள் சொல்வீர்களா? நாளை கிறிஸ்துமஸ் - இந்தக் கிறிஸ்துவனின் மனச் சாட்சிக்குச் சிறிது அமைதி தாருங்கள். இனி இந்த இரும்பு மலையின் உச்சிக்கு செல்ல வேண்டிய படிக்கட்டுகளின் எண்ணிக்கையை நினைத்தாவது என்னிடம் கருணை காட்டுங்கள். எனக்காக பிரார்த்தனை செய்யுங்கள்.

★

27

நமக்கு வசிக்க முந்திரித் தோப்புகள்

‘‘டேய் ராதாகிருஷ்ணா, நீ இங்க கொஞ்சம் வந்திட்டுப் போயேன். ஒரு முக்கியமான விஷயமிருக்கு’’ சந்தீபன் என்னைப் போனில் அழைத்துச் சொன்னான்.

அவன் பிரபலமானவன். அதிகாரம் நிறைந்தவன். டெல்லியில் அவனைத் தெரியாதவர்கள் யார்? ஆனால் அவனுக்கு நான் வேண்டும். அதை விரும்பவும் செய்தேன்.

‘‘என்ன விஷயம்?’’

‘‘போனில் பேசினா சரிப்படாது. நீ வா.’’

சற்று முன்னதாகவே அலுவலகத்திலிருந்து சீக்கிரம் வெளியேறி மாலையில் கன்னாட்பிளேசில் உள்ள அவனுடைய அலுவலகத் திற்குச் சென்றேன்.

அவனுடைய ரிஸப்னிஸ்டு, பியூன், செக்ரட்டரி எல்லோருக்கும் என்னைத் தெரியும். அதனால் வராந்தாவில் காத்திருக்க வேண்டியதில் லாமல் போனது. அவனைப் பார்க்க வேண்டி காத்துக் கொண்டிருந்த பெரும்புள்ளிகளுக்கிடையில் நான் கம்பீரமாக நடந்து சென்றேன். மல்லப்பள்ளி செயின்ட் மரியாள் பள்ளியில் நாங்கள் ஒன்றாம் வகுப்பி லிருந்து ஒரே பெஞ்சில் அமர்ந்து படித்து வளர்ந்தவர்கள் என்பது அவர்களுக்குத் தெரியுமா? அவன் பெரிய மனுஷனாயிட்டான். நான் குமாஸ்தாவானேன்.

சந்தீபனின் அறை ஒரு கால்பந்து மைதானத்தின் அளவில் இருந்தது. அதன் மெத்து மெத்தென்ற கம்பள விரிப்பினூடே அவனுடைய மேஜையை அடைய சில மணித் துளிகள் வேண்டி வரலாம். "இதெல்லாம் தானே நம்முடைய ஜாலங்கள். ஷோ பண்ணாம இங்கே ஒன்றும் நடக்காது" என்பான் அவன்.

சந்தீபன் செக்ரட்டரியை இண்டர்காமில் அழைத்து, "இனி பத்து நிமிடங்கள் போன் எல்லாம் கட் பண்ணு. அடுத்த விசிட்டரை கொஞ்சம் வெயிட் பண்ணச் சொல்லு" என்றான்.

பிறகு அவன் என்னிடம், "ராதாகிருஷ்ணா, எல்லாம் குழப்ப மாயிடுச்சு. மாதுரிக்கு முறை தவறிப் போயிடுச்சு" என்றான்.

"என்ன முறை?" மாதுரி அவனுடைய காதலிகளில் ஒருத்தி. என்ன முறையென்று எனக்கு நெஜமாகவே புரியவில்லை. அவனைப் போல பெண்களிடம் நான் எந்த கேளிக்கைகளிலும் ஈடுபடுவதில்லை.

"டேய், தரித்திரமே மாத முறை. அவள் கர்ப்பமாயிட்டாள்."

"ஓ."

"என்னடா இப்படி சாதாரணமா சொல்லிட்டே."

"கர்ப்பம்னா கர்ப்பம் தான் வேறு என்ன பிரச்சனை? வேற ஒன்றும் எனக்குத் தெரியவில்லை."

சந்தீபனுக்குக் கோபம் வந்தது.

"உன்னைப் போலொரு ஜீவனைப் பிறந்தபோதே கொன்றிருக்க வேண்டும். டேய், எனக்கும் மாதுரிக்கும் இடையில் வெறும் காதல் மட்டுமே உள்ளது. அவள் எப்படி குழந்தை பெற்றுக் கொள்வாள்? உன்னுடைய இந்தப் பெருத்த உருவமல்லாமல் வாழ்க்கையோடு உனக்கு ஏதாவது உறவிருக்கிறதா? இதுவரை நீ ஏதாவது ஒரு பெண்ணைத் தொட்டிருக்கிறாயா?"

"தொட்டிருக்கிறேன். என்னுடைய அம்மாவை."

"ஓ."

அவன் ஒரு சிகரெட்டைப் பற்ற வைத்தான்.

"டேய், மாதுரிக்கு அபார்ஷன் செய்யணும். அதுக்குத் தேவையானதெல்லாம் நான் ஏற்பாடு பண்ணிட்டேன். கரோல்பாகில் உள்ள ஒரு லேடி டாக்டரோட வீட்ல, நீ என் கூட வரணும். என்னால் தனியா இருக்க முடியாது. இவ்வளவு நான் செஞ்சாலும் மாதுரி அழுதுகிட்டே இருக்கா."

"ஏன் அழுவறா?"

"அவளுக்கு கொழந்த மேல பாசமா இருக்காம். இதுக்கெல்லாம் என்ன பதில்?"

"ஆஹா நீ காதலிக்கும்போது யோசித்திருக்கணும். அவளுக்கு கொழந்தகிட்டே பாசம் வராம இருக்குமா?"

அவன் சிகரெட்டை ஆஷ்ட்ரேயில் ஒரு நெளியும் புழுவைப் போல அழுத்தித் திருகினான்.

"டேய், எனக்கு இன்னும் இரண்டு மூன்று கிளியரன்ஸ் கூட இருக்கு. நீ போய் ஒரு சுத்து சுத்திட்டு வா. கரெக்டா ஏழு மணிக்கு இங்கயிருந்து புறப்படலாம். என்ன ஏமாத்திடாத."

"சரி."

நான் சென்ட்ரல் பார்க்கிற்குச் சென்று ஒரு மரத்தில் சாய்ந்து அமர்ந்தேன். மனிதர்கள் வருவதையும் போவதையும் பார்த்தபடியிருந்தேன். அணில்கள் ஓடிக் கொண்டிருப்பதைப் பார்த்தேன். காக்கைகள் கூட்டில் அடைவதைப் பார்த்தேன். ஆகாயத்தில் ஏதேதோ பறவைகள் எங்கேயெல்லாமோ பறந்து போவதைப் பார்த்தேன். சிறிது நேரம் சென்றபிறகு நான் புல்லில் மல்லாந்து படுத்தபடி ஆகாயத்தைப் பார்த்தேன். நிலவைப் பார்த்தேன். நிலவின் தூசி மண்ணிலூடாக, உதித்து உயரும் பூமியைப் பார்த்தபடி நடக்க வேண்டும் என்று எனக்கு ஆசை தோன்றியது. நான் யோசனையை நிறுத்திவிட்டு கடிகாரம் பார்த்தபோது மணி எட்டாகி இருந்தது.

சந்தீபன் என்னை இன்னும் காணவில்லையே என்ற ஆதங்கத்தில் காருக்குப் பக்கத்திலேயே நின்றபடி சுற்று முற்றும் பார்த்துக் கொண்டிருந்தான்.

"என்னடா, பயந்திட்டியா?"

அவனுடைய அரண்மனை போன்ற கார்களை அடிக்கடி மாற்றுவான்.

"என்ன கார் இது? புதுசா இருக்கே" என்றேன்.

"டேய், காரைப் பத்தி விளக்கறதுக்கான நேரமாடா இது? மாதுரி டாக்டரோட வீட்ல காத்துக்கிட்டிருக்கா. நாம பின்பக்கக் கதவு வழியா யாரும் பார்க்காமல் உள்ளே போகணும். நீ என்கூட வந்தா போதும் என் மனசு படற பாடு உனக்குத் தெரியுமா?"

"அபார்ஷன் உனக்கில்லையே அப்புறம் நீ எதுக்கு இவ்ளோ டென்ஷன் ஆகற? பணம் செல்வாகுதேன்னு தோணுதா?"

"பணம் போய் தொலையுதுடா, அதனால் உண்டாகற மன வேதனை என்னவெல்லாம் என்று என்றாவது உனக்கு புரியுமா? பயங்கரம்டா பயங்கரம்."

நான் ஒன்றும் சொல்லவில்லை.

நாங்கள் டாக்டரின் வீட்டிலிருந்து கொஞ்ச தூரத்தில் காரை நிறுத்தி விட்டு இருளை ஒட்டி நடந்தோம். மூன்று நான்கு பேராவது சந்தீபனைத் திரும்பிப் பார்த்திருப்பார்கள்.

"நாசம் இவங்கெல்லாம் என்ன பாக்கறாங்க?"

"டேய், நீ பெரிய மனுஷனாகத் தீர்மானிச்சப்பவே இதை யெல்லாம் யோசித்திருக்கணும்."

நாங்கள் பின்வாசல் வழியே உள்ளே போனோம். ஒருவன் எங்களை உள்ளே அழைத்துக் கொண்டு போனான். அந்த அறைக்குள் நுழைந்ததும் நானும் அவனும் திடுக்கிட்டு நின்றோம். அங்கே லேடி டாக்டரும், கணவனும் நான்கு குழந்தைகளும் மேலும் பக்கத்து வீடுகளிலிருந்து பத்து பேருக்கும் மேலாக சந்தீபனை வரவேற்கக் காத்துக் கொண்டிருந்தார்கள். எங்களைப் பார்த்தவுடன் அவர்கள் குதித்தெழுந்து மரியாதையாகக் கைகூப்பினார்கள். ஒரு குழந்தை முன்னால் வந்து சந்தீபனிடம் ரோஜாப் பூ ஒன்றைக் கொடுத்தாள்.

அவன் முகம் வெளிறியதை என்னால் பார்க்க முடிந்தது. அவன் உருகியபடி கையிலிருந்த ரோஜாப்பூவுடன் விழித்து நின்றிருந் தான். ஒரு குழந்தை ஆட்டோகிராப் புத்தகத்துடன் அவனை நெருங் கியது. மற்றவர்கள் அவனைச் சூழ்ந்தபடி நலம் விசாரிக்கத் தொடங்கினர்.

அப்போது உள்ளேயிருந்து கதவைச் சிறிது திறந்தபடி ஒரு நர்ஸ் லேடி டாக்டரை அழைத்தாள். டாக்டர் அவளிடம் எதையோ பேசிய பிறகு சந்தீபனிடம், ''அப்படீன்னா நாம இனி நேரத்தை வீணாக்க வேண்டாம்.'' மற்றவர்களைப் பார்த்து, ''ப்ளீஸ் எக்ஸ்கியூஸ்'' என்றார். அனைவரும் அங்கிருந்து சென்றனர்.

லேடி டாக்டர் சந்தீபனின் முதுகில் தட்டியபடி, 'டேண்ட் ஓர்ரி, எல்லாம் சரியாயிடும். அபார்ஷன் இப்பவெல்லாம் ரொம்ப சிம்பிள் தானே' என்றார்.

நாங்கள் மூவரும் உள்ளே சென்றோம். அங்கே ஒரு குளிர்ந்த இருண்ட அறையில் ஒரு நீண்ட மேஜையில் ஓரிரண்டு ஸ்பாட் லைட்டு களுக்குக் கீழே ஒரு தொலைக்காட்சி நிகழ்ச்சியைப் போல மாதுரி அங்கி அணிந்திருந்தபடி படுத்துக் கொண்டிருக்கிறாள். நாங்கள் உள்ளே நுழைந்ததும் அவள் குலுங்கிக் குலுங்கி அழத் தொடங்கினாள். சந்தீபன் கதவின் அருகிலேயே அசையாமல் நின்றுகொண்டிருக்கிறான்.

''போங்க, போங்க, பக்கத்தில் போங்க. ஒரு பிரச்னையும் இல்ல'' டாக்டர் சொன்னார்.

ஆபரேஷன் டேபிளின் மீதிருந்த மரியாதை காரணமாகத்தான் அவன் அருகில் போகாமல் இருக்கிறான் என்பதாக டாக்டர் நினைத்துக் கொண்டார். சந்தீபன் ஒரு கையால் என் தோளைப் பற்றினான். மாதுரியால் என்னையும் அவனையும் சரியாகப் பார்க்க முடியவில்லை. எங்களுக்கு நேராகக் கூர்ந்து கவனித்துக் கொண்டே தேம்பியபடியே அவள், ''சந்தீபா சந்தீபா'' என்றாள்.

அவன் அசையாமல் நின்று கொண்டிருந்தான். ''நீ அருகில் சென்று ஏதாவது சொல்'' என்றேன்.

''அதாரு, ராதாவா?'' மாதுரி அழுதபடியே கேட்டாள். அவள் ராதா என்றுதான் என்னை அழைப்பாள். நகரத்துப் பரதேசிகளின் ஒரு நாகரிகம்.

நான் அடி விழுந்தது போன்ற திடுக்கிடலுடன், "ஆமாம்" என்றேன். சந்தீபனை முன்னால் தள்ளிவிட்டேன். அவன் அணி வகுத்து நடக்கும் படைவீரனைப் போல மேஜையின் பக்கத்துக்கு நகர்ந்தான். மாதுரிக்கு நேராக ஒரு எந்திரத்தைப் போல கைநீட்டினான். அவள் அதைப் பிடித்துக் கொண்டாள். அவன் அவளுடைய கையைக் குலுக்கினான். பின்னர் கையை விடுவித்துக் கொண்டான். மிலிட்டரி ஸ்டைலில் திரும்பி நடந்து வந்து கதவைத் திறந்து வெளியேறினான். நானும் அவனைப் பின்தொடர்ந்தேன். டாக்டர் தலையை வெளியே விட்டு, "முடிந்தவுடன் நாங்கள் கூப்பிடுகிறோம்" என்றார்.

வரவேற்பறை காலியாக இருந்தது. நான் ஒரு சோபாவிலும் சந்தீபன் மற்றொரு சோபாவிலும் அமர்ந்தோம். எனக்கு ஒன்றும் பேசத் தோன்றவில்லை. அவனுடைய அவஸ்தையை என்னால் பார்க்க முடிந்தது. பிணத்தைப் போல விழி பிதுங்கிப் போய் உட்கார்ந்திருந்தான். ஓரிரு முறை சிகரெட் எடுத்தான். புகைக்காமல் திரும்ப வைத்தான். உள்ளேயிருந்து ஓரிரண்டு சின்னக் கூவல்கள் கேட்டதாக எனக்குத் தோன்றியது. அவன் என்னைப் பார்த்தான். உடனே தெளிவான ஒரு கூக்குரலை நாங்கள் கேட்டோம்.

சந்தீபன் எழுந்து நின்றான். நான் அவன் பக்கத்தில் சென்றேன். "ராதகிருஷ்ணா நீ இங்கேயே உட்காரு. நான் கொஞ்சம் வெளியே போயிட்டு வந்திடறேன்" என்றான்.

"டேய், இப்ப தண்ணி அடிக்காம இருக்கறதுதான் நல்லது. இனியும் வேலைகள் இருக்கில்ல? அது மட்டுமில்ல, உன் மீது எனக்கு நம்பிக்கை வரல. நீ பயந்து போய் கள்ளு குடிச்சு எங்கேயாவது போய் உக்காந்துட்டா நான் இங்க என்ன பண்றது? அதனால் நீ எங்கேயும் போக வேண்டாம்."

அவன் சோபாவில் போய் உட்கார்ந்தான். பின்னால் சாய்ந்து கண்களை மூடினான். நான் எழுந்து கண்ணாடி பீரோவில் வைத்திருந்த மருத்துவ நூல்களின் பெயர்களைப் படித்தேன். திரும்ப வந்து பழைய கிழிந்து போன சினிமாப் பத்திரிகையை வாசித்தேன். அதன் கடைசிப் பக்கங்களுக்கு வந்த போது உள்ளறையின் கதவு திறந்தது.

சிறிது வேர்த்திருந்த டாக்டர் புன்னகைத்த படி வெளியே வந்தார். சந்தீபன் கண்மூடியபடியே உட்கார்ந்திருக்கிறான். நான் அவனைத்

தொட்டு அழைத்தேன். டாக்டர் சைகை செய்து அழைக்க அவன் உள்ளே போனான். உள்ளேயிருந்து மீண்டும் நீண்ட தேம்பல்கள்.

சந்தீபன் வெளியே வந்தான். அவன் மிகுந்த சங்கடத்திலிருக் கிறான் என்பது அவனுடைய முகத்தில் எழுதப்பட்டிருந்தது. என் பக்கத்தில் வந்து, ''ராதாகிருஷ்ணா, இன்று ஹாஸ்டலுக்குப் போக முடியாது என்று மாதுரி சொல்கிறாள். இன்று இரவு நான் அவளுடன் இருக்க வேண்டும் என்று பிடிவாதம் பிடிக்கிறாள். என்ன பண்றதுன்னு புரியலயே? நீ அவகிட்ட ஒரு தடவை பேசிப் பார்க்கிறாயா?''

''சந்தீபா நீ ஒரு நல்ல ஹோட்டலில் ரூம் போடு. பிறகு ராத்திரி யில் அவளை ஆசுவாசப்படுத்தி விட்டு காலையில் ஹாஸ்டலில் கொண்டுபோய் விட்டுடு.''

''ஹோட்டலில் ரூமா?''

''நீ காதலிக்க மட்டும் ஹோட்டல் அறைகளா தேடுவியே. இப்ப அதுபோல ஒரு ரூம் போடு.''

''டேய், அதில்லடா எனக்கு அவகூட இருக்கவே தோண மாட்டேங்குது. நீ என்னைக் கொஞ்சம் புரிஞ்சுக்கோ.''

''உனக்கென்ன பயமா? அவள் உன்னை ஏதாவது செய்து விடுவாள் என்று பயப்படுகிறாயா? இல்ல அந்தக் குழந்தையின் பேய் வந்து உன்னை புடிச்சுக்கும்னு நெனக்கிறியா? பயப்படாதே. நீயும் அவளும் கட்டிப் பிடித்துக் கொண்டு படுத்துக் கொள்வீர்கள். ரெண்டு சொட்டுக் கண்ணீர் உன் உடம்பில் படும். அவ்ளோதான்.''

''டேய், கட்டிப் புடிக்கறத உடுடா. எனக்கு அவளப் பாக்கக் கூட தோணல. அவ கூட எப்படி ஒரு ராத்தரி முழுக்க இருக்கிறது?''

சந்தீபன் ஒரு கையால் தலையில் அடித்துக் கொண்டான். சிறிது நேரத்திற்குப் பிறகு, ''நீயும் எங்க கூட வரணும்'' என்றான்.

''எங்க?''

''ஹோட்டல் ரூமுக்கு கொஞ்ச நேரம் கழிச்சு நீ போயிடு. ஆனால் மொதல்ல நீ வரணும்.''

"டேய் சந்தீபா, நான் இதுவரை ஒரு பெண்ணுடனும் இரவில் உறங்கியதில்லை. இப்போ இதோ உனக்கும் உன் காதலிக்கும் ராத்ரில தொணக்கி நான். நான் சிரிக்கட்டுமா அழுவட்டுமா, நீ சொல். நான் என்னுடைய அறைக்குச் சென்று இன்றைய மலையாள சினிமா பார்க்கணும். டேய், 'நமக்கு வசிக்க முந்திரித் தோப்புகள்' படம் நான் எவ்வளவு காலமாகக் காத்திருக்கிறேன்' தெரியுமா?"

சந்தீபனின் முகம் வாடியது. "ராதாகிருஷ்ணா நான் உன்னுடைய கால்ல விழுந்து கெஞ்சறேன்டா, தயவு செய்து என்னை ஒதுக்கிடாதே."

"சரி என்ன வேண்டுமோ செய்."

அவன் வேகமாகப் போன் செய்து ஹோட்டலில் ஒரு டபிள் ரூம் புக் பண்ணினான். ஹோட்டலின் பெயரைக் கேட்டபோதே மூவாயிரம் ரூபாய் போயிடுச்சு என்று மனதில் நினைத்துக் கொண்டேன். டில்லி கணக்கில, அபார்ஷனுக்கு ஒரு இருபத்தஞ்சாயிரம் ஆயிருக்கும். இனி மாதுரிக்கு ஏதாவது பரிசுப் பொருட்கள் வாங்கிக் கொடுக்கறதுக்குள்ள இவனுக்கு நாப்பதிலிருந்து அம்பது ஆயிரம் கரியாயிடும். வெறும் காதல் மட்டுமா காரணம்?

"நாங்கள் ரூம் புக் பண்ணும்போது நீ லாபியில் இருந்தால் போதும், நாங்கள் லிப்டில் ஏறும்போது நீயும் கூட வந்திடு. ரூம் பாய் போனவுடன் நீ ரூமுக்குள் வந்திடு. டேய் ஏமாத்திடாதே."

"டேய், நான் எந்த ஆணையும் எந்தப் பொண்ணையும் இத வரை ஏமாத்தினதில்லை."

அவன் ஒன்றும் சொல்லவில்லை. மாதுரி வெளியே வந்தாள். மேக்கப் போட்டிருந்தாலும் கறுப்படைந்த முகமும் கலங்கிய கண்களுமாக இருந்தாள். ஒரு நர்ஸ் அவளுடைய சூட்கேசை உருட்டிக் கொண்டு வந்தாள். இனி சூட்கேஸ் பிரச்னை இல்லை. ஹோட்டலில்' என்று நினைத்துக் கொண்டேன். மாதுரி வேதனையோடு சுவரில் பிடித்தபடி நடந்து வந்து கொண்டிருந்தாள்.

"நீ போய் அவளைப் பிடிச்சுக்கிட்டு நடடா" என்றேன்.

அவன் எங்கேயோ பார்த்தபடி நடந்து சென்று மாதுரியின் கையைப் பிடித்து அவளை முன்னால் நடத்தினான். மாதுரி என்னைப் பார்த்த போது கொஞ்சமும் சுரத்தில்லாமல் 'ஹலோ, ராதா' என்றாள்.

சந்தீபன் பின் வாசலுக்குக் காரைக் கொண்டு வந்தான். மாதுரி பின்னால் அமர்ந்து கொண்டாள். பிறகு படுத்துக் கொண்டாள். நான் முன் சீட்டில் அமர்ந்துகொண்டேன். யாரும் எதுவும் பேசவில்லை.

ஒரு பிரச்னையுமின்றி நாங்கள் ஒவ்வொருவராக ஹோட்டல் அறையை அடைந்தோம். சோபாக்கள் போட்டிருந்த வரவேற்பறைக்கு உள்ளேதான் படுக்கையறை. மாதுரி கட்டிலில் ஏறி கவிழ்ந்து படுத்து விட்டாள். நான் அறைக்குள் வந்ததும் சந்தீபன் 'டு நாட் டிஸ்டர்ப்' போர்டை தொங்க விட்டுக் கதவடைத்தான். விளக்குகளை அணைக்கத் தொடங்கினான்.

''இதென்ன வெளயாட்டுடா இருட்டுல நான் எப்படி உட்கார்ந் திருப்பேன். டி.வி. கூட அந்த ரூம்ல தான் இருக்கு. இல்லாட்டி நான் நமக்கு வசிக்க முந்திரித் தோப்புகள்' படமாவது பாத்துகிட் டிருப்பேன்.''

சிறிது நேரம் அவன் ஒன்றும் பேசாமல் சோபாவில் அமர்ந்தான். பிறகு எழுந்தபடி, ''ராதா கிருஷ்ணா நீ எங்கேயும் போயிடாதே'' என்றான்.

அவன் தட்டுத் தடுமாறி படுக்கையறைக்குச் செல்ல முயன்றான். என் காலை மிதித்தபடி விழப் போனான். எனக்கு நன்றாக வலித்தது. ''இவ்ளோ பயங்கரமானதா இறந்தக் காதல்'' நான் மனதில் நினைத்துக் கொண்டேன். இது கொஞ்சம் கஷ்டமானதாச்சே? இதை யெல்லாம்விட எவ்ளோ பரவாயில்ல என் நிலைமை.

படுக்கையிலிருந்து தேம்பல்களும் விசும்பல்களும் புரிந்து கொள்ள முடியாத என்னவெல்லாமோ சத்தங்களும் ஒரு பிரளயம் போல அடித்து வரத் தொடங்கியது. இருட்டினூடே அதெல்லாம் ஒவ்வொரு உருவமெடுத்து எனக்கு எதிரில் வருவதாகத் தோன்றியது.

சந்தீபன் எதையெல்லாமோ சொல்லிக் கொண்டிருக்கிறான். ஆனால் மாதுரியின் அழுகையின் ஒலிமட்டும் உயர்ந்து கொண்டே இருக்கிறது. பஞ்சாபிப் பெண்களின் சிறப்பாக இருக்கும்போல என்று எண்ணினேன். சந்தீபனின் மாதுரியின் கண்ணீர் தரையினூடே ஒழுகி வருவதாக எனக்கு தோன்றத் தொடங்கியது. நான் கால் இரண்டையும் எடுத்து டேபிளின் நடுவில் வைத்தேன். சிறிது நேரம்

சென்றபோது இருட்டிலிருந்து உருவான அழுகையின் உருவங்கள் தெளிவடைவதாக உணர்ந்தேன். அவற்றில் மனித உருவங்களும் மிருக உருவங்களும் இருந்தன. சில தூரத்தில் நின்று கொண்டிருந்தன. ஒவ்வொன்றின் சத்தமும் வேறு வேறாக இருந்தன.

பிறகு நான் எப்போதோ காதைத் தீட்டியபோது படுக்கை யறையில் எல்லாம் சாந்தம், நிசப்தம். நான் ஒரு பெருமூச்சை வெளியேற்றினேன். இனி சந்தீபன் அங்கே படுத்துக் தூங்காமல் வெளியே வந்தால் நான் இடத்தை காலி பண்ணலாம். அப்போது இருட்டிலிருந்து ஏதோ ஒன்று என்னைத் தொட்டது. நான் திடுக்கிட்ட படி பின் வாங்கினேன். சந்தீபன் மெதுவாக 'ராதாகிருஷ்ணா. அவ தூங்கறா. இன்னும் அரை மணி நேரம் நீ இங்க இருந்தால் போதும். நான் அதுக்குள்ள கொஞ்சம் வெளியே போயிட்டு வந்திடறேன்.' என்றான்.

"சந்தீபா ஸ்மால் அதிகமாகாமப் பார்த்துக்கோ. நான் இங்கே உட்கார்ந்திருக்கேன் என்பதையும் மறந்துடாதே. நீ வந்தாலும் வராட்டியும் முப்பத்தஞ்சாவது நிமிஷத்தில் நான் இடத்தை காலி பண்ணிடுவேன்."

"சரி" என்று சத்தமெழுப்பாமல் அவன் கதவைத் திறந்து வெளியேறினான்.

நான் சோபாவில் நன்றாகச் சாய்ந்து படுத்துக்கொண்டேன். கால்களை மீண்டும் மேஜையின் நடுவில் வைத்துக் கொண்டேன். கொடுமை, 'நமக்கு வசிக்க முந்திரித் தோப்புகள்' - இப்போ முடிஞ் சிருக்கும்.

அப்போது என்னை நடுக்கியபடி உள்ளேயிருந்து, "ராதா" என்று மாதுரி அழைத்தாள். அவள் குரல் உள்ளேயிருந்தே வந்தது.

நான் "ஹலோ" என்றேன்.

"இங்க வாங்க ராதா" என்றாள். அவள் கூப்பிட்டது மெதுவாகக் கேட்டது. நான் ஒன்றும் சொல்லாமல் அசையாமல் அங்கேயிருந்தேன். தூக்கத்தில சொல்லியிருப்பாள். தூங்கிடுவா.

அப்போது மாதுரி மீண்டும் அழைத்தாள்.

"ராதா, இங்கே வாங்க."

என்னமோ பிரச்சனையாயிடுச்சு. சந்தீபனும் இல்ல. டாக்டரோட நம்பரும் இல்லை. பொறுக்கி தண்ணி அடிக்க போன நேரம்.

நான் அவளுடைய கட்டிலினருகே சென்றேன். அய்யோ, அவள் தற்கொலை செய்துகொண்டாளோ?

"இங்கே உக்காருங்க" கட்டிலின் திரைச் சீலையின் வழியே வெளியேயிருந்து வரும் சின்ன வெளிச்சத்தில் எனக்கு அவளின் முகம் ஒரு வெண்மை போலக் காண முடிந்தது.

"என்னைக் கட்டிப்பிடி ராதா" என்றாள். நான் எதையோ சொல்ல முயன்றேன். ஆனால் என் குரல் வெளியே வரவில்லை.

"என்னைக் கட்டிப்புடி."

நான் கட்டிலை நோக்கிச் சாய்ந்து அவளைக் கட்டிப் பிடித்தேன். உடனேயே எழ முயன்றேன். "வேண்டாம்" என்றாள் அவள். சிறிது நேரத்திற்குப் பிறகு "என் மார்பில் கை வை" என்றாள். நான் அவளுடைய மார்பில் கை வைத்தேன். "என் அடி வயிற்றில் தடவு" என்றாள். நான் அவளுடைய அடிவயிற்றில் தடவினேன்.

"இங்கே" என் கையைப் பிடித்து வைத்துக் கொண்டு "எங்க யிருக்கு?" அவள் கேட்டாள். பிறகு அவள் என்னை அழுத்திப் பிடித்தாள்.

அவளுடைய முடிகள் என் வாயிலும் முடியில் தேய்த்த எண்ணையின் வாசனை என் மூக்கிலும் நிறைந்தது.

"என் தொடைகளில் ரத்தமிருக்கான்னு பாரு" நான் தடவிப் பார்த்து "இல்லை" என்றேன். "என் குழந்தையின் முகச் சாயல் எப்படியிருக்கும்?" என்றாள். நான் ஒன்றும் சொல்லவில்லை. "என் கண்களைத் துடைத்து விடு, ராதா."

நான் அவள் கண்களைத் துடைத்தேன். மெல்லிய குளிர்ந்த ஈரம் மட்டும் இருந்தது. "என் உதடுகளில் முத்தம் குடு" நான் என் உதடுகளால் அவளுடைய உதடுகளைத் தொட்டேன்.

''தாங்ஸ்'' நான் எழுந்து நின்றபடி சொன்னேன். அவள் தூங்கி விட்டிருந்தாள்.

நான் சோபாவில் திரும்ப வந்து உட்கார்ந்த நிமிடத்தில், சந்தீபன் மெதுவாக கதவைத் திறந்து உள்ளே நுழைந்தான். மதுவாடை அவன் மீது நன்றாக வீசியது.

''சந்தீபா நீ இனி மாதுரியை எழுப்பாதே. இந்தச் சோபாவில் படுத்துத் தூங்கு'' என்றேன்.

''சரி'' என்று சொன்னவன் ஷூவை அவிழ்த்துக் கொண்டே, ''உன்னை நான் நாளைக்குக் கூப்பிடறேன்'' என்றான். எனக்கு கால்காஜிக்குப் போக வேண்டிய கடைசி பஸ் கிடைத்தது. பஸ்ஸில் அமர்ந்து தூக்கமேறி கண்களைக் கசக்கிய போது கைகளிலிருந்து ஒரு புதிய வாசனை என்னை ஆச்சரியப்படுத்தியது. திடுக்கிட்டு நான் என் கைகளை பான்ட்டின் பாக்கெட்டில் திருகினேன்.

★

28

என் விளையாட்டுப் பொம்மைகள்

வேலை தேடி நடந்து களைத்து, கடைசியில் நான் ஒரு பெரிய பல்பொருள் விற்பனை அங்காடியின் மேனேஜரின் முன்னால் சென்று நின்றேன். எனக்குத் தாகமாக இருந்தது. ஒண்ணுக்கு இருக்கணும் போல இருந்தது. என் கைவிரல்கள் வேர்த்திருந்தது. நான் வேலை தேடி ஆறுமாதமாக அலைந்து கொண்டிருந்தேன்.

'என்ன?' மேனேஜர் தன்னுடைய கொம்பு மீசையின் ஒரு நுனியை மென்றபடியே கேட்டார். எனக்குக் கொம்பு மீசைக்காரர் களைப் பார்க்க பயமாக இருந்தாலும் அவர் மீசை நுனியை மெல்லு வதைப் பார்த்தபோது தைரியம் தோன்றியது.

'ஒரு வேலை வேண்டும்' என்றேன். கைகளைப் பின்னால் வைத்துக் கொண்டு திருகியபடியே மேனேஜரின் உதடுகள் எந்த வார்த்தைகளை உதிர்க்கப் போகிறதோவென்று யோசித்துக் கொண்டே நின்றேன்.

பத்திரிகைகளின் வேலை வாய்ப்பு விளம்பரங்களைப் படித்து விட்டு நான் இப்படி வாய் திறக்காமல் நின்றிருக்கிறேன். அவற்றில் எதுவாக நான் மாறுவேன்? என்ன வேடம்? என்ன பகுதி? என்ன கதாபாத்திரம்? எதுவும் தெரியாது. கடைசியில் பத்திரிகையின் அனைத்துப் பக்கங்களும் என் கண் முன்னாலிருந்து மறைந்து நான் போட்டிருக்க வேண்டிய எல்லா வேடங்களும் சேர்ந்து வந்து கூட்டமாக என்னைச் சுற்றி நிற்கும்.

'உங்களுக்கு விளையாட்டு பொம்மைகள் விருப்பமா? மேனேஜர் கேட்டார். வாயிலிருந்து ஏதோ ஒன்றை அவர் மெதுவாகத் துப்பினார்.

மீசையின் ஒரு துண்டாக இருக்கலாம். நான் திடுக்கிட்டேன் எனக்கு விளையாட்டு பொம்மைகள் மிகவும் பிடிக்கும். குழந்தைப் பருவத்தில் எனக்கு விளையாட்டு பொம்மைகள் கிடைக்கவில்லை. எப்போதாவது ஒரு பொம்மையை, வேறு ஏதாவது குழந்தையிடமிருந்து கடன் வாங்கித்தான் விளையாடியிருக்கிறேன். ஆனால் அவர்களோ, நான் அதைத் திரும்பக் கொடுக்கும்வரை புதையல் காக்கும் பூதங்களைப் போல என்னைப் பின் தொடர்ந்துபடி இருப்பார்கள். பெரியவனான பிறகு கடைகளின் ஜன்னல்களுக்குள்ளிருக்கும் அவற்றைப் பார்த்து ரசிப்பேன்.

நான் உள்ளுக்குள் ஒரு எரிச்சலுடன் 'ஆம்' என்றேன்.

'சரி விளையாட்டுப் பொருட்கள் பிரிவில் விற்பனையாளனாக வேலை தர்றேன் என்ன சொல்ற'

மேனேஜரின் உதடுகள் இந்த வார்த்தைகளை உதிர்ப்பதை ஒரு கனவு போலப் பார்த்தேன். அவற்றையே நான் உற்றுப் பார்த்துக் கொண்டிருந்தபோது அவை மீண்டும் 'என்ன, உனக்கு விருப்பமா? என்றது.

'ஆமாம் ஆமாம் விருப்பம்தான்' என்று நான் அவசரமாகச் சொன்னேன்.

உடனே சம்பளமும் மற்றவையும் தீர்மானிக்கப்பட்டது. மறு நாள் காலை முதல் வேலைக்கு வரலாம் என்றும் சொல்லப்பட்டது அப்போது நான் 'பொம்மைகள் பிரிவை ஒரு முறை பார்க்கட்டுமா? என்று கேட்டேன்.

மானேஜரும் என்னுடன் வந்தார். கடையின் கடைசியில் இருந்தது பொம்மைகள் பிரிவு. விசித்திரமான பலவர்ண வெளிச்சத்தில் ஒளிந்து நின்ற ஒரு இருண்ட அறை. காற்றில் ஆடியபடி தொங்கிக் கிடக்கும் பல நிறங்களிலான பல்புகளிலிருந்து வரும் வெளிச்சம் விளக்குக் குமிழ்களின் துளைகளின் வழியாக ஒழுகியபடி வண்ணங்களாலான புள்ளிகளாகவும் ஓடைகளாகவும் அறை முழுவதும் நிறைந்தது. இந்த அசையும் வானவில்லின் கீற்றுகளுக்குள் அலமாரித் தட்டுகளில் நிறைய மிருகங்களும் எந்திரங்களும் மனிதர்களும் கோமாளிகளும்,

பொம்மைக் குழந்தைகளும் அழகானதும் சுகமானதுமான ஒரு காத்திருப்பில் இருந்தன.

ரயில்களும், கார்களும், விமானங்களும் கடிகாரங்களும் கூடப் புன்னகைத்தன. கரடிகள் தாளம் கொட்டக் காத்திருந்தன. பொம்மைக் குழந்தைகள் திறந்த கண்களுடன் வேடிக்கை பார்த்தன. ஜொலிக்கும் கண்களுடன் சுற்றிப் பார்த்தபடி ஓர் அடக்கமுடியாத மந்தகாசத்துடன் நான் நின்று கொண்டிருக்க மானேஜர் பச்சை சிவப்பு, நீலம் மஞ்சள் நிறங்கள் விழுந்த ஒரு பெரிய பொம்மையைப் போல, அங்கே நின்று கொண்டு எனக்கான வேலையைப் பற்றி விவரித்துக் கொண் டிருந்தார். சுவரில் ஓரிடத்தில் மாட்டப்பட்டிருந்த ஒரு முழு நீளக் கண்ணாடியில் பலவண்ணப் பொம்மையாக நானே மாறியிருப்பதைப் பார்த்தேன்.

என் அறைக்கு வந்த பிறகுதான் தண்ணீர் குடிக்கவும் ஒண்ணுக்கு போகவும் தோன்றியது. ஒரு கனமற்ற மனிதனைப் போல நான் படுக்கையில் விழுந்து தலையணையில் முகம் அழுத்தி அழுதேன். இரவில் நட்சத்திரங்களுக்குக் கீழே பறந்து சென்றேன். மின்மினிப் பூச்சிகளுடன் கண்ணாமூச்சி ஆடினேன்.

மறுநாள் விடிவதற்குள் கடைவாசலுக்குச் சென்று விட்டேன். வெளிச்சம் பரவுவதற்கு முன்பாகவே எழுந்து குளித்து கோயிலுக்கும் சென்று வணங்கி விட்டு வந்திருந்தேன். தெருவில் யாருமே இல்லை. கடையின் படிக்கெட்டில் ஒரு கன்றுக்குட்டி படுத்திருந்தது. நான் அதன் அருகில் உட்கார்ந்து கொண்டு மேனேஜரை எதிர்பார்த்துக் கொண்டிருந்தேன். நேரம் விரைந்து கொண்டிருந்தது. பாதையில் வண்டிகளும் மனிதர்களும் அதிகரித்து வந்தனர். என் புறங்கையில் ஈரமான சுரசுரப்பான ஏதோ ஒன்று உரசியது. கன்று என்னை நக்கிக் கொண்டிருந்தது. நான் அதன் கழுத்தைக் கட்டிப் பிடித்தபடி காத்திருப்பைத் தொடர்ந்தேன். இவ்வளவு தாமதமா இந்தக் கடையைத் திறக்கவென்று ஆச்சரியப்பட்டேன்.

பொம்மைகள் வாங்கக்கூட யாரும் காலையிலேயே வர மாட் டார்களா? அமைதியான காலை வேளைகளில்தானே நல்ல பொருட் களை விற்பதும் வாங்குவதும் சிறப்பு? என் பொறுமை குறைந்து கொண்டே வந்தது. திடீரென இரு புறங்களிலுமிருந்து மானேஜரும்

கடையின் மற்ற சிப்பந்திகளும் வந்தார்கள். அவர்கள் நீட்டி வைத்த கால்களோடு திடமாக நடந்து கடையை நெருங்கும் வேளையில் பத்து மணி சங்கு பிடிக்கச் தொடங்கியது.

பசுங்கன்று உருண்டு புரண்டு எழுந்து ஒரு அலறலோடு நடந்து போனது. நானும் சட்டென எழுந்தேன். மானேஜருக்கு வணக்கம் சொல்லி விட்டு அவர் கடையின் பெரிய பூட்டை ஒரு தடிமனான சாவியால் திறப்பதைப் பார்த்தபடி நின்றிருந்தேன். பிறகு, பக்கத்தி லுள்ளவர்கள் நகர்த்திவிட்ட ஷட்டரை உயர்த்த அவருக்கு உதவினேன். விற்பனைக்காரனான என் புதிய வேலையை நிறைவேற்ற அவசரப் பட்டேன்.

ஆனால் கடைக்குள்ளே சென்று பொம்மைகள் பிரிவை அடைந்து அந்தப் பல வண்ண வெளிச்சங்கள் விழும் பொம்மைகளுடனான என் அன்பில் முழுகி அவற்றின் நடுவில் நின்றபோது என் பொறுமையெல்லாம் போயே விட்டது. ஆளே மாறி விட்டேன். சில குறுக்கு யோசனைகள் என்னுள்ளே பொங்கிவந்தது.

எல்லாம் என்னுடைய மடத்தனம். பொருட்களை எடுத்துக் கொடுப்பவனுக்கு விற்கப்படும் பொருட்களிடம் எந்தவித விருப்பமும் கூடாது என்பது எனக்குத் தெரியுமா என்ன? இது என்னுடைய முதல் வேலைதானே. எதை விரும்பலாம் எதை விரும்பக்கூடாது என்பதெல்லாம் எனக்குப் பிறகுதானே புரிந்தது, எப்படியோ நான் முதல் நாளிலிருந்து அந்த விளையாட்டுப் பொருட்களுக்கிடையில் ஒரு மேஜையின் பின்னால் உட்கார்ந்து கொண்டு அவற்றை விற்காம லிருப்பதற்கான அனைத்து வழிகளையும் யோசிக்கத் தொடங்கினேன்.

வெளிச்சத்தின் வலைக்கண்ணிகளில் மாட்டிக்கொண்டு ஒரு காவல் பூதத்தைப் போல அங்கே அமர்ந்தபடி ஒரு பென்சில் முனையைக் கடித்தபடி குறுக்கு வழிகளைச் சிந்தித்தேன். ஒரே ஒரு பொம்மையைக் கூட விற்க எனக்கு மனம் வரவில்லை. என்ன ஆச்சரியமான விதி இது என்று யோசித்தேன். பொம்மைகளை விரும்பியவன் பொம்மை களின் விற்பனையாளனாக ஆகியிருக்கிறேன். நான் என் விதியோடு சிறிது போராடவே முடிவு செய்தேன். நானொரு அப்பாவியென் றாலும், கொம்பு மீசைக்காரர்களைப் பார்க்க பயமாயிருந்தாலும் எனக்குப் பிரியமான விஷயத்தில் ஊன்றி நிற்கத் தெரியும்.

முதலிலேயே நான் என் மேஜையையும் நாற்காலியையும் சிறிது பின்னால் உள்ள நிழல்களுக்குள் போட்டேன். யாராவது பார்வையாளர்கள் அறைக்குள் நுழைவதைப் பார்த்தால் நான் அந்த மேஜைக்குப்பின்னால் இருட்டில் ஒளிந்து கொள்வேன். அங்கே அசையாமல் நிசப்னாக மூச்சுவிடக் கூட மறந்து சுருட்டிக் கொண்டு அமர்ந்து வாங்க வருபவர்கள் அறைக்குள்ளே சுற்றி நடந்து என் பொம்மைகளைக் கண்களால் நோட்டமிடுவதைப் பார்ப்பேன். ஒவ்வொரு பொம்மையாகக் கையிலெடுத்து விலையைத் தெரிந்து கொள்ள அவர்கள் என்னைத் தேடுவார்கள். நான் நிகழ்களுக்குள் அவர்களை உற்றுப் பார்த்தபடி அமர்ந்திருப்பேன். அவர்கள் ஏதாவது கேட்டால் நான் அசைய மாட்டேன். இரண்டாவது அல்லது மூன்றாவது முறை உரக்க அழைத்தால் மட்டும் எங்கேயிருந்தோ அவசரமாக வருவது போல அவர்களின் பக்கத்தில் வருவேன். பலரும் முதலில் பதில் வராமல் போகும்போது பொம்மையை திரும்ப வைத்துவிட்டு அடுத்த பிரிவிற்குச் சென்று விடுவார்கள். நாவொரு பெரு மூச்சை விடுவேன்.

வாங்க முடிவு செய்தவர்களிடம் நான் வேறு சில தந்திரங்கள் பிரயோகித்தேன். அவர் விருப்பத்தோடு எடுக்கும் ஒவ்வொரு பொம்மை யிலும் ஏதாவது ஒரு குறையை அலட்சியமாக நான் சுட்டிக் காட்டுவேன். 'இந்தக் கம்பெனிக்காரர்களின் பொருட்கள் அவ்வளவு நல்லதல்ல. சார் நீங்கள் பார்த்து எடுங்கள்' என்றெல்லாம் சொல்வேன். அதன் பிறகும் வாங்கத் தீர்மானிப்பவரோடு நான் என் கடைசி சூத்திரம் பிரயோகிப்பேன். விலையைக் கூட்டிச் சொல்வேன்.

ஆனால் என் நிஜமான எதிரிகள் குழந்தைகளே. அவர்கள் நிழல்களுக்குள் நுழைந்து வந்து என்னைக் கண்டுபிடித்தனர். வீணான பொருள் என்பதோ, விலை கூடுதல் என்பதோ அவர்களுக்கு ஒரு பொருட்டாகவே இல்லை. அவர்கள் என்னுடைய பிரிவை நோக்கி அம்மா அப்பாவுடனோ அல்லது தனியாகவோ வரும்போது என் இதயம் உரக்கச் சத்தமிடும். நான் புதையலாக பத்திரப்படுத்தி வைத் திருக்கும் ஒவ்வொரு பொம்மையிலும் அவர்களின் கைகள் தடவிச் சென்றன. அவற்றை வெளியே எடுத்து உருட்டவும் சாவி கொடுக்கவும் கட்டிப் பிடிக்கவும் செய்தார்கள். நான் அவர்களை ரகசியமாக கண் உருட்டி பயமுறுத்தியும், திட்டியும் விளையாட்டு பொம்மைகள் கெட்டுப் போய் விடும் என்று சொல்லி அவற்றைப் பிடுங்கி

அலமாரியில் வைப்பேன். ஆனால் அவர்களின் ஒவ்வொரு வரவிலும் போக்கிலும் ஷெல்பிலிருந்து என் பிரியமான நண்பர்கள் ஒவ்வொரு வராகக் காணாமல் போனார்கள்.

நான் வெற்றிகரமாகப் பயன்படுத்தி ஓட வைத்தது ஒரு குழந்தையை மட்டும்தான். திடீரென அவன் இருட்டில் தோன்றி என் கையைப் பிடித்து இழுத்தான். நான் நடுங்கி விட்டேன். நான் என் மூலையில் அமர்ந்து அறை முழுவதும் வண்ண வெளிச்சங்களின் அலைகள் அடித்தபடி நகர்வதைப் பார்த்தவாறே ரசித்துக் கொண்டிருந்தேன். அவன் அறைக்குள் வந்ததையும் என் அருகே நெருங்கியதையும் கவனிக்கவில்லை. அவனுடைய திடீரென்ற பிடியில் நடுங்கிப் போனேன்.

கெட்ட கனவு கண்டு பயந்து எழுந்தவனைப் போல என் இதயம் படபடவெனத் துடித்தது. என்னை மூச்சு முட்ட வைத்தபடி கோபமும் பயமும் எனக்குள் எழும்பியது. ஆனால் நான் அசையவில்லை. சத்தமெழுப்பவுமில்லை. ஒரு சிலையைப்போல பாதி மூடிய கண்களுடன் அங்கேயே உட்கார்ந்தேன். அவன் மேலும் ஓரிரண்டு முறை என் சட்டையைப் பிடித்து இழுத்தான். 'அந்த சர்க்கஸ் செய்யற கொரங்கு எடுத்து காமிக்கறீங்களா?' என்று கேட்டான். நான் அசைய வில்லை. அவன் சிறிது நகர்ந்து நின்று என்னை அதிசயத்தோடு பார்ப்பதை பாதி மூடிய கண்களின் வழியாகப் பார்த்தேன்.

திடீரென அவன் ஷெல்பை நோக்கி ஓடினான். கீழேயிருந்த அடுக்கில் ஏறி நின்று கொண்டு குரங்கை எடுத்துக் கொண்டு என்னருகே வந்தான். நான் காத்துக் கொண்டிருந்தேன். அவன் பக்கத்தில் நெருங்கினான் - விலை கேட்பதற்காக இருக்கலாம். என்னைத் தொட்டதும் நான் பிசாசு போன்ற ஒரு அலறலுடன் நாற்காலியிலிருந்து ஒரு பிணத்தைப் போல கீழே புரண்டு விழுந்து அசையாமல் கிடந்தேன். ஒரு நிமிடம் திறந்த வாயுடன் அவன் மரத்து போய் நின்றான். பின்னர் ஒரு நீண்ட அலறலுடன் குரங்கைக் கீழே போட்டுவிட்டு அங்கேயிருந்து ஓடினான். கடையின் பிரதானக் கதவில் இடித்து விழுந்து அதைத் தள்ளித் திறந்து அவன் தெருவில் மறைந்து போனான். என் அதிர்ஷ்டம் அவனோட அம்மா அப்பா அவன் கூட இல்லாமல் இருந்தது. மேனேஜரும் மற்றவர்களும் ஓடிவந்தபோது 'என்னன்னு தெரியல. எதையோ பார்த்து பயந்து ஓடியிருக்கான்' என்றேன். என்

பிணத்தைப் பார்த்துதான் அந்த எதிரி கத்தினான். என்பதையோ என் மரண நாடகம் கண்டு கலங்கித்தான் என் எதிராளி தோற்று ஓடினான் என்பதையோ அவர்கள் எப்படி அறிவார்கள்?

இப்படிப்பட்ட போராட்டங்கள், பின்வாங்கல்கள், தப்பித்தல்கள் இவற்றினூடாகத்தான் என் வேலை நாட்கள் நகர்ந்தன. காலையில் வந்தவுடனும் மதிய உணவு இடைவேளையிலும் கையில் தூசு தட்டும் துணியுடன் பொம்மைகளின் நடுவில் இறங்கி விடுவேன். இவைதான் என்னுடைய நிமிஷங்கள். தூசு தட்டுவதாக நடித்துக் கொண்டே ஒவ்வொரு பொம்மையையும் கையிலெடுத்துக் கொஞ்சி னேன். கார்களுக்கும் விமானங்களுக்கும் சாவி கொடுத்து ஓட வைத்தேன். ரயில்களை பாலங்கள் வழியாக உருட்டினேன். கரடிகளை தாளம் கொட்ட வைத்தேன். சர்க்கஸ் குரங்குகள் குட்டிகரணம் போடுவதை ரசித்தேன். பொம்மைகளை எடுத்து அவற்றின் கண்களைப் பார்த்துப் புன்னகைத்தேன். படைவீரர்களை அணிவகுக்க வைத்தேன். நான் ஒரு விளையாட்டுப் பொம்மையிலிருந்து மற்றொன்றிற்கு ஒரு பட்டாம்பூச்சியைப் போலப் பறந்தேன். மதிய உணவிற்கு வெளியே போகாமல் இருக்கத் தொடங்கினேன். காலையில் டிபன் சாப்பிட்ட கடையிலேயே மதிய உணவையும் பொட்டலமாகக் கட்டி எடுத்து வந்தேன். அதைச் சாப்பிட்டுவிட்டு அங்கேயே என் காவலைத் தொடர்ந்தேன்.

ஒரு நாள் மதிய இடைவேளையில் வேறு பிரிவுகளுக்குச் சென்று பார்க்க வேண்டும் என்று தோன்றியது. நான் ஒரு முறை கூட அங்கே யெல்லாம் சென்றதில்லை. பொம்மைகள் பிரிவின் கதவைத் தாழிட்டு பூட்டி விட்டுத்தான் சென்றேன். துணிவகைகள், சமையலறைப் பொருட்கள், இயந்திரங்கள், மருந்துகள் என இப்படி நீண்டு போனது. இந்தப் பிரிவுகள். ஒரு நிமிடம் கூட அங்கே நிற்கப் பிடிக்க வில்லை எனக்கு. ஒரு பெரிய பயமும் தனிமையும் தோன்றியது. அவசர அவசரமாக எங்கேயோ போகும் பாதசாரியைப் போல அவற்றை அங்குமிங்குமாக எட்டிப் பார்த்துவிட்டு நான் என்னுடைய சொந்த இடத்திற்கே திரும்ப ஓடினேன்.

இடைவேளை முடிந்து கடையின் முன் வாசல் திறந்து விட்டிருந்தது என்பதை நான் அறியவில்லை. வராந்தா வழியாக நான் மூச்சிரைக்க

வந்த போது பூட்டப்பட்டிருந்த என் பிரிவின் முன்னால் ஒரு கூட்டமாகக் குழந்தைகள் காத்துக் கொண்டிருப்பதையே நான் பார்த்தேன். ஒன்றிரண்டு பேரல்ல. பெரிய கூட்டம். கண்ணாடிக் கதவுகள் வழியாக ஒளிந்து நின்று பார்த்தபடி அவர்கள் என் பிரிவை வளைத்து விட்டிருந்தனர். அந்த பயங்கரமான கூட்டத்திலிருந்து ஒரு கூச்சல் என்னைப் பார்த்தவுடன் எழுந்தது. ஒன்றாக என்னைத் திரும்பிப் பார்த்தபடி கையைச் சுட்டிக் காண்பித்தபடி அவர்கள் எனக்கும் என் விளையாட்டுப் பொருட்களுக்கும் இடையில் நின்றனர்.

ஏதோ ராட்சசக் கரங்களால் நிறுத்தப்பட்டவனைப் போல நான் அந்த வராந்தாவில் மரத்து நின்று குளவிகளைப் போல என் பிரிவைச் சுற்றிக் கூடி நின்ற கூட்டத்தைப் பார்த்தேன். எனக்கும் அவர்களுக்கும் இடையில் இருந்த சிறிய அடி தூரம் ஒரு பாதாளம் போலத் தோன்றியது. அதன் மறு கரைக்குக் கடந்து சென்று அந்தப் பூட்டைத் திறந்து என்னுடையது மட்டுமான அந்த ராஜ்ஜியத்திற்கு அந்த எதிரிக் கூட்டத்தை உள்ளே விடத் தீர்மானிப்பதற்கான சக்தி எனக்கு ஏற்படவில்லை. என் ஆடை வேர்வையில் உடம்போடு ஒட்டிக் கொண்டது. நான் மூச்சு விடுகிறேனா என்பதுகூட எனக்குச் சந்தேகமாக இருந்தது. எனக்கு ஒன்றுதான் செய்யத் தோன்றியது. என் சட்டைப் பையில் இருந்த சாவியை இறுகப் பிடித்துக் கொண்டு நான் பின்னால் திரும்பி ஒரே ஓட்டமாக ஓடினேன்.

'நீங்க என்ன செய்யறீங்க?' பின்னாலிருந்து மேனேஜரின் சத்தம் உயர்ந்தது. சுற்றுலா பயணிகளாக வந்திருந்த அந்தக் குழந்தைகளைக் கடைக்கு அழைத்துக் கொண்டு வந்ததே மேனேஜர்தான். நான் அவரைக் கவனிக்கவில்லை. அவர் என் பின்னால் ஓடி வரும் காலடியோசையை நான் கேட்டேன். வேட்டையாடப்படும் ஒரு மிருகத்தைப் போல நான் அலமாரிகள், மேஜைகள், பரப்பிவைத்த விற்பனைப் பொருட்கள் என எல்லாவற்றையும் தாண்டிக் குதித்துக் கடந்து, அந்தப் பெரிய கடையின் உள்ளே திரும்பியும் வளைந்தும் ஓடினேன். இப்படிப் பட்ட பிரிவுகள் கூட இருக்குமோ என்று சந்தேகம் கூட இல்லாத சில பகுதிகள் வழியாக நான் ஆச்சரியப்பட்டபடியே பாய்ந்து சென்றேன். இவ்ளோ பெரிசா நான் வேலை செய்யும் இந்தக் கடை அப்படின்னா மேனேஜர் ஒரு பெரிய ஆளா இருக்கணும். அவருடைய மூச்சிரைப்புகள் எனக்குப் பின்னால் உயர்ந்து கேட்டது. ஓடுவதை

நிறுத்தி விடலாமா என்று நான் யோசித்தேன். ஆனால் என் கால்கள் ஓடிக் கொண்டேயிருந்தன. நான் ஒரு முறை திரும்பிப் பார்த்தபோது கடை வேலையாட்கள், பார்வையாளர்கள் எனக் கூட்டமாக மேனேஜரின் பின்னால் ஓடி நெருங்குவதைக் கண்டேன். கடையின் நீளத்தை அதிகரிப்பதற்காகச் சுவரை உடைத்திருந்த ஓர் இடத்தில் கடைசியில் ஒரு பெரிய பள்ளம் மட்டுமே இருந்தது.

எனக்குச் சாகணும்னு தோணல. ஏதாவதொரு விதத்தில் மீண்டும் என் விளையாட்டுப் பொருட்களுக்கு அருகில் செல்வதுதான் என் தேவை. அதனால் வேர்வையில் குளித்தபடி மேனேஜரைப் பார்த்துக் கொண்டு அங்கேயே நின்றேன். அவர் பின்னால் ஒரு பெருங்கூட்டத் துடன் ஒரு தளர்ச்சியுற்ற ராட்சசனைப் போல என்னைப் பார்த்து நின்றார். ஓரிரு முறை எதையோ கேட்பதற்காக வாயைத் திறந்தபோது சத்தம் மேலெழவில்லை. நான் மிகச் சாதாரணமாக என் கையை உயர்த்திக் கொண்டு அவரைப் பார்த்து, ‘சலாம் சார்’ என்றேன்.

கடைசியில் இரைப்புகளுக்கிடையே ஒரு இரைச்சல் போல அவர், ‘என்ன முட்டாள்தனம் நீங்க செய்தீங்க?’ என்று கேட்டார்.

இருபுறமும் ஊசிமுனைகள் போல வளைந்து உயர்ந்த கொம்பு மீசை முழுவதும் வேர்வையில் நனைந்து இருந்தது. அதன் வலது முனையைப் பிடிப்பதற்கு மேனேஜரின் உதடுகள் மீண்டும் மீண்டும் முயன்று தோற்றன. அவை வெற்றி பெறுமா என்பதைப் பார்த்தபடி நான் நின்றிருந்தேன். பட்டென அவை மிகச் சத்தமாக அலறின. ‘உங்களுக்குக் காது கேக்கலையா? நீங்க எதுக்கு ஓடினீங்க?’ உதடுகள் மீசையின் முனையைப் பிடித்து பற்களுக்கிடையே கொண்டு சேர்ந்தது.

‘மன்னிக்கணும் சார், திடீரென ஒரு பயம்போலத் தோன்றியது. எனக்கு நிறைய மன வேதனைகள் இருக்கு. என்னென்னவோ கஷ்டங்கள். அப்படி பலமில்லாமல் போனதால் நிகழ்ந்து விட்டது. இதோ, சாவி சார்’ நான் அவருக்கருகில் சென்று சாவியை அவரிடம் கொடுத்தேன்.

அங்கே கூடியிருந்தவர்கள் எனக்கும் மேனேஜருக்கும் வழி விட்டு நின்றனர். அவருடைய அழுத்தமான காலடியை நான் பின்தொடர்ந்தேன். எங்களுக்குப் பின்னால் வந்தவர்களை யெல்லாம் அவரின் ஒரு பார்வை பின்னோக்கிச் செல்ல வைத்தது. என்னுடைய பிரிவிற்கு முன்னால்

கூட்டமாக நின்றிருந்த அந்த பயங்கரம் எப்போதோ சிதறிப் போய் விட்டிருந்தது. கடைசியில் என் காவல் இடத்தின் வாசலைத் திறந்து அதனுள்ளிருந்த விசித்திர வெளிச்சங்களில் குளித்து உருவம் மாறி நாங்கள் இருவரும் பரஸ்பரம் பார்த்தபடி நின்றோம்.

'நீங்கள் ஒரு அபாயகரமான மனிதராக இருக்கிறீர்களே?' மேனேஜரின் உதடுகள் முணுமுணுத்தன.

'இல்லை சார். நான் ஒரு பாவமானவன். இன்று இப்படி நடந்து விட்டது' என்றேன். மேனேஜர் என் பக்கத்தில் வந்து என் கண்களைப் பார்த்தார். அந்தக் கொம்பு மீசையின் முனைகள் என்னைத் தொட்டும் தொடமாலும் நின்றன.

'உங்களுக்கு விளையாட்டுச் சாமான்கள் ரொம்பப் புடிக்கும், இல்லையா?'

'ஹேய். அதெல்லாமில்ல சார். நீங்க வேலை தந்த அன்று நான் அப்படி சும்மா சொன்னேன். எனக்கு எல்லாம் விருப்பம்தான். நான் சும்மா பொருட்களை எடுத்து கொடுப்பதற்காக நின்றிருப்பவன் மட்டும் தானே'.

'நீங்க எந்தப் பொருளையும் வீட்டுக்குக் கொண்டு போகவில் லையே? இல்ல, நான் ஸ்டாக் பாக்கட்டுமா?'

எவ்வளவோ உத்வேகமான விருப்பம் எனக்கு இருந்திருந்தது. சாயந்திரம் ஒரு பொம்மையைக் கொண்டு போக வேண்டுமென்று. ஆனால் எதனாலோ திருட எனக்கு மனசு வந்திருக்கவில்லை. கடையைப் பூட்டும் சந்தர்ப்பங்களில் ஒருபெரிய மனப் போராட்டமாக இருந்தது. இந்தச் சிந்தனையும் அதன் ஒதுக்குதலும், அதனால் நான் தைரிய மாகவும் உண்மையாகவும் அவரிடம், 'சார் ஸ்டாக் எடுத்துப் பாத்துக் குங்க. நான் ஒரு துண்டு காகிதம் கூட இங்கேயிருந்து எடுத்தது கிடையாது' என்றேன்.

'உங்களை நான் நம்புகிறேன். ஆனால் இன்று முதல் நான் உங்களை இந்தப் பிரிவிலிருந்து இடம் மாற்றுகிறேன். நீங்கள் விளை யாட்டுப் பொருட்கள் இல்லாமல் வாழக் கத்துக்கணும். எங்களால நஷ்டத்தை சகிக்கக்க முடியாது. இனி நீங்கள் இயந்திரங்கள் விற்பனைப் பிரிவில் வேலை செய்தால் போதும்.

ஒரு ஜீவனுள்ள பிணம்போல நான் என்னை உணர்ந்தேன். என்னைச் சுற்றியிருந்த என் உலகம் இடிந்து விழுந்தது. மேனேஜரின் கால்களில் விழுந்து கெஞ்சினால் என்ன என்று நான் யோசித்தேன். ஆனால் அது செயற்கையாகத் தோன்றுமே என்று நினைத்தேன். மிக நாடகத்தனமான ஒரு செயலாக இருக்கும். அதுக்கு பதிலாக இப்படிச் சொல்லலாமா என்று யோசித்தேன். 'மேனேஜரே, நான் ஒரு உயர்ந்த குடும்பத்தில் பிறந்தவன். என் முன்னோர்கள் மிகப் பிரபலம் வாய்ந்த வர்கள். அவர்களுக்கு மகாராஜா, பதவிகளும் உரிமைகளும் கொடுத் திருந்தார். நெல்லுறை, அம்பாடி, ஆர்ப்பு, ஆலவட்டம், யானை சவாரி, கங்கணம், கால்தளை குரவை, குதிரை, சவாரி, குழல், கொடி, தழக்குடை, செண்டை, தபேர், பட்டுவேட்டி, பகல்விளக்கு, படிப்புரை, பல்லக்கு, பஞ்ச வாத்தியம், மிதியடி, ராஜபோகம், தொங்கல், தோரணம், வேட்டை இவற்றையெல்லாம அவர்கள் அனுபவித்திருக் கிறார்கள். என் காலம் வருவதற்குள் நாங்கள் அனுபவிப்பது வேதனை மட்டுமே. விளையாட்டுப் பொருட்களுடன் நான் ஏதோ ஒரு சந்தோஷத்தை அனுபவிக்கிறேன். என்னை அவற்றிடமிருந்து பிரித்து விடாதீர்கள்.'

ஆனால், 'சார் இனி நான் எந்தத் தவறும் செய்ய மாட்டேன். என்னை இங்கேயே தொடர்ந்து வேலை செய்ய நீங்கள் அனுமதிக்க வேண்டும்' என்றுதான் சொன்னேன்.

'முடியாது' நிழலில் இருந்த என் மேஜையின் பின்னாலிருந்த நாற்காலியில் அமர்ந்தபடி மேனேஜர் சொன்னார். 'உங்களுக்கு வேலை வேண்டுமென்றால் அந்தப் பகுதிக்குப் போய் விடுங்கள்.'

மேனேஜரைப் பார்க்கவே முடியவில்லை. நிழல்களில் இருந்து வெளியேறிய சப்தம் மட்டுமாக இருந்தார் அவர். என் மறைவிடத்தில் ஏறியிருக்கும் ஓர் அன்னியன். என்ன பத்திரமாக இருந்தது என் மறைவிடம் என்று எனக்குப் புரிந்தது. விளையாட்டு பொம்மைகள் இருந்த அலமாரித் தட்டுகளை கண்ணீரொழுகக் கடைசியாக ஒரு முறை பார்த்துவிட்டு நான் வெளியே வந்தேன்.

'நில்லுங்க' மேனேஜரின் குரல் உள்ளேயிருந்து கேட்டது. நான் திரும்பிப் பார்த்தேன். எனக்கு என் பகுதியை சரியாகப் பார்க்க முடியவில்லை. மேனேஜர் அதனுள்ளே அதிக வெளிச்சமான ஒரு

லைட்டை போட்டு விட்டிருந்தார். வண்ணங்கள், நிழல்கள் விளை யாட்டுப் பொருள்களில் பரவிச் சென்ற வானவில் கீற்றுகள் என எல்லாம் மறைந்து போயிருந்தன. ஒரு வெள்ளை வெளிச்சம் எல்லா வற்றையும் சூழ்ந்து கொண்டது. அந்த நிழல்கள் அற்ற வெளிச்சத்தால் என் பொம்மைகள் எல்லா உதவிகளும் பறிக்கப்பட்ட பாதையோர அகதிகளைப் போல கதியற்று நின்றன. ஒரு தீப்பிடித்த வீட்டைப் பார்ப்பது போல நான் வெளிச்சத்தில் விறைத்து நின்ற அந்த அறையைப் பார்த்தேன். அங்கேயிருந்து நிழல்கள் இல்லாத ஒரு உருவத்தைப் போல மேனேஜர் இறங்கி வந்து கொண்டிருந்தார். அவரின் நீட்டிய கையில் ஒரு பொம்மை இருந்தது. சர்க்கஸ் செய்யும் குரங்கு.

'இதோ, இது உங்களுக்குத் தான்' என்றார் மேனேஜர். என்னால் அதை மறுக்க முடியவில்லை. நான் அந்த பொம்மையை வாங்கிய படியே, 'ஒன்றை மட்டும் சம்மதிப்பீர்களா, சார் அதோ அந்த விளக்கை மட்டும் அணைத்துவிடச் சம்மதிப்பீர்களா?' என்றேன்.

'ஓ அணைக்கலாமே.'

சிறிது நேரம் தேடியும் இதுநாள் வரை நான் பார்த்தேயிராத அந்த சுவிட்சை என்னால் பார்க்க முடியவில்லை. மேனேஜர் உள்ளே வந்து ஒரு அலமாரியின் பின்னால் இருந்த சுவிட்சை அணைத்தார். முழுமையான ஒரு இருட்டு எங்களைச் சூழ்ந்தது. நான் மேனேஜரின் கொம்பு மீசையை இரு கைகளாலும் பிடித்தபடி அவருடைய உதடு களில் ஒரு முத்தம் கொடுத்தேன். வெட்கத்தோடு ஒரு சத்தம் உண்டாக்கிய படி அவர் என்னுடைய கைகளிலிருந்து நழுவி நகர்ந்தார். பிறகு கதவைத் திறந்து வெளியேறி வராந்தாவில் நடந்து போனார். அந்த இருட்டில் ஒரு நிமிடம் நின்ற பிறகு வெளியே வந்து செல்லும் உருவத்திற்குப் பின்னால் நான் இயந்திரங்களின் பிரிவிற்கு நடந்தேன்.

★

29

சலாம் அமெரிக்கா

அமெரிக்காவுல நான் இருந்தவரைக்கும் நல்ல சொகமாயிருந்துச்சு. கைப்பிடி வைத்த ஒரு பெரிய பாட்டில்ல தான் ஜானிவாக்கர் வரும். பாட்டில் பாட்டிலா எவ்ளோ ராயல் சல்யூட்? நல்ல லாபமான வெலயும் மரவள்ளிக் கெழங்குன்னா கெழங்கு. நல்ல பஞ்சாட்டமா கெழங்கு. காஞ்சதோ, கருப்படிச்சதோ இல்லாம பிளாஸ்டிக்கில் சுருட்டப்பட்டு ஆசைப்பட்ட அளவுக்கு கெடச்சுது. கடுத்துருத்தியில கெடைக்கற ரொட்டிக் கிழங்குகூட அதுக்குப் பக்கத்தில் வராது. கறின்னா கறி. என்ன கறி வேணும்? நம்மோட 'கொஞ்ஞு'க்கும் செம்மீனுக்கும் மட்டும் பயங்கரமான வெல. அதுக்குப் பதிலா மீதி எல்லா மீனும் நல்ல ரஷ்யன் மீனுங்க.

நான் காலையில தூக்கம் கலைஞ்சு நிஜமா நான் எங்கேயிருக்கேன் என்று யோசித்தபடியே. கொஞ்ச நேரம் கட்டிலிலேயே படுத்திருப்பேன். எனக்கு எழுந்திருக்கவே தோணாது. அய்யோ, மச்சநாட்டு வயல் வரப்பில உக்காந்து தூண்டில் போட்டுக் கொண்டிருந்த அந்த ஜோஸி தானா இது? கடுத்துருத்தியின் சத்தம் ஒண்ணும் கேக்க மாட்டேங் குதே. நான் காதை கூர்மைப் படுத்துவேன். வயலின் அக்கரையி லிருந்து மரங்கொத்தி கூவுற சத்தம்? இல்ல. பாத்திரம் தேய்க்க வர்ற ரோஸிலினா பாட்டை முணு முணுக்கிறது? இல்ல, அம்மச்சி கெணத்தங்கரையில தண்ணி சேந்தற சத்தம் இல்ல. நான் இங்கே அமெரிக்கால தான இருக்கேன். நியூயார்க்கில. ஒரு பெரிய கட்டிடத் தோட மேல. அடக்கடவுளே, நான் இங்க என்ன செய்யறேன்? இங்கே ஒரு சத்தமில்லை. ஃப்ரிஜோட ஒரு ரீங்காரம் மட்டுமிருக்கு. ஏர்கண்டீச

னோட காத்து வர்றதோட ஒரு சின்ன எரச்சல் இருக்கோ? இருக்கு. பெரிய பெட்ரூமிலிருந்த டீவிலருந்து தானா ஏதோ சத்தம் வருது? அத யாரு ஆப் செய்யாம விட்டது? நானே தான். நேத்து பேஸ்பால் பாத்துக்கிட்டு இருந்து அப்படியே தூங்கி விட்டேன். அப்புறமா எழுந்து வந்து கொழந்தயோட தொட்டிலுக்குப் பக்கத்துல இருந்த இந்தக் கட்டில்ல வந்து படுத்துக்கிட்டேன். பேஸ்பால் பாக்கலன்ன யாராவது கேட்பாங்க, பாத்தியாடான்னு. அதுக்காகத்தான் பாக்கிறேன். ஆனா, எனக்கொன்னும் புரியல.

மம்மூட்டி, நெடுமுடி, மோகன்லால் இவுங்க மொகமெல்லாம் மின்னி மறையறது மட்டும் பாத்தா போதும்னு தோணும் செல நேரம். ஹோ இப்படியெல்லாம் கொஞ்சநேரம் ஒக்காந்துட்டு அப்புறமா எழுந்து காப்பி போடுவேன். அத கொஞ்சம் குடிச்சிட்டு கக்கூஸ் போயி, பல்லையும் தேய்ச்சு வர்றதுக்குள்ள கொழந்த எழுந்திருச்சுக் கும். அப்புறமா அவன எடுத்து நாப்கின் மாத்தி தொடச்சிட்டுடின்னு பால கரச்சு கொடுப்பேன். பெறகு அவன பிளே பென்ல விட்டுட்டு நான் ப்ரிஜிலருந்து கொஞ்சம் வேகவச்ச கெழங்க எடுத்து நெறய வெங்காயம் மொளகா தேங்காயெண்ண, கறிவேப்பிலயும் சேர்த்து நல்லா தொவட்டி வெச்சிடுவேன்.

ரண்டு முட்டய வேக வச்சிடுவேன். கறிக்கொழம்ப பிரிட்ஜிலருந்து எடுத்து அதையும் சூடு பண்ணுவேன். மீன் வறுத்தது ஏதாவது இருந் திச்சின்னா அதையும் கொஞ்சம் பிரெட்டையும் எடுத்துக் கொள்வேன். அதை மேஜை மீது வச்சுட்டு ஒரு கிளாஸில் டபிள் ஜானிவாக்கர் ஊத்துவேன். காலயில சோடா கலக்காம குடிக்கறதுதான் எனக்கு புடிக்கும். வாயில கெடந்த ஜானி ஒரு பெரட்டு பெரட்டும், ஒரு கிறுகிறுப்ப உண்டாக்கிக்கிட்டு அப்படி ரெண்டுவாட்டி எறங்கிச்சுன்னா என் நெஞ்சுக்குழி குளிந்திடும். வெறும் வயித்தில அது படியெறங் கறதுபோல எறங்கிப் போறது எனக்குத் தெரியும். நம்மகிட்ட இப்படி யொரு விஸ்கி இருக்கா? என்னதான் சொன்னாலும் வெள்ளக்கார னுக்கு இதெல்லாம் ஒரு கொடுப்பினை தான். அதெல்லாம் முடிச்சு நான் குளிக்கறத்துக் குள்ள டெஸ்ஸி வர்றது கேக்கும்.

அவ வெளியிலருந்து சாவி போட்டு கதவ தெறக்கறதக் கேக்கலாம். கொழந்த அவள கூப்பிடறதுக்கேக்கும். டெஸ்ஸி கொழந்தக்கி முத்தம்

கொடுத்தபடியே பெட்ரூக்கு வருவதைக் கேக்கலாம். கொழந்த அழற சத்தம் கேட்டால் எனக்குக் கொஞ்சம் கஷ்டமாயிடும். நான் வேகமா தொடச்சிகிட்டு வெளில வர்றதுக்குள்ள டெஸ்ஸி டிரஸ்ஸ கழட்டிட்டு ஜட்டி மட்டும் போட்டுகிட்டு நின்றபடி மொகத்த ஏதோ கிரீமினால் தொடச்சிக்கிட்டுருப்பா. கொழந்தய தூக்கறதுக்குப் போறதுக்கு முன்ன சில வேளைல நான் அவளை பட்டென கட்டிப் புடிப்பேன். அப்ப அவ இங்கீலீஷ்ல ஏதாவது சொல்வா? 'யூ லுக் ஙநல்' ன்னோ என்னமோ? பிறகு என் மொகத்துல ஒரு முத்தம் வேகமா தந்திட்டு போர்வைக்கடியில ஏறி ஒரு நிமிஷத்தில தூங்கிவிடுவா.

என்ன கஷ்டம் பாருங்க. அவ மலையாளத்தயே மறந்திட்ட மாதிரிதான் காமிப்பா. ஆஸ்பத்ரீல வேற மலையாளி நர்சுங்களும் இருக்காங்க. ஆனால் வெள்ளக்காரங்களுக்கு நடுவுல மலையாளம் பேசறது அவ்ளோ சரிப்பட்டு வருமா? அப்படியே அவ வீட்டுக்கு வந்தாலும் இங்கிலீஷ் தான் அதிகம் பேசறா. நான் கொழந்தய எடுத்துக்கிட்டு அழுக நிக்கற வரைக்கும் விளையாட்டு காமிப்பேன். அவன் அம்மாவப் பாக்கணும்னு சொன்னா நான் அவனை எடுத்துக் கிட்டு பெட்ரூமுக்குப் போவேன். அங்கே டெஸ்ஸி ஒரு பொட்டல மாட்டம் படுத்து கெடக்கறத அவன் தொட்டு பார்ப்பான். அப்புறம் நான் அவன எடுத்து ப்ளே பென்னில் விட்டுட்டு சோடா கலந்து நல்ல பெரிய கிளாசில் ராயல் சல்யூட் ஊத்தி எடுத்துக்குவேன். அப்படியே மொட்ட மாடிக்குப் போயிடுவேன்.

ஹோவெனப் பரந்து கிடக்கும் அமெரிக்கா, ஆனைமுடி உச்சில நின்னு பாக்கற மாரி இருக்கு. என் காலுக்குக் கீழே நியூயார்க் சிட்டி டேய் ஜோஸி, என்பேன் நான். இதப்பாத்தியா, இதோ நியூயார்க். நீ அதோட உச்சிலதான் நிக்கற. பத்திரிகைல எப்பவோ பார்த்திருக்கறா. வெள்ளைக்காரங்க வாழற நியூயார்க் என் கால்லருந்து தலைவரை ஏதோ ஒன்று ஊர்ந்து ஏறும். நான் ராயலை எடுத்து ஒரே முழுங்கு முழுங்கிட்டு, கீழே பரந்து கிடக்கும் ரோட்டையும், கார்களையும் கூச்சல் குழப்பத்தையும் ரொம்ப நேரம் பார்த்தபடி நிற்பேன். கீழே யிருந்து மேலேறி வர்ற அந்த சத்தத்தையும் கேட்பேன்.

தோ தெரியுது லாங் ஐலேண்ட். அங்க எலவம்குன்று மாத்தச்சனும் பொஞ்சாதியும் இருக்காங்க. ப்ரோம்க்ஸ் எங்க? நம்மோட கொச்சப்ப

னும் அவர் தம்பியும் அங்க இருக்காங்களே. நான் பீட்ரயினுக்குப் போய் எவ்ளோ நாளாகுது? ப்ரோம்க்ஸில் சீட்டாடப் போன கால மெல்லாம் மறந்தே போயிடுச்சு. மௌன்ட் வர்ணோனில் கோபியும் குட்டப்பனும் இருக்காங்களா? யாருக்குத் தெரியும் போன வருஷம் அவங்கூட மேரிலாண்டில் மான்வேட்டைக்குப் போனதுதான். குட்டப்பன் வச்ச வெடி காட்டின் ஓரத்தில் நின்றிருந்த பெல்ட் போட்ட பசுவின்மேல் பாஞ்சது. அவன் குடிச்ச போதயில கண்ணு தெரியாம நின்னுகிட்டுருந்தான். நாங்க அங்கருந்து வந்துட்டோம். ரெண்டு நாள் அவனோட வீட்டுப் பக்கம் கூடப் போகல. வெள்ளைக்காரனுக்கு அவன் சொத்துன்னா பிசாசு போல நெனப்பான். என்ன செய்ய? அவங்க நடுவுல வாழ வந்திட்டோம்.

அதோ போவுது பெரிய பாலம் கடந்து, நியூஜெர்ஸிக்கும் அப்புறம் பிலடெல்பியாவுக்கும் வாஷிங்டனுக்கும் உள்ள வழிகள். இந்த ரோடையெல்லாம் பாக்க எனக்கு என்னமோ போல இருக்கும். ஹோ. இந்த மாடியில ஒண்ணும் பண்ணாம கொழந்தயப் பாத்துக் கிட்டு இருக்கேன். கென்னடீல யாரையாவது வழியனுப்பப் போறப்ப வும் எனக்கு ஏதோ ஒரு மாதிரி அழுத்தம் இருக்கும். அவுங்க இப்ப ஆகாயத்துல ஏறி சூக் சூக்னு கொச்சின் போயிடுவாங்க. நான் இங்க குளிரில நிக்கறேன். நம்ம சொந்தக்காரங்க யாருக்காவது இந்தக் குளிரில ஏதாச்சும் பிரச்னை இருக்கா? தடதடண்ணு குளிரில நடுங்கி, வெள்ளக்காரனோட காஞ்சு போன பாஷயக் கேட்டுகிட்டு லிப்ட்ல ஏர்றதும் எறங்கறதும், ஷாப்பிங்குக்கு போறதும், வரறதும் துணி தொவைக்கறதும், பாத்திரம் கழுவறதும். கொஞ்சம் காசுக்காக இப்படியுமா ஒரு வாழ்க்கை? விளையாடவும் சிரிக்கவும ஒன்னும் முடியலன்னா அப்புறம் எதுக்கு இதெல்லாம்? காசுதானா சொர்க்கத் துக்கு கொண்டு போகுது?

நான் வேகமா உள்ள போயி முந்தின நாளூ பாத்திரத்தக் கழுவி வாஷிங் மெஷின் ஆன் பண்ணுவேன். துணியயெல்லாம் ரகம் ரகமா பிரிப்பேன். டெஸ்ஸியோட துணிய எடுக்கறப்பவே ஆஸ்பத் திரியோட ஒரு வாடை வரும். அவ உடம்புல கூட அந்த வாசன வருமோன்னு எனக்கு சந்தேகமிருக்கும். அப்புறம் ப்ரீசரிலிருந்து ரெண்டு கேன் பியரெடுப்பேன். அதை ஒரு பெரிய மக்கில ஊத்தி நான் வாஷிங் மிஷினுக்குப் பக்கத்தில் உக்காந்துடுவேன். என்னதான்

சொன்னாலும் இவ்வளவு நல்ல பியர் வேற எங்க கிடைக்கும்? கொறஞ்ச வெல வேற. குடிச்சா என்ன ஒரு குளிர்ச்சியா இருக்கு. ராயலுக்கு அப்புறம் அது உள்ள போறப்ப என்ன சொகம், பையன் அதுக்குள்ள தூங்கியிருக்கும்.

பிறகு நான் போய் கொஞ்சம் அரிசியக் கழுவி ஒலயிலப் போடு வேன். அம்மாடி, ஃபிரிட்ஜுக்குள்ளருந்து எல்லாத்தையும் தின்னலாம். ஆனா பழய சோத்த மட்டும் தின்றதுக்கு எங்கிட்ட சொல்லிடாதீங்க. நான் கொஞ்சமா சாப்டாலும் சூடா இருக்கணும். அரிசி வேகறதுக் குள்ள நான் கொஞ்சம் மோரு காச்சி, ஒரு பருப்பு சாம்பாரும் வச்சு, கொஞ்சம் அப்பளமும் வறுத்து, ஃபிரிட்ஜுக்குள்ளருந்து கறிக் கொழம்பு, மீன் கொழம்பு எல்லாத்தையும் எடுத்து ஒரு வாட்டி சூடு பண்ணிடு வேன். இதுக்கு நடுவுல நான் மேலும் ரெண்டு வாட்டி பியர் எடுத்து அதன் குளிர்ச்சியையும் குமிழிகளையும் ருசித்தபடியே குடிச்சிருப் பேன். பிறகு டெஸ்ஸியை எழுப்பியபடியே சாப்பாடு போட்டாச்சு என்பேன்.

அவ ஜட்டியை மட்டும் போட்டுக்கிட்டு எழுந்து வர்றத நான் பாத்துக்கிட்டே நிப்பேன். அவ மொகம் கழுவி, முடி பிரஷ் செய்து, பாண்ட்டை இழுத்து ஏற்றிக் கொள்வதையெல்லாம் நான் பார்த்துக் கொண்டு நிற்பேன். தலையோலப்பறப்புகாரி பாண்ட்டை இழுத்து போட்டுக்கறா, ம் நடக்கட்டும், நடக்கட்டும், நான் சில சமயம் அவளை, பாண்ட் போடறக்கு முன்ன, ஒரு வாட்டி இறுகக் கட்டிக்கு வேன். ஆனா அவ, ‘ஜோஸி ஏதாவது பிரச்சனையாயி மெட்டனிட்டி லீவெடுத்து ஓவர்டைம் பண்ற காசும் கெடைக்காமப் போயிடுச் சுன்னா, கான்டோமினியத்திலிருக்கற வீட்டுக் கடன் யார் கட்டறது? ஜோஸி குடிச்சிருக்க இல்லியா?’என்பாள். ‘அதுக்கு நீ மாத்ர சாப்பிட றல்ல? இல்லாட்டி நான் அதெல்லாம் கவனமா பாத்துக்கறேன்’ என்று நான் சொன்னாலும், அவ ஒரு விதமா மறுப்பா கொஞ்சுவா, வேண்டாட்டி போ. எனக்கே வேற வேலயிருக்கு. இந்த விஷயத்துக் கெல்லாம் ஆம்பளங்க கொஞ்சுவாங்களா?

டெஸ்ஸி வந்து உக்காந்து சாப்பிடுவா. கொழந்தைக்கும் ஊட்டுவா. அப்புறம் கொழந்தயத் தூக்கிட்டு டீவிக்கு முன்னால இருக்கிற பெரிய சோபாவுல போயி ஒக்காந்துருவா. நானும் கொஞ்ச நேரமெல்லாம்

அவகூட, அவ பக்கத்துலன்னு சுத்தி சுத்தி நிப்பேன். சோபாவில ஒக்காந்து ஆசுபத்திரி விஷயமெல்லாம் கொஞ்ச நேரம் கேப்பேன். சாப்பாடு முடிச்சதும் ஒரு பிராண்டி நல்லாருக்கும்னு நெப்போலியன் விஎஸ்ஸோவுடைய ஒரு பெரிய லார்ஜ் ஊத்திக்குவேன். ராத்திரில தான் பிராண்டி குடிக்கணும்னு டெஸ்ஸி சொல்லுவா. ஓ, ராத்திலயும் பகல்லயும் நாம் ஒரே ஆளுதான, ஒரே வயித்துக்குத் தானே போகுது. எனக்கு நெப்போலியன் ரொம்பப் பிடிக்கும். அதனோட கஷாயம் மாதிரி உள்ள ஒரு டேஸ்ட்டும் முத்தின ருசியும் நான் அத வாயில ஊத்தி ஒரு சுத்து சுத்துவேன். வாசனையை மூக்கு வழியா இழுத்து உள்ள விடுவேன்.

அதுக்குள்ள டெஸ்ஸிக்குத் தூக்கம் வரும். கொழந்த எப்பவோ தூங்கியிருக்கும். அப்பதான் என் சான்ஸ் வரும். நான் கொழந்தய எடுத்து அவனோட பெட்டில் படுக்க வச்சுட்டு, டெஸ்ஸிக்கு போர்வை போத்தி விடுவேன். 'அப்புறமா, அம்மா டெஸ்ஸி, நீ காரோட சாவிய கொஞ்சம் தாயேன். நான் ஒரு வாட்டி சுத்திட்டு வரனே' என்பேன். தூங்கி வழியற கண்ணோட அவ என்னப் பாப்பா. என்ன தனியா வெளில விட அவளுக்கு அவ்ளோ நம்பிக்கையில்ல. அதுவும் கார எடுத்துகிட்டு. எனக்கு ஏதாவது ஆச்சுன்னா அவ என்ன செய்வா? கொழந்தய யாரு பாத்துக்குவா? அவ என்ன மறுபடியும் கொற சொல்ற மாதிரி பாத்துட்டு ஹேண்ட் பேகிலருந்து கீ எடுத்துத் தருவா. நான் அத வாங்கிக் கிட்டு பிரிட்ஜிலிருந்து கேனேடுத்து கொஞ்சம் பியர் அடிச்சிட்டு கதவைச் சாத்திட்டு எறங்குவேன்.

இனி டெஸ்ஸியும் குழந்தையும் எழுந்திருக்க மூணு மணி நேரம் ஆகும். ஹா....ஹா.. ஹா...மூணு மணி நேரம் நான் லிப்ட்டில் ஏறாம மெதுவா படிகளிறங்கி கீழ்த்தளத்தில் வந்து கதவத் தட்டுவேன். பெல்லடிக்க வேணான்னுதான் ஜோசபீனா சொல்லியிருக்கா. அதாவது அவ சைகைல சொல்லியிருக்கா அவ பேசறது இங்லீஷ் கூட இல்ல. ஸ்பானிஷ்தான் பேசறா. நான் லிப்டில் அவள மொதல்ல பாத்தபோது நல்லா ஒருவாட்டி சிரிச்சேன். எனக்கு ஏதோ சந்தேகம் தோணியதால தான சிரிச்சேன். அவளும் சிரிச்சா, ஜோசபீனாவப் பாத்தா திருவழூரோ இல்ல தெக்கு பக்கத்து ஒரு நல்ல குடும்பத்தில பெறந்த அழகியப் போல இருப்பா செவப்பு நிறம். இந்த வெள்ளக்காரிச்சிங்களப் போல பல கலர்ல இல்ல, தலைமுடி நல்லா கறுப்பா சுருண்ட முடி. நல்ல ஷேப்.

லிப்டில நாங்க ரெண்டு பேர் மட்டுந்தான் இருந்தோம். நான் ஹலோன்னு சிரிச்சுகிட்டே சொன்னேன். அப்புறமா ரெண்டுல ஒண்ண முடிவு பண்ணி 'ப்யூட்டிபுல்' ன்னு சொல்லிட்டேன். சும்மா தான் சொன்னேன். அவ பட்டென என்னோட கொம்பு மீசய தொட்டுப் பாத்தா, 'பாத்துக்கோன்னு' சொன்னேன். அவளுக்குப் புரியுதா என்ன, நான் என் நெஞ்சைத் தட்டிகிட்டே, 'ஐ மலயாளம்' என்றேன். அவ சிரிச்சுக்கிட்டே கண்ணச் சிமிட்டிகிட்டே 'எஸ்பானா' என்றாள். அவ கையில் நெறய பொட்டலங்கள். கீழேயும் இருந்துச்சு. அறுபத் தொட்டாவது மாடீல லிப்ட் நின்னப்ப அவ வெளியேறத் தயாரா என்னப் பாத்தா. 'அறுபத்தொன்பதுலதான் என் வீடு ஐ...ஐ...சிக்ஸ்டி நயன் ஐ ஹெல்ப்' என்றேன். அவள் என்னைப் பார்த்துக் கண் சிமிட்டியபடி முப்பத்திரண்டு பல்லையும் காட்டிச் சிரித்தபடி 'சிக்ஸ்டி நைன் சிக்ஸ்டி நைன் கம்' என்றாள். நான் அன்னக்கி ஜோசபினாவின் பொட்டலங்களை எல்லாம் தூக்கிட்டு அவளுக்கு ஒதவணும்னு புரிஞ்சது. அவதான் பொம்பள. அவளோட எஜமானி டெஸ்ஸியோட பிரண்ட். ஒரு மலையாளி மனோத்துவ டாக்டர். வெள்ளைக்காரப் புருஷன் ஐக்கிய சபையில ஒரு பெரும்புள்ளி. அவனுக்கு மருத்துவம் பாத்து பாத்து அவன கைக்குள்ள போட்டுகிட்டான்னுதான் டெஸ்ஸி சொன்னா. இல்லன்னாலும் மனோதத்துவத்துக்கு தெரியுமா.' அதனோட கிட்டகூட நெருங்க முடியுமா ஓவர் டைம் எல்லாம் செஞ்சாலும் ஒரு நர்சோட சம்பளம்.

ஆமாம் இந்த வெள்ளக்காரங்க மனசில எல்லாம் எப்பவும் ஒரு வருத்தம் இருக்கும். ஏதோ ஒரு பயமும் துடிப்பும் எண்ணங் களுமா இருக்கும். எப்படி இல்லாம இருக்கும். இந்த பரப்பரப்பான லிப்ட் ஏற்றமும் இறக்கமும் ஓடறதும், குதிக்கறதும் கார் ஓட்டறதும் தானே உத்தியோகம்? ஒரு நிமஷம் கால் நீட்டி ஓரிடத்துல நிம்மதியா ஒக்காந்துட முடியுதா? ஜோஸபினோட வீட்டு ஆளுங்க காலையில போனா ராத்திரி எட்டுமணிக்கு முன்னாடி வீட்டுக்கு வர்ரதேயில்ல. சனி ஞாயிறுல மட்டும் கொஞ்சம் கவனமா இருக்கணும். அவ எனக்கு ஒளிஞ்சுக்க எடம்கூடப் பாத்து வச்சிருந்தான்னா அவளப் பத்தி புரிஞ்சிச்சு இல்லயா. மனோதத்துவத்தோட மதிப்பு.

மொத நாளு ஜோசபீனாவைக் கட்டிபிடிச்சுகிட்டு டாக்டரோட பெரிய பெட்ரூம்ல வட்டத்திலிருந்த வாட்டர் பெட்டோட நடுமத்தில

மேலயிருந்த கண்ணாடிய பாத்துக்கிட்டே படுத்துக் கெடந்தபோதுதான் எனக்குப் புரிந்தது. ஜோசபீனா கை நீட்டி ஒரு சுட்சை அழுத்தினா. பெட் மெதுவாக வட்டமடிக்க தொடங்கிச்சி. மனசு வட்டமடிக்கறது மாதிரிதான் பெட் வட்டமடிச்சதுன்னு நான் நினைச்சேன். நான் அவகிட்ட. 'ஏன்டி நீ எங்கிருந்து வந்த' என்பேன். அவ ஸ்பானிஷ்ல என்னன்னவோ சொல்லிக்கிட்டே என்ன கடிப்பா. என்னவெல்லாம் அவ மனசில் இருக்கும் என்று நினைப்பேன்.

என்னப் போலவே அவளும் எங்கேயிருந்தோ வந்து இந்தப் பெரிய கட்டிடத்தின் உச்சீல அடைஞ்சு கெடக்கா. அவளுக்குன்னு ஒரு போக்கிடம் உண்டா? எனக்கு இந்த கார் கீயாவது இருக்கு. நான் வாட்சைப் பாக்கறது அவளுக்கு இஷ்டமில்ல. என் வாட்ச் கட்டின கைய நான் தூக்கினா, அவ அத கீழ தட்டி விடுவா. அப்புறமா என்மேல ஏறி ஒக்காருவா. என்ன விடவே மாட்டா? ஆனா என்னால அது முடியுமா? நான் அவகிட்டே, ஜோஸபீனா. என் தங்கக் கொடமே, நான் போகணும். இன்னும் எனக்கு ரெண்டு மணிநேரம் தான் மீதி யிருக்கு. நான் கொஞ்சம் வெளில போயி காத்து வாங்கறேன். நான் நாளைக்கும் வர மாட்டேனா என்ன? நான் வராம இருந்திருக்கேனா? என்பேன். அவளுக்கு இந்த ஒரு மலையாளம் மட்டும் புரியும். நாளக்கி அவ என் மேல ஏறி என் முகத்த மொறச்சு பாத்து ஒரு விரலை என் நெத்தில குத்திகிட்டே 'நாளக்கி நாளக்கி யெஸ்' என்று சொல்லிகிட்டே என்ன விட்டுடுவா.

மேலயிருக்கிற ஜானியோட விஷயத்த நெனச்சா கொஞ்சம் சபலமாயிடும். வேண்டாம். வந்திட்டு பாக்கலாம். ஏதாவது போலீஸ் ... ஒரு வாட்டி என்ன பிடிச்சிருக்காங்க. நான் மதியானத்துக்கு மேல காரெடுத்துகிட்டு பெல்ஹாம் எக்ஸ்பிரஸ் வே வழியா வேகமா ஓட்டிக்கிட்டுருந்தேன். அன்னக்கி டெஸ்ஸிகிட்ட இருந்தது ஒரு பழைய போர்டுதான். ஆனா பழசாயிருந்தா என்ன வெள்ளக்காரன் காரு தானே. எனக்குள்ளே இந்த நீளமா கெடக்கற நல்ல மொசைக் போட்ட மாதிரி இருக்கிற ரோட்ட பாக்குறப்ப அதனோட கடைசி வரை போகணும்ன்ற ஆசை ஏறிகிட்டே இருக்கும். எங்கே போக? மொத்தம் இருக்கறது ரண்டு மணி நேரம். அப்படியும் நான் ஸ்பீடா ஓட்டுவேன்.

அப்ப நா புதுசா இங்க வந்தப்ப திடீர்னு சைரனை எழுப்பி கிட்டே ஒரு போலீஸ்காரன் என்ன தடுக்குறான். அவனை இடிச்சுடறது

போல நான் வண்டிய நிறுத்தினேன். தொப்பியும் கூலிங்கிளாசும் போட்டுகிட்டு இடுப்புல துப்பாக்கியும் ரப்பர் தடியுமாத்தான் போலீஸ் காரன் வர்ரான். நான் வேகமா கதவத் தெறந்து எறங்கினேன். நல்லா குனிஞ்சு ஒரு நமஸ்காரம் பண்ணேன். வேற என்ன செய்ய? வெள்ளக் காரன் ரப்பர் தடியால் என் முதுகில் செல்லமா ஒரு அடி அடிச்சான். என் அடி வயித்திலிருந்த ஜானி வாக்கர் ஆவியாப் போயிடுச்சு. அதுக் குள்ள வேற ரண்டு போலீஸ்காரனுங்களும் வந்திட்டானுங்க. எல்லோரும் ஒண்ணா நின்னுகிட்டு என்னப் பிசாச பாக்கற மாதிரி பாக்கறானுங்க. ஒருத்தன் துப்பாக்கிய நீட்டிகிட்டே வந்து பாக்கெட்ட, உடம்ப எல்லாம் சோதன பண்ணான். அப்புறம் இங்கிலீஷ்ல கேள்விகளா அடுக்கினான். 'என் செல்ல சாரே எனக்கு இங்கிலீஸ் தெரியாது'ன்னு நான் சொன்னேன். நான் வீட்லயே ஒக்காந்து வெறுப்படிச்சப்ப கார எடுத்துக்கிட்டு வந்தேன். நான் என்ன குற்றம் செய்தேன் சாரே? என்ன ஒண்ணும் செய்திடாதீங்க. டெஸ்ஸி தனியாத்தான் இருக்கா? அவங்க பாஸ்போர்ட், டிரைவிங் லைசன்ஸ்ன்னு எல்லாம் என்னன்னவோ கேட்டாங்க. 'என் செல்ல சாரே எனக்கு எதுவும் தெரியாது. எல்லாம் டெஸ்ஸிக்குத்தான் தெரியும்' என்றேன்.

அப்புறமா அடிபடாம இருக்கறதுக்கு அம்மாகிட்ட செஞ்ச ஒரு டெக்னிக்க யூஸ் பண்ணேன். நான் ஒண்ணு ஒரே அழுகையா அழ ஆரம்பிச்சுட்டேன். வெள்ளக்காரப் போலீஸெல்லாம் கூலிங் கிளாஸ் வழியா என்னப் பார்த்து முழிச்சிகிட்டே நிக்கறானுங்க. ஆனா என் டெக்னிக் வேல செஞ்சுது. அவனுங்க என் அழுகயப் பாத்து கடகடன்னு சிரிக்கறானுங்க. அவங்க என்ன ரொம்ப அன்பா முன்னால யும் பின்னாலயும் ஒரு வளையம் போல கார் ஓட்டிகிட்டு வந்து வீட்டில கொண்டு வந்து விட்டானுங்க. போலீசும் நானுமா வீட்டுக்குள்ள வர்றத பாத்த டெஸ்ஸியோட மூஞ்சி பச்ச பூசணி போல ஆச்சு. அவ என்கிட்ட ரெண்டு நாளு பேசல. மெதுவா மெதுவா என்னால ரோட்ல போர்டெல்லாம் பாத்தா புரிஞ்சுக்க முடிஞ்சுது. வெள்ளக்கார னோட எல்லா விஷயமும் புரிபட ஆரம்பிச்சுச்சு.

எனக்கு எங்கேயெல்லாமோ போகணும்னு மனசுல தோணுது. இந்த ரோடெல்லாம் இப்பிடி போகுது. நான் மட்டும் இங்க நிக்கறேன். அது சரியா? ஆனா, கொழந்த பொறந்த பிறகு என் ஓட்டமெல்லாம் கொறஞ்சு போச்சு. அதுக்கு முன்னால நான் ரொம்ப ஓடியிருக்கேன்.

அப்புறம் டெஸ்ஸி அந்த ஃபோர்டைத் தூக்கிப் போட்டுட்டு டொயோட்டா வாங்கினா. அவ அத அலட்டிக்கொண்டே பார்க்கிங்கில் கொண்டு வந்து நிறுத்தும் போது எனக்குள் ஒரு குதி குதிப்பேன். ஜோசபீனாவப் போல இருந்தது. அந்த டொயோட்டா. அதன் சினேக மும் ஜோஸபீனாவோடது போலவே இருந்தது. நான் அதுக்குள்ளே ஏறி ஒக்காந்து சீட்பெல்ட் போட்ட உடனே என் மனசு பாக்கற எடத்துக்கு அந்த டொயோட்டா ஓடும்.

ஹோ, என்ன ஓட்டம் ஓடியிருக்கேன் நான். நியூயார்க்லருந்து வெளில போற எல்லா வழியிலயும் நான் போயிருக்கேன். அமெரிக்கா, இதோ ஜோஸி வரேன்னு ஒரக்கச் சொல்லுவேன். கடுந்திருத்திக் காரன், மச்சநாட்டு ஜோஸி. வெள்ளையனே, மேடமே, இதோ ஜோஸி வர்றான். உங்களுக்கு இந்த நல்ல ரோடு இருக்கு என் பொண்டாட் டிக்கி டொயோட்டா இருக்கு. வேற என்ன வேணும்? நான் காரோட ரெண்டு பக்கத்லருந்தும் படபடன்னு காத்தடிக்கறத கேட்டுகிட்டே பிளேயரில் பெரியாறே பெரியாறே என்ற பாட்டையும் போட்டுட்டு என் டொயோட்டாவின் ஸ்டியரிங்கையும் கட்டிபுடிச்சுகிட்டு அப்டியே ஒக்காந்துடுவேன்.

எங்க போற ஜோஸி? அமெரிக்காவோட கடைசிக்கு. பூமியோட மறுபக்கத்துக்கு. கடுந்துருத்திக்கு, மச்சநாட்டு வயல் வரப்புக்கு, ஆனா நான் அந்த டொயோட்டாவ கொண்டுபோய் இடிச்சு தூள் தூளாக்கினேன். என் மொகத்துல எட்டு தையலு. ஒரு கால் எலும்பு ஒடஞ்சிடுச்சு. இடிச்ச காரோட வெள்ளக்காரிச்சிக்கு பல் எகிறிப் போச்சு. கொஞ்சம் ராயலு கூடிடுச்சு. அந்த போலீஸ் என் வாயிலிருந்த வாசனையைப் பாத்து புடிச்சுட்டான். என் லைசன்ஸை புடுங்கிட் டான். நான் ரொம்ப நாளுக்கு வீட்லயே இருக்க வேண்டியதாயிடுச்சு.

அப்பதான் கொழந்த பொறந்துச்சு. டெஸ்ஸி அம்புக்கும் வில்லுக்கும் நெருங்க மாட்டா. நான் ஒரே புடி புடிச்சேன். இப்படியும் கடுமையா இருப்பாளா? நான் அப்புறம் எதுக்கு இந்த அமெரிக்கால இருக்கேன். அப்புறமா டெஸ்ஸி வாங்கின காரு லிங்கன் பேமிலி. எனக்கு அதனோட மொகமே புடிக்கல. அதுகிட்ட போகவே புடிக்கல. என் மனசு மாரி நடக்கறதா இல்ல அது. நான் அதை பல தடவையா போட்டு இடிக்கறதும், உதைக்கறதுமா இருந்தேன். ஒரு நாள் அது

நியூஜெர்ஸில ஒரு எக்ஸ்பிரஸ் வேயில செத்துப் போன கணக்கா படுத்துடுச்சு. என்ன செய்தாலும் அசைய மாட்டேங்குது. நான் அதும் மேல ரெண்டு கல்லத் தூக்கிப் போட்டு காலால ரெண்டு ஒத ஒதச்சிட்டு, 'போடீ, பட்டீ, நீயில்லன்னா இந்த அமெரிக்காவுல வாழ முடியுமா முடியாதான்னு ஒரு கை பாக்கறேன். நீ ஜோஸியை கொழந்தன்னு நெனச்சியா' ன்னு சொல்லிக்கிட்டு ஒரு டாக்ஸி புடிச்சு வீட்டுக்கு வர்ரதுக்குள்ள டெஸ்ஸி கொழந்தய ஜோஸபீனா கிட்ட வுட்டுட்டு போயிட்டிருந்தா.

நானும் ஜோஸபீனாவுமா ரொம்ப நேரம் கொழந்தக்கி வெள யாட்டு காமிச்சிட்டிருந்தோம். கொஞ்ச நேரம் கழிச்சு என்ன வந்தாலும் வரட்டும்னு டெஸ்ஸிய ஆஸ்பத்திரி போனில கூப்பிட் டேன். எனக்கு ஒரே அர்ச்சனை. நான் அவகிட்ட, 'அம்மாடி டெஸ்ஸி அந்தக் கார் ஒரு பிசாசு. அதும் மனசில என்னமோ இருக்கு. இல்லன்னா நான் வேணும்னே லேட் பண்ணுவனா? நீ என்னை என்ன வேணா பண்ணிக்க. ஆனா அந்தக் காரு மட்டும் வேணாம்னு' சொல்லிட்டு வச்சுட்டேன்.

நான் கோவமும் வருத்தமா மேலப் போயி, ஜோஸபீனாவுக்கு பியரும் எனக்கு ஒரு பாட்டில் ஜானியும் எடுத்துகிட்டு வந்தேன். ரொம்ப நேரம் கழிச்சு கொழந்த தூங்கிடுச்சு. நானும் ஜோஸபீனாவும் வாட்டர் பெட்ல ஏறி எங்களோட வட்டத்த சுத்த ஆரம்பிச்சோம். என் தங்கமே தெய்வ குத்தம்னு சொன்னா போதுமே. வேற என்ன சொல்ல. நாங்க அங்கயே படுத்து தூங்கிட்டோம். உண்மையில எங்க மனசு ஒரு சுத்து சுத்திடுச்சு. அப்படி ஒருமுறை கூட ஆனதில்ல.

நான் ஏதோ சத்தம் கேட்டு எழுந்தப்ப கொழந்த அழுதுகிட் டிருந்துச்சு. டாக்டரும் வெள்ளக்காரப் புருஷனும் எங்களப் பாத்து கிட்டே ரூமில நிக்கிறாங்க. ஜோஸபீனா பியரும் ஜானியுமா சேத்து வச்சு அடிச்சதுல கல்லாட்டமா இன்னும் தூங்கிட்டிருக்கா. ஒரு பொட்டுத்துணிகூட இல்லாம. நான் டாக்டரப் பாத்து சும்மா சிரிச்சு வச்சேன். அவ புருஷன் கையைப் புடிச்சு ஒரு குலுக்கு குலுக்கினேன். அப்படியே கொழந்தய எடுத்துகிட்டு ஒரே ஓட்டமா ஓடினேன்.

இந்த நாசமாப் போன லிங்கன் பேமிலி லிங்கன்னு சொல்லிட்டு அமெரிக்காவுல முன்னாடி ஒரு தலைவர் இருந்தார். அந்தாளோட

பேர அந்தப் பிசாசுக்கு வச்சவுங்கள என்ன செய்யலாம்? பேமிலி. என் பேமிலிய அந்த பட்ட கார் கலங்கடிச்சுடுச்சு. என்னை கென்னடி ஏர்போர்ட்ல கொண்டு வந்து விட்டபோது டெஸ்ஸி என் கைல ஆயிரம் டாலர குடுத்தா. இப்பவும் அவ நடுவுல ஏதாவது அனுப்பிக் கிட்டே தான் இருக்கா. கொழந்தய அவ எப்படியோ பாத்துக்கறா. தன் கூடவே கூட்டிட்டு போறாளாம். இல்லன்னா க்ரஷ்ல விடறாளாம்.

பாவம் டெஸ்ஸி. என் பையன் அதவிடப் பாவம். அவன் அந்த வெள்ளக்காரங்க, கருப்பனுங்க நடுவுல இங்கிலீசும் பேசிகிட்டு லிப்ட்டில் ஏறி எறங்கறதும் ஓடறதும் ஓடியாரதுமா கத்துக்கப் போறான். அதுக்கப்பறம் என்ன இருக்கு? உறவுக்காரங்களப் பாக்க முடியுமா? நிறைய காருங்களுக்கு நடுவுல அவனும் தறிகெட்டு ஒரு கார ஓட்டிகிட்டு போற ஒருத்தனாவான். ஏதாவது பல கலர்ல இருக்கற ஏதாவது ஒரு வெள்ளக்காரி அவன கூட்டிட்டு போனாலும் போகலாம்.

என்னை இனிமே டெஸ்ஸி அமெரிக்காவுக்குக் கூட்டிப்பாளா? ஓ, எனக்குச் சந்தேகம்தான். அவளுக்கு இப்ப வேற ஏதாவது நட்பு கெடச்சாலும் கெடச்சிருக்கும். கடிதத்திலயெல்லாம் அப்படி ஒண்ணும் தெரியலன்னாலும் அமெரிக்கா தானே. அப்புறம் நானும் பிடிபட்ட வன்தானே. அவ அத மறந்துடுவாளா, என்கிட்ட கொஞ்சியது, கோவிச்சு கிட்டத மறந்தாலும் சில சமயம் வயல்வரப்புல சாயந்திரம் நிக்கும் போது எங்களோட பெரிய தோட்டத்தில் இருந்து வளர்ந்து நிக்கிற ஏலக்கா செடியிலருந்து நல்ல வாசனை வரும். ஜோஸபீனா கிட்ட இருக்கு அந்த வாசன வர்ற மாதிரி ஒரு செண்ட். அப்ப எனக்கு ஒரே சங்கடமா போயிடும். நான் அக்கரையைப் பாத்தபடி சொல்வேன், ஜோஸபீனா, என் செல்ல ஜோஸபீனா, நாளக்கி நாளக்கி, நோ அமெரிக்கா ஸலாம்.

★

30
பிரபஞ்சத்தின் சிதைவுகள்

ஒன்று

ரகசியமான தூர தேசங்களுக்கான ஒரு தீராத விருப்பத்தில் அலைந்தும் அறிந்தேயிராத புஷ்பங்களின் மனதில் சுவாசித்து மனம் மயங்கியும் தூரத்தில் ஏதோ ஆகாயத்தில் தானறியாத நட்சத்திரக் கூட்டங்கள் மின்னிக் கொண்டிருக்குமே என்று வருத்தப்பட்டும், புலப்படாத மலைச் சிகரங்களின் அடிவாரங்களில் கண்ணாடி போல பளபளத்து ஒழுகி பாறைகளில் தெறித்துச் சிதறிப் பாயும் ஆறுகளின் அசைவை இதயத்தில் குழைந்த ஒரு கால முடிவில் ஒரு தவளை தன் அருவியிலிருந்து உதறிக் கொண்டு ஏறி பயணம் புறப்பட்டது.

தான் ரொம்ப காலம் வசித்த அந்த அருவியை அது திரும்பிப் பார்க்கவுமில்லை.

ஒரேயொரு கனவு அதை கைப்பிடித்து நடத்திக் கொண்டு போனது. அதன் உருண்ட கண்களின் மேல் வெண்மை படர்ந்த நீல ஆகாயம் ஒளிர்ந்தது.

ஏகாந்தமான மனதுடன் கௌரவமாக சில சமயங்களில் மகிழ்ந்தும், அதிசயப்பட்டும் சில சமயங்களில் வேதனைப்பட்டும் பயந்தும் தளர்ந்தும் பசித்தும் பனியும் மழையும் வெயிலும் பட்டும் கடலின் இரைச்சலும் காட்டின் பீதியும் விடியலின் ஒளிர்வும் இருட்டின் மௌனமும் புதிய ஆறுகளின் குளிர்மையையும் நீர் ஓட்டத்தையும் அனுபவித்தும் நாடும், நகரமும் வயலும் மலையும் தரிசித்தும் அது தன் கனவு பூமியினூடாக பல வசந்தங்களின் சிகரங்களின் வழியாக சஞ்சரித்தது.

கீழ் வானத்தின் எல்லையற்ற புதுமையும் மேகங்களின் கணக்கற்ற வடிவங்களும் நிலாவும் நிழலும் குழைந்து பிறக்கும் மந்திர சக்தியும் அது புரிந்து கொண்டவையில் சில.

வருடங்கள் மலர்கள் போல உதிர்ந்தன. கடைசியில் ஒரு சரத்கால மாலையில் அது ஒரு மலையிறங்கி வந்தபோது முன்னால் தெரிந்த அடிவாரம் பழக்கப்பட்ட ஒன்றாக இருந்தது.

மலையின் நிழலைப் போர்த்தியபடி நின்ற அடிவாரத்தில் அது நின்றபடி தான் எல்லாவற்றையும் பார்த்து முடித்து விட்டோம் என்று புரிந்துகொண்டது. ஆழமான ஒன்று அதைச் சுற்றி வளைத்தது. ஞாபகங்கள் கருக்கொண்ட மேகங்களைப் போல அதனுள்ளே காத்திருந்தது. ஆனால் அனுபவங்கள் சொந்த ஆத்மாவின் பகுதியாக ஆகிப் போனதால் அதற்கு நினைவுபடுத்திக் கொள்ள ஒன்றும் இல்லாதிருந்தது.

தன்னை பற்றி நினைத்து சமாதானத்தை ருசிப்பதையே வேண்டியிருந்தது.

ஒன்பது நாட்களுக்குப் பிறகான ஒரு பௌர்ணமி வரும்வரை அந்த அடிவாரத்தின் புற்களுக்கிடையில் படுத்துறங்கவும் ஓய்வெடுக்கவும் அது தீர்மானித்தது.

ஒன்பது நாட்கள் அது கனவுகளின் ஒளியோ, விழிப்பின் திடுக்கிடலோ இன்றி உறங்கியது. ஒன்பதாம் நாள் தூக்கத்தின் கறுப்பில் ஒரு கனவு போலத் தோன்றியது.

சூரியன் அஸ்தமித்துக் கொண்டிருக்க ஒரு மழைக்கால மாலையில் அது ஒரு மலை உச்சியில் நின்று கொண்டிருக்கும் போது தூரத்து அடிவாரங்களுக்கும் குன்றுகளுக்கும் மேலே ஒரு வானவில் உருவாவது தான் அதன் கனவு. முதலில் இந்த வானவில் ஒரு பெரிய அரை வட்ட நிலவைப் போல கீழ்த்திசை வானத்தின் எதிரே நின்று ஒளிர்ந்தது. அதன் நிறங்களில் நிலைக்காமல் பார்த்துக் கொண்டிருக்க முன்னால் மரங்களும் மலைகளும் மழைத் துளிகளும் பூக்களும் கற்களும் எல்லாம் அழிவதாக மறைந்து இல்லாமல் ஆவதாக அதற்குத் தோன்றியது. பூமி ஒரு பனிக்கட்டிபோல உருகி ஸ்படிக நீராக மாறியது. இதன் யுக முடிவில் அது பாதாளத்தின் இருட்டை தரிசித்தது. அதன் மூலம் வானவில் ஒரு முழு வட்டமாக அதன் முன் தோன்றியது. முன்னால் மலைகளில் தங்கி மறைந்திருந்த வானவில்லின் வளைந்து தாழ்ந்து

பாதாளத்தின் இருட்டினூடே ஒரு சீறும் ஜ்வாலை போலப் பயணித்து தமக்குள் இணைந்து ஒரு வட்டத்தை முழுமைப் படுத்தியிருப்பதாக அது உணர்ந்தது. இடையிடையே ஆழத்தின் இருட்டிலிருந்து சில இருண்ட நிழல்கள் உருமாறி வானவில்லின் வெளிச்சத்திற்கெதிராக புள்ளிகளாக ஒளிர்வதாகவும் அது பார்த்தது. தன் முன் ஜொலிக்கும் முழு வட்டத்திற்கு பார்த்து நிற்கும்போது அது வானவில்லின் அர்த்தம் புரிந்து, தன் தரிசனம் பூரணமாயிருந்தது என்று அது புரிந்து கொண்டது.

புகை மாதிரி கரைந்திருந்த மாலையிலூடே, சந்ரோதயத்திற்கு முன்னால் குஞ்சுகளை அடைய அவசரமாகப் பறந்த பறவைகளின் ஓசைதான் அதை எழுப்பியது. அடிவாரத்தில் தலையை உயர்த்திநின்ற மலைகளின் பின்னால் ஆகாயம் இருட்டில் ஒளி பரப்பியபடி நின்றிருந்தது. தூங்கியெழுந்த தவளை தன்னுடைய திரும்ப வேண்டிய பயணத்திற்கான நேரம் இதுதான் என்று முடிவெடுத்தது. என்ன திரும்ப வேண்டிய பயணம் என்று ஆச்சர்யப்பட்டாலும் பயணத்தின் தொடர்ச்சி யாகத் தான் இதையும் எண்ணியது. ஆனால் முன்னர் ஒருநறை நடந்த வழியிலேயே பின்னரும் நடப்பதற்கான விருப்பம் நடப்பதை ஆரம்பித்த புள்ளியிலேயே அசைவற்று நிற்க சொந்த உடலை மீண்டும் ஒருமுறை கொண்டு போய் நிறுத்த வேண்டிய விருப்பம், தொடர்வதை திருப்ப மாகி விட்டது. பொருள் வித்தியாசம் ஏற்படுத்தி தன் அருவி ஒரு வேளை இல்லாமல் போயிருக்கலாம். இல்லையென்றால் புரிந்து கொள்ள முடியாதபடி உருமாற்றம் ஏற்பட்டிருக்கலாம். புதியவர்கள் அங்கே குடியேறி வசிக்க ஆரம்பித்திருக்கலாம். இப்படியான சாத்தி யங்கள் வெளிப்படையாக இருந்தன. மீண்டும் ஒன்றிணைவதோ, துக்கமோ மகிழ்ச்சியோ எதிர்வினையோ ஒன்றுமோ காத்திருக்காது என்றும் தெரிந்திருந்தது. யாருமற்ற தனக்கு என்ன வரவேற்பு?

ஆனால் அருவியின் மாய உருவம் ஒரு காந்தம் போல அதனைத் தனக்குள் இழுத்துக் கொண்டது. ஒருவேளை, ஆழத்தின் சமாதான மும், நிசப்தமும் நல்கி,காலத்தைப் போல முடிவில்லாமல் ஒழுகும் நீரில் மூழ்கி மாற்றத்தின் பொருள் புரிந்து முன்னால் நீர் ஊற்று வந்து சேரும் இடங்களில் அறிய முடியாவிட்டாலும் நிஜத்தில் வேறு பல பிரபஞ்சங்களும் உண்டு என்ற நினைவில் தன் ஆசைகளுக்கும், உயிர் கொடுத்து தடவி உணர்த்திய அந்த கருவறைக்கு அதனால் எப்படி போகாமலிருக்க முடியாமலிருக்கும்.

காற்று மர நுனிகளில் அமர்ந்து மந்திரம் சொல்ல, பார்த்திருந்த கனவுகளின் நிகழ்களும் ஒளிகளும் அசை போடும் மனதுமாக வீழ்ந்த இலைகளும் அறுவடையை கனவு கண்டு ஆடும் வயல்களும் கலங்காமல் ஓடும் நீரில் பட்டென நிலவைக் கலந்து கிளறி துகள்களாக்கிச் சிரிக்கும் ஆறுகளும் கடந்து அது பல வருடங்களுக்கு முன்பு விட்டுச் சென்ற தன்னுடைய சொந்த இடத்திற்கு நிம்மதியுடன் நகர்ந்தது. தனிமையினூடே மீண்டும் மீண்டும் நிழல் பூசிய நிலா பரவி வந்தது - இருட்டுடன் குழைந்து, ஒன்று சேர்ந்து இலைகளுக்கிடையினூடே ஊர்ந்து குதித்தது; ஈர மண்ணில் ஒழுகிப் பரவியது.

நிலாவுக்குக் கீழே பிணைக்கப்பட்ட சிந்தையுடன் தவளை சஞ்சரித்தது. பயணம் தொடங்கிய காலத்தில் ஆச்சரியம் ததும்பும் கண்களுடன் பார்த்த காட்சிகள் கடந்து போக, அதன் நினைவு பின்னால் ஓடித் திரியவில்லை; பார்க்கப்பட்டவையோடு பிணைக்கப்படவில்லை; இறந்த காலத்தில் என்றோ தான் இங்கே பதிய வைத்த காலடிச் சுவடு களைத் தேடிப் பிடித்து ரசிக்க அது துணியவில்லை. தனக்குள் தாழ்த்தி அடைத்த கண்களுடன் அது அதிவேகமாகப் பயணத்தைத் தொடர்ந்தது.

சீக்கிரமாகவே தவளை, வருடங்களின் கனத்தைப் பாதங்களில் அனுபவிக்கத் தொடங்கியது. ஒரு கல்லிலிருந்து வேறொரு கல்லுக்கோ, சில சமயம் ஒரு புல்லிலிருந்து ஒரு புல் நுனியை விட்டு மற்றொன் றிற்கோ குதித்தால் கடந்து போன காலத்தின் வயதின் புலப்படாத சக்தி கீழே ஒளிந்திருந்தது தன்னை மண்ணிற்கு இழுத்துக் கொள்வது வெளிப்படையாகத் தெரிந்தது. பலமுறை அதன் பாதங்கள் இடறி, குறி தவறியது. ரகசியங்களின் அற்புத தரிசனம் நல்கிய அவற்றின் வண்ணத்தாலும் வாசனையாலும் தன் ஆத்மாவை நிறைத்து தன்னை முதுகிலேற்றி பிரபஞ்சம் முழுமையும் சுற்றிக் காண்பித்த அதே காலம் தான் இன்று தனக்கெதிராகத் திரும்பி, ஆயாசத்திலும் பதறும் பாதங்களிலும் நிலவையும் நிழலையும் தவறாகக் கணிக்கும் கண்களி லும் ஒளிந்திருந்து இனிமையும் மென்மையுமாக திரும்பத் திரும்ப மரணம் மரணம் என்று அது கேட்டது. இந்த மந்திரம் ஒரு கனவு சங்கீதம் போல அதைச் சுற்றி இறுக்கமாக ஒலித்தது. இதயத்தின் பாறை யிடுக்குகளின் வழியாக ஓர் அருவிபோல இடித்துக் கொண்டு நுரைத்துக் கொட்டியது. தன்னுடைய மறு பயணத்தில்தான் அனுபவித்தாக இவற்றை அறிந்தது.

இதுவரை எதிர்காலத்திற்கு சதா சர்வ காலமும் அகன்று ஓடி மறைந்திருந்த இந்த ரகசியம் தன் மனதின் அமைதிக்கு ஊர்ந்து இறங்கி வந்து, எல்லா புதிய அறிவையும் போலத் தன்னைக் குலுக்கி அசைத்து, தன் உள்ளே ஒரு ஜ்வாலை போல ஒளிர்ந்து இதுவரை தெரிந்த வற்றிற்கெல்லாம் உருவ அர்த்த பாவ, மாற்றங்கள் உண்டாக்கி என் றென்றைக்குமாக தன்னுடைய ஆத்மாவின் ஒரு பகுதியாவதற்கான நேரம் நிர்ணயித்திருந்ததை இந்தத் தவளை அறிந்தது. அதன் கண்கள் ஈரமாயின. காலத்தின் எல்லை பற்றிய ஞானம் ஒரு பெரிய சுவர் போல அதனுள்ளே இடம் பிடித்தது. மரணம் பற்றிய ஞானம் வாசலில் தட்டப்படுவதன் அதிக ஓசை உள்ளே நிறைந்து உயரவே தன் அமைதியை மறுபடி நிறுவ முயற்சித்தபடி நடையை மெதுவாக்கிக் கொண்டு, இந்தப் புதிய அறிவை தன் இரு பகுதியாக அங்கீகரிக்க முயற்சித்தபடி அது பயணத்தைத் தொடர்ந்தது.

பின்னாலிருந்த ஆகாயத்தில் அது அறியாத ஒன்று நிகழ்ந்து கொண்டிருந்தது. அங்கே கீழ்வானம் பூமியைத் தொட்டுக் கொண்டிருந்த ஓரிடத்தில் ஒரு சுருட்டிய முஷ்டி போல ஒரு கறுப்பான வடுபோல ஒரு உருவம் தோன்றியிருந்தது. ஒரு கருமேகம் நேரம் போகப்போக இது வளர்ந்து பெரிதாகிக் கொண்டேயிருந்தது. ஒரு பெரிய குன்று போலவோ படர்ந்து உயரும் புகை போலவோ ஆகாயத்திற்குப் பரவியது. இடி முழக்கங்களின் மின்னல்களின் அலங்காரமோ இல்லாமல் நிசப்தமாக, ஆகாயத்தைக் கையடக்கி இந்த மேகம் வளர்ந்து உயர்ந்து நகரும் கடல் போல ஆகாயத்தை விழுங்கியது. தாமதியாமல் இந்த படர்ந்த கறுப்பு நிலவில் கடல் போல ஆகாயத்தை விழுங்கியது. தாமதியாமல் இந்த படர்ந்த கறுப்பு நிலவின் மிக அருகே சென்றது.

சட்டென ஒரு நிமிடத்தில் நதிகளும் ஆறுகளும் இருட்டின் சத்தங்களாக மாறின. மலைகள் ஆகாயத்தில் மறைந்து மரங்கள் புலப்படாத உருவங்கள் அடைந்தன. நிலவு கறுப்பில் ஒரு மங்கலான நிறமாற்றம் அடைந்தது. இருட்டினூடே இந்தத் தவளை பயணித்ததை சில இலைகளின் பதுங்கலும் சில மணல் துகள்களின் அசைவும் சில புல்கொடிகளின் இருப்பு மட்டுமே உணர்த்தின.

இரண்டு

தொடர்ந்த இருட்டில் தவளை ஒரு பாழடைந்த கிணற்றில் விழுந்தது. ஒரு கறுத்த சூன்யத்தில் தலைகீழாக அது விரிந்த கால்க

ளுடன் விழுந்தது. பட்டென பூமி குதித்தெழுந்து ஒரு மரத்தோடு ஒரு பதுங்கிய குரலோடு அதனை கொண்டது. அத்துடன் விழுதல் முடிவுக்கு வந்தது. குதித்தெழுந்த பூமி இப்போது சலனமற்று அதைத் தாங்கியபடி படுக்க வைத்தது. கிணற்றின் வட்டச் சுவற்றின் புலப் படாத உருவத்தினுள்ளே அதைச் சுற்றி குன்றாகக் குவிந்த காய்ந்த இலைகளையும் சில சிறிய பிணங்களையும் உடைந்த பளிங்கினால் ஆன பாத்திரங்களையும் இருட்டு மறைத்து வைத்திருந்தது. காற்றில் மூச்சு முட்டும்படியான வாசனைகள் அலைந்தன.

காய்ந்த இலைகளுக்கிடையில், இந்த இறந்த இலைகளின் மென்மையின் மேல் தன் தளர்ந்த வலியெடுக்கும் உடம்பை அடக்கி, இந்தத் தவளை, இந்தப் பயணி தன் அவஸ்தையை அங்கீகரித்தது. இந்த அங்கீகாரத்தைச் சுற்றிலும் துக்கம் ஒரு வெண் பாதைபோல, நீர்ப்பரப்பின் நொறுங்கல்கள் போல அதன் மகிழ்வில்லாத உருவங்கள் வரைந்து மெதுவாக ஒழுகி இறங்கும் ஒரு ஈரம் போல அது இந்த அங்கீகாரத்தைச் சுற்றிக் கொண்டது. தன் உடம்பின் கூக்குரல்களை அடக்கிக் கொண்டு, எதையும் நினைக்காமல் எதையும் யோசிக்காமல் ஆசைப்படாமல் விடியலுக்காகக் காத்திருந்தது. முடிவுள்ள விடியல் கூர்மையான வெளிச்சம் சிரிக்கும் சூரியனுக்குக் கீழேயுள்ள கண்களின் சாம்ராஜ்யம்.

மேலே ஆகாயத்தில் கருமேங்களில் மழை ஒரு தேன்கூடு போல இரைந்தது. கிணற்றின் அடிக்கு இந்த இரைச்சல் ஒரு உயிரைப் போல, ஒரு முழக்கத்தோடு இறங்கி வந்தது. எதிரொலியின் நிழல்கள் அணிந்து ஒரு சத்தம் கிணற்றடியில் புதிய சத்தம் முதல்முறையாக இப்படி அதன் முன்னால் தோன்றியது. பின்னர் அதன் மரணம் வரை இந்த வேடம் மாற்றிய சத்தங்களினூடே தான், ஒருமுறை ஒரு பருவத்தின் தொல்லையாக இருந்த சில சத்தங்களினூடேதான், இந்தப் புதிய உலகம் அதனுடன் பேசியது.

ஒளிந்திருந்த மழை வெளியே குதித்து வந்தது. மேங்களுக்குப் பின்னால் மிகுதியாக இரைத்த மழை சரல் கற்கள் போல அங்கு மிங்கும் தெறித்து விழுந்தது. பட்டென எடுத்து ஊற்றியது போல பிரவகித்தது. ஆரவாரத்தி பெய்து வட்டச் சுவற்றில் நிற்காமல் நகரும் துளிகள் பிறந்து அவசரமாக ஓடும் ஒரு சங்கிலியை உருவாக்கியது. சங்கிலியின் கடைசி கண்ணி தொடர்ந்து பொழிந்து கீழேயிருந்த

இலைகளிலும் பிணங்களிலும் விழுந்து உடைந்தது. மழை நின்ற போது பிணங்கள் பதறும் ரோமங்களுடன் விறைத்து கிடந்தன.

தவளையின் கால்களுக்கு கீழே வழிந்து மறையும் நீர் சத்த மிட்டுக் கொண்டு குமிழ்களை உருவாக்கி உடைத்தது. நிலவு அன்று இரவு மீண்டும் வரவில்லை. ஆகாயத்திலிருந்த கறுப்பு நீங்கி புகை போன்ற வெள்ளை நிறம் தங்கி நின்றது. இதனிடையில் நிலவு மங்கலாக ஒளிர்ந்தது. இந்த நிம்மதியற்ற மேகங்களுக்குக் கீழே குளிர்ந்து கிடந்த பூமியை மந்தகாசமான வெளிச்சம் சூழ்ந்தது. காத்திருந்த விடியலின் ஒரு குரூரமான துரத்தும் வெளிச்சம். வெளிச்சம் ஆனால் - அதிகாலையல்ல. பகலின் உறைவிடமல்ல. இரவின் கம்பீர முடிவல்ல. அழுத்தமில்லாத, உணரும் ஜீவனின் சிரிப்பும், நிறங்களுமில்லாத குளிர்ந்த வெளிச்சம். செயற்கையான அதிகாலை.

விடியலின் வெளிச்சத்திற்காக இனி காத்திருக்க வேண்டிய தில்லை. இந்த வெளிச்சம் வெளிப்படுத்தியவையை நேராகப் பார்ப்பது தான் உத்தமம். வெளிறிய இந்த இருட்டிலிருந்து அது தன்னுடைய புதிய உலகத்தின் எல்லைகளையும் உருவங்களையும் காட்சிகளையும் பார்த்துக் கொண்டிருந்தது. இறந்த கிணறு; குருடான கிணறு; ஒதுக்கப்பட்ட கிணறு குளிர்ந்த ஊற்றுக்களை உருவாக்க முடியாமல் தோற்றுப் போன கருவறை சிதைந்த அம்மா, அருவியில் பிறந்தவ னுக்கு காய்ந்த கிணற்றில் மரணம். அருவியின் நிரந்தர பிரவாகத்தைத் தேடிப் போன இந்தத் தவளை இப்போது இந்த காய்ந்த உபயோகமற்ற குழியின் அடித்தட்டிலிருந்து தன்னுடைய மன நிம்மதியை திரும்பப் பெறுவதற்காக அதி தீவிரமாக முயற்சித்தது. இரைந்து வந்த பிரவாகங்கள் துக்கத்தின் நிராசையின் மரத்துபோன வீழ்ச்சிகள் வலிந்தும், சுருங்கி யும் உள்ள நீர்ப்பரப்பு, ஒரு இருண்ட நீல நிற சாயத்தை அதன் மனதைச் சுற்றி உருவாக்கியது. நரைத்த மேகங்களில் நின்றொழிகிய மோசமான வெளிச்சத்தில் காண முடிந்த தன்னுடைய இந்தப் புதிய பிரபஞ்சத்தை அங்கீகரிப்பதற்கான பயனற்ற முயற்சியில் அதுமேலும் சிறிது நேரம் உயர்ந்து வந்த நீர்ப்பரப்பிற்கு மேல் பாறைக்குவியல் போல தன் மனதை உயர்த்தி நிறுத்தியது.

மெதுவாக அது புரிந்து கொண்டது. நிமிர்த்தி வைத்த ஒரு குழலின் அடித் தட்டில் உட்கார்ந்திருப்பவன்தான் தானென்றும், அதன் கீழ்வானம் இந்தக் குழல் முறைத்துப் பார்க்கும் ஒரு துண்டு

ஆகாயம்தான் என்றும், தான் இனி பார்க்க உள்ள காட்சிகள் இந்த ஆகாயத்தின் வழியாக எப்போதாவது நகர்ந்து போகும் ஒரு மேகத் துண்டாகவோ, வேகமாகப் பறந்து அகன்று போகும் ஒரு பறவை யாகவோ இருக்கலாம் என்றும், தன் பயணங்கள் இந்த செத்த இலை களுக்கும், பிணங்களுக்கும் உடைந்த பாத்திரங்களுக்கும் இடையில் தான் நடத்தப்பட வேண்டுமென்றும் அது மெதுவாகப் புரிந்து கொண்டது. பின்னர் இந்தத் தவளை விடியலைப்பற்றி சிந்திக்கத் துணியவில்லை. தான் எதைப் புரிந்து கொண்டதோ அதிலிருந்து காப்பாற்றப்படுவதற்காக தனக்குள்ளாகவே ஊளையிடத்தான் செய்தது. உடல் முழுவதும் நெருப்பு பிடித்து எரிபவனைப் போல கவலை யோடு அது தனக்குள்ளே தலைகுப்புற குதித்து விழுந்தது.

உடல் முழுவதுமான ஒரு குலுங்கலுடன் ஒரு உதறலுடன் அது கண்களை இறுக மூடிக் கொண்டு பூமிக்குள் பதுங்கிச் சோர்ந்து அமர்ந்தது. விடியல்களும் பகல்களும் வந்து போயின. வெயிலின் நிழல் களும் அடையாளங்களும் நிலவொளியும் எப்போதாவது அதன் மேல் பதிந்தது. நடுநடுவே ஏதோ ஒரு பறவையின் அழுகையோ ஒரு மனிதனின் சிரிப்போ பசுங்கன்றின் குரலோ ஒரு மரம் முறிந்து விழும் சத்தமோ முழக்கத்தின் ஆடையுடுத்திய உருவமும் பொருளும் மாறி கிணற்றின் உள்ளே கடந்து வந்திருந்தது. தவளை சலனமற்று ஒன்றும் அறியாமல் தனக்குத் தானே ஆலிங்கனம் செய்து, தன்னுடைய நினைவுகளைக் கட்டிப் பிடித்து அடைத்த கண்களுடன் பதிமூன்று நாட்கள் அங்கே அமர்ந்திருந்தது.

நீண்ட பதிமூன்று தினங்களில் அது கிணற்றிலிருந்து பறந்து உயர்ந்து விரிந்த ஆகாயத்தினூடே அதிவேகமாகச் சிறகடித்துச் சஞ்சரித்தது. அந்நாட்களில் அது தன் நினைவுகளில் ஒரு பைத்தியத்தைப் போல பாய்ந்து சென்றது. அந்தக் கிணற்றின் வாயிலுக்கு வெளியே ஜொலிப் பதும் மங்குவதுமான அந்தப் பிரபஞ்சத்தை அது பூரணமாக நினைத்துப் பார்த்தது. புதையலுக்காகக் குழி தோண்டுபவனைப் போல மூச்சிரைக்கத் தேடியும், கிளறியும் சில இலைகளின் வடிவத்தையும் சில கிளைகளின் அசைவையும் குன்றுகளின் மறைவையும் கறக்கும் வெண்பனியின் ப்ரத்யேக அழகையும் தூரத்தில் காணும் காடுகளின் அசைவின்மை யையும் என எல்லாவற்றையும் அது மீண்டும் அனுபவித்தது. எதையும் மறக்கவில்லை. பதிமூன்று நாட்கள் நீண்ட அதன் நினைவுகள் ஓர் இறந்த தெய்வத்தைப் போல அதனுள்ளே மகத்துவத்துடன் ஒளிர்வோடு

உயிர்த்தெழுந்து வந்த தெய்வத்தின் மகிமையில் அதன் கண் இமைகளுக்கிடையில் இருட்டு ஜொலித்தது. நினைவு ஒரு தீப்பிழம்பு போல அதை நக்கித் தின்றது. மீண்டெழச் செய்த தெய்வம் ஒரு பலியைப் போல அதனை விழுங்கி தனக்குள் அடக்கியது.

பதிமூன்றாம் நாள் இது முடிவுக்கு வந்தது. அன்று மழைநீரில் ஊறி அழுக ஆரம்பித்திருந்த தவளையின் மூக்குகளில் துளைத்து ஏறி அதை எழுப்பியது. கனவுகள் நிலைத்தது. தேவ ஆராதனை தீர்ந்தது. தெய்வம் கருங்கல்லுக்குள் மறைந்தது. அது கண்களைத் திறந்து தன்னைச் சுற்றி நின்ற கறுத்த சுவர்களைப் பார்த்தது. மரத்து போயிருந்தது. மேலே ஆகாயத்தின் சின்ன வட்டத்தில் மாலையுடையது என்று தோற்றமளிக்கும் சில கரிய வண்ணங்களின் பிரதிபலிப்புகள் தோன்றியிருந்தது.

பட்டென அது ஒரு கர்ணகடூர சத்தத்துடன் மேலே எம்பி குதித்தது. ஆகாயத்தை வாரி அணைக்கப் போவதுபோல விரிந்த கை கால்களோடு வெறித்த கண்களோடு அது கிணற்றின் அடியிலிருந்து குதித்து உயர்ந்தது. இயலாமையோடு கீழே விழுந்தது. உதறி எழுந்து மீண்டும் மீண்டும் அது குதித்தது. ஒரு இயந்திரத்தைப் போல, கண்களை கிணற்றின் திறந்த வாசலில் இருந்து எடுக்காமல் அது குதித்து எழுந்தது. கிணற்றின் ஆகாயம் தொட்டு நின்ற ஓரங்கள் அதன் வலுவிழந்த கண்களின் முன்னால் உயர்வதும் தாழ்வதும் அசைவதுமாக இருந்தன. குதிப்பதற்கான சக்தி குறைந்தபோது அது கருங்கல் சுவர் வழியே ஏறிப் போக முயற்சித்தது. திரும்பி தலைகுப்புற விழுந்தபோது, மறுபக்கம் குருடனைப் போல் ஓடிச்சென்று தலையையும் வயிற்றையும் நான்கு கால்களையும் ஆத்மாவையும் உபயோகித்து மீண்டும் உதறி ஏற முயன்றது.

கருங்கல் தன்னை ஒரு பரிசுத்தமான பொருளாகத் தள்ளி நகர்த்தி அதை அடித்து விரட்டியது. அதன் அலையும் கால்களில் இருந்து நகர்ந்து நின்று கடைசியில் மண்ணின் தாக்குதல்களும் கருங்கல்லின் கொடூரமும் ஒன்று சேர்ந்து அதை நிசப்தமாக்கியது. உடம்பு தகர்ந்து விடுவது போல மூச்சிரைத்துக் கொண்டே, தேம்பல்களுடன் கொஞ்சம் கொஞ்சமாக என்னவெல்லாமோ வினோத சத்தங்கள் எழுப்பிக் கொண்டு அது உடைந்த பளிங்குப் பாத்திரங்களுக்கு இடையில் கிடந்தது. அதன் இரண்டு பெரிய கண்கள் மாலையின் மங்கலான நிறங்களால்

சூட்சுமமாகச் சாயம் தேய்க்கப்பட்ட இரண்டு தீனமான கோளங்கள், மேலே காணும் வட்டமான துவாரத்தை அசையாமல் வெறித்துப் பார்த்தபடி மேலும் ஒரு பருவ காலத்தையும் முடிவுக்குக் கொண்டு வந்தது.

பின்னர் மீண்டும் மூடப்பட்ட கண்களோடு நினைவிலுள்ள கனவுகளைப் புனர் ஜென்மம் எடுக்க அது நடத்திய செயல்கள் பயனற்று போயின. இருட்டு மட்டுமே அதன் மூடிய கண்ணிமை களுக்குக் கீழே காவல் நின்றன. இருட்டு ஒரு கோட்டை கட்டிக் கொண்டு மனதில் உறுதியாக உட்கார்ந்து கொண்டது. நினைவுகள் அனுபவங்கள் எல்லாம் தறிகெட்டு வெளியே அலைந்தன. அவை மீண்டும் மேகங்களாக மாறின. மேகங்கள் நிராசையின் பிரவாகங் களில் மூழ்கி, தற்கொலை செய்து கொண்டன. இருட்டு கொடுத்த அமைதியையும் பாதுகாப்பையும் தவளை அங்கீகரிக்கவில்லை.

தோல்வியின் பாதையிலான பயணத்தை முடிவுக்குக் கொண்டு வர நேரமாகவில்லை. வழுக்கும் பாறையிடுக்குகளில் எடுத்தெறியப் பட்டதைத் தடுக்கத் தவறி நீங்கியது. இப்போது அது பயணத்தின் முதல் நாள் தொடங்கி ஒவ்வொரு நாளையும் எடுத்து விடியல் முதல் விடியல் வரை நடந்து ஒவ்வொன்றையும் வேறு வேறு வகைகளில் முயன்று கொண்டிருந்தது. ஒரு எந்திரத்தனமான அளவீடு ஒன்றோ இரண்டோ தினங்கள் கணக்குகளுக்கும் பாத்திரமாயின. பின்னர் நாட்களும் அனுபவங்களும் ஒன்றோடு ஒன்று மறைந்து கலங்கின. காலம் அதன் எல்லையற்ற திரைச்சீலையை மீண்டும் விரித்து உண்மை களை எதார்த்த மாக்கின. நிறங்களும் வாசனைகளும் பொய்யாயின. சத்தங்களும் காட்சிகளும் மெய்யறிவுகளும் எல்லாம் தன்னிடமிருந்து வேறுபட்ட கையெட்டாத ஓர் இடத்தில் இருக்கும் மற்றொரு உலகமாக மாறியது.

தண்ணீர் குளிர வைத்த பிணங்கள் கரைந்து ஒழுகின. அழிந்து மண்ணிற்குத் திரும்பி துகள்களாகவும் தூசியாகவும் காற்றில் உயர்ந்தும் நீரில் கரைந்தும் மறைந்தன. கடைசியில் இரண்டோ மூன்றோ வெண்மையான சில எலும்புக் கூடுகள் மட்டும் தனித்தனி எலும்பு களாக அங்கங்கே சிதறிக் கிடந்தன.

ஒரு பாம்பினைப் போல சுற்றிச் சுற்றி நின்ற கல்சுவர், பாசி படர்ந்து விசித்திர உருவங்கள் வரைந்து வைத்திருந்த கருங்கற்கள்

என ஒவ்வொன்றும் அதனைச் சுற்றி நின்று, எல்லா பக்கங்களிலிருந் தும் உற்றுப் பார்த்து கொறித்துத் தின்றன. தவளையின் இதயத்திற்கு குறுகிய பிரபஞ்சம் வேர்கள்ள இறக்கி சர்வாதிகாரத்தை நிறுவ முயற்சிகள் தொடங்கியது. கரையைத் தின்னும் கடலைப் போல அதன் உள்ளே இந்த உலகத்தின் துர்நாற்றங்களும் எல்லைகளின் அறிவும் அலை யலையாக ஒழுகி வந்தன. தவளை தன் கடைசி முயற்சியை மேற் கொண்டது.

இந்த முயற்சியில் அதன் ஆயுதம் அதன் நாக்கு. வெகு வேகமாக மறையும் நினைவுகளை, மனதின் இருட்டினூடே எப்போதாவது பறந்து போய்க் கொண்டிருந்த இந்த ஒளிக் கீற்றுகளை, வலிமையோடு வாரியெடுத்து உதறும் நாக்கினால் தவளை அவற்றைக் கருங்கற் சுவரில் அங்கேயும் இங்கேயுமாக வரைந்தது. தினங்கள் நீண்டு போகப் போக மனது மயக்க நிலையில் ஓரம் ஒதுங்கியது. நடுங்கும் வரை அது தூரத்தில் பறந்த நினைவின் சகலங்களை தன் நாக்கைப் பயன் படுத்தி என்னதான் சொல்வது என்ற விதத்தில் பிடித்துக் கொண்டு கிணற்றடிக்கு அழைத்துச் சென்றது. புண்பட்ட வலிக்கும் ஒரு நாக்கி னால் கருங்கல்லிற்கு தன் கைகளை நகர்த்தி பதியவைத்தது.

ஆனால், சீக்கிரத்தில் தான் கைக்கொண்ட நினைவும் தமக்குள் நீண்ட தூரங்கள் இருப்பதாக அது கண்டு பிடித்தது. காலம் தன் நாக்கு இந்தக் கருங்கல் எல்லாம் தான், தான், தான், தான். இந்த உடம்பும் ஆத்மாவும் கொண்டு அறிந்து கொண்டவற்றிற்கு அனுபவித்தவைக்கு, உருவ மாற்றம் வந்திருக்கின்றது. அனுபவித்தவனல்ல நினைப்பவன். நினைத்துக் கொள்பவன் வெறும் நிழல் மட்டுமே - நிழல். அது மிகக் கொடிய வேதனையில் உழன்றபடி சொல்லிக் கொண்டது.

ஆனாலும் மேலும் சிறிது காலம்கூட அது இந்த கருங்கற் படங்களைப் பார்த்தே வாழ்ந்தது. சில நாட்கள் அது இந்த பிரதி யெடுக்கப்பட்ட நினைவுகளை மிகுந்த விருப்பத்தோடு பார்த்து அந்த வட்டத்திற்குள் சுற்றி நடந்தது; அந்த மந்திர வளையத்தி னுள்ளே இழைந்தது; உடல் சிலிர்க்கும் வரை நகர்ந்து கடைசியில் கிணறே அதன் முன்னால் சுற்றிக் கொண்டு ஓவியங்களே அசைவற் றிருந்த அதன் முன்னால் நகர்ந்து போயின.

ஓர் இரவில் மீண்டும் ஆகாயம் இருண்டது. மழை பெய்து கருங்கல்லினூடே அவசரமாக ஒழுகி இறங்கிய நீரில் பாம்புகளைப்

போல தலை நீட்டியபடி ஓடி வந்த பிரவாகங்களில் அதன் படங்கள்... ஒரு பிரபஞ்சத்தின் நினைவுகள் அதன் மரத்து போன கால்களுக்கடியில் நனைந்து ஒழுகின. வழிந்து சென்ற நீரில் ஒரு பிரபஞ்சம் முழுவதும் கரைந்துபோனது. மண்ணின் துவாரங்களுக்கு பூமியின் ரகசிய குகை களுக்கு இறங்கிச் சென்று மறைந்தன. ஒரு உலகம் முடிவுக்கு வந்தது. பூமியின் ஆழங்களுக்குள் ஒரு உலகம் மறைந்து போனது. பாதாளத் திற்குள் வானவில்களின் பச்சை மரங்களின் மஞ்சள் பூக்களின் ஒரு உலகத்தின் சிதைவுகள் ஒழுகிச்சென்று நசிந்தன.

மறுநாள், அது தன்னைச் சுற்றி சூன்யமாக நிலை கொண்ட கருங்கல் சுவரையும் மேலே மேக மறைவில் காணப்பட்ட ஆகாயக் கீற்றையும் ஒரு வலுவற்ற உதறலுடன் பார்த்திருந்தது. அன்று மதியம் தனக்காக நகர்த்தி வைக்கப்பட்டிருந்த ஆகாயத்தில் நிறைந்து நின்ற ஜொலிப்பான ஒளியைக் கண்டு அது சூரியன் கிணற்றின் கரையின் மிக அருகிலாகத் தான் நகர்ந்திருக்க வேண்டும் எனப் புரிந்து கொண்டது. என்றோ ஒரு நாள் இந்தச் சூரியன் சில மலைகளுக்கெதிராக அதன் முன்னால் நெய்து காட்டிய ஒரு ஜொலிக்கும் முழுவட்டம் ஒரு நிமிடம் அதன் உள்ளிருட்டை அகற்றி மறைந்தது. பின்னர் முழு இருட்டு அதன் ஆத்மாவைச் சுற்றிக் கொண்டது. பிரித்தறியமுடியாத இருட்டு. விழித்த கண்களுடன் தவளை சூரியன் என்றேனும் ஒரு நாள் தன் ஆகாயத்திற்கு நகர்ந்து வருவதைப் பார்க்கக் காத்திருந்தது. ஆனால் தினந்தோறும் ஆகாயத்தின் ஒளி இருண்டு வந்தது. சூரியன் கிணற்றின் ஓரங்களையும் விட்டு தெற்கே ஏரிகளின் சமுத்திரங்களின் மீது அகன்று போனது.

அப்போது அது தன் தலையைத் தாழ்த்தி, சிதறிக் கிடந்த எலும்புகளுக்கிடையில் நகர்ந்து சென்று கருங்கல்லின் ஒரு பொந்துக்குள் அதன் ஆழ் ரகசியங்களுக்குள் தன் உடம்பை இழுத்துக் கொண்டது. அங்கேயிருந்த இருட்டில், மண்ணிலும் கருங்கல்லிலும் சேர்த்து தன் உடம்பை அடக்கி வைத்து, செத்த இலைகளின் நாற்றம் தன்னைப் பின் தொடர்ந்து வந்ததை சுவாசித்துக் கொண்டு அது சின்னதாக ஒரு முறை விம்மியது. பின்னர் அதன் சீரற்ற குரலில் திரும்பத் திரும்ப இது தான் உலகம்.இது தான் என் உலகம்; இது மட்டும் தான். வேறு உலகம் இல்லை என்று சொல்லிக் கொண்டிருந்தது. சிறிது நேரத்தில் எல்லாம் நிசப்தமானது.

31

ஒரு நாளுக்கான வேலை

செல்வி ஆனி வர்க்கி
ஹோம் நர்ஸ்
மைலாடும் குன்று வீடு
குருவாயூர்(அஞ்சல்)

அன்பான ஆனி,

என் விளம்பரம் தொடர்பாகத் தாங்கள் தகவல் கேட்டு அனுப்பிய கடிதத்திற்கு நன்றி. வேலையைப் பொறுத்து கீழ்க்காணும் விபரங்களைத் தருவதில் மகிழ்ச்சியடைகின்றேன்.

1. எர்ணாகுளம் வைட்டிலயில் 'ஹெவன்ஸ் கிப்ட்' அபார்ட்மென்டின் 702 ஆம் எண் பிளாட்லதான் நாங்கள் *(இப்போது எங்களுடைய அம்மா மட்டும்)* வசிக்கிறோம். நானும் என் மனைவியும் பத்து வருடங்களாக டெஹ்ரானில் இருக்கிறோம். எங்களுக்கு இரண்டு குழந்தைகள். நிஷா ஒன்பது வயது; நிக்கி ஆறு வயது. என் மனைவியின் பெயரும் ஆனிதான்.

2. நாங்கள் இரண்டு வருடங்களுக்கு ஒரு முறை மட்டுமே இந்தியா விற்கு வருவோம். இந்த முறை ஆகஸ்டு 15 முதல் செப்டம்பர் 14 வரைதான் எங்களுக்கு விடுமுறை உள்ளது. திரும்பப் போவதற்குள் அம்மாவிற்கு ஒரு ஹோம் நர்சை ஏற்பாடு செய்ய வேண்டுமென்பது எங்களின் விருப்பம்.

3. பிளாட்டின் வசதிகள்: நான்கு படுக்கையறைகளும் எல்லாவித நவீன வசதிகளும் கொண்ட பிளாட் இது. ஒவ்வொரு படுக்கை

யறையிலும் டி.வி.செட் இருப்பதோடு அம்மாவிற்காகத் தனியாக டிஜிடல் ஹோம் தியேட்டரும் உள்ளது. அம்மாவின் அறை குளிர்சாதன வசதி செய்யப்பட்டுள்ளது. ஏ.ஸி. காண்டஸா காரும், டிரைவரும் உண்டு. சமையல் செய்ய ஒரு பெண்மணியும் *(அம்மு அம்மாள்)* மற்ற வீட்டுத் தேவைகளுக்கு இரண்டு வேலைக்காரர்களும் இருக்கிறார்கள். *(தங்கம்மா, மணியன்)* அம்மாவிற்கு உதவுவததற்காக ஒரு பெண் *(சோசம்மா)* இருக்கிறாள். அம்மாவின் அறைக்கு பக்கத்திலிருக்கும் படுக்கையறை ஹோம் நர்சிற்கானது.

4. ஹோம் நர்சின் சம்பளமும் சலுகைகளும்: சம்பளம்:மாதம் ரூ 300/- உணவும் தங்குமிடமும் இலவசம். வருடத்திற்கு ஒரு முறை 2 வார விடுமுறை. ஆனால் பதிலுக்கு ஒரு நர்சை எங்களுடைய அனுமதியுடன் ஏற்பாடு செய்த பிறகுதான் விடுப்பில் போக முடியும். வேலை நேரம் ஒவ்வொரு நாளும் 24 மணி நேரமும். ஆனால் சோசம்மாவிடம் முன்னரே சொல்லி விட்டு ஞாயிற்றுக் கிழமை ஆறு மணி நேரமும் வேறு ஏதாவது ஒரு நாள் மூன்று மணி நேரமும் வெளியே போகலாம். ஹோம் நர்சிற்குப் பார்வையாளர்கள் அனுமதி கிடையாது. டெலி போன் வசதி அம்மாவின் தேவைகளுக்கு மட்டுமேயானது. கார் வீட்டுத் தேவைகளுக்கு மட்டுமே பயன்படுத்தப்பட வேண்டும்.

5. அம்மாவின் பெயர்: எலிசபெத் கோரா பிலிப். ஏலிக்குட்டி என்றும் அழைப்பார்கள். அம்மம்மா என்றோ அம்மச்சி என்றோ ஹோம் நர்ஸ் அழைக்கலாம்.

6. அம்மாவின் வயது 86. உயரம் 5’4’’. எடை 47 கிலோ கிராம்.

7. உடல் நிலை: நடக்க முடியாவிட்டாலும் கேள்வித் திறனிலோ, பார்வைத் திறனிலோ குறை ஒன்றும் இல்லை. குறிப்பிடும் படியான வியாதியொன்றும் இல்லை. வியாதி ஒன்றும் வராமல் கவனித்துக் கொள்ள வேண்டியதுதான் ஹோம் நர்சின் தலையாய பொறுப்புகளில் ஒன்று.

8. ஞாபகம்: பல நேரங்களில் குறைவது.

9. அம்மாவுக்கும் எனக்கும் உறவுநிலை: அம்மாவின் ஆறு குழந்தைகளில் கடைக்குட்டி நான். என்னுடைய ஒரு சகோதரி திருமணம் முடித்து அமெரிக்காவில் ப்ளோரிடாவில் வாழ்கிறாள். இன்னொரு சகோதரி கன்னியாஸ்திரியாகவும், இமாலயத்தின் தேஹ்ரி கத்வார் பிரதேசத்தில் ஒரு பள்ளிக் கூடத்தின் தலைமையாசிரியையாகவும் இருக்கிறாள். எல்லோருக்கும் பெரிய அண்ணன் எகிப்தில் அலெக்ஸாண்ட்ரியாவில் என்ஜினியர். இரண்டாவது அண்ணன் ஆப்ரிக்காவின் எரிட்ரியாவில் ஊழியும் செய்யும் பாதிரியார். மூன்றாமவர் சுவிட்சர்லாந்தின் சூரிக்கில் பல்கலைக் கழக நூலகத்தில் உயர்பதவியில் இருக்கிறார். எங்கள் அப்பா இறந்து 11 வருடங்களாகிறது. எனக்கு அம்மாவிடமும் அம்மாவிற்கு என்னிடமும் அளவற்ற நேசமுண்டு. கடைக்குட்டியான என்னை அம்மா மிகவும் செல்லமாக வளர்த்தாள். எங்களின் மதிப்பிட முடியாத சொத்து அவளே. எல்லோருக்குமாக நான் தான் அம்மாவைக் கவனித்துக் கொள்ளும் பொறுப்பை ஏற்றுக் கொண்டிருக்கிறேன். என் மனைவியும் குழந்தைகளும் இந்த விஷயத்தில் முழு ஒத்துழைப்பு தருகின்றனர்.

10. இனி, அம்மாவைப் பராமரிக்கும் முறை பற்றிச் சில விளக்கங்கள்:

காலை 9 மணி: அம்மாவை மென்மையான குரலில் அழைத்து எழுப்ப வேண்டும். உலுக்கி எழுப்பக் கூடாது. அதற்குப் பதிலாக உள்ளங்கையிலோ, நெற்றியிலோ மிருதுவாகத் தடவிக் கொடுக்க வேண்டும். விழித்த பிறகு அம்மா நர்சைப் புரிந்து கொள்ளும் போது புன்னகையுடன் எதிர்கொள்ள வேண்டும். புரிந்து கொள்ளத் தாமதித்தால் புன்னகையுடனேயே சுய அறிமுகம் செய்து கொள்ள வேண்டும். அதன் பிறகு கட்டிலின் தலைப் பக்கத்தை சோசம்மாவின் உதவியுடன் உயர்த்தி அம்மாவைத் தலையணையில் சாய்த்து உட்கார வைக்க வேண்டும். இடுப்புக்கு மேல் உள்ள பாகத்தை மெதுவாக முன்னால் கொண்டு வந்து தோளையும் முதுகையும் மென்மையாகத் தடவிவிட வேண்டும். அதற்குள் சோசம்மா கம்மோடு கொண்டு வந்திருப்பாள். நர்ஸ் தனியாகவோ சோசம்மாவின் உதவியுடனோ அம்மாவை எடுத்துக் கம்மோடில் உட்கார வைக்க வேண்டும். இந்தச்

சந்தர்ப்பங்களில் நர்ஸ் புன்னகை புரிந்துகொண்டே இருக்க வேண்டும் என்பதை மறந்துவிடக்கூடாது. ஏனெனில், விழித்த வுடன் அம்மாவிற்கு அன்பான ஒரு தழுவல் கிடைப்பது என்பது அம்மாவின் தளர்ச்சியுற்ற மனதும் உடலும் புத்துணர்வு பெற அவசியமானது. அம்மா கம்மோடில் உட்கார்ந்திருக்கும்போது நர்ஸ் அம்மாவின் இரண்டு கைகளையும் தன் கைகளில் எடுத்து மிருதுவாகத் தடவுவதோ முதுகில் கைவைத்துத் தாங்கிக் கொண்டிருப்பதோ செய்யலாம்.

9.20 அம்மாவைத் துடைக்க வேண்டும். இதைச் செய்யும்போது அம்மாவோடு பேசிக் கொண்டிருக்க மறக்கக் கூடாது. பேசுவதற்குத் தகுந்த சில விஷயங்கள்: நர்சின் வாழ்க்கையின் சில நல்ல அனுபவங்கள்; சகோதர, சகோதரிகளுண்டென்றால் அவர் களைப் பற்றிய விஷயங்கள்; முதல் நாள் வாசித்த பத்திரிகை யின் மகிழ்ச்சியான செய்திகள்; மனதிற்கு ஆனந்தம் தரும் கிறித்தவ ஆன்மீகக் கதைகள் ஏதாவது தெரியுமென்றால் அவை; பிள்ளைகளான எங்களைப் பற்றியும் எங்களுடைய குழந்தைகள் பற்றியுமான அன்பான உரைகள்.

9.35 அம்மாவின் முகத்தை, அதற்காகத் தனியாக வைக்கப்பட்டுள்ள துண்டினால் மெதுவாக ஒற்றியெடுத்துப் பவுடர் போட வேண்டும். கழுத்து, கக்கங்கள், முலைகளுக்கடியில், முதுகு, பிருஷ்டம், அந்தரங்க பாகங்கள், கால் பாதங்கள் என்றெல்லா இடங்களி லும் பவுடர் போட வேண்டும். இந்நேரத்தில் நர்ஸ் ஹம்மிங் செய்வதோ சின்னக் குரலில் வாய்திறந்து பாடுவதோ செய்ய லாம். பழமையான ஆன்மீகக் கீதங்களாயிருந்தால் மிகவும் நல்லது. இது ஏதும் தெரியாதென்றால் நர்சுக்கு விருப்பமான, ஆனால் இனிமையான ஏதாவது பாடல்கள் பாடலாம். பிறகு துவைத் தெடுத்து வைத்திருக்கும் கவுனை அம்மாவிற்கு அணிவிக்க வேண்டும்.

9.45 அம்மாவைச் சக்கர நாற்காலிக்கு மாற்ற வேண்டும். சோசம்மா கம்மோடை உருட்டி நகர்த்தி அதன் வாளியைக் காலி பண்ணிக் கழுவிச் சுத்தமாக்கி வைக்க வேண்டும். அவிழ்த்தெடுத்த கவுனையும் நனைந்த துண்டுகளையும் அழுக்குக் கூடையில்

போட வேண்டும். நர்ஸ் சக்கர நாற்காலியை அம்மாவின் மேசைக்குப் பக்கத்தில் தள்ளிக் கொண்டு போக வேண்டும்.

9.48 அம்மா மேசைக்கருகில், அம்மா நாற்பது வருடங்கள் ஆசிரியை யாயிருந்ததால் இந்த வாசிப்பு மேசைக்கு அருகில் வந்தமர்வது அவர்களுக்கு மிக விருப்பமான ஒன்று. மேசை மீது பைபிள், நிகண்டு, அம்மாவின் டைரி, இங்க் பாட்டில் பேனா, பூதக் கண்ணாடி, அம்மாவின் திருமணத்தின்போது கிடைத்த சிலுவை உருவம் என்றிவை கட்டாயமாக இருக்க வேண்டும். இவை மட்டுமின்றி பிள்ளைகளான எங்களை உயர்படிப்பு படிக்க வைப்பதற்காக அம்மா டியூஷன் எடுத்த வருடங்களில் பயன் படுத்தியிருந்த மெலிதான பிரம்பும் மேசையின் மீது அம்மா வின் இடதுபுறமாக இருக்கவேண்டும். இந்த மேசையின் முன் அமர்ந்துதான் அம்மா உணவு உட்கொள்வார்கள். நாப்கின்கள் விரித்து அதன் மீது மேலே சொன்ன பொருட்கள் வைக்கப்பட் டிருக்க வேண்டும்.

9.49 சாப்பிடும் நேரம்: கட்ட வேண்டிய துவாலையை அம்மாவின் கழுத்தில் கட்ட வேண்டும். பல்செட்டை எடுத்து சுத்தமான நீரில் கழுவி வாயில் திரும்பவும் பொருத்திவிட வேண்டும். அம்மாவின் இடது கையை Finger Bowl பயன்படுத்திக் கழுவி விட வேண்டும். அம்மா இடது கைப்பழக்கம் உள்ளவர். அவர் தன் கையாலேயே உணவு எடுத்து சாப்பிட முடியு மென்றால் அதற்கு அனுமதிக்கலாம். இல்லையென்றால் நர்ஸ் கொஞ்சம் கொஞ்சமாக ஊட்டி விடலாம். மென்று விழுங்கி விட் டார்கள் என்பதைத் தெரிந்து கொண்ட பிறகுதான் அடுத்த ஸ்பூன் ஊட்ட வேண்டும். முக்கியமான உணவு வகைகள்: ஓட்ஸ் கஞ்சி நன்றாக வேகவைத்தக் குழைத்தது. நன்றாக பழுத்தப் பப்பாளிப் பழத்தின் நான்கில் ஒரு பகுதி சிறு துண்டுக ளாக்கியது. மூன்று ஆரஞ்சுகளின் பிழிந்தெடுக்கப்பட்ட சாறில், மலம் இளகுவதற்கான இஸபகோல் பொடி ஒரு ஸ்பூன் மட்டும் போட்டுக் கலந்தது. ஓட்ஸ் கஞ்சியில் கொஞ்சம் வெண்ணெ யும், மேப்பிள் சிரப்பும், கொஞ்சம் கல் உப்பு கலந்த தண்ணீ ரும் சேர்க்கலாம். இவற்றை அம்மு அம்மாள் சரியாகத் தயாரிக் கிறார்களா என்பதை உறுதிப்படுத்திக் கொள்ள வேண்டும்.

அம்மா சுயமாகவே உணவு உட்கொள்வதானால் அந்த நேரத்தில் நர்ஸ் பைபிளிலிருந்து இப்போது வாசிக்கலாம் என்று தோன்றும் ஏதாவது ஒரு பகுதியை வாசிக்க வேண்டும். உணவை ஊட்டி விடுவதானால் நர்ஸ் புன்னகையுடன் அம்மாவிடம் பள்ளி, கல்லூரி கால மகிழ்ச்சியான அனுபவங்களைப் பற்றிப் பேசலாம். அம்மா புன்முறுவல் பூக்கிறார்களா என்பதைக் கவனிக்க வேண்டும். புன்முறுவல் பூப்பதாக தெரிந்தால் அம்மாவின் கண்களைப் பார்த்துக் கொண்டே வாஞ்சையுடன் கன்னத்தில் தடவிக் கொடுக்க வேண்டும்.

10.15 அம்மாவின் உதடுகளையும் தாடையையும் துடைத்துச் சுத்த மாக்கி மேல்துண்டை எடுத்துவிட்டு, இடது கையைக் கழுவித் துடைத்துச் சக்கர நாற்காலியைக் கட்டிலுக்கருகில் தள்ளிச் செல்ல வேண்டும். அதற்குள் சோசம்மா கட்டிலைத் தாழ்த்தி படுக்கையிலும், தலையணைகளிலும் சலவை செய்த பெட்ஷீட் டும், உறைகளும் போட்டிருப்பார்கள். போர்வைக்கடியிலுள்ள ரப்பர் ஷீட்டில் எறும்புகளோ, துர்நாற்றமோ இல்லையென்று நர்ஸ் சுயமாக உறுதிப்படுத்திக் கொள்ள வேண்டும். அம்மாவைச் சக்கர நாற்காலியிலிருந்து கட்டிலுக்கு மாற்றிப் படுக்க வைத்துப் போர்வை போர்த்திவிட வேண்டும். அம்மாவின் கண்களைப் பார்த்துக் கொண்டே மேலும் ஒருமுறை புன்முறுவல் பூப்பதும் கன்னத்தில் தடவுவதும் அவசியம்.

10.20 அம்மாவின் துணிகளும் போர்வைகளும் மற்றவையும் சோசம்மா வாஷிங் மிஷினில் போட்டு மிஷின் ஸ்டார்ட் செய் கிறார்களா என்பதை உறுதிப் படுத்த வேண்டும்.

11.10 வாஷிங் மிஷினிலுள்ள துணிகளை வெளியே எடுத்துக் கொடி யில் காயப்போட வேண்டும். இதைச் சோசம்மா செய்வார்கள்.

12.30 அம்மாவைக் கம்மோடில் உட்கார வைக்க வேண்டும். அதில் உட்கார்ந்திருக்கும்போது செய்ய வேண்டியவற்றை முன்பே சொல்லியிருக்கிறேன்.

12.40 அம்மாவைச் சக்கர நாற்காலிக்கு மாற்றி நாற்காலியைப் பால்கனிக்குக் கொண்டு போக வேண்டும். அம்மாவின் மூக்குக் கண்ணாடியை நன்றாகத் துடைத்துவிட்டு முகத்தில் பொருத்த

வேண்டும். பால்கனியிலிருந்து பார்க்கும்போது தெரியும் நகர பாகங்களைப் பற்றி இந்த நேரத்தில் அம்மாவோடு பேசலாம். அங்கேயிருந்து பார்த்தால் மலயாற்றூர் தேவாலயம் பார்க்கலாம் என்று எப்போதாவது சொல்லலாம். மலயாற்றூர் மலை ஏற வேண்டும் என்பது அம்மாவின் நீண்ட நாள் ஆசை. இந்நேரத்தில் கல் உப்பு கலக்கிய ஒரு ஸ்பூன் தண்ணீரை மாதுளம் பழச் சாற்றில் கலந்து அதை அம்மாவுக்கு ஊட்டி விடலாம்.

13.30 அம்மாவை மத்தியான உறக்கத்திற்காகக் கட்டிலில் படுக்க வைக்க வேண்டும். மத்தியானத் தூக்கம் என்று அம்மாவின் காதில் சொல்ல வேண்டும்.

15.00 அம்மு அம்மாள் அம்மாவின் இரவு உணவைத் தயாரிக்கத் தொடங்கி விட்டார்களா என்பதை உறுதி செய்து கொள்ள வேண்டும். இரவு உணவின் வகைகள்: குழையக் குழைய வேகவைத்த கோதுமைக் கஞ்சி, சிறிது பால் சக்கரை சேர்த்து; தெளிவான கோழியிறைச்சி சூப்; ஒரு சிறு பழம் *(முடியுமானால் பூவன் பழம் மட்டும்)* மெல்லிய வட்டங்களாக அரிந்து அதில் கல்லுப்பு கரைத்துத் தண்ணீர் தெளித்தது.

16.00 அம்மாவைத் தூக்கத்தினின்று எழுப்ப வேண்டும். இந் நேரத்தில் காலையில் எழுப்பும்போது செய்ய வேண்டியது எனக் குறிப்பிட்ட காரியங்களை மீண்டும் செய்ய வேண்டும். மீண்டும் கம்மோடில் பிறகு சக்கர நாற்காலியில் உட்கார்த்தி மேஜைக்கருகில்.

16.20 மேல்துண்டைக் கட்டவும் இடது கையைக் கழுவவும். பல் செட்டைக் கழுவி வாயில் பொருத்த வேண்டும். இரவு உணவு அளிக்க வேண்டும்.

16.50 உணவு உண்ட அம்மாவைச் சூரிய அஸ்தமனம் பார்ப்பதற்குச் சௌகரியமுள்ள மேற்குப் பக்க பால்கனிக்குத் தள்ளிச் செல்லவும். சக்கர நாற்காலியின் சக்கரங்களைப் பூட்டிவிட்டு அம்மா முன்பக்கமாகச் சாய்ந்து விடாமலிருப்பதற்கான கம்பியை அதனிடத்தில் பொருத்தி விட்டு அவர்களைத் தனிமையில் விடவும் வேண்டும்.

18.15 காய்ந்த துணிகளைச் சோசாம்மா மடித்து வைத்தாயிற்று என்பதை உறுதிப்படுத்திக் கொள்ளவும். அம்மாவை மீண்டும் உட்கார வைக்க வேண்டும். திரும்பவும் சக்கர நாற்காலிக்கு.

18.30 அம்மாவின் சக்கர நாற்காலி டிஜிட்டல் ஹோம் தியேட்டர் ஸ்கிரீனுக்கு முன்னர். அம்மாவின் மூக்குக் கண்ணாடியை நன்றாகத் துடைத்துவிட்டுப் பொருத்தவும். ஹியரிங் எய்டைக் காதில் பொருத்தவும். இதன் பிறகு அம்மாவிற்காக படம் போடலாம். அது நர்சும் பார்க்க விருப்பமுள்ள படமாகலாம்.

19.30 படத்தை நிறுத்த வேண்டும். ஹியரிங் எய்டையும் மூக்குக் கண்ணாடியையும் மாற்றி விடவும். அம்மாவை கம்மோடில் உட்கார வைக்க வேண்டும். அந்நேரத்தில் அம்மாவோடு பேச வேண்டும். வெறுப்பு உண்டாக்காத விதத்திலும் ஆவலைத் தூண்டும்படியாகவும் விஷயங்களைத் தேர்ந்தெடுக்கலாம். மறுநாள் பார்க்கப்போகும் திரைப்படத்தைப் பற்றிப் பேசலாம். இல்லையென்றால் மக்கள் பயன்படுத்தும்படி கடைத்தெருவில் புதிதாக விற்பனைக்கு வந்துள்ள ஏதேனும் பொருட்களைப் பற்றிப் பேசலாம். (குறிப்பு: நிறுத்தி வைத்திருக்கும் திரைப் படத்தின் மீதி பாகத்தை அம்மா படுத்தபிறகு நர்ஸ் சன்னமான ஒலியில் பார்க்கலாம்.)

19.40 அம்மாவின் சக்கர நாற்காலி கட்டிலுக்கருகில் அம்மா பிரார்த் தனை செய்யும்போது நர்சும் பிரார்த்திக்க வேண்டும். இந்த நேரத்தில் நர்ஸ் மண்டியிடுவதோ, அம்மாவின் அருகில் நாற்காலி யில் அமர்வதோ எனத் தன் விருப்பம்போல் செய்து கொள்ளலாம். நாங்கள் சிரியன் ரோமன் கத்தோலிக்கர் என்பதால் ஐம்பத்து மூன்று மணி ஜபம்தான், இரவு பிரார்த்தனைக்கு. நர்சும் இதே பிரிவைச் சார்ந்தவரெனில் பிரார்த்தனையைத் தாங்களே உரக்கச் சொல்லலாம். இல்லையென்றால் சோசம்மாவும் தங்கம்மாவும் பிரார்த்தனையைச் சொல்ல வேண்டும். திருத்தியமைக்கப்பட்ட பிரார்த்தனை முறையை விடப் பழைய பிரார்த்தனை முறை தான் அம்மாவின் விருப்பம். பிரார்த்தனை முடிந்ததும் அம்மா வின் மேஜையில் இருக்கும் சின்னச் சிலுவை உருவத்தை எடுத்துக் கொண்டு வந்து அம்மாவின் உதடுகளில் ஒற்றி விட்டுத் திரும்பக் கொண்டுபோய் வைக்க வேண்டும்.

20.15 அம்மா படுப்பதற்கான ஏற்பாடுகள்: கடைசியாக ஒரு முறை கம்மோடில் உட்கார வைக்க வேண்டும். பல்செட்டை நீக்க வேண்டும். கிளீனிங் லிக்விட் உள்ள பாத்திரத்தில் அவற்றை போட்டு வைக்க வேண்டும். ஒரு ஹெர்பலாக்ஸ் மாத்திரையின் பாதியை ஒரு டம்பளர் தண்ணீருடன் அம்மாவுக்குக் கொடுக்கவும். படுக்கையையும் ரப்பர் ஷீட்டையும் மறுபடியும் பரிசோதிக்க வேண்டும். சுருக்கங்களை நீக்கவும்.

20.30 அம்மாவைப் படுக்கையில் படுக்க வைத்துப் போர்வையால் மூடிவிட வேண்டும். அம்மாவின் கண்களைப் பார்த்துக் கொண்டே புன்முறுவல் செய்ய வேண்டும். 'குட் நைட்', ஸ்வீட் டிரீம்ஸ்' என்று சொல்ல வேண்டும். அம்மா புன்முறுவல் கொள்கிறார்களா என்பதைக் கவனிக்க வேண்டும். புன்முறுவல் பூத்தாலும் இல்லையென்றாலும் அம்மாவின் நெற்றியிலும் கன்னத்திலும் உதடுகளிலும் 'என் பிரியமான அம்மச்சீ என்று சொல்லிக் கொண்டே எங்கள் ஆறு பேருக்காகவும் ஒவ்வொரு இனிமையான முத்தம் கொடுக்க வேண்டும்.

இவ்வளவும் செய்தால் நர்சின் அன்றைய நாளின் வேலை முடிவடைகிறது. இந்த நிபத்தனைகளை ஏற்றுக் கொள்வதானால் நேர்காணலுக்கு வருவதற்குச் சௌகரியமான ஒரு தேதியைக் குறிப்பிட்டு உடனே பதில் அனுப்புங்கள்.

நன்றியுடன்

பிரியமான
கோராபிலிப் ஜான்

★

32
ஒரு பெட்டைக்கோழியின் அந்திம கால நினைவுகள்

என் செல்லக் குறுநரியே. நீ என்னை இப்படிப் பார்க்காதே. என் உடம்பு முழுக்கப் புல்லரிக்கிறது. கண் மங்கலாகிறது. காப்பிப் பூவின் நறுமணம் பூசப்பட்ட இந்த இருட்டில் நான் இப்போதே சொக்கிப் போய்க் கிடக்கிறேன். உன்னுடைய இந்தப் பார்வையை என்னால் சகித்துக் கொள்ள முடியாத அளவுக்கு நீ என்னைப் பார்க்கிறாய் என்பதை நான் அறிகிறேன். இந்தக் காப்பி மரத்தினடியில் இருட்டில் நின்று உன்னுடைய இரண்டு கண்கள் இந்த உலகத்தின் விளக்குகள் எதற்குமில்லாத ஒருவித ஒளியுடன் என்னைப் பார்த்துக் கொண்டிருக் கிறது என்பது எனக்குத் தெரியும்.

அதை நினைக்கும் போது உன் கண்களின் தீப்பிழம்புகளைப் பார்க்க எனக்கு ஆவல் கூடுகிறது. ஆனால் என் பயம் காரணமாக, நான் இந்த காப்பி மரக் கிளையில் அமர்ந்து கொண்டு ஆகாயத்தைத் தான் பார்த்துக் கொண்டிருக்கிறேன். ஆகாயம் முழுவதும் காப்பிப் பூங்கொத்துகள் போல நட்சத்திரங்கள் மின்னுவதைப் பார்க்கும்போது உன்னுடைய கண்களை நினைத்துக் கீழே பார்க்க என் தலை குனிகிறது. நீ என்னை இப்படித் தவிக்க விடாதே. இந்த இருட்டில் உன்னால் என்னைப் பார்க்க முடிகிறதா? நான் உனக்கு என்ன உறவு? கிளை யிலிருக்கும் ஓர் இதயத் துடிப்பா? இறகுகளின் ஓர் உரசலா? உன் னுடைய கண்களிலிருந்து தப்பித்து என் உருவம் இலைக் கூட்டங் களுக்கும் இருண்ட இடங்களுக்குமாக மறைந்து போகாதே.

என்னை நீ இப்படி வருத்தப்படுத்தாதே. நான் வெறும் ஒரு பெட்டைக் கோழிதானே? பெண் தானே? உன்னை நெருங்கி வரக் கூடிய சக்தி என்னிடம் எங்கே இருக்கிறது? இதோ என்னுடைய இறகுகள் மீண்டும் சிலிர்த்துக் கொண்டு எழுகிறது. நீ எதனால் இப்படி ஒரு உதறலாக என்னை அல்லாட வைக்கிறாய்? அதனால்தானே பயமிருந்தாலும் எனக்கு உன்னிடம் ஒரு விருப்பம் உண்டானது? திருட்டுப் பார்வை பார்ப்பவனே, உன்னை பார்க்க எனக்கு எவ்வளவு ஆசை இருக்கிறதென்று உனக்குத் தெரியுமா? இருந்தும் உன்னைப் பார்க்க எனக்குத் தைரியம் வரவில்லையே. என் உள்ளேயிருந்து என்னைப் பிடித்து அழுத்தும் பயம் எதன் பொருட்டு?

திடீரென இங்கேயுள்ள நாய், மிளகுக் கொடிகளுக்குப் பின்னாலிருந்து என்னைப் பார்த்து குதித்து வரும்போது, நான் எவ்வளவு பயத்துடன் சருகுகள் பறக்கும்படி ஓடியிருக்கிறேன் தெரியுமா? முட்டாள், தீயவன். அவன் என்னைப் பிடிக்கும்படி நான் விடுவேனா? பாதி வாழ்க்கையைச் சங்கிலியிலேயே கழிக்கும் அடிமை. அவன் குதிப்பதில் அர்த்தமிருக்கிறதா? ஆனால் உருட்டுக் கட்டையையும் கல்லையும், துப்பாக்கியையும் பட்டாசையும் பொருட்படுத்தாமல் என்னைத் தேடியுள்ள உன் வருகைக்கு ஒரு சூடும் சுரணையும் ரசனையுமுண்டு நீ என்னைப் பிடித்தாலும் ஒரு சுகமுண்டு.

என்னைப் பிடித்து விட்டால் நீ என்ன செய்வாய்? என்னைத் தின்பதற்கு முன் என்னை வைத்துக் கொண்டு என்ன செய்வாய்? உன் உயிரையும் துச்சமாகக் கருதி நீ என்னைப் பார்ப்பது என்னைத் தின்பதற்காக மட்டும்தானா? அவ்வளவு ருசியிருக்கிறதா இந்தப் பெட்டைக் கோழிக்கு? உன்னுடைய கண்களைப் பார்த்து இதை யெல்லாம் கேட்க வேண்டுமென்று எனக்குத் தோன்றுகிறது. ஆனால் பயமாயிருக்கிறதே.

இன்று நீ ஊளையிடவேயில்லை. நான் மாலையிலிருந்தே கவனித்துக் கொண்டிருக்கிறேன். நான் ஒரு போதும் காண முடியாத, நடந்து சென்று சேரமுடியாத உன் குகைகளிலிருந்து நீ ஊளையிடும் போது நான் என்னென்ன கனவுகளிலெல்லாம் மூழ்கிப் போயிருக் கிறேன் தெரியுமா? மிக மிக இருண்டதும் அகன்றதுமான உன் உலகம் இரவின் தேசத்திலிருந்து அகாலத்தில் உயரும் அதிசயப் படுத்தும்

படியான உன் ஊளையிடல்தான், வெளிச்சத்தின் தொடக்கத்தில் உயரும் கூவல்களைவிட எனக்குக் கனவுகள் காணத் தூண்டுவதும் மனதிற்கு ஒரு கிளர்ச்சியைத் தருவதுமாகவும் இருக்கிறது.

என்னைக் கட்டிப்பிடித்திருக்கின்ற சேவல்களின் கூவல்களை விட உன்னுடைய ஊளையிடல்தான் என்னைக் கிறுகிறுக்க வைக்கிறது. நீ என்னை உன்னுடைய குகைகளுக்குக் கொண்டு போவாயா? நான் அதன் ஓரத்தில் உன் விருப்பத்திற்காக வந்திருக்கும்போது எனக்காக ஒரு முறை ஊளையிடுவாயா? உன் ஊளையிடலுக்கு ஆகாயத்திற்கு உயரும் ஒரு ஒளிவட்டம் தருவதற்காக நிலவு சீக்கிரமே உதிக்கட்டும், நிலவு உயரட்டும். நீ என்னைக் கொண்டுபோகும் போது உன் முகத்தையும் கண்களையும் நான் பார்ப்பேன். என் பயம் அப்போது தீர்ந் திருக்கும். நீ என்னைப் பிடித்தவுடன் என் பயமெல்லாம் மறைந்து விடும் என்பது எனக்குத் தெரியும்.

சில மாலை வேளைகளில் தோட்டத்தின் மங்கலான இருளில் நான் கேட்டிருந்த ஓரசைவும் சலசலப்பும் நீயாகத்தானே இருந்தாய்? மேடு பள்ளங்களில் ஏறி இறங்கியும் மரங்களில் உரசியும் புதர்களைச் சிதைத்தும் ஓரசைவு இந்த முற்றத்திற்கு நேராக சில சமயம் வந்திருந் ததும், உன்னால்தானே? ஒரு முறை நான் கோழிக் கூண்டிலிருந்த போது, இருட்டில் காற்றினூடே பட்டென்று எதையோ எறிந்து எங்கள் அனைவரையும் பயமுறுத்தியதை நான் நினைத்துப் பார்க்கிறேன். அந்தக் காற்றில் பரவி வந்ததும் நீதானே? தோட்டத்தின் பொய்கைக் கரையின் காடுகளினூடாக ஓர் உருவம் பதுங்கி நடப்பதை நிலவொளி வீசும் இரவுகளில் இந்தக் கிளையிலமர்ந்து நான் பார்த்திருக்கிறேன். உன் பயணம் எத்திசை நோக்கியதாய் இருந்தது? என்னுடைய இந்தக் காப்பி மரத்தடிக்கு அன்றெல்லாம் நீ ஏன் வரவில்லை? உன் எரிக்கும் கண்களால் என்னை ஏன் பார்க்கவில்லை. நான் என்றும் கூட்டில் ஏறாமல் ஒளிந்திருந்து, இந்தக் காப்பிமரக் கிளையில் தனித்துத்தான் இருக்கிறேன் என்பது உனக்குத் தெரியாதா?

கோழிக் கூண்டின் மூச்சு முட்டல் இங்கே இல்லை. சேவல்களின் பலவந்தமில்லை. காலையில் கூடு திறப்பதற்காகக் காத்திருக்க வேண்டிய தில்லை. இலைகளிலிருந்து தூவப்படும் பனியின் தாளமிடலையும் பெய்து கொண்டே நெருங்கும் மழையின் சப்தத்தையும் ஆகாயத்தின்

ஓரங்களிலிருந்து மங்கலாக மின்னுகின்ற சில மின்னல் கீற்றுகள் என எல்லாவற்றையும் நான் கண்டும் கேட்டும் இங்கேயமர்ந்து ஆனந்தம் கொள்கிறேன். உன்னுடைய எதிர்பாராத வருகையை எண்ணி எனக்குண்டாகும் பரிதவிப்பையும், திடுக்கிடலையும் நான் ரசித்துக் கொண்டிருக்கிறேன்.

உன் ஊளையிடல்கள் மரங்களுக்கிடையேயான நிசப்தங்களினூடே தேடிவந்து என்னை அடையும்போது நான் சிலிர்த்துக் கொண்டு இந்தக் கிளையைக் கொத்திப் பிடித்திருக்கிறேன். மீண்டும் மீண்டும் கொத்தியிருக்கிறேன். தற்போது இந்தக் காப்பி மரத்தடியிலுள்ள புதர்களுக்கடியிலமர்ந்து என்னைப் பார்த்துக் கொண்டிருக்கிறாய் என்று நினைக்கும்போது எனக்குத் தலை சுற்றுகிறது. நட்சத்திரங்கள் ஒன்றாக எரிந்து படருவது போலத் தோன்றுகிறது எனக்கு. மர நுனிகள் என் கண்களின் முன்னால் பயத்துடன் பிரிந்து போகின்றன. உன் கண்களின் அழைப்பு கிடைக்காமலே நான் கீழே வீழ்ந்து விடுவேனா? அப்படியெனில் நீ என்னை ஏற்றுக் கொள்வாயா?

சில தினங்களுக்கு முன் நான் கால்வாய் ஓர மண்ணில் கிளைத்துக் கொண்டு நிற்கும்போது தோட்டத்தின் புற்களுக்கிடையிலமர்ந்து நீ என்னைப் பார்த்துக் கொண்டிருக்கவில்லையா? என்னுடைய ஒவ்வொரு இறகின் அடியையும் உன் பார்வை முள் முனையெனத் தொட்டது. உன்னைத் திரும்பிப் பார்க்கும் திறனற்று, புல்காடுகள் முழுவதுமாக நீ விஸ்வரூபமெடுத்து நிறைந்திருக்கிறாய் என்ற சிந்தையில், நானிங்கே குனிந்த தலையுடன் அசையாமல் பேசாமல் நின்றேன். உன் வருகையை எதிர்பார்த்து நீண்ட நேரம் நின்றிருந்தேன். ஆகாயத்தில் பருந்துகளின் அழைப்பைக் கேட்ட போது திடுக்கிடலுடன் அங்கிருந்து ஓடி விட்டேன். வெயிலில் நான் அழகியல்ல என்று உனக்குத் தோன்றியதா? வெளிச்சத்தில் என்னை நீ விரும்பமாட்டாயா?

பிறகு எத்தனை தினங்கள் உன்னை மகிழ்விப்பதற்காக நான் நேந்திர வாழைத் தோப்பின் சருகுகளுக்கிடையில் முட்டைகளை ஒளித்து வைத்தேன். வீட்டுக்காரன் அவற்றைத் தேடி வந்ததை நீ காண வில்லையா? அவற்றையெல்லாம் தின்றது நீ தானே? இல்லை, அந்த நாசமாய்ப்போன நாயா? கால்வாய்ப் பொந்திலிருந்து சீறும் அந்தச் சாரைப் பாம்பா? உனக்காக மட்டுமேயென்று அவற்றை அடைகாக்க வேண்டும் என்ற ஆசையையும் மறந்து நான் தந்தவை.

நேற்றும் அதற்கு முன் தினங்களிலுமெல்லாம் இந்தக் காப்பி மரக் கிளையில் என்னுடைய காத்திருப்பை உனக்குத் தெரிவிப்பதற்காக நான் சாயந்திரங்களில் என்னுடைய ஒவ்வொரு இறகாக வீழ்த்திக் கொண்டிருக்கிறேன். என்னுடைய அடக்க முடியாத பயம் காரணமாக இந்தக் கொம்பில் பறந்தபடியே அன்றி இருக்கவும் என்னால் முடியாது என்பது உனக்குத் தெரியுமே. இந்த உயரத்தி லிருந்தபடிதான் எனக்கு உன்னை நினைக்க முடியும். எனக்கு வேறு வழியில்லை. உனக்காகக் காத்திருக்காமலும் என்னால் இருக்க முடியாது. உன் பார்வையின் ரகசியத்தை அனுபவிக்காதிருக்கவும் என்னால் முடியாது.

இதோ அதன் அடையாளமாக மேலும் ஒரு இறகு. அதன் வீழ்ச்சிக்குப் பின்னால் உன் கண்களைப் பார்க்கலாமே என்று தோன்றினாலும் என்னால் முடியவில்லை. இதோ என்னுடைய நேசம், ஆசை, பயம் இவற்றின் அடையாளமாக மற்றொரு இறகு. இனி நான் என்னுடைய கண்களை அதனூடாகத் தாழ்த்துகிறேன். என் செல்லக் குறுநரியே. நான் இதோ வருகிறேன். காப்பிப் பூவின் வாசனையிலும், உன் மீதான காதலினாலும் பித்துப் பிடித்து நான் இதோ வருகிறேன். உன் கண்களுக்குள் நான் விழுகிறேன். ஒரு பூங்கொத்து ஒடிந்து விழுந்ததாக எண்ணி நீ போகாதே. நான்தான் உன் பெட்டைக் கோழி. இதோ நான் வருகிறேன். என்னைத் தாங்கிக் கொள். என்னைப் பிடித்துக் கொள்.

குறிப்பு: கோழி மரக்கிளையில் அமர்ந்திருக்கும்போது மரத்தடியில் வந்தமர்ந்து குள்ளநரி கோழியைப் பார்க்குமாம். அப்போது அதன் கண்களைக் கோழியின் கண்கள் காண நேர்ந்தால் கோழி தலைசுற்றிக் கீழே விழுமென்பது நாட்டுப்புற வழக்கு.

★

33

இரண்டாம் குடியேற்றம்

டாக்டர் பி.எம்.மேத்யூ வெல்லூர்
மனோதத்துவ நிபுணர்,
திருவனந்தபுரம்.

மதிப்பிற்குரிய டாக்டர்,

முதலில் என்னை சுய அறிமுகம் செய்து கொள்கிறேன். நான் ஆஷா மேத்யூ. வயது 26 வீட்டின் பெயர் கரிப்புறத்து, அப்பாவின் பெயர் ஜோசப் மேத்யூ. முகவரி: காட்டிறம்பு போஸ்ட், குற்றியாடி.

ஆங்கில இலக்கியத்தில் பட்ட மேற்படிப்பும் பி.எட்., பட்டப் படிப்பும் முடித்துள்ள எனக்கு அப்பாவும் அம்மாவும் அண்ணனும் இரண்டு தங்கைகளும் உள்ளனர். திருமணமான அண்ணன் மானந்த வாடியில் வாழ்கிறான். அண்ணி அங்கே பள்ளிக்கூட ஆசிரியை. தங்கைகளில் ஒருத்தி எம்.பி.பி.எஸ்., முதல் வருடம். அடுத்தவள் ப்ரீ டிகிரி முதல் வருடம்.

என் அப்பாவின் அப்பா, இரண்டாவது உலகப் போரின்போது பட்டினியால் மரங்நாட்டுப் பள்ளியிலிருந்து குற்றியாடிக்குக் குடி யேறிய ஒரு விவசாயி. காடு வெட்டி விவசாயம் செய்திருக்கக் கூடா தென்று நான் தாத்தாவிடம் வாதிட்டிருக்கிறேன். அதற்குத் தாத்தா 'ஆஷா, நீ பட்டினி அனுபவித்ததில்லை. அனேக நாட்கள் மனைவி யும் குழந்தைகளுமாகப் பட்டினியில் வாடித் தளர்ந்த நிலையில் உள்ள ஒருவனுக்குக் காடு மட்டுமல்ல, இந்த உலகத்தையே கூட வெட்டி நாசமாக்கி உணவுண்டாக்கத் தோணும்' என்றே பதில் தந்தார்.

எண்பத்தொன்பது வயது நிரம்பிய நாத்திகரான தாத்தா, டாக்டர் எ.டி.கோவூருடன் கடிதங்கள் மூலம் மிக நீண்ட தர்க்கப் போராட்டமே நடத்தியிருக்கிறார். இரவில் நாங்களனைவரும் பிரார்த்தனையில் ஈடுபட்டிருக்கும் போது தாத்தா மட்டும் அறையிலமர்ந்து புத்தகம் படித்துக் கொண்டிருப்பார். எண்பத்திரண்டு வயதுள்ள பாட்டிதான் என் அப்பாவையும் எங்களையும் இறைவனின் வழியில் செலுத்தியவர். நாலு கிலோமீட்டர் தொலைவுள்ள சர்ச்சிற்குத் தினமும் நடந்தே தான் செல்வார். அப்பா கார் வாங்கியவுடன் பாட்டியைக் காரில் வரச் சொல்லி அழைத்தபோது துண்டைத் தோளில் சுற்றியபடியே முற்றத்தில் வந்து நின்று கொண்டு, 'நடக்க முடியும் காலம் வரை நான் என்னோட ரெண்டு காலாலும் நடந்துசென்றேதான் ஆண்டவனைத் தரிசிப்பேன்' என்றார். அப்போது ராஜ்கபூரின் திரைப்படப்பாடல் ஒன்றுதான் என் நினைவிற்கு வந்தது.

சஜன் 'ரே ஜீத் மத் போலோ...
கபடதாரிகளே பொய் சொல்லாதீர்கள்....
ஆண்டவனின் அருகே செல்ல வேண்டும்
யானை மீதல்ல குதிரை மீதல்ல
கால் நடையாகத்தான் அங்கே செல்ல வேண்டும்.

இதை நினைத்து நான் சிரித்தபோது பாட்டி, 'எதுக்குடி ஆஷா நீ சிரிக்கிறே' என்றாள் ஒரு விதப் பொய்க்கோபத்தோடு.

என் அப்பா ஒரு காங்கிரஸ்காரர். ஆனாலும் திருச்சபையின் சட்ட திட்டங்களைத் தவறாமல் கடைப்பிடிப்பவர். அவர் தன்னுடைய சிறு வயதில் மட்டுமே பட்டினி என்பதை முழுவதுமாக அனுபவித்திருக்கிறார். கல்லைத் தின்றாலும் கரையும் வயது வருவதற்குள், தாத்தா 'குற்றியாடி'யில் நெல்லும் மரச்சீனியும் விளைவிக்கும் நிலையை எய்திருந்தார். விவசாயத்தில் பல புதிய புதிய முறைகளைக் கையாண்டு மாதிரி விவசாயிக்கான பரிசைப் பலமுறை வென்றிருக்கிறார். சொல்லி லடங்காத அன்பை எங்களிடம் எப்போதும் வைத்திருப்பவர்.

என் அம்மாவை அவர் மிக நன்றாக கவனித்துக் கொள்கிறார். அம்மா என் அண்ணனைப் பிரசவிக்கும் நேரத்தில் ஊரில் மருத்துவ மனையும் மருத்துவரும் இல்லாததாலும் பாட்டி, சர்ச்சிற்குப் போயிருந்த தாலும் அப்பாவே மருத்துவச்சியாக மாறினார் என்று சொல்லி

அம்மாவை இப்போதும் நாணமடையச் செய்வார். விடுதியில் தங்கிப் படிக்கும் என் தங்கை இருவருக்கும் வாரமொருமுறை போன் செய்வதோடு நில்லாமல் கைநிறைய தின் பண்டங்களுடன் மாத மொரு முறை சென்று பார்க்கவும் செய்வார். நான் ஹாஸ்டலில் இருந்த போதும் அப்பா இப்படித்தான். நான் அதிக ஆர்வத்தோடு வாசிக்க விரும்பும் புத்தகங்கள் கேரளத்தில் கிடைக்கவில்லையென்றால் டெல்லிக்கு எழுதிப் போட்டு வரவழைத்துத் தருவார். அப்படித்தான் எனக்கு இதான் கானும், ரேமண்ட் கார்வரும், காஸ்தனேதனெவும் அறிமுகமாயினர்.

இப்படிப்பட்ட வாசிப்புப் பரிச்சயமிருப்பினும் நானொரு அமைதியான பெண்தான் டாக்டர். நானொரு அறிவுஜீவியோ, கலகக்காரியோ அல்ல. 'பார்வைக்குக் குறையொன்றுமில்லாத நல்ல குணமுள்ள பெண்' என்றே ஊரும் உறவும் ஆசிரியரும் நண்பர்களும் என்னைப் பற்றி அபிப்பிராயப்பட்டிருப்பதாகச் சரியான கணிப்பில் நான் புரிந்து கொண்டிருக்கிறேன். இன்று வரை என்னைப் பற்றி யாருக்கும் எந்த விதத்திலும் ஒரு குறையும் ஏற்பட்டதில்லையென்று தீர்மானமாகச் சொல்லலாம்.

அடக்க ஒடுக்கமாக, அம்மா அப்பாவை அனுசரித்து, ஆசிரியர்களை வணங்கி உறவினர்களையும் நண்பர்களையும் நேசித்து திருச்சபைக்கும் போதகருக்கும் கீழடங்கித்தான் நான் இன்றுவரை வாழ்ந்திருக்கிறேன். எனக்கு மிகவும் விருப்பமான மோகன்லாலைக்கூட இதுவரைக் காதலித்த தில்லை. அம்மாவைப் போலொரு எடுத்துக்காட்டான மனைவியாக, அப்பாவைப் போலொரு நல்லவனான கணவனுடன் மகிழ்ச்சியாக வாழ வேண்டும் என்பது மட்டுமே என் விருப்பம். கல்யாணம் வரை விருப்பமானவற்றைத் தெரிந்துகொள்ளவும், வாசிக்கவும் எழுதவும் நண்பர்களோடு பழகவும் மட்டுமே விருப்பமென்பதை நான் சொல் லாமலே அப்பா உணர்ந்திருந்தாரென்றே தோன்றுகிறது.

டாக்டர் என் அம்மா கருணையும் இதய சுத்தியும் உள்ள ஒரு சேவகி. அப்பா அம்மாவைத் திருமணம் செய்வதற்குள் எங்கள் வீடு பொருளாதார வளர்ச்சியடைந்திருந்தது. அம்மாவின் வீடு வறுமை யில்தான் இருந்தது. தாத்தா தன் மூன்று ஆண் பிள்ளைகளுக்கும் சீதனம் வாங்காமல்தான் திருமணம் முடித்திருந்தார். அப்பா சேவா

தளத்தின் பாதயாத்திரையும் வசூலுமாகத் திரியும் போது அம்மாவின் அழகு கண்டு பிரமித்திருக்கிறார். பின்னர் விசாரித்துச் சென்று திருமணம் பேசி முடித்தார்களாம். பாட்டி இதை எதிர்த்ததாக அவர்களே என்னிடம் சொல்லியிருக்கிறார்கள். 'ஏண்டி ஆஷா பொண்ணுங்களுக்கு அழகு அதிகமிருந்தால் அது சரிப்பட்டு வராது உங்க அம்மா நல்லவள்.'

அம்மா நல்லவளும் அன்பு நிறைந்தவளும் ஆசைகளில்லாத வளும் குற்றமற்றவளுமாக இருக்கிறாள். திருமணமான புதிதில் தாத்தா, அம்மாவை ஒரு நாத்திகவாதியாக்க முயன்றிருக்கிறார். எல்லா வற்றையும் அமைதியாகக் கேட்டுக் கொண்டிருந்த அம்மா கடைசியில் வெட்கத்துடன் தாத்தாவிடம் 'அப்பா, இறைவன் இல்லையென்பதை நம்பாமல் இருந்தால் நீங்கள் என்னிடம் கோபித்துக் கொள்வீர்களா?' என்று கேட்டாள். தாத்தா இல்லையெனவும் 'அப்படீன்னா நான் இறைவன் இருப்பதாக நம்புகிறேன்' என்று சொல்லிவிட்டு இருந்த இடத்தை விட்டு எழுந்தோடிப் போனாள். அப்போது பாட்டி, 'இந்த வீட்டில் பெண்களிருக்கும்வரை அந்த ஆண்டவனுக்கு எந்தக் குறையும் வராது' என்றாளாம். இதையெல்லாம் அம்மாதான் என்னிடம் சொன்னாள். அம்மாவுடையதைப் போன்ற வாழ்க்கையை வாழ்ந்து முடிக்க வேண்டும் என்ற விருப்பமே எனக்கிருக்கிறது. அதை விடப் பெரிய ஆசையெதுவும் எனக்கில்லை.

டாக்டர், இப்படிப்பட்ட அன்பான பாசமானதொரு குடும் பத்தில் சந்தோஷமும் சமாதானமுமாக வாழ்ந்து வந்த நான் இப்போது ஒரு இக்கட்டில் மாட்டிக் கொண்டிருக்கிறேன். இரண்டு மாதம் முன்பு அம்மா என்னிடம், 'ஆஷா நீ மேலும் ஏதாவது படிக்கப் போகிறாயா?' என்று கேட்டாள். நான் இல்லையென்றேன். அப்போதும் அம்மா என் தோளில் கை வைத்து என்னைத் தன்னுடன் சேர்த்து அணைத்தவாறே, 'அப்படியானால் உனக்குத் திருமணம் செய்வது குறித்து யோசிக்கலாமா?' என்றாள். நான் அம்மாவின் நெஞ்சில் தலைசாய்த்து நாணத்துடன் சம்மதித்தேன். அன்றிரவு ரொம்ப நேரம் தூக்கம் வராமல் மிளகுக் கொடிகளில் மின்மினிகள் மின்னுவதை ஜன்னல் வழியாகப் பார்த்தபடி படுத்திருந்தேன். சிறிது நேரத்தில் நிலவு எழுந்தது. நிலவொளி படுக்கையில் விழுந்தபோது என் தேகம் சிலிர்த்தது. பின்னர் நான் உறங்கி விட்டேன்.

என்னை முதலில் பெண் பார்க்க வந்தவர் ஒரு கல்லூரி விரிவுரையாளர். அவரே ஓட்டி வந்த டாட்டா சுமோவில் அவருடைய அப்பாவும் அம்மாவும் சகோதரியும் அவள் கணவரும் வந்தனர். நான் அனைவருக்கும் காப்பியும், பலகாரமும் கொடுத்து முடித்தபிறகு, அந்த மனிதன் ஒரு சிகரெட்டைப் பற்ற வைத்துக் கொண்டே, 'பி.எட். முடித்து வேலைக்கொன்றும் போக வில்லையா?' என்று என்னிடம் கேட்டார். 'இல்லை' என்றார் அப்பா. 'அந்த மனிதன் சிகரெட் பிடித்தது அவனறியாமல் வெளிப்படுத்திய ஒரு விரும்பத்தகாத வேடிக்கையாக எனக்குப்பட்டது. புகை பிடித்தபடி அமர்ந்திருந்த அவனுக்கு நல்ல அழகும் ஆண்மையும் இருந்தது. அவர்கள் சென்றதும் நான் மின் விசிறியை முழு வேகத்தில் வைத்தேன். 'குளிருது. ஃபேனை நிறுத்தம்மா' என்றார் தாத்தா. 'புகை வாசனை போகத்தான்' என்றேன் நான். 'ஆண்கள் புகைபிடிப்பது சகஜம்தான்' என்றார் அப்பா. அதில்லை. சிகரெட் பற்ற வைத்துக்கொண்டு என்னோடு பேசியது எனக்குப் பிடிக்கவில்லை' என்றேன் நான். பின்னர் யாரும் அதைப் பற்றியொன்றும் சொல்லவில்லை. 'பரவாயில்லை. இனியும் வருவார்கள் இளைஞர்கள்' தாத்தா எல்லோருக்குமாகச் சொல்லி முடித்தார்.

அன்று இரவு உறங்குவதற்குப் படுத்தபோது நான் யோசித்தேன். அந்த சிகரெட், டாட்டா சுமோ வரை மட்டுமே எனக்கு அந்த மனிதனைத் தெரியும். அதற்குமேல் என்னால் அறிய முடியாத விஷயங்கள் மட்டுமே உள்ளன. அந்த சிகரெட் புகைத்தல் எனக்கு விருப்பமானதொரு செயலாக இருந்திருந்தால், தெரிந்து கொள்ள வேண்டிய விஷயங்களை நான் எப்படித் தெரிந்து கொண்டிருப்பேன்? அம்மா என் மீது போர்வை போர்த்தி விட்டு நெற்றியில் சிலுவையிட்டுக் கொண்டே 'ஈசோ' என்றார்.

என்னை இரண்டாவதாகப் பார்க்க வந்தவரை எனக்குப் பிடித்திருந்தது. ஒரு வங்கி அதிகாரியான அவர் முகத்தில் கருணையும் மென்மையும் காணப்பட்டன. காப்பி குடித்து முடித்த பின் என்னிடம் 'நானும் ஆங்கில இலக்கியம்தான். பிறகு எப்படியோ தடம் மாறி விட்டது' என்றார். அவர்கள் சென்ற பிறகு எல்லோரும் என்னைப் பார்த்தார்கள். நான் ஒரு புன்னகையோடு தலை குனிந்து நின்றேன். அன்றிரவு யோசித்தேன். ஆங்கில இலக்கியமும் கருணையும்,

மென்மையுமான முகமும் இதைத்தவிர என்ன தெரியும் அவரைப் பற்றி? அவர் வீட்டில் புதிய புத்தகங்கள் இருக்குமா? அல்லது பழைய ஆங்கில பாடப் புத்தகங்கள் மட்டும்தானா? அங்கே ஜன்னலைத் திறந்து போட்டுக் கொண்டு படுக்க முடியுமா? தோசைக்குத் தொட்டுக் கொள்ளும் சட்னிக்கு அவர்கள் கடுகு தாளிப்பார்களா? எனக்கு அதுதான் பிடிக்கும். ரொம்ப நேரம் புரண்டு புரண்டு படுத்த பிறகு தான் உறங்கிப் போனேன். மறுநாள் தரகர் வந்து விவரம் சொன்னார். ‘அவர்களுக்குப் பெண்ணைப் பிடித்துவிட்டது. ஆனால் பையன் கரிஸ்மாட்டிக் விசுவாசி. பெண்ணின் தாத்தா நாத்திகவாதியானதால் அவனுக்கு சங்கடமாக இருக்கிறது’ ‘வேண்டாம் போகட்டும்’ அப்பா என்னைப் பார்த்துக்கொண்டே சொன்னார். நான் தாத்தாவின் காதோடு, ‘பரவாயில்லை தாத்தா இனியும் இளைஞர்கள் வருவார்கள்’ என்றேன்.

மூன்றாவதாக வந்த ஓர் ஆர்க்கிடெக்ட் இளைஞனுடன் என் திருமணம் நிச்சயிக்கப்பட்டது. ஏற்றுமானூரில் இருந்து வந்து என் அம்மாவின் வீடடினருகே குடியிருக்கிறார்கள். கோழிக்கோடு நகரத் தில்தான் வீடு. கருணையும் அழகும் கூடிய முகம். ‘வேலைக்குப் போக விருப்பமா?’ என்று கேட்டார். இல்லையென்றேன் நான். ‘என் விருப்பமும் அதுதான். நான் விவசாயத்தையும் பிசினசையும் இணைத்தபடி போய்க் கொண்டிருக்கிறேன். ஆனால் விவசாயத்தில் தான் விருப்பம் அதிகம்’ என்றார்.

டாக்டர், இங்கிருந்துதான் என் இக்கட்டு ஆரம்பமாகிறது. கல்யாணம் நிச்சயமாகி விட்டது என்பதையறிந்து அந்த இரவில் நான் என் வாழ்வின் தடம் மாறிப்போனதான நினைவுகளினூடே ஜன்னலின் வழி புறவெளியைப் பார்த்தபடி படுத்திருந்தேன். இருண்ட புறவுலகும் ஜன்னலினூடாக ஒரு குளிர்க்காற்றும் உள்ளே நுழைந்த போது என்னைப் போர்வையால் போர்த்திக் கொண்டேன். கண் விழித்த போது நடு இரவுவரை படித்துக் கொண்டிருக்கும் தாத்தாவின் அறையிலும் வெளிச்சமில்லை. வீடு உறங்கிக் கொண்டிருக்கிறது. வெளியே நட்சத்திர ஒளிக்கசிவில் உலகம். திடீரென்று ஒரு நடுக்கம் எனக்குள் ஓடியது. நான், நான் இந்த வீட்டை விட்டுப் போகப் போகிறேன். அப்பாவையும் அம்மாவையும் தாத்தாவையும் பாட்டியை யும் தங்கைகளையும் இந்தப் படுக்கையையும் ஜன்னல்களையும் சமையற்கட்டையும் கிணற்றையும் தொழுவத்தையும் வேலைக்

காரரையும் விட்டு விட்டு வேறொரு வீட்டிற்குப் போகப் போகிறேன். இனி சாவது வரை அங்கேயே குடியிருக்க வேண்டும். அங்கே உள்ளவர்களோடு கூடி வாழக் கற்றுக் கொள்ள வேண்டும்.

ஆர்க்கிடெக்ட் ஜோயி என்னுடன் வாழ இங்கே வரமாட்டார். நான்தான் ஜோயியின் வீட்டிற்கு என்றென்றைக்குமாகப் போகிறேன். ஜோயின் அழகும் கருணையும் வரைதான் நான் அறிந்திருக்கிறேன். மற்ற என்னவெல்லாமாக அவர் இருப்பார்? ஜோயி என் வீட்டை யாவது பார்த்தார். இந்த வீட்டிற்கு வரும் வழியை அறிவார். இந்தக் குன்றுகளையும் வயல் வரப்புகளையும பார்த்தார். தாத்தாவையும் புத்தகங்களையும் பார்த்தார். எங்கள் நாய் டாட்டூவைப் பார்த்தார். வரவேற்பறையின் சுவரில் தொங்கும் குடும்பப் படங்களைப் பார்த் தார். முற்றத்தில் காயும் மிளகினைப் பார்த்தார். ஜோயி அமர்ந்திருந்த நாற்காலியில் உட்கார்ந்திருந்தபோதுதான் நான் புஷ்பவதியானேன் என்பதொன்றுதான் ஜோயிக்குத் தெரியாது.

ஆனால் நானோ என் தாத்தா மரங்காட்டுப் பள்ளியிலிருந்து மொத்தமாக இங்கே வந்து குடியேறியது போல, என்றென்றைக்கு மாக அங்கே சென்று குடியேறப்போகிறேன். அந்த இடத்தைப் பற்றி எனக்கு என்ன தெரியும்? அங்கே என்னவெல்லாம் இருக்கும்? அவர் களுக்கு பசுக்களிடமும் ஆடுகளிடமும் அன்பிருக்குமோ? பெண்க ளிடம் பிரியமாக நடந்து கொள்வார்களா? அவர்கள் ஞாலிப்பூவன் பழம் தின்பவர்களாக இருப்பார்களா? வேலைக்காரர்களிடம் சினேகத் துடன் பழகுபவர்களாயிருப்பார்களா?

குழந்தைகளை அடிக்கவும் அழ வைக்கவும் செய்வார்களா? நாயையும் பூனையையும் அடித்து விரட்டுபவராயிருப்பார்களா? பிச்சைக்காரர்களைப் பரிகாசம் செய்வார்களா? சுத்தமான உள்ளாடைகள் அணிவார்களா? பொய் சொல்பவரும் பிறர் பொருளுக்கு ஆசைப்படு பவருமாக இருப்பார்களா? புத்தகங்களை மதிப்பார்களா? பிரார்த் திக்கும் போது மனதில் வெறுப்பும் பொறாமையும் உள்ளவர்களா யிருப்பார்களா? ஜன்னல்களையும் கதவுகளையும் திறந்து விடுபவர் களாயிருப்பார்களா? அவர்களின் வயல்களில் என்னவெல்லாம் பயிரிடப் பட்டிருக்கும்? எத்தனை மணிக்கு அவர்கள் தூங்குவார்கள்? எத்தனை மணிக்கு எழுந்திருப்பார்கள்? கழிப்பறை சுத்தமாக இருக்குமா?

தண்ணீரைக் காய்ச்சித்தான் குடிப்பார்களா? குடம்புளி போட்டுத்தான் மீன் குழம்பு செய்வார்களா? சோற்றைக் குழைய வேக வைப்பார்களா?

டாக்டர், இருளினூடாக பெரிய ஆபத்தினை நோக்கி வீழ்ந்து கொண்டிருப்பதாக எனக்குத் தோன்றியது. நான் சத்தமின்றிக் கத்திய படியே உருண்டு புரண்டு எழுந்தேன். வாழ்க்கையில் முதன் முறையாகத் தனிமையை உணர்ந்தேன். குளிரில் நடுங்கிக்கொண்டே நான் என் முடியையும் முலைகளையும் அடிவயிற்றையும் தடவினேன். ஆஷா மேத்யூ என்ற 26 வயதுடைய எம்.ஏ. பட்டதாரி கரிப்புறத்து ஜோசப் மேத்யூவின் மகள் கன்னிப்பெண், டி.எஸ். எலியட்டையும், ஹெமிங் வேயையும் வாசித்திருப்பவள். நான் என் உதடுகளையும் கண்களையும் தொட்டுப் பார்த்தேன். கால்களின் வழி கை ஊர்ந்தது. மீண்டும் பிடிமானம் இன்றி இருட்டில் வீழ்ந்து கொண்டிருப்பதாகத் தோன்றி யது. 'ஆஷா மேத்யூ நீ சப்தமெழுப்பாதே' என்று எனக்குள்ளாகச் சொல்லிக் கொண்டேன். எண்ணங்களின் பின்னல் வேலை நின்றபோது கிடுகிடு வென்று நடுங்கியவாறே படுக்கையில் விழுந்த நான் என்னை முழுவதுமாகப் போர்த்திக் கொண்டேன்.

காலையில் தாமதித்துத்தான் எழுந்தேன் 'என்னம்மா? மொகம் என்னவோ போல இருக்கே. கல்யாணத்த நெனச்சு இப்பவே பயப்பட ஆரம்பிச்சிட்டாயா?' அம்மா கேட்டாள். நான் ஒன்றும் சொல்லாமல் புன்னகைத்தேன் காலைச் சிற்றுண்டிக்குப் பிறகு தாத்தாவின் அறைக்குச் சென்று தாழ்ந்த குரலில், 'தாத்தா எனக்கொரு ரகசியம் சொல்ல வேண்டியிருக்கு' என்றேன். தாத்தா வெள்ளெழுத்துக் கண்ணாடியை மூக்கிலிருந்து கழற்றி படித்திருந்த பக்கத்திற்கு அடையாளம் வைத்து விட்டு, என்னைப் பக்கத்தில் அமரும்படி சைகை செய்தார். 'தாத்தா மரங்காட்டுப் பள்ளியிலிருந்து சட்டி, பானை பாய் ஆட்டுரல் இவற் றுடன் குற்றியாடிக்கு வருவதற்கு முன், இருட்டினூடே ஆழத்திற்குள் வீழ்ந்து கொண்டிருப்பதாகத் தோன்றியிருக்கிறதா உங்களுக்கு?' என்றேன்.

தாத்தா என்னைக் கூர்ந்து கவனித்து, 'நீ ராத்திரி நல்லா தூங்கலன்னு தோணுது' என்றார்.

'தூங்கல தாத்தா. ராத்திரியில் இருட்டினூடாக வீழ்ந்து கொண் டிருப்பதாகத் தோன்றியது. எல்லா குடியேறிகளுக்கும் அப்படித்தான் தோன்றுமோ?'

'எனக்குப் புரியல.'

'தாத்தா நானொரு முடியேற்றக்காரி தானே? நீங்க மரங்காட்டுப் பள்ளியிலிருந்து காட்டிறம்பிற்கு மொத்தமாகக் குடியேறியது போல நானும் ஆர்க்கிடெக்ட் ஜோயியின் வீட்டிற்கு என்றென்றைக்குமாகக் குடியேறப் போகிறேன். மரணம் வரை வாழப் போகும் வீட்டைக் கூட நான் பார்க்கவில்லை. அது குன்றின் மீதா அல்லது சதுப்பு நிலத்திலா என்பதும் எனக்குத்தெரியாது. அந்த வீட்டில் பேய்களின் நடமாட்டம் உள்ளதா? அவர்களின் முன்னோர் அன்னியரின் சொத்தை அபகரித்தவர்களா என்பதும் தெரியாது. அங்ஙனமெனில் அவர்தம் சாபம் என் குழந்தைகளின் மீதுதான் வீழ்வதாயிருந்தால்!...'

நான் தாத்தாவின் பக்கத்தில் அமர்ந்து என்னுடைய எல்லா கேள்விகளையும் சந்தேகங்களையும் அவரிடம் கொட்டினேன். கடைசியாக 'தாத்தா நான் ஜோயியின் வீட்டில் திருமணத்திற்கு முன் ஒரு மாதமாவது தங்கணும். அப்படியானால்தான் அங்கே குடியேற எனக்குத் தைரியம் வரும். தாத்தா செய்ததைப் போல கண்ணைக் கட்டிக் கொண்டு ஓர் இருட்டை நோக்கிப் பயணப்பட எனக்குச் சக்தியுமில்லை. விருப்பமுமில்லை' என்றேன்.

தாத்தா சிறிது நேரம் சங்கடமாக என்னைப் பார்த்தபடி இருந்த பிறகு என்னைக் கட்டியணைத்து மூக்குப்பொடி வாசனையோடு என் நெற்றியில் முத்தமிட்டவாறே, 'மகளே நான் உன் பக்கம்தான். ஆனால் உனக்கும் எனக்குமான கால இடைவெளியில் மிகப்பெரிய வித்தியாசம் இருக்கிறது. நான் கிழவனும் நாத்திகனுமாயிருக்கிறேன். உனக்கொரு தீர்வு சொல்லித்தர என்னால் முடியுமென்றால் எவ்வளவு நன்றாயிருக்கும். உன்னை ஆண்டவன் காப்பாராக' என்றார். நான் ஆச்சரியமாக 'தாத்தா ஆண்டவனா?' என்றேன். ஆம் மகளே அந்தக் கடைசித் துரும்பாவது உனக்கிருக்கட்டும்.'

டாக்டர் ஆர்க்கிடெக்ட் ஜோயியின் வீட்டில் திருமணத்திற்கு முன்னர் ஒரு மாதம் நான் தங்க வேண்டுமென்பதன் அவசியத்தை அப்பாவிடமும் அம்மாவிடமும் தெரிவித்தேன். இந்தச் சம்பந்தத்திற்கு மட்டுமல்ல. இது தவறிப் போனால், இதற்குப் பிறகு ஏதாவது சம்பந்தம் வந்தால் அதற்கும் இந்த நிபந்தனை பொருந்துமெனவும் அறிவித்தேன். இன்று என் வீட்டில் நிம்மதியும் சினேகமும்

ஒற்றுமையும் இல்லாமல் ஆகிவிட்டிருக்கிறது டாக்டர் என் தங்கைகள் என்னைக் குறை சொல்வதான உபதேசங்களை எழுதுகிறார்கள். அண்ணன் என்னை மனநல விடுதியில் சேர்த்து விடுவேன் எனப் போனில் மிரட்டுகிறான். என் அம்மாவின் கண்ணீர் வற்றவேயில்லை. என் அப்பாவின் சங்கடம் தீரவேயில்லை. தாத்தா புத்தகத்தை வெறித்தபடியே உட்கார்ந்திருக்கிறார், பக்கங்களைப் புரட்டாமல் இரட்டைக் குடியேற்றக்காரியான என் பாட்டி மட்டும் இயந்திர மனிதனைப் போல வீட்டு வேலைகளைச் செய்து கொண்டும் சர்ச்சிற்குப் போய்க் கொண்டும் என்னைச் சமாதானப் படுத்திக் கொண்டும் இருக்கிறார்கள்.

டாக்டர், எனக்கு உதவுங்கள். நான் என்ன செய்யட்டும்? இதிலிருந்து தப்பிக்க என்ன வழி? என் தேவைகள் தவறானவையா? நானொரு மனநோயாளிதானா? தயவாக எனக்கு அறிவுரை கூறுங்கள் டாக்டர்.

நன்றியுடன்
ஆஷா மேத்யூ

★

34

ஒரு குறுகலான இடம்

றொம்ப நாட்கள் முன்பு ஓர் ஓடையின் உயரமான வரப்பினூடாக ஒரு பக்கத்தில் புல் நிறைந்த அருகேயிருந்த பெரிய வழியினூடே அஸ்தமனத்திற்கு றொம்ப முன்பாக தினமும் வீட்டிற்கு நடந்து போய்க் கொண்டிருந்த ஒரு பையன் வாழ்ந்து வந்தான். புற்களின் இளம் வேர்களில் ஓயாத முன்பருவ மழைக்காலத்தில் நீர் கோர்த்து நீண்ட துளியாக வேரின் மெல்லிய மருந்து ருசியோடு வெயிலில் பளபளத்துத் தொங்கிக் கொண்டிருந்தது. இவை எப்போதும் இனிமையான காட்சி களாகவே இருந்தன. வளைந்தும் திரும்பியும் பாயும் ஓடை. சில வளைவுகளில் நீர் வரப்பை உருவாக்கியும் கொறித்துத் தின்றுமிருந்தன.

இங்கேயெல்லாம் மேலே குறிப்பிட்ட பையன், இடிந்த வரப்பி லிருந்து கீழே குதித்து நீரையும் சேறையும் குறுக்கே கடந்தோ, புத்தகக் கட்டையும் குடையையும் சேற்று வாளியையும் மேலே வைத்து, ஏறிக் குதித்து வரப்பின் இடிந்த இடம் முடியும் வரை வயலுக்குள் ளேயே நடந்தோ தான் சென்று கொண்டிருந்தான். நிக்கருக்கு மேலே கையில்லாத சட்டை போட்டிருந்த, தடிமனான பையனாக இருந்தான் அவன். உருண்டையான முகம். பெரிய கன்னங்கள் கனமான வெள்ளை யான கால்கள்.

அவன் போவதற்கும் வருவதற்குமான செயல்களில் காணப் பட்ட முக்கியமான வித்தியாசம், பித்தளை தூக்கு வாளியின் கனத்தில்தான் இருந்தது. போகும்போது புத்தகம் பிடித்திருந்த முழங்கையில் நேராகத் தொங்கவிட்டுக் கொண்டு போன பாத்திரம் வரும்போது இடது கையின் விரல்களில் தொங்கி ஆடியும், வட்டமிட்டு சுழன்றும் பயணம் செய்தது. மாற்றி மாற்றி பல நிறங்களிலுள்ள முனைகளால் எழுதக் கூடிய பேனாதான் இவனுடைய மிகப் பெரிய ஆசை.

மழை அதிகமாகப் பெய்யும் தினங்களில் ஓடையின் வரப்பு வழியிலுள்ள பயணம் விலக்கப்பட்டிருந்தது. இது இவனுடைய வீட்டிலிருந்து விலக்கப்பட்டிருந்தது என்பது நிஜம்தான். ஆனால் கூடுதலான சொந்த அனுபவங்களிலிருந்து கிடைத்த அறிவின் அடிப் படையில் இவனே நடைமுறைப்படுத்திய விலக்குதான் வழி மாற்றத் திற்கு அடிப்படைக் காரணம். அதாவது மழையில் நிறைந்த நீர்நிலைகள் நிமிடத்தில் ராட்சசனாக்கும் ஓடையின் திமிர் பிடித்த பாய்ச்சலுக்கு முன்னால் மன தைரியத்துடன் மழையில் நனைந்து வேலியில் ஏறி வயலினூடே வழியில்லாக் காடுகளில் முள்ளு மிதித்து நடப்பதைவிட, சொந்த விருப்பங்களுக்கு நின்று கொஞ்ச நஞ்சம் மன நிம்மதிக்குத் தேவையான சில நியாயங்களுடன் வீட்டு ஆள்களின் விலக்கை நடைமுறைப்படுத்த சுயம் அனுமதிப்பது தான் என்று இவன் தீர்மானித்திருந்தான்.

இவன் கைவசம் எப்போதும் ஒரு குடையும் இருந்தது. ரொம்ப அழகானது என்று அங்கீகரிக்க முடியாத ஒரு பெயரைத் தான் அவனைப் பெற்றவர்கள் வைத்திருந்தார்கள். முக்கியத்துவம் அற்ற ஒரு மூன்றெழுத்துப் பெயர். இந்தப் பெயரை யோசித்தவர்கள் மீது இவனுக்கு கடுமையான கோபம் இருந்தது நிஜம்தான். சொன்னது மட்டுமின்றி இவனுக்கிருந்த மிகப் பெரிய வேறொரு விருப்பம், அழகும் நீண்டதுமான வேறொரு பெயர் தான் என்று சொல்லலாம். தன் னுடைய அழகில்லாத பெயரை மாற்றி தான் வேறொரு நல்ல ஆளாக மாறும் காலம் இவன் மனதில் பல சமயங்களில் தோன்றிக் கொண் டிருந்தது. அது மட்டுமல்ல, இவனுடைய வெளுத்த உடம்பில் அங்கங்கே எப்போதோ சொறி வந்து பழுத்து காய்ந்து போனதின் கறுப்பு வடுக்களும் காணப்பட்டது. இவையும் இவனை மிக அதிகம் வருத்தப்படுத்தியது.

வேனில் காலத்தில் ஒரு நாள் இவன் ஓடைக்கரை வழியாக ஒரு முக்கிய விஷயத்தைப் பற்றி சிந்தித்துக் கொண்டே பள்ளிக் கூடத்திலிருந்து நடந்து வந்து கொண்டிருந்தபோது, வலதுகால் பெரு விரல் ஒரு கல்லில் இடித்தது. அது அவ்வளவு சுபமான செயலாக அவனுக்குத் தோன்றவில்லை. காரணம் வலது கால் இடித்தால் 'கோல் முன்னால்' இடது கால் இடித்தால் 'இலை முன்னால்' என்பது போன்ற ஒரு நித்ய சத்யம் மட்டும்தான். அதனால் இவன், முக்கிய

மற்ற இந்தப் பிரச்னைக்கு ஒரு முழுமையான சந்தேக நிவர்த்தி வரவழைப்பதற்காக, வட்டவட்டமான சிறிய இலைகளுடன் இந்தத் தேவைக்கு முக்கியமானதாக நிலத்தில் படர்ந்து வளர்ந்திருந்த ஒரு செடியிலிருந்து ஒரு இலையை பறித்தெடுத்து, ஊதிப் பறக்கவிட்டு அது விழுவதை மிக கவனமாகப் பார்த்திருந்தான்.

இலை தலை குப்புறவும், சுற்றித் திரிந்தும் உட்பக்கம் வெளியே தெரியும்படி விழுந்தது. இது மனக்குழப்பம் உண்டாக்கக்கூடியதாகவே இருந்தது. காரணம் இலையின் உட்பக்கம் வெளியேயாக விழுந்ததன் பொருள் வலது கால் இடித்ததன் பொருளுக்கு எதிரானதாக இருந்தது. இதைப்பற்றித் தீவிரமாக யோசித்தபடி இவன் கல்லைப் பொறுக்கி தேங்கி நின்ற நீரிலிருந்து இலைகளை இலக்காக்கி எறிந்து கொண்டே வேகமாகவும் நடந்தான். வேனிற்காலத்தில், ஓடை இடையில் முறிந்துதான் ஓடிக் கொண்டிருந்தது.

புல் வளர்ந்திருந்த மணல் திட்டுகளுக்கு இடையிலாக, பாசையும் எண்ணெயும் சேறும் கலந்த நீர் வலுவற்று ஓடிக் கொண்டிருந்தது. சில குழிகளில் பல வயதினரான பெண்கள் குளிக்கவும், துணி துவைக்கவும், முடி உலர்த்தவும் தங்களின் கட்டளைப்படி விளையாடிக் கொண்டிருக்கும் குழந்தைகளை தலையின்றி குளிக்க வைக்கவும் செய்து கொண்டிருந்தார்கள். நான்கு மணி என்ற அறிவிக்காத நேரம் ஓடையை அடைந்திருக்கிறது என்பதை சுட்டிக் காட்டியது. பாதி உடை உடுத்தியவர்களும், தலைமுடியை அவிழ்த்துப் போட்டவர்களும் சீயக்காய் தேய்ப்பவர்களுமான அவர்கள், இவனுடைய கவனமற்ற கண்களில் பட்டிருந்த பூமியின் இயற்கைக் காட்சிகள் மட்டுமாக இருந்தனர். இந்த யுவதிகளும், கிழவிகளும் குழந்தைகளும் இவனுடைய கண்களில் அர்த்தமற்ற உருவங்களாக இருந்தனர் என்பது போலவே, இவனும் அவர்களின் கண்களுக்கு லயமும் அறிவுகள் நிறைந்ததுமான கண்களின் உலகத்தில் வெறும் ஒரு நகர்ந்து செல்லும் உருவம் மட்டுமே என்பது இவனுக்குத் தெரிந்திருந்ததா? அது இவனை பாதித்ததா என்பது பிரச்னையல்ல.

அதெல்லாம் பின்னால், காலத்தின் மந்திரக்கோலின் கீழே, இவனுடைய மூளையில் ஆணி ஆணியாய் அடித்து வைக்கப்பட்ட அறிவுகளே. சில வேளைகளில் சிலரது எண்ணெய் தேய்த்து பளபளப்பதும், அசாதரணமாக பெரியதாக தோன்றுவதுமான முலைகள்

எதிர்பாராத விதமாக இவனை ஆச்சரியப்பட வைத்திருந்தது. தன் கவனம் இதில் படும்போது கொஞ்சமாவது அழகுள்ள ஒன்றாகத்தான் இவன் இந்தக் காட்சியைக் கண்டிருந்தான். பெண்களில் இரண்டு பேரைத்தான் இவன் கவனிக்கவோ, நட்புக்கு அருகதையுள்ளவராகவோ எண்ணியிருந்தான். அதில் 'சுசி' அவனுடைய சித்தப்பாவின் மகள். லட்சுமிகுட்டி. இவனுடைய வகுப்பில் படித்துக் கொண்டிருந்த சுருட்டை முடியுள்ளவள். இருவருக்கும் முலை பெரிதாக இல்லை.

சமீபத்தில் கற்றுக்கொண்ட கலையென்ற நிலையில், இவன் விசிலடிப்பதில் நல்ல திறமையை வளர்த்துக் கொண்டது கவனிக்கத் தக்கது. தன்னோட அண்ணனுக்கும் அண்ணனோட நண்பர்களுக்கும் மட்டுமே கொடுக்கப்பட்டிருந்த இந்தத் திறமையை நிறைய துன்பங்களுக்கிடையே தான் இவன் கற்றுக் கொண்டான். அவர்களுடைய அதி உன்னதமான அபிமானத்திற்கு முன்னால் தன் அபிமானத்தை அடகு வைத்து நாக்கினுடையதும் உதட்டினுடையதும் ஆன சில ரகசிய செயல்களைக் கற்றுக் கொண்ட அவமானங்களை மறந்தாலும் *(அவ்வளவு சீக்கிரத்தில் மறந்து விடக்கூடியதல்ல)* இதற்குப் பிறகு ஏகப்பட்ட நாட்கள் தொடர்ந்து தான் அனுபவித்த உதடுகளின் வலியும், மனதின் தோற்றுப் போன எண்ணமும் நிராசையும் கடுமையான துக்கமுமாக மறப்பது கடினமாக இருந்தது.

ஒரு வைராக்கியத்தோடு முழுக்கவனத்தையும் படிப்பில் திருப்பி விட்டதன் பயனாக இன்று ஏதோ ரொம்ப நன்றாகவே இவனால் விசிலடிக்க முடிகிறது. ரொம்ப தூரத்திற்கு கேட்கும்படியாக, சில செய்திகளையும் இவனால் சீட்டி அடித்து சொல்ல முடிகிறது என்று நாம் ஒரு முக்கிய உதாரணத்தின் வழியாக அறிய முடிகிறது. அதாவது ஒரு மாதம் முன்னர் இவன் ஒரு நாள், ஓடை வரப்பை விட்டுத் திரும்பிப் படர்ந்து மூடி நிற்கும் மரங்களுக்குக் கீழே ஒரு குன்றில் ஏறும்போது, முதல் முதலாக தெளிவாக ஒரு சீட்டியொலியை எழுப்பினான் என்பதுதான் அந்த நிலைமை. இதில் இவனுக்கு மிகுந்த அபிமானமும் திருப்தியும் இருந்தது.

இந்த வழியில் முன்னேறி மிகக்குறுகலான ஒரு சந்து வழியாகப் போய், ஒரு சிற்றோடையிலிறங்கிக் கடந்து இவனுடைய பக்கத்து வீட்டுத் தோட்டத்தில் நுழைந்திருந்தான். இந்தத் தோட்டத்தில்தான் இவன் நண்பன் வசித்திருந்தான். நண்பனின் தோட்டத்தைச் சுற்றி

ஒரு மணி மருத மரத்தின் கீழிருந்துதான் பெரிய ஓடையில் சேர்ந் திருந்த இந்தச் சிற்றோடை மேலிருந்து இவனுடைய தோட்டத்தைச் சுற்றி ஓடிக் கொண்டிருந்தது. இவனுடைய தோட்டத்தின் அருகிலேயே ஒரு குளம் இருந்தாலும் பொதுவாக நண்பனின் வீட்டிற்குக் கீழே இரண்டு குன்றுகளுக்கு இடையில் பரந்தும் உயர்ந்தும் காணப்படும் கற்பாறைகளுக்கு நடுவில் உள்ள குழியில்தான் மீன் பிடிப்பது, மண் வீடு கட்டுவது, நீர்க்காகம் குழியிடுவது, குளிப்பது என்பதெல்லாம் நடந்தன. இந்தக் குழிக்குத் தண்ணீர் ஒரு அருவியைப் போல விழுந் தது என்பது மட்டுமின்றி இங்கே வேறெல்லா இடங்களை விடவும் அதிக நீர் இருந்தது என்பதும், முன்பு ஒரு பெண், இங்கே தலை சுற்றி விழுந்து மூழ்கி இறந்திருக்கிறாள் என்ற சுவாரசியமான அறிவும் அதன் கவர்ச்சியை அதிகரிக்க உதவியது.

நீர் வீழ்ச்சியின் உள்சுழியில் பட்டு குறுகி, கதியில்லாத நுங்குதலும் நுரையுதலும் அங்கேயம் இங்கேயும் நீந்திக் கடந்த ஒரு வெளுத்த உருவம், அதுமட்டுமல்ல இந்த இடம், இவனுடைய வீட்டிருந்து தூரத்திலிருந்தது. தன்னைவிடச் சுதந்திரம் உள்ளவனாயிருந்த நண்ப னுக்கு குளியலறை சொந்த வீட்டுக்கருகில்தான் என்பது ஒரு சிக்கலான பிரச்னையாயிருக்கவில்லை. ஆனால், குளிக்கும் செயல் களுக்கும் இவற்றிற்கெதிராக இவனுடைய அப்பாவும் அம்மாவும் செய்திருந்த விலக்குகளை யோசித்தால் இவனைப் பொறுத்தவரை இந்த அகலம் ஒரு வசதியாகத்தான் இருந்தது.

குழியின் பக்கத்தில் உயரமான நிறைய பாசிப் பிடித்த ஒரு பெரிய கல்லை ஒட்டி ஏறிய பிறகு கைவிட்டால் தொடர்ந்து உண்டாகும் விதவிதமான கோலாகலங்களைக் கண்டும் கேட்டும் நிற்க உதவுவது மான ஒரு சின்ன பாறையும் இருந்தது. இதையெல்லாம் கணக்கி லெடுத்த பிறகு இவனுடைய பெற்றோர் இவனை இந்தக் குழியில் அவனுடைய நண்பனுடன் சேர்ந்து குளிப்பதிலிருந்து முழுவதுமாக விலக்கியிருந்தார்கள். இது மிகவும் அநியாயமும் சந்தோஷத்திற்கு முடிவு வரவழைப்பதுமான ஒன்றாக இவன் தீர்மானித்ததன் முடிவில் தன் நண்பனுடன் ஒரு ரகசிய முடிவு எடுக்க வேண்டிய நிர்ப்பந்திற்கு ஆளானான்.

அதனால், இவனுடைய வழியின் கடைசியிலிருந்து நண்பனின் தோட்டத்தின் குறுக்கே கடந்து ஒரு படியிறங்கி இந்தச் சிற்றோடை

யின் கரையின் மரங்களின் கீழாகவும் மறுக்கப்பட்டிருந்த குழியின் மேலே உயரத்தில் காம்பவுண்டுச் சுவருக்கருகே இடுக்கானதும் இருட்டானதுமான இடத்தின் வழியேதான் கிடந்திருந்தது என்று புரிந்து கொள்ளலாம். இந்த குறுகலான இடத்தின் காம்பவுண்டுச் சுவரை ஒட்டியிருந்த பாறையில் சாய்ந்து நின்று சீட்டியடித்து தன் நண்பனைக் கூவி அழைத்திருக்கிறான் என்பதுதான் இவனுடைய முக்கியமான ரகசியம். ஆனால் நீர்வீழ்ச்சியின் சத்தம் அதிகமாகும் மழைக்காலத்தில் தோட்டத்தின் வழியாக நடந்து வரும்போதே, நடுநடுவே யாரும் புரிந்துகொள்ள முடியாத விதத்தில் சீட்டி அடித்துக் கொண் டிருந்தான். இது போன்ற வேளைகளில் இவன் வந்தவுடன் நண்பனும் வந்துவிட ரகசிய ஆலோசனைகளில் மூழ்கினர். சில வேளைகளில் வேனில் காலங்களில் இதுபோன்றே தொடர்ந்தார்கள்.

இவனது வலது காலின் பெருவிரல் கல்லில் இடித்தபோது இவன் சிந்தித்திருந்த முக்கிய விஷயம் மிகவும் கௌரவமான ஆக்க பூர்வமான ஜீவகாருண்யம் கலந்ததுமான ஒன்று. வற்றத் தொடங்கி யிருந்த மேலே சொல்லப்பட்ட குழியில், பாசி படர்ந்த தண்ணீரை சிரட்டையால் மொண்டு வெளியேற்றி, அதில் இருக்கக் கூடிய பலவித மீன்களைப் பிடித்துத் தன் தோட்டத்தின் மூலையிலுள்ள கிணற்றில் போடுவதைப் பற்றித்தான் இவன் யோசித்திருந்தான். இது பரம ரகசியமாக வைத்திருக்க வேண்டிய ஒன்று. இந்த நேரத்தில் தான் காலில் அடி பட்டிருக்கிறது. இலை வைத்து செய்த மருத்துவ மும் கூடுதல் சிந்தனைக் குழப்பத்தை உருவாக்கியவுடன் இவன் உச்சமாகச் சீட்டியடித்துக் கொண்டு பட்டென நடக்கத் தொடங்கினான்.

சோற்று வாளியை இரண்டு மூன்று முறை வானத்தில் எறிந்து பிடித்தான். மூன்றாவது முறை எறிந்தபோது பிடி நழுவி தரையில் விழுந்தது. பாத்திரம் நெளிந்து கூடுதல் அசௌகரியத்திற்கு இடமானது. அதனால் மிக அவசரமாகத் தன் நண்பனைக் பார்க்க வேண்டிய தேவை வந்தது. இவன் வீட்டில் இவனுடைய அம்மாவும், அப்பாவும் சில தினக்கூலிக்காரர்களும் ஒரு கறுப்பான வேலைக்காரனும் விடுமுறை நாட்களில் பெட்டியுடன் வரும் ஒரு அண்ணனும் சிவப் பின் மீது நீலப் பூக்கள் உள்ள பாவாடை உடுத்த ஒரு சகோதரியுமே இருந்தார்கள்.

இவனுடைய நண்பனுக்கு இந்த விஷயத்தில் சில நன்மைகள் இருந்தன. உதாரணமாக இவனுடைய சித்தப்பா வீட்டில் தங்கியிருந்த

பெரியம்மாவும் இவனும் சகோதரியும் எப்போதாவதுதான் சந்திக்க முடிந்தது. ஆனால் நண்பனைப் பொறுத்தவரை அவனுடைய சித்தப்பாவும் சித்தியும் அவர்களின் மோளி என்ற மகளும் அவனுடைய வீட்டிலேயே வசித்தனர் என்பது மட்டுமல்ல, அவனுடைய பெரியப்பாவும் பெரியம்மாவும் கூட அவன் வீட்டில்தான் இருந்தனர். இது துச்சமாக எண்ணி விட வேண்டிய விஷயமில்லை. நண்பனின் பெரியப்பா, உயரமான கைகளில் கூட நரைத்த ரோமங்களும் எலும்புகள் துருத்திய முகமும் நெல்லும் பழங்குலையும் இருக்கும் குதிர்களின் வாசனையும் ஒரு பெரிய கோலும் உடையவராக இருந்தார். இந்தப் பெரியப்பா, வேட்டியை மடித்துக் கட்டும்பேதெல்லாம் கோவணத்தின் அகலமுள்ள வால் வெளியே தொங்கிக்கொண்டிருந்தது. பெரியப்பாவைப் பொறுத்தவரை தன்னை மிகவும் கவர்ந்த வேறொரு விஷயமிருந்தது. பல வேளைகளிலும் இவன் ஓடையில் குளித்துக் கொண்டிருக்கும் போது பெரியப்பா ஓடைக்கரையில் அல்லது தோட்டத்தில் வெளிக்கிருந்து பிறகு ஓடையில் படியிறங்கி கழுவிக் கொள்வார். பெரியப்பாவின் பெரிய கைகளும் உயர்த்திப் பிடித்த கோவணமும் வழுக்கையும் நிர்வாணமும் பார்த்தால் வெட்கப்பட வேண்டிய ஒன்றுதான். எனினும் அவர் சிறிதும் வெட்கப்படவில்லை. மாறாக இவனிடம் பெரியப்பா இதற்கிடையிலேயே பேசக்கூட செய்தார்.

இவனோ எப்போதும் கழுவுவதற்காக ஒரு சொம்புடன் வீட்டின் பின்னால் ஒரு மறைவிடத்திற்குத்தான் போய்க் கொண்டிருந்தான். இவன் ஒரு நாள் இப்படிக் கழுவும்போது சகோதரி இதைக் கண்டு பிடித்து, காரணமில்லாமல் சிரித்து அலறியபோது அவன் கடுமையான கோபத்தோடும் துக்கத்தோடும் படபடத்து எழுந்தான். நனைந்த கையுடன் சகோதரியை அடித்து துன்புறுத்த ஓடியிருக்கிறான்.

பெரியப்பா சாராயம் குடித்து விட்டு வந்தால், ராத்திரியில் இவனுடைய வீட்டில் கேட்கும்படியாக சில சத்தங்களும் அலறல்களும் எழுப்பிக் கொண்டிருந்தார். தெளிவற்ற முழக்கங்கள். இந்த முழக்கங்களுடன் மறுநாள் பெரியப்பாவை இணைத்துப் பார்க்க முயற்சிப்பது ஒரு நன்றாக இல்லாத செயலாக இருந்ததனால், பெரியப்பா இந்த வேளையில் பட்டென இரண்டு ஆட்களாக, ஒரு அன்னியனாகத் தோன்றியிருந்ததனால் இவன் இந்த முழக்கங்களைக் கொஞ்சமும் விரும்பியிருக்கவில்லை. அது மட்டுமல்ல, சில வேளைகளில் தன்

நண்பனுடனான சினேகத்தைப் பற்றி பெரியப்பா தன்னோட அம்மா விடம் ஏதாவது சொல்லியிருக்கிறாரோ என்ற சந்தேகம் இவனுடைய மனசில் பல தடவையும் தோன்றியிருந்தது. என்றாலும் பொதுவாகச் சொல்வதாக இருந்தால் பெரியப்பாவுடன் ஒரு ரம்யமான உறவைத் தான் அவன் கொண்டிருந்தான்.

இவற்றையெல்லாம் சிந்தித்தபடிதான் இப்போது ஓடையின் கரையை விட்டு குன்றேறி சந்து வழியாக நடந்து கொண்டிருக்கிறான். பேரைச் சொல்லி சீட்டியடிப்பது தான் கவனத்தை ஈர்க்காமலிருக்க மிகச் சரியெனக் கருதப்படிருந்தது. அதன்படி 'வாழ்த்தப்பட்டவனாகட் டும் தெய்வம்' என்ற பாட்டை சத்தமாகச் சீட்டியடித்தபடியே இவன் தோட்டத்தின் வழியாக சிற்றோடையை நோக்கி நடந்து வந்தான். வேலைக் காலமாக இருந்ததால் இப்போதே சீட்டியடிக்கத் தேவை யில்லாமல் இருந்தது. ஆனால் கொஞ்சமாவது கவனத்தில் கொள்ள வேண்டி இருக்கிறது. நண்பனின் வீட்டின் கிழக் காப்பிச் செடிகளால் பாதி மறைந்திருந்த முன் பக்கத்தைப் பார்க்க முடிந்தது.

பதிலுக்கு சின்னதாக சீட்டியடித்தபடி துண்டையெடுத்து முற்றத்திற்குக் குறுக்காக நகர வேண்டிய நேரம் முடிந்து விட்டதாகத் தோன்றியது. ஆச்சரியத்தோடு இவன் ஓடையில் இறங்கி, இன்னும் சத்தமாகச் சீட்டியடித்துக் கொண்டு, குழியின் மேலேயுள்ள இடுக்கான இடத்தையடைந்து கீழே குழிக்கருகே சென்று, கொஞ்ச நேரம் கலக்கி நிறம் மாறிய நீரை ஒரு கோலினால் கலக்கி எதையோ சோதனை செய்த பிறகு மீண்டும் வந்து காம்பவுண்டுச் சுவரை ஒட்டியிருந்த பாறை யில் சாய்ந்து நின்றான். இன்னும் ஒரு மாதம் கழித்துத் தொடங்க வேண்டிய மழைக்காலத்திற்குத் தொடக்கமாக மேற்கே சில மங்கிய மேகங்கள் கூடியிருந்ததால் இந்த மரங்களின் கீழேயுள்ள இந்த இடுக்கான இடத்தில் அசாதரணமான ஓர் இருட்டு சூழ்ந்தது. இந்தச் செயற்கை மாலை, இவனைச் சோர்வடையவும் இருப்பு கொள்ளாதவனுமாக ஆக்கியது. நேரம் அகாலத்தில் அணைந்து இவனைக் குழப்பியது. மீண்டும் சீட்டியடிக்க இவன் சோம்பினான். அந்த மரங்களின் கீழே தங்கி நின்றிருந்த இருளில் தன்னுடைய சீழ்க்கை ஒலி ஒரு அலறலாக மாறலாம் என்று அவனுக்கு தோன்றியது.

இருட்டிலோ மாலையிலோ சீட்டியடிக்கக் கூடாதென்று யாருக்குத் தான் தெரியாமல் இருக்கிறது? மாலையில் சீழ்க்கை அடித்தால்

என்ன உண்டாகும் என்பது இவனுக்குத் தெரியாமல் இருந்தாலும் ஏதாவது நடக்கும் என்பது நிச்சயம்தான். இருட்டில் சீட்டியடித்தால் என்ன நடக்கும் என்பதை கேட்டுத் தெரிந்து கொள்ளவே பயமாக இருந்தாலும் தைரியத்தைக் கூட்டி விசாரித்தபோது விளக்கமற்ற ஆனால் பயங்கரமான தெளிவற்ற பதில்தான் கிடைத்தன. தன்னைச் சுற்றியிருந்தது இருட்டல்ல. மழைமேகம் உருவாக்கிய மங்கல் மட்டும் தான் என்று இவன் தனக்குள் சொல்லிக் கொண்டான். அது மட்டு மல்ல, ஒரு வேளை மழை பெய்வதாயிருந்தால் குழியின் நீரை அள்ளுவது கஷ்டமாகி விடுமென்றும் கவனத்தில் கொள்ள வேண்டியிருந்தது.

அதனால் இவன் பாறையில் ஏறி நின்று காம்பவுண்டுச் சுவரின் மேலே தலையைத் தூக்கி இனியும் நண்பன் வருகிறானா என்று பார்த்த பிறகு பாறையிலிருந்து இறங்கி நின்று தன் நண்பனின் மறைந்திருக்கும் வீட்டைக் குறி வைத்து மீண்டும் மீண்டும் உச்சத்தில் சீட்டியடித்தான். கொஞ்ச நேரம் கையிலிருந்த சோற்று வாளியைத் தூக்கிப் போட்டு குலுக்குவதும் ஒரு பச்சிலையைக் கடித்து மெல்லுவதுமாக இருப்பு கொள்ளாமல் காத்து நின்ற பிறகு, மீண்டும் வானத்தைப் பார்த்து உரக்கச் சீட்டியடித்தான்.

இந்த நேரத்தில் நண்பனின் வீட்டில் வராந்தாவில் கட்டிலில் கொடியில் தொங்கிக் கொண்டிருந்த துணிகளுக்கு கீழே படுத்திருந்த பெரியப்பாவின் சூடு ஆறாத பிணத்தைச் சுற்றி அறையிலும் திண்ணை யிலும் ஆட்கள் சூழ்ந்து நின்று கொண்டிருந்தார்கள் என்பதை இவன் அறிந்திருக்கவில்லை. தன் சீழ்க்கை ஒலி திரும்பத் திரும்ப வந்து சேர்ந்தது, இந்த மரணத்தின் அமைதிக்கும் தகர்ந்து போகும் மந்திரங் களுக்கும், மெல்லிய தேம்பல்களுக்கும் இடையில்தான் என்பதை இவன்-இந்த மீன் பிடிப்பவன்-அறிந்திருக்கவில்லை. இவனுடைய சீழ்க்கை இவனின் நண்பனின் காதுகளில் ஒரே நேரத்தில் பரிச்சயமும் பரிச்சயம் அற்றதுமான ஒரு அர்த்தமற்ற சத்தமாக பதிந்தது என்றும் இவன் அறியவில்லை.

நீல நிற பாண்ட்டும் வெள்ளை அங்கியும் அணிந்த குண்டான இவன், இந்த ஏழு வயசுக்காரன், இந்தக் குழந்தை தன்னைச் சூழும் செயற்கை வெளிச்சத்தில் நின்றபடி பதில் வராமல் மேலும் சிறிது நேரம்கூட சீட்டியடித்த பிறகு நிராசையுடன் வறண்ட ஓடையின் ஓரமாக மெதுவாக நடந்து, பூத்து நின்ற ஒரு செண்பக மரத்தின் ஓரமாக

இருந்த படி ஏறி தன் வீட்டிற்குச் சென்றான். காப்பி குடித்துக் கொண்டிருந்தபோது கறுத்த வேலைக்காரன் இவனுடைய நண்பனின் பெரியப்பா இறந்து போன விஷயத்தைச் சொன்னான். இவன் கையி லிருந்த டம்பளரிலிருந்த காப்பி, காப்பியாக தோன்றவில்லை. சர்க்கரை யும், சட்னியும் கலந்து வைத்திருந்த தோசையை தொடப் பிடிக்க வில்லை. வாயில் தங்கி நின்ற இனிப்பு சகிக்க முடியாததாகிவிட்டது. மரணத்தின் ருசி இவனுடைய நாக்கிலும் மூக்கிலும் நுரைத்து வந்தது. இவன் குனிந்து அமர்ந்து கலயத்திலும் நாற்காலியிலும் தரையிலுமாக வாந்தியெடுத்ததினால் ஓரிரு துளி நீர் கண்முனைகளில் துளிர்த்தது.

இந்தக் கோலங்கள் சமையலறைக்கு பலரையும் வரவழைத்தது. கடைசியில் பாண்ட்டையும் அங்கியையும் அவிழ்த்து ஒரு வேட்டி கட்டப்பட்டு கட்டிலில் படுக்க வைக்கப்பட்ட இவனுடைய காது களில் கட்டுப்படுத்த முடியாத சீழ்க்கையொலிகள் இரைச்சல் உண் டாக்கிக் கொண்டிருந்தன. தான் சீட்டியடித்தபோது இடுக்கான இடத் தின் இருட்டை பற்றியும் தான் சீட்டியடித்தபோது மிக அருகே பதுங்கியிருந்த மரணத்தைப் பற்றியும் யோசித்தபடி இவன் கட்டிலின் நடுவில் நகர்ந்து படுத்தான்.

ஒரு மரணமடைந்த மனிதனின் மீது பறந்தும் மரித்த காதுகளில் செய்த சீழ்கையொலிகள் மீண்டும் மீண்டும் தொடர்ந்து வந்து இவ னுடைய தலைக்குள்ளே கலங்கிக் கொண்டிருந்தது. பரவிக் கொண் டிருந்த இருட்டில் இவன் படுத்திருந்த அறை வளர்ந்து வானம் வரை பெரிதானது. இவன் ஒரு எறும்பளவு சிறிதானான். அறையில் நின்று உரக்க ஏதோ சொன்ன சகோதரியை அழுது அலறிக் கொண்டு மௌனமாக்கிய பிறகு இவன் தன் காதிலிருந்து விட்டொழியாமல் இருந்த சீழ்க்கையொலியை நிசப்தமாக்க முயற்சித்துக் கொண்டிருந் தான். பின்னர் ரொம்ப நாட்கள் வரை சிற்றோடையின் கரையோர மரங்களுக்குக் கீழே மரங்களினூடே இவன் கறுத்த வேலைக்காரனின் பின் தொடரலுடன்தான் போய்க் கொண்டிருந்தான்.

★

35

லஞ்சம்

எங்கள் ஊரில் ஒரு கேஸ் சேம்பர் வருகிறதென்று கேள்விப் பட்டபோது நான் மிகுந்த மகிழ்ச்சியடைந்தேன். மின் பகிர்வு கார்ப்பரேஷனில், தாராளமான கிம்பளம் கிடைக்கும் ஒரு வேலை எனக்கிருந்தபோதும், அலுவலர் சங்கத்தின் கிளை செகரட்டரியாக இருந்தும், கேஸ் சேம்பரின் பொறுப்பாளராக என்னையே டெபுடேஷ னில் நியமனம் செய்யும்படி நான் எனக்கு பழக்கமான ரகசிய போலீஸ்காரர்கள் மூலமாகவும் அலுவலர் சங்கத்தின் மத்திய செகரட்டரி மூலமாகவும் கட்சித் தலைவர்களிடமும் சமுதாயத் தூய்மையாக்கல் பிரிவு அதிகாரிகளிடமும் விண்ணப்பம் செய்தேன்.

இந்தப் பதவி எனக்குக் கிடைப்பதற்காகப் பக்கதிலிருந்த தேவாலயத்தின் குழந்தை ஏசுவுக்கும், தேவி கோவில் பகவதிக்கும் நேர்த்திக் கடன் வேண்டிக் கொண்டேன். சிபாரிசுகள் இருந்தாலும் செலக்ஷன் நேர்காணல் மூலமாக இருந்தால் என்ன செய்வது என்று பயந்து நான் வரலாற்று புத்தகங்களைத் தேடிப் பிடித்து கேஸ் சேம்பர் களின் நடைமுறைகள் பற்றியும் அவற்றின் நன்மை தீமைகளைப் பற்றியும் படித்துத் தெரிந்து கொண்டேன். ஆனாலும் நேர்காணல் இல்லாமலேயே நான் பாங்கோட்டுக் கோணம் கேஸ் சேம்பரின் பொறுப்பாளராக நியமிக்கப்பட்டேன். நான் எல்லையில்லா சந்தோஷமடைந்தேன்.

அதற்குக் காரணம், நாட்டில் பல இடங்களில் கேஸ் சேம்பர்கள் நிறுவி செயல்படுத்தப் பட்டு வருவதாக கேட்டபோதெல்லாம் 'அடடா நம்ம மாவட்டத்தில் மட்டும் இவ்ளோ நல்லதை யாரும் நடை

முறைப்படுத்தவில்லையே!' என்று நான் நினைத்திருக்கிறேன். சமுதாயத் தூய்மையாக்கல் எல்லா பகுதிகளுக்கும் நல்லதுதானே? நம்முடைய மாவட்டத்திற்கு மட்டும் என்ன குறைச்சல்? தூய்மைப் படுத்தப்பட வேண்டிய எத்தனையோ ஆட்கள் இங்கே இருக்கிறார்கள்.

அது மட்டுமல்ல, என்னுடைய ஒரு சொந்த விருப்பமும் இதிலிருந்தது. மின்சாரச் சுடுகாட்டின் இறுதிச் சடங்குகளில் பங்கெடுக் கும்போது நான் எரிகலனின் மிக அருகே சென்று நின்று அதன் மிகப் பழுத்துச் சிவந்த உட்பகுதியை எட்டிப் பார்த்துக் கொண்டிருப் பேன். என்ன இரைச்சலும், சூடுமாக இருக்கிறது. என் நண்பர்களின் உடல்கள் சலனமற்றதாக அதற்குள் நகர்ந்து நீங்கும்போது அவர்களின் முகங்கள் அந்தக் கடுமையான சிவப்பில் காணாமல் போவதை நான் பக்கத்தில் நின்று பார்ப்பேன். எரிகலனின் வாசல் அவர்களின் பாதங்களின் பின்னால் அடைத்து கொள்ளும்போது நான் வெளியே வந்து, புகைபோக்கி வழியாக வரும் புகையைக் கவனிப்பேன். 'அதோ போகிறான். கறுப்புப் புகையாக என் பிரியமான நண்பன் இவ்வளவு தான் மனுஷன்' என்று நான் என் மனதுக்குள் சொல்லிக்கொள்வேன்.

மின்சார நெருப்பு எரியும் அந்த அறைக்கும் கேஸ் சேம்பருக்கும் உள்ள வித்தியாசம் என்னவென்று நான் பலமுறை யோசித்திருக்கிறேன். மயானத்தின் இரைச்சலான அறை இறந்தவர்களுக்கானது. கேஸ் சேம்பர் உயிரோடிருப்பவர்களுக்கானது. சவக்குழிகளும், சிதைவுகளும் இறந்தவர்களுக்கானது. ஆனால், கேஸ் சேம்பரின் நுகர்வோர் உயிருள்ளவர்கள். ஒன்றின் பயன் பிணங்களை இல்லாமல் ஆக்குவது. மற்றொன்று பிணங்களை உருவாக்குவது. வேறு வார்த்தைகளில் சொல்வதானால், மரணத்தின் சாத்தியங்கள் மனிதனுக்கு உதவக் கூடிய வகையில் பிரயோகிப்பதைத்தான் கேஸ் சேம்பர்கள் செய்கின்றன. வரலாற்றில் பார்த்தால் போர்களின் மூலம் மனிதன் சாதாரணமாக நடத்திக் கொண்டிருக்கும் பிணங்களாக்கும் செயல்களுக்கு சமூக நன்மையை நல்குவதுதான் கேஸ் சேம்பர் செய்கிறது. சமூகப் பரிசுத்தம் என்ற லட்சியத்திற்காக மரணத்தை நாம் தேசியமாக்குகிறோம். ஜன நாயகமாக்குகிறோம். எல்லோருக்குமான ஒரு பயனுள்ள பகுதி யாகிறது. அவ்வளவுதான்.

இயற்கையழகு சூழ்ந்த ஒரு குன்றின் மீது தான் பாங்நோட்டுக் கோணம் கேஸ் சேம்பர் நிறுவப்பட்டது. அதன் முற்றத்தில் நிழல்

மரங்களின் கீழே ஓய்வெடுக்கப் போடப்பட்டிருந்த பெஞ்சுகளில் அமர்ந்தால், வட பக்கக் குன்றின் மேலிருந்த கோவிலிலிருந்தும் கிழக்குப் பக்கக் குன்றின் மேலிருந்த மசூதியிலிருந்தும் தெற்குப் பக்கக் குன்றின் மேலிருந்த தேவாலயத்திலிருந்தும் அவ்வப்போது பிரார்த்தனைகள் ஒலித்துக் கொண்டிருப்பதைக் கேட்கலாம். என்ன வொரு அமைதியான சூழல்! உள்ளே அனுப்பப்படுவதற்கு முன்னர் முற்றத்தில் வரிசையாக நிற்கின்ற தூய்மையாக்கப்படுவோர் இந்தப் பிரார்த்தனைகளைக் கேட்டுக் கொண்டே உள்ளே நுழைய முடியு மென்பது என் இதயத்தைத் தொடுவதாக இருந்தது.

நான் பொறுப்பெடுத்த பிறகு முதலில் வந்து சேர்ந்த குழுவில், மொத்தம் அறுபத்தி மூன்று தூய்மையாக்கப்பட வேண்டியவர்கள் இருந்தனர். எல்லோரும் ஒரே காரணத்தால் சுத்தப்படுத்தலுக்காக வந்திருந்தனர். மாநிலப் போக்குவரத்துக் கழகத்தின் பத்து பேருந்து களில் அவர்களைக் கேஸ் சேம்பரின் முற்றத்தில் கொண்டு வந்து இறக்கிய ரகசியப் போலீஸின் உயரதிகாரி எனக்கு அவர்களின் பெயர்ப் பட்டியலுடன் ஒரு ஆணையையும் தந்திருந்தார்.

அதில் இருந்த செய்தி இதுதான்; சட்டத்திற்குப் புறம்பான பெயருடையவர்கள். உபதகவல்: தூய்மையாக்கல். நாட்டின் மத விசுவாசிகளின் பெயர்களை சட்டத்திற்குப் புறம்பாகப் பயன் படுத்திய அன்னிய மதத்தினரின் முதல் குழுவை இப்போது அனுப்புகிறோம். இதில் உள்ளவர்கள் தங்களின் குழந்தைகளுக்கு சட்டத்திற்குப் புறம்பான பெயர்களை வைத்த பெற்றோர்கள் மட்டுமே. இப்படிப்பட்ட பெற்றோர்களின் மேலும் ஐந்து குழுக்களும் உடனே வந்து சேர்வார்கள். அதனால் கேஸ் சேம்பரின் அதிகாரிகள் தேவையான ஏற்பாடுகளைச் செய்து கொள்ளவும். பெற்றோர்களின் தூய்மைப்படுத்தல் முடிந்தவுடன் சட்டத்திற்குப் புறம்பான பெயர் களையுடைய குழந்தைகள் பதினாறு குழுக்களாக அனுப்பப்படுவர். தேவையான ஏற்பாடுகளைச் செய்யவும். ராஜ்ஜியம் வெற்றி பெறுவ தாக! சுத்திரிக்கப்பட்ட ராஜ்ஜியம் வெற்றி பெறுவதாக! நாம் முன்னேறு வோம்! நம்முடைய மகோன்னதத் தலைவரின் கீழே ராஜ்யம் முன்னேறட்டும்!

நான் குதித்தெழுந்து நாட்டில் புதியதாக அங்கீகரிக்கப்பட்ட வணங்கும் முறையில் இரு கைகளையும் தலைக்குமேல் உயர்த்திக்

கூப்பியபடி, 'மகோன்னத தலைவருக்கு ஆயிரம் வணக்கங்கள்! மகோன்னத தலைவர் சிந்தாபாத்! 'என்று உரக்கச் சொன்னேன். ரகசியப் போலீஸ் அதிகாரி புகைத்துக் கொண்டிருந்த சிகரெட்டைக் கீழே போட்டு மிதித்து அணைத்து விட்டு அட்டென்ஷனில் நின்றபடி கைகளைத் தலைக்குமேல் உயர்த்திக் கூப்பியபடி வணங்கினான். மகோன்னத மகத்தான தலைவருக்கு ஆயிரமாயிரம் வணக்கங்கள்.

சேம்பரின் பணி மிக எளிமையாக இருந்தது. வண்டிகளில் அழைத்து வரப்பட்ட தூய்மையாக்கப்பட வேண்டியவர்களை பெண்கள், ஆண்கள் குழந்தைகள் (பதினேழு வயதுக்குக் கீழே உள்ளவர்கள்) என்று பிரிக்கப்படுவார்கள். கைக்குழந்தைகளை அம்மாக்களே வைத்துக் கொள்ளலாம். கேஸ் சேம்பரின் அகன்ற வரவேற்பறையில் மூன்று பிரிவினரையும் தனித்தனியாக வரிசையில் நிற்க வைத்த பிறகு அவர்கள் தூய்மையாக்கலை சுவீகரிப்பதற்கான தகுதி பெற்றதற்குப் பின்னாலிருந்த, தத்துவ, சமூக, ஆன்மீக சிந்தனைகளை விவரிப்போம். அவர்களுக்கு ஏதாவது சந்தேகங்கள் இருந்தால் அவற்றுக்கு அந்தத்தத் துறை சார்ந்த சான்றோர்கள் விளக்கம் சொல்வார்கள்.

ஆனால் தூய்மையாக்கல் பணி என்ன என்பது பற்றி மட்டும் விளக்க மாட்டோம். காரணம் வேறொன்றுமில்லை. சமூக மரண மடைதலை பார்வையில் நின்று கவனிக்கவும் அங்கீகரிக்கவும் சிலர் ஒத்துக் கொள்ள மாட்டார்கள் என்பதும் அதன் பலனாக வெளிப் படுத்தவும் வழி ஏற்படும் என்பதும்தான். ஆனால் தாய்நாட்டின் தூய்மைப்படுத்தலுக்கான மரணமடைதல் ஒரு ஆனந்தம்தான் என்பதைக் கணக்கில் கொண்டு, அவர்கள் அனுபவிக்கப் போகும் சுத்தப் படுத்தல் ஆனந்தமாக இருக்கும் என்று மட்டும் சொல்லியிருந்தோம்.

இதன் பிறகு பெண்களையும், குழந்தைகளையும், ஆண்களையும் ஒன்றாம் சேம்பரில் அவரவர்க்காக ஒதுக்கப்பட்ட இடங்களுக்கு அனுப்பி விடுவோம். அங்கே அவர்கள் தங்களின் உள்ளாடைகள் தவிர மற்ற ஆடைகள், ஆபரணங்கள், வாட்சுகள், செருப்புகள் ஆகியவற்றைக் கழற்றி விடுவார்கள். நான் வாசித்துத் தெரிந்து கொண்டதிலிருந்து, வெளிநாட்டில் சுத்திகரிக்கப்பட வேண்டியவர்கள் நிர்வாணமாகத்தான் அனுமதிக்கப்பட்டிருந்தனர். ஆனால் நம்முடைய சனாதன மதிப்பீடுகளை கவனத்தில் கொண்டு நான் உள்ளாடை

களை அனுமதித்தேன். அதுபோலவே வெள்ளையர்கள் தங்கப் பற்களை இந்தக் கட்டத்திலேயே நீக்கி விட்டிருந்தனராம். நான் இந்த விஷயத்தில் புதுமையைக் கொண்டு வந்தேன். தங்கப்பற்களை, பிணங்களாக்கிய பிறகு பறித்துக் கொள்ளலாம் என்று ஆணையிட்டேன்.

தூய்மையாக்கப்படுபவர்கள் அடுத்ததாக மகோன்னதத் தலைவரின் படம் பூஜைக்காக வைத்திருந்த ஒரு ஹாலுக்குள் நகர்ந்தனர். அங்கே அவர்கள் குரலையுயர்த்தி இவ்வாறு சொல்ல வேண்டும். 'மகோன்னதமான எங்கள் மகத்தான தலைவருக்கு கோடானு கோடி வணக்கங்கள்! சுத்தகரிக்கப்படும் ராஜ்யம் வெற்றி பெறுவதாக!' அடுத்ததுதான் சுத்திகரிக்கப்படும் ஆயிரம் பேரை ஒரே நேரத்தில் நிரப்பக் கூடியதான ஒரு ஹாலின் மேல் தட்டில் ஒளித்து வைக்கப்பட்டிருக்கும் ஒலிபெருக்கிகளின் வழியாக சர்வமதப் பிரார்த்தனைகள் பக்தி பூர்வமாக வழிந்து கொண்டேயிருக்கும். இந்த ஒலிபெருக்கிகளின் வழியாக கீழ்ப்பக்கத்தில்தான் அறைக்கு வாயுவைத் திறந்து விடுவதற்கான துவாரங்கள் இருக்கின்றன. வரிசை வரிசையாகத் தரையில் சவாசனம் செய்வது போல அசையாமல் படுக்கச் சொல்வோம். பிறகு கண்களை மூடித் தியானம் செய்யும் படி ஆணையிடுவோம். 'ஹர ஹர மகத்தான தலைவா!' என்ற அடையாள வாக்கியம் ஒலிபெருக்கியில் கேட்கும் போது தான் கண்ணைத் திறக்கலாம் என்றும் ஆணையிட்டோம்.

அவர்கள் படுத்தவுடன் பிரதான வாசலைப் பத்திரமாகச் சாத்திவிட்டு நான் பத்து முறை எண்ணுவேன். பிறகு பிரார்த்தனைப் பாடல்களின் சத்தத்தை அதிகரிக்கும் சுவிட்சைப் போடுவேன். இந்தச் சுவிட்சேதான் விஷ வாயு துவாரத்திற்கான இயந்திரங்களைத் திறப்பதற்கும் பயன்படுகிறது. அரைமணி நேரத்திற்குப் பிறகு கேஸ் முகமூடிகள் அணிந்தபடி நாங்கள் அறை வாசலைத் திறக்கும்போது ஓரிருவர் தங்களின் இடத்திலிருந்து மிக முயன்று நகர்ந்திருப்பதாகத் தோன்றும். மற்றவர்கள் எல்லோரும் தியானத்தின் வழியாக, 'ஹர! ஹர! மகத்தான தலைவா!' என்ற அடையாள வாக்கியத்தின் நல்ல எதிர்பார்ப்பினூடாக, நாட்டின் முன்னேற்றத்திற்கும், பரிசுத்தத்திற்குமாக அவரவர் படுத்த இடத்திலேயே சுத்திகரிக்கப்பட்டவர்களாக சயனித்திருப்பதைப் பார்க்கலாம். இந்த அடக்கமும் ஒழுங்கும் தத்துவார்த்த அணுகுமுறையும் என் தனிப்பட்ட பங்களிப்பு என்பதில் நான் பெருமைப்படுகிறேன்.

குழந்தைகளின் அறையில்தான் கொஞ்ச நஞ்சம் அடக்கமின்மை எதிர்பார்க்கப்பட்டிருந்தது. இதைத் தடுப்பதற்காக அவர்களின் அறையிலுள்ள வாயு வெளியேறும் துவாரங்களை நான் கொஞ்சம் பெரிதாக்கினேன். மிகவும் புதிய சினிமாப் பாடல்களை நான் அவர்களுக்குப் போட்டு விட்டேன். பெண்களின் அறையில் அம்மாக்களுடன் இருந்த கைக் குழந்தைகள், தவழ்ந்த படியும் தியானத்தில் ஆழ்ந்திருந்த மற்ற சுத்திகரிக்கப்படுகின்றவர்களுக்கு தொல்லை கொடுப்பதும் ஒரு பிரச்சனையாக இருந்தது. அதனால் கைக்குழந்தைகளை அம்மாக்களுடன் சேர்த்து ஒரு மென்கயிற்றால் கட்டிப்போட நான் வழிவகை செய்திருந்தேன்.

இந்த வேலைகள் முழுவதும் முடிய ஒரு மணி நேரத்திற்கு மேல் ஆகவில்லை. ஆனால் பிணங்களாக்கப்பட்ட சுத்திகரிக்கப் பட்டவர்களை நகர்த்துவதற்கு அதிக நேரம் எடுத்தது. முதலில் தங்கப் பற்கள் தேடிக் கண்டுபிடிக்க வேண்டியிருந்தது. அப்புறம் முன்னாலேயே அப்புறப்படுத்தாமல் விட்ட மூக்குத்தியோ அது போன்ற பிற அணிகலன்களோ கண்டுபிடிக்க வேண்டும். அதன் பிறகு, அதீதமான அழகுள்ள பெண்களுடையது மட்டுமான சுத்தீகரிக்கப் பட்ட பௌதீக கழிவுகள் கட்சித் தலைவர்களின் ரகசியப் போலீஸின் உயரதிகாரிகளின் சிறப்பு கவனத்திற்கும் பரிசோதனைக்குமாக ஒரு குளிர்ப்பதன அறையின் வண்ணமயமான மரணப் படுக்கைகளுக்கு நகர்த்த வேண்டும்.

மீதியுள்ள சுத்தீகரிக்கப்பட்டவர்களின் சடலங்களின் மிச்ச சொச்சங்களை என் பிரியத்துக்குரிய மின்சார சுடுகாட்டின் சிவந்து இரைச்சலிடும் - அறையின் பிரம்மாண்ட உருவமான - கம்பீரமான எரிகலனுக்கு, தண்டவாளங்களின் வழியாக வேகம் ஓடும் டிம்பர் டிராலிகளில் அனுப்புவேன். சுற்றுச் சூழல் மாசுபடாமல் இருக்க எரிகலனில் புகை சுத்தப்படுத்துவதற்கான இயந்திரங்கள் நிறுவியிருந்தோம். அதனால் கருப்பான புகைக்கு பதிலாகச் சில வெள்ளைப் புகைச் சுருள்கள் மட்டுமே புகைப் போக்கிகள் வழியாக ஆகாயத்தில் கரைந்தது. அதைப் பார்த்து நிற்கும் நான் மனதில், 'அதோ போகிறது, நாட்டிற்காக சுத்திகரிப்பை ஏற்றுக் கொள்ள பாக்யம் கிடைத்தவர்களின் புகைச்சுருள்கள்.' போப்பாண்டவரைத் தேர்ந்தெடுக்கும் போது இது போலப் புகைக்குழல் வழியாக உயரும் புகைதான் அடையாள மாம். எவ்வளவு சிறப்பு!

இந்த முறையில் நான் என் வேலையை மேற்கொண்ட நீண்ட் மூன்று வருடங்களில் எத்தனையெத்தனை குழுக்கள் என் கண்களைக் கடந்து சென்றன. தொல் நாகரிகத்தின் ஒரு முக்கோணம் போலுள்ள ஒரு நடுத்தர கேஸ் சேம்பரின் வழியாக கடந்து போனது என்று சொன்னால் எவ்வளவு ஊர்ஜிதமாக சமூக சுத்திகரணம் நடைபெற்றது என்று நீங்கள் புரிந்து கொள்ளலாம். ரொம்ப நாட்கள் முன்னர் நாம் நடைமுறைக்குக் கொண்டு வந்த அறிவொளி இயக்கத்திற்குக் கூட இவ்வளவு பரவலான ஒரு பொதுமக்களின் ஒத்துழைப்பு கிடைத்ததோ என்பது சந்தேகம் தான். உண்மையைச் சொல்லட்டுமா, மரணத்தை, நாம் தேசியமயமாக்கியதோடு மனிதனுக்கு மரணத்தின் மீதான பயம் இல்லாமல் போய்விட்டது. பாங்கோட்டுக் கோணம் கேஸ் சேம்பரில் பிணமாக்கப்பட்டு கிடந்தவர்களில் மிகக்குறைந்த ஆட்களின் முகத் தில்தான் ஏதாவது நிர்பாக்கியமான உணர்வுகள் காணப்பட்டன.

எல்லோரின் முகத்திலும், 'ஹர! ஹர! மகத்தான தலைவா!' என்ற அடையாள வாக்கியத்தின் சுபமான ஒரு எதிர்பார்ப்பைத் தான் காண முடிந்தது. ஜாதி மத பேதமில்லாமல்தான் பாங்கோட்டு கோணத் துக்கு தூய்மையாக்கலுக்குத் தேவைப்படுவோர் வந்துகொண்டே இருந்தனர். தூய்மையாக்கம் ஒரு தலை சார்பற்ற, பரிசுத்தமான தொன்றாக இருந்தது. உதாரணமாக மதத்தின் அனுதாபிகளையும் உயர் பொறுப்பில் இருப்பவர்களையும் கூட சேம்பரின் முற்றத்து வரிசைகளில் நான் பார்த்து ஆச்சரியப்பட்டிருக்கிறேன். அவர்கள் அங்கு வந்து சேர்ந்ததற்கான காரணம் என்னவென்று நான் விசாரித் தேன். அவர்கள் மத நம்பிக்கை திடமாயிருப்பினும் மகோன்னதத் தலைவரின் ராஜ்ஜிய வருடாந்திர உறுப்பினர் சந்தா கட்ட மறந்து போனவர்கள் தான் அவர்கள்.

மகோன்னதத் தலைவரின் பிரசித்தமான வார்த்தைகளை நான் நினைத்துப் பார்த்தேன். 'நான் உங்களுக்குத் தருவது ஒரு மதமல்ல. புதிய ஒரு மனித நாகரிகம். மதம் எனக்கொரு ஆயுதம் மட்டுமே! நிஜத்தில் நான் மதம் சார்ந்தவன். மரணத்தைப் போல ஹா! ஹா! ஹா!' ராஜ்ஜியத்தை நடுங்க வைத்த, உணரவைத்த அந்தச் சிரிப்பொலி தொலைக்காட்சி உரையின் கடைசியில் எதிரொலித்த போது நான் புல்லரித்துப் போயிருக்கிறேன்.

ஆனால் என் நண்பா, எனக்குப் பழக்க முள்ளவனான மிலிட்டரி காரனான காவல்காரன் மூலம் நான் கொடுத்தனுப்புகின்ற இந்தக்

கடைசி கடிதத்தில் நான் உண்மையை மனந்திறந்து சொல்லட்டுமா, மேலே சொன்னபடி மிக ஒழுக்கமான வாழ்க்கையை நான் மேற் கொண்டிருக்க, கொஞ்சம் கொஞ்சமாக மின் பகிர்வு நிலையத்தின் என்னுடைய பழைய வாழ்க்கை முறை என்னை ஒரு மாயாவியைப் போல அழைக்கத் தொடங்கியது. வேலைநிறுத்தம் செய்யவோ, சங்க வேலைகள் செய்வதற்காக விடுப்பு எடுக்கவோ, சுதந்திரமாகச் சுற்றி திரியவோ முடியாமல் போனது என் மனதை வேதனை கொள்ளச் செய்தது.

அதிகாரியாக இருந்தபோது வாழ்க்கையில் முன்பு எனக்குக் கிடைத்திருந்த நிம்மதிகளை நான் கனவு காணத் தொடங்கினேன். மற்ற மன உல்லாசங்கள் எதுவுமற்ற என்னைப் போன்ற ஒரு குமாஸ்தா விற்கு மின் பகிர்வு நிலையத்தில் பொதுமக்களோடு விசித்திரமாக நடந்து கொண்டு உல்லாசமாக இருக்க முடிந்தது. ஆனால் இங்கேயோ, சுத்தீகரிக்கப்படவேண்டிய பொதுமக்களை எந்த ஒரு வழியிலும் பயமுறுத்தக்கூடாது என்பதுதான் மகோன்னதத்த தலைவரின் கடுமை யான கட்டளை. அது மட்டுமல்ல, அவர்களை நிராசைப்படுத்தவோ வேதனைப் படுத்தவோ முயன்றாலும் அது முடியாமலே இருந்தது. காரணம் சுத்திரிக்கப்பட வரும் அவர்களுக்கு மற்ற தேவைகளொன்றும் இல்லாமலிருந்தது. என்னவொரு தரும சங்கடம்! கேஸ் சேம்பர் செயல்பாடு என்னை மூச்சு முட்ட வைப்பதாக இருந்தது.

கேஸ் சேம்பர் இருந்த குன்றின் அடிவாரத்தில் ஒரு பெரிய ஆன்மீக ஆசிரமம் இருந்தது. என் முதல் வீழ்ச்சியின் காரணம், அந்த ஆசிரமம்தான். பிணங்களாக்கப்பட்ட அழகிகளின் சடலங்களை விரிவாகப் பரிசோதிக்க நடுநடுவே குளிர்பதன அறைக்கு வந்திருந்த முக்கியமானவர்களுள் ஒருவர் ஆசிரமத்தின் தலைமைக் குருவாக இருந்தார். அறையின் ஒரு பக்கம் விருந்தினர்களுக்காக உருவாக்கி யிருந்த மதுவை நகர்த்திவிடவே ஒரு சடலத்தைப் பரிசோதித்துக் கொண்டிருந்த குரு என்னைக் கண்டுபிடித்து விட்டார். அவர் சாந்தமாக என்னருகே வந்து, 'மகனே, உன்னைத் தண்டிக்க வேண்டுமென்று எனக்கு விருப்பமில்லை. மாறாக நமக்குள் சில ஒப்பந்தங்கள் செய்து கொள்ளலாம். இங்கே வந்துசேரும் அழகிகளான இளம் பெண்களுக்கு சுத்திரிகரிப்புக்கு முன்பாக ஆன்மீக தேடலுக்கான ஒரு வாய்ப்பு கொடுப்பதில் ஒரு தவறும் இல்லை என்பதுதான் என் அபிப்பிராயம்.

அதனால் தூய்மை செய்ய வேண்டியவர்களில் தினமும் என் சீடர்கள் தேர்ந்தெடுக்கும் அழகிகளை நீ ஒரு ரகசியப் பாதையின் வழியாக ஆன்மீகப் பயிற்சிக்காக ஆசிரமத்துக்கு அனுப்ப வேண்டும். அவர்களைப் பிறகு தூய்மையாக்கலாம். இல்லையென்றால் நாங்களே தூய்மை யாக்கிக் கொள்கிறோம்' என்றார்.

நண்பா வெகு சீக்கிரத்திலேயே குருவிடமிருந்து மந்திரிக்கும், மந்திரியிடமிருந்து ரகசிய போலீஸ் அதிகாரிகளுக்கும், அவர்களிட மிருந்து ராணுவத்தினருக்கும் அங்கிருந்து காண்ட்ராக்டர்களுக்கும் அவர்களிடமிருந்து புரோகிதர்களுக்கும் இளம்பெண்களின் ஆன்மீகப் பயிற்சி நடந்தது. இளம் பெண்களான தூய்மைப்படுத்தப்பட்டவர்கள் ஊரில் மீண்டும் காணப்பட்டதாக ரகசியப் போலீஸின் விஜிலென்ஸ் பிரிவு அறிக்கைகள் வெளியிடத் தொடங்கியது. நானும் லஞ்ச முறைக்குத் திரும்பியிருந்தேன். பிரிதிபலனைப் பெற்றுக் கொண்டு, பெண்களுக்குத் தூய்மையாக்கப்படுவதற்கு முன்பாக ஒரு ஆன்மீக இடைவேளை அளிப்பதை நான் வழக்கப்படுத்திக் கொண்டேன். கடைசியில் ஒரு நாள் மகோன்னதத் தலைவரின் உடல் வேட்டைக்காகத் தேர்ந் தெடுக்கப்பட்ட இளம்பெண்களுள் ஒருத்தி, பாங்கோட்டுக் கோணம் கேஸ் சேம்பருக்கு இரண்டு மாதம் முன்பு அனுப்பட்டிருந்த தூய்மையாக்கலுக்கு உட்படுத்தப்பட்டவள்தான் என்பதை மகோன்னதத் தலைவரின் தலைமைச் செயலாளர் கண்டுபிடித்தார்.

இதற்கும் முன்பாகவே நான் விஷவாயுவின் நச்சுத் தன்மையில் சில தவறுகள் செய்யத் தொடங்கியிருந்தேன். வாயு சப்ளை செய்திருந்த கூட்டுறவு சங்கத்தின் தலைவனும் நானும் இதிலிருந்து கிடைத்த லாபங்களை, நாட்டிற்குக் கொடுக்காமல் எங்களுக்குள் பங்கு வைத்துக் கொண்டோம். இடையிடையே விஷ வாயு செலுத்தப்பட்ட பிறகு, சுத்தகரிப்பு அறையைத் திறக்கும் போது இன்னும் தூய்மை யாக்கலுக்கு உட்படாதவர்கள் பதற்றத்துடன் அலைவதைப் பார்த் தோம். அவர்களை வேறு பொருட்களைப் பயன்படுத்தி சுத்திகரிப்பு செய்ய வேண்டிய நெருக்கடிக்கு ஆளானோம். அதன் பலனாக சுத்திகரிப்பு அறையின் தரையில் இரத்தம் புரளத் தொடங்கியது. இந்த இரத்தத்தைத் துடைக்க நான் கேஸ் சேம்பரின் துப்புரவாளரின் தயவை நாடினேன். முதலில் சம்மதமின்றிப் பின்னர் சம்மதித்த அவர்கள் இரத்தத்தைத் துடைக்கக் கூடுதல் பணம் எதிர்ப்பார்த்தனர். அவர்களின் தேவையை நான் அனுமதிக்கவில்லை.

ஒரு நாள் அவர்கள் என்னைச் சிறை பிடித்தனர். மறுநாள் கேஸ் சேம்பர்களின் சுவர்களில் சுவர் எழுத்துகளும் கோஷங்களும் தென்பட்டன. நான் அவர்களுடன் நடத்திய பேச்சு வார்த்தைகள் வெற்றி பெறவில்லை. நான்காம் நாள் தூய்மையாக்கல் பணியாளர் சங்கம் வேலை நிறுத்தத்தை அறிவித்தது. மகோன்னதத் தலைவர் பாங்கோட்டுக் கோணம் கேஸ் சேம்பரை அதிரடியாகப் பார்வையிட தேர்ந்தெடுத்த தினம் அதுவாக இருந்தது. தலைவரைத் திருப்திப்படுத்த வந்த ஒரு பெண், பாங்கோட்டுக் கோணம் கேஸ் சேம்பரில் முன்னர் தூய்மையாக்கப்பட இருந்தவள்தான் என்ற ரிப்போர்ட் அவருக்குக் கிடைத்திருந்தது. என்னைச் சாட்டையாலும் கையாலும் அடித்து முடிந்துவுடன் அவர், கட்டப்பட்டு கொண்டு வந்திருந்த அந்தப் பெண்ணைச் சுத்திகரிப்பு அறைக்குள் இழுத்துக் கொண்டு போனார்.

அறைவாசல் திறந்தபோது அதிலிருந்து வெளியேறிய துர்நாற்றம் என்னால் கூடச் சகிக்க முடியாததாக இருந்தது. அது போகட்டும். மகோன்னதத் தலைவர் அவளை அறைக்குள் தள்ளிவிட்டு கதவை அடைத்து, வாயு துவாரத்தின் சுவிட்சை தன் கையாலேயே தட்டினார். ‘பின்னர் பிணக் கிடங்கில் இருந்த அறைக்கு ஓய்வெடுக்கச் சென்று விட்டார். இதற்குள் ரகசியப் போலீஸ் என்னைச் சிறைப் பிடித்திருந் தனர். என்னை மட்டுமல்ல, பணியாளர் சங்கத்தின் உறுப்பினர்களை யும் அரை மணி நேரத்திற்குப் பின் சுத்திகரிப்பு அறையைத் திறந்த போது அந்தச் சுத்திகரிக்கப்படவேண்டியவள் அழுதபடியே இரத்தத்தின் வழவழப்பு புரண்ட தரையில் அமர்ந்திந்தாள் என்று சொன்னால் போதுமல்லவா?

நண்பா,என்னவெல்லாம் அழகான கனவுகளைச் சுமந்தபடி நான் இந்த கேஸ் சேம்பரின் பொறுப்பை ஏற்றுக் கொண்டேன். எல்லாம் பயனற்று போனது. இனி கிம்பளத்தைச் சபித்து என்ன பலன்? நானும் வேலை நிறுத்தம் செய்த மஸ்தூர் சங்க உறுப்பினர்களும் சுத்திரிகரிப்புக்குத் தேர்ந்தெடுக்கப் பட்டிருக்கிறோம். இனி இருபத்தி நான்கு மணி நேரம்தான் மீதியுள்ளது. உங்களுக்கு என் கடைசி வணக் கங்கள். ஆனால்...ஒருவேளை...யாருக்குத் தெரியும்...

கூட்டுறவு சங்கத்திலிருந்து, கடைசியாக நான் ஆர்டர் கொடுத்த விஷ வாயுக் கலன்கள் இன்னும் குடோனில் இருக்கின்றன. அவற்றில் ஒன்றுதான் பயன்படுத்தப்படப் போவதாக இருந்தால்? அப்படி

யானால் லஞ்சத்திற்கு என்னுடைய நன்றிகள். அப்படியானால் என் சுத்திகரணம் சுத்தப் பொய்யாகலாம். தரையில் மரணித்ததாக நடித்துப் படுத்திருந்தால் என் மரணமும் பொய்யாகலாம். மீதியுள்ளது எரிகலன் தான். அதன் வாசலின் ஒரு பக்கத்தில் இடைவழியினூடே தலைமை குரு அழகிகளின் உடல்களைப் பரிசோதிப்பதற்காக வந்துபோகும் ரகசியப் பாதையின் வாசல். டிம்பர் டிராலியில் இருந்து ஒரு முறை நான் உருண்டால் நான் அந்த ஆன்மீகப் பாதையை அடைவேன். அதன் அந்தக் கடைசியில் ஆசிரமம். குருவிற்கு என்னால் இனியும் ஏதாவது பயன் இல்லாமல் போகுமா? கண்டிப்பாக நான் பயன்படு வேன். சுகமான ஒரு ஆன்மீக வாழ்க்கையை எத்தனை காலமாக நான் ஆசைப்பட்டுக் கொண்டிருந்தேன். லஞ்சம் என் ஆசையை நிறை வேற்றட்டும். சத்யமேவ ஜெயதே! வந்தே மாதரம்!